அன்புப்பிடியில் இருவர்

வில்லா கேதர்

தமிழில் சி. ஸ்ரீநிவாசன்

தேசாந்திரி பதிப்பகம்

தேசாந்திரி பதிப்பக வெளியீடு: 126

அன்புப்பிடியில் இருவர்: மொழிபெயர்ப்பு நாவல்
வில்லா கேதர்

முதல் பதிப்பு: டிசம்பர் 2024

தேசாந்திரி பதிப்பகம்,
டி-1, கங்கை அப்பார்ட்மெண்ட்,
110, 80 அடி ரோடு, சத்யா கார்டன்,
சாலிக்கிராமம், சென்னை 600 093,
தொலைபேசி: 044 23644947.
விலை: ரூ.380

Anbu Pidiyil Iruvar - Translated Novel
Willa Cather©

First Edition: Dec 2024, Pages: 320
Size: Demy 1x8, Paper: 18.6 kg maplitho

Published by :
Desanthiri Pathippagam
D-1, Gangai Apartments,
110, 80-Feet Road, Satya Garden, Saligramam,
Chennai - 600 093, Ph: 044 2364 4947
Email : desanthiripathippagam@gmail.com
www.desanthiri.com

ISBN: 978-93-93099-64-8
Wrapper & Book Design: Hariprasad R
Printed by: Ramani Print Solution, Chennai.

Price: Rs. 380

பதிப்புரை

கடந்த உலக இலக்கியத்திலேயே ஸ்ரீமதி வில்லா கேதருக்கு ஒரு பிரத்யேக ஸ்தானம் ஏற்பட்டுள்ளது. அவருடைய நூல்கள் யாவும் கிறிஸ்தவ தர்மத்தை அடிப்படையாகக் கொண்டு எழுதப்பட்டவை இதனாலும், அவற்றின் இலக்கிய மதிப்பினாலும் 'க்ளாஸிக்' என்று கூறப்படும் சீலமுள்ள நிரந்தர இலக்கியங்களுடன் அவற்றைச் சேர்த்துள்ளனர். 1874 முதல் 1947 வரை வாழ்ந்த ஆசிரியை வில்லா கேதர் இந்த 'அன்புப்பிடியில் இருவர்' என்ற நாவல் உள்பட பனிரெண்டு நாவல்கள் எழுதியுள்ளார் அவரது கவிதைக் கொத்து ஒன்றும் கட்டுரைத் தொகுதியொன்றும் வெளிவந்துள்ளன. அவருடைய நூல்கள் பிரஞ்சு, ஜெர்மனி, இத்தாலி, ஸ்பானிஷ், ஜெக், நார்வீஜியன், டேனிஷ், பின்னிஷ், டச்சு போன்ற உலகின் பிரதான பாஷைகள் யாவற்றிலும் மொழி பெயர்க்கப்பட்டுள்ளன என்பதே அவருடைய இலக்கிய மதிப்புக்குப் போதுமான சான்றாகும்.

தமிழில் வெளிவரும் அவருடைய முதல் நாவலான இதுபற்றி 'ஸாடர்டே ரிவியூ' என்ற பிரபல பத்திரிகை கூறியுள்ளதை மட்டும் இங்கே தருகிறேன். "ஸ்ரீமதி வில்லா கேதர் இணையில்லாத முறையில் அடக்கம் மிளிர எழுதியுள்ள இந்த நாவலில் ஒரு பெரும் காதல் கதை, மகத்தான அன்புக் கதை அடங்கி இருக்கிறது. மாசற்ற வெள்ளியைக் கொண்டு கைவண்ணம் துலங்கப் புனையப்பட்டுள்ள அழகிய கோப்பையான இதில் விளிம்புவரை தூய அன்பின் மதுவை வாழ்வளிக்கும் அன்புக் கனிரசத்தை நிரப்பித் தருகிறார் அவர். மனிதரிடையே அன்பு, மனிதரிடம்

ஆண்டவனின் அன்பு, ஆண்டவனிடம் மனிதரின் அன்பு ஆகிய முப்பெரும் அன்பின் ரசக்கலவையே இந்நூல்."

இந்தச் சிறந்த நாவலை அன்பர் சி. ஸ்ரீநிவாசன் அழகிய முறையில் தமிழாக்கித் தந்துள்ளார். தமிழ் வாசகர்கள் முன் இந்த அரிய இலக்கியத்தைச் சமர்ப்பிக்கிறோம்.

பொருளடக்கம்

ரோமாபுரியில்..... 7

முதல் பாகம்: விகார் விரைகிறார்!

1 சிலுவையுருவ மரம் 17
2 பாலையிலே சோலை 26
3 பிஷப் செஸ் லுய் 35
4 மணியும் மாயமும் 47

இரண்டாம் பாகம்: நீள்வழியிலே.....

1 வெண்ணிறக் கழுதைகள் 57
2 தனி வழி 71

மூன்றாம் பாகம்: ஆகோமாவில் ஆராதனை

1 மரக்கிளி 88
2 ஜாஸின்டோ 97
3 பாறை 104
4 பால்டஸாரின் கதை 115

நான்காம் பாகம்: ஸர்ப்ப வேர்

1 பெகோஸில் ஓர் இரவு 129
2 கல் அதரங்கள் 139

ஐந்தாம் பாகம்: மார்டினெஸ் பாதிரி

1 பழைய பந்தா 152
2 லோபி லூஸெரோ 175

ஆறாம் பாகம்: ஸ்ரீமதி இஸபெல்லா

1 அன்பர் அன்டோனியோ 191
2 சீமாட்டி 205

ஏழாம் பாகம்: மத மாவட்டம்

1	மேரி அன்னையின் மாதம்	215
2	டிஸம்பர் இரவு	229
3	நவஜோநாட்டில் வசந்தம்	239
4	யூஸாபியோ	250

எட்டாவது பாகம்: பைக் சிகரத்தில் பொன்

1	கதீட்ரல்	255
2	லீவன்வொர்த்திலிருந்து லிகிதம்	262
3	அன்னை மேரியே சரணம்!	268

ஒன்பதாம் பாகம்: ஆர்ச் பிஷப் ஆவி பிரிகிறது

1	280
2	284
3	289
4	293
5	300
6	307
7	310
8	317

ரோமாபுரியில்.....

1848ஆம் வருடம் வேனிற் காலத்தில் ஒரு மாலைவேளை. ரோமாபுரியை அடுத்துள்ள ஸபீன் குன்றிலிருக்கும் ஒரு பங்களாவின் தோட்டத்திலமர்ந்து நால்வர் உணவருந்திக் கொண்டிருந்தனர். அவர்களில் மூவர் போப்பாண்டவருக்கடுத்த சிரேஷ்ட குருக்களான கார்டினல்கள்; முறையே ஸ்பெயின் இத்தாலி, பிரான்ஸ் தேசங்களைச் சேர்ந்தவர்கள் அவர்கள். நான்காமவரோ, அமெரிக்காவிலிருந்து வந்திருந்த ஒரு அத்தியட்ச குரு (பிஷப்).

அந்த தோட்டத்துக் களத்திலிருந்து பார்த்தால் கண்ணுக் கினிய காட்சிகள் பல விரியும் / தட்டுத் தடங்கலின்றி தூரத்தே ரோமாபுரியும் தெரியும். தோட்டமோ, ஆரஞ்சு போன்று பல்வகை மரங்கள் நிறைந்து, ரம்யமாக இருந்தது. அதிலும், விருந்தளித்த ஸ்பானிஷ் கார்டினலின் வழக்கப்படி, அஸ்தமனத்துக்கு ஒரு மணி நேரம் முன்னதாகவே சாப்பாடு துவங்கிவிட்டபடியால் எங்கும் செக்கரொளி பரவிச் சிந்தையை அள்ளியது.

உணவருந்தியவாறே அந்த நால்வரும் தங்கள் மதப் பிரசாரம் சம்பந்தப்பட்ட விவகாரமொன்றை விவாதித்துக் கொண்டிருந்தனர். சமீபத்தில் தான் ஐக்கிய அமெரிக்க நாடுகளுடன் சேர்ந்திருந்த பகுதியான நியூ மெக்ஸிகோவில் ஒரு பிரதி குரு (விகார்) பீடத்தை அமைப்பது பற்றியே அவர்கள் பேச்சு. அவ்வட்டாரம் பற்றி அவர்கள் அப்போது அவ்வளவாக அறிந்திருக்கவில்லை: அயர்லாந்தில் பிறந்த பிரெஞ்சுக்காரரான அந்த பிஷப் அமெரிக்காவில் வெகுவாகச் சுற்றியிருக்கிறாரெனினும் அவருக்கும்கூட அது குறித்துத் தெளிவான ஞானம் கிடையாது.

இருப்பினும் பிரதிநிதி பீடம் அமைக்கும் விஷயத்தில் மற்ற மூவரின் அசிரத்தையைப் போக்கத் தொடர்ந்து முயன்று கொண்டிருந்தார்.

பிரெஞ்சு, இத்தாலிய கார்டினல்கள் இருவரும் மத்திய வயதினராயினும் சுறுசுறுப்புமிக்கவர்கள். ஆங்கிலத் தாய்க்குப் பிறந்த கிரேஷூமேரியாடே அல்லாண்டே என்ற ஸ்பானிஷ் கார்டினலோ இன்னமும் இளைஞர்தான். சகஜமாகப் பழகிய அவர், முந்தைய போப்பாண்டவரான பதினாறாவது கிரிகரியின் ஆட்சிக்கால இறுதியில் வாடிகனிலேயே செல்வாக்கு மிகுந்தவராயிருந்தார். இரண்டாண்டுகளுக்கு முன் கிரிகரி இறந்ததும் தமது கிராமப்புறப் பண்ணைக்கு வந்துவிட்டார். புதிய போப்பாண்டவரின் சீர்திருத்தங்கள் அனுபவ சாத்தியமற்றவை என்பதோடு அபாயகரமானவையுமாகு மெனக் கருதி, அரசியலிலிருந்து அறவே விலகி விட்டார். கிரிகரி பேணி வளர்த்த கிறிஸ்தவ மதப் பிரசாரக் கழகத்தோடு தம் பணியை நிறுத்திக் கொண்டார். அம்மூவரையும்விட அந்த பிஷப் மிக்க வயதானவராகக் காணப்பட்டார். துருவத்தையொட்டிய பகுதியில் சேவை புரிபவர் அவர்; அங்கு சீறி வீசும் கடும் பனிக்காற்றில் அடிபட்டுக் காய்ப்பேறியவர்.

பிரதி குருபீடம் நிறுவும் நோக்கமே அந்த தூரதேச பிஷப்பை ரோமாபுரிக்கு இழுத்து வந்திருந்தது. எனவே அதை அவர் வற்புறுத்திச் சொன்னதில் வியப்பில்லை. மற்றவர்களைவிட விரைவில் சாப்பிட்டபடியால் அதற்கு அவருக்கு போதுமான அவகாசமும் கிடைத்தது அவர் மளமளவென்று விழுங்கிய வேகத்தைப் பார்த்துவிட்டு, தங்கள் நாட்டுப் பெருவீரரும், போர் முனையிலேயே பெரும்பொழுதைக் கழித்தவருமான நெப்போலியனுடன் உணவுண்ண அவரே லாயக்கென்றார் பிரெஞ்சு கார்டினல்!

இது கேட்டு சிரித்த பிஷப், உடனே மன்னிப்பும் கேட்டுக் கொண்டார்: "லௌகிக நியதிகளை மறந்து விட்டேன் போலிருக்கிறது! சதா காலமும் ஒரே சிந்தனையே உலுப்பிக் கொண்டிருப்பதே அதற்குக் காரணம். புத்துலகமாம் அமெரிக்காவில் கிறிஸ்தவ மதம் முதன் முதலில் புகுந்தது நியூ மெக்ஸிகோவில்தான். பிரம்மாண்டமான அப்பகுதி இப்போது ஐக்கிய அமெரிக்காவுடன் சேர்ந்து விட்டதன்

முக்கியத்துவத்தை இங்குள்ளோர் சரிவர உணர முடியாது. அங்கு பிரதி குருபீடம் அமைந்து விட்டால் இன்னும் சில வருடங்களில் அது பெரு மண்டலமாகி விடுவது உறுதி; அப்போது ரஷ்யா தவிர்த்த மத்திய மேற்கு ஐரோப்பாவைவிடப் பெரிய நிலப்பரப்பு அதன் ஆளுகைக்கு உட்பட்டிருக்கும். அந்த மாவட்டத்தின் பிஷப், மகத்தான காரியங்களை அங்கு ரார்ப்பணம் செய்வாரென்பதும் நிச்சயம்!”

“அங்குரார்ப்பணம்தானே?” என்று முணு முணுத்தார் இத்தாலிய கார்டினல். “அங்கு அம்மாதிரி எவ்வளவோ நடந்தாகிவிட்டது. அதன் பின் நாங்கள் காண்பதென்னவோ தகராறும் பண உதவிக்கான கோரிக்கைகளும்தான்!”

பொறுமையுடன் அவருக்குப் பதிலளித்தார் பிஷப். “மன்னிக்க வேண்டும், மாட்சிமைமிக்கவரே! பிரான்ஸிஸ் கப் பாதிரிமார் முன்னூறாண்டுகளுக்கு முன் அங்கு நம் மதத்தை ஊன்றினார்கள். அதற்கப்புறம் புறக்கணிக்கப்பட்டு விட்டாலும்கூட அங்கு நம் மதம் மரித்துவிடவில்லை. இன்னும் கத்தோலிக்க நாடாகவே அது தன்னைக் கருதி வருகிறது; போதகர்களின்றியே நமது தர்மங்களை அனுசரிக்கவும் முயல்கிறது. பழைய மாதா கோயில்களெல்லாம் பாழாகி விட்டன. அங்குள்ள ஒரு சில மத குருமாருக்கும் வழிகாட்டுவார் யாருமில்லை; கட்டுப்பாடேயில்லாமல் கெட்டழிகிறார்கள். மத நியமங்களைச் சரிவர அனுஷ்டிக்காததுடன், சிலர் பகிரங்கமாகவே வைப்பாட்டிகளையும் வைத்துக் கொண்டிருக்கிறார்கள். அப்பகுதியை முற்போக்கான சர்க்கார் மேற்கொண்டுவிட்ட இத்தருணத்தில் இந்தக் களங்கமெல்லாம் களையப்படாவிடில் வட அமெரிக்கா பூராவிலுமே நமது மதப் பிரிவுக்குக் கேடுதான்.”

“மெக்ஸிகோ வட்டத்துக்குட்பட்டுத்தான் அந்தப் பாதிரி பீடங்களெல்லாம் இன்னமும் உள்ளன இல்லையா?” என்று பிரெஞ்சுக்காரர் வினவினார்.

“டூராங்கோ பிஷப்பின் அதிகார மண்டலம்தானே அது?” என்றார் அல்லாண்டே.

பெருமூச்சு விட்டவாறு பதில் சொன்னார் பிஷப்: “டூராங்கோ பிஷப்புக்கு வயது அதிகமாகி விட்டது. மேலும், அவருடைய தலைமையகத்திலிருந்து ஸாண்டாஃபே

ஆயிரத்தைந் நூறு மைல்களுக்கப்பால் உள்ளது. வண்டிகள் செல்லத்தக்க சாலையோ, படகுகள் போகக்கூடிய நதியோ அங்கு கிடையாது. நம்பிச் செல்ல முடியாத பாட்டைகள் வழியே, பாரக் கழுதைகள் மூலம்தான் பண்டமெல்லாம் போகிறது. அந்தப் பாலை வெளியில் பிரத்யேகமானதொரு பயங்கர அம்சமுமுண்டு: நாவறட்சியையோ அடிக்கடி இந்தியர்கள் புரியும் படுகொலைகளையோ நான் இங்கு குறிப்பிடவில்லை. அந்த பூமியிலுள்ள எண்ணற்ற வெடிப்புகளையே சொல்கிறேன். ஆயிரம் அடி ஆழத்துக்குக் கூட வாய் பிளந்து நிற்கும் கணவாய்கள் அவை. அந்தப் பாறைகளில் இறங்கி ஏறியே மனிதர்களும் கழுதைகளும் அப்பால் செல்ல முடியும். அடங்காப் பிடாரிப் பாதிரியெவரையும் தன் முன் ஆஜராகுமாறு டூராங்கோ பிஷப் தாக்கீது பிறப்பிப்பாரானால் அதை யார் நிறைவேற்றுவது? கட்டளை போய்ச் சேர்ந்ததா இல்லையா என்பதைத்தான் யாராவது நிரூபிக்க முடியுமா? அந்தப் பக்கம் தோல் வேட்டைக்காகவோ, தங்கத் தேட்டைக்காகவோ செல்பவர் எவராவதுதான் கடிதங்களைக் கொண்டு போகிறார்கள்!"

மதுவைக் குடித்து முடித்துவிட்டு, உதடுகளைத் துடைத்தபடியே வினவினார் பிரெஞ்சுக்காரர்; "அந்த வட்டாரத்தில் வசிப்பவர்களிடம் கொடுத்தனுப்பினாலென்ன? எல்லோருமேயா வேட்டைக்குப் போய் விடுகிறார்கள்?"

"அங்கு சுமார் முப்பது இந்திய சமூகங்கள் இருக்கின்றன. ஒவ்வொன்றின் பாஷையும், பழக்க வழக்கங்களும் வெவ்வேறு. அவற்றில் பல பரஸ்பரம் பரம விரோதம் பாராட்டுபவை. மற்றும், மெக்ஸிகர்கள் இருக்கிறார்கள். இயல்பாகவே தெய்வ பக்தி வாய்ந்தவர்கள் அவர்கள்; போதகர்களோ, வழிகாட்டிகளோ இல்லாவிடினும்கூட தங்கள் மூதாதையரின் மத தர்மத்தை விடாப்பிடியாகப் பின்பற்றுகிறார்கள்."

"இந்தப் புதிய பதவிக்கு தமது பிரதி குருவையே நியமிக்கும்படி சிபாரிசு செய்து டூராங்கோ பிஷப் எனக்கு எழுதியிருக்கிறார்" என்றார் அல்லாண்டே.

"மேன்மை தங்கியவர்களே! சுதேசிப் பாதிரி எவரையும் நியமித்தால் பெரும் துரதிருஷ்டமாகும்; அத்துறையில் அவர்கள் நல்ல பெயரெடுத்ததேயில்லை. மேலும், இந்தப் பிரதி குருவும் முதியவரே. அவ்வாறின்றி இளைஞராக,

உடலுறுதியும் உத்ஸாகமும் உள்ளவராக, புத்தி கூர்மையும் மிக்கவராக இருப்பவரே இப்புதிய பதவிக்கு நியமிக்கப்படுவது அவசியம். காட்டுமிராண்டித்தனம், அறியாமை, சீரழிந்த மதகுருக்கள், அரசியல் சூழ்ச்சிகள் ஆகிய அனைத்தையும் அவர் சமாளித்தாக வேண்டும். ஒழுங்குமுறையை உயிரே போன்று பேணுபவராக இருக்க வேண்டும் அவர்."

கண்ணில் குறும்பு கூத்தாடக் கேட்டார் அல்லாண்டே: "ஏது, நீங்கள் விவரிப்பதைப் பார்த்தால் அப்பதவிக்கு யாரையோ மனதில் வைத்துக்கொண்டு பேசுகிறாப் போலல்லவா இருக்கிறது! என்ன பிரெஞ்சுக்காரர்தானே அவர்?"

"சரியாகச் சொல்லி விட்டீர்களே! பிரெஞ்சுப் பாதிரிமாரைப் பற்றி என்னைப் போலவே தாங்களும் கருதுவதையறிய எவ்வளவு சந்தோஷம் தெரியுமா, எனக்கு?"

"ஆமாம், அவர்கள்தான் சிறந்த பிரசாரகர்கள்! எங்கள் ஸ்பானிஷ் பாதிரிகளால் உயிர்த்தியாகம்தான் புரிய முடிந்தது. பிரெஞ்சு சேசு சபையினரோ, சாதனையில் மிஞ்சினார்கள். ஏற்பாடாகக் காரியம் செய்வதில் அவர்களே வல்லவர்கள்."

"ஜெர்மானியர்களையும் விடவா?" என்று கேட்டார், ஆஸ்திரியரிடம் அனுதாபமுள்ள இத்தாலிய கார்டினல்.

"ஆம், ஜெர்மானியர்கள் பாகுபடுத்திப் பிரிப்பார்கள்! பிரெஞ்சுக்காரர்களோ, பொருத்தம் பார்த்துச் சேர்ப்பவர்கள். தராதரங்களைப் பகுத்தறியும் தன்மையுண்டு அவர்களிடம்; காலத்தோடு ஒட்டி ஒழுகும் குணமுமுண்டு. உலகிலுள்ள ஒற்றுமை அம்சங்களைக் கண்டுபிடிப்பதிலேயே அவர்களுக்கு எப்போதும் குறி; வெறி என்றே சொல்லலாம் அதனை!" இந்தக் கட்டத்தில் பிஷப் பக்கம் மீண்டும் திரும்பித் தொடர்ந்தார் அல்லாண்டே: "பாதிரியாரவர்களே, இந்த பர்கண்டி ஒயினிடம் ஏன் பாராமுகமாயிருக்கிறீர்கள்? கனடாவில் நீங்கள் கழித்துள்ள இருபது வருடங்களில் உங்களிடம் உறைந்திருக்கும் குளிரையெல்லாம் ஓட்டுவதற்காகவல்லவோ இதை விசேஷமாகத் தருவித்தேன்! உங்கள் வட்டாரத்தில் இம்மாதிரி சரக்கு கிடைக்காதல்லவா?"

அதுவரை தாம் தொடாத கோப்பையை எடுத்துக் கொண்டே சிரித்த வண்ணம் விடையளித்தார் பிஷப்:

“அரிய மதுதான் இது. ஆனால் இப்படிப்பட்ட உயர்ந்த ரகங்களில் எனக்கிருந்த ருசி போய் விட்டது. இப்போது நானிருக்கும் இடத்தில் கொஞ்சம் விஸ்கி அல்லது ரம் தான் எங்களுக்கு ஏற்றது. ஆயினும் பாரிஸுக்கு வந்ததும் ஷாம்பேனை ரஸித்துக் குடித்தேன் என்பதையும் ஒப்புக் கொள்கிறேன். நாற்பது தின கடற் பிரயாணத்துக்குப் பிறகு கிடைத்தது அது: மேலும், திரை கடலோடி அதிகப் பழக்கமுமில்லை எனக்கு.”

“அப்படியானால் நீங்கள் இன்னும் கொஞ்சம் அருந்தித் தானாகவேண்டும்!” என்று கூறியவாறே பிரதம பணியாளைச் சாடை காட்டிக் கூப்பிட்டார் அல்லாண்டே. “ரொம்பக் குளிர்ந்திருக்க வேண்டுமா என்ன, அது?..... அதிருக்கட்டும், நீங்கள் கூறும் அந்தப் புதிய பிரதி குரு இருக்கிறாரே, அவர் அந்தக் காட்டெருமை நாட்டிலே எதைக் குடிப்பார், சாப்பிடுவார், பாவம்”

“எருமைக் கறியையும், மிளகாயிட்ட மொச்சையையும்தான் உண்ண வேண்டும்; குடிப்பதற்குத் தண்ணீர் கிடைத்தாலும் போதும், பரம சந்தோஷப்படுவார். அங்கு அவர் வாழ்க்கை சுலபமாயிருக்காது. மேன்மைமிக்கவர்களே! மழையை உறிஞ்சுவது போலவே அந்நாடு அவருடைய இளமை, வலுவையும் குடித்துவிடும். பிராணத் தியாகம் உட்பட சகலவிதத் தியாகமும் புரிய அவர் தயாராயிருக்க வேண்டும். சென்ற வருடம்தான் ஸான் பெர்னாண்டஸ் டே டாவோஸ் என்ற கிராமத்தைச் சேர்ந்த இந்தியர்கள் அந்த வட்டார அமெரிக்க கவர்னரையும் மற்றும் பத்துப் பனிரெண்டு வெள்ளையர்களையும் கொன்று குவித்தார்கள். கிளர்ச்சித் தலைவர்களில் அவரும் ஒருவராயிருந்து, படுகொலைக்கும் அவரே திட்டமிட்டதுதான், தங்கள் பாதிரியாரையும் அவர்கள் கொல்லாததற்குக் காரணம். இப்படித்தான் இருக்கிறது நியூமெக்ஸிகோ நிலவரம்!” “பிரதி குரு பதவிக்கு நீங்கள் நியமிக்க விரும்புபவர் எங்கேயிருக்கிறார் இப்போது?”

‘‘என் வட்டத்திலேயே, ஒன்டாரியோ ஏரிக்கரையிலுள்ள ஒரு கோயிலில் குருவாயிருக்கிறார் அவர். ஒன்பதாண்டுகளாக அவர் பணியைக் கவனித்து வந்திருக்கிறேன் நான். அவருக்கு இப்போது முப்பந்தைந்து வயதுதானாகிறது. பயிற்சி முடிந்ததுமே நேராக அவ்விடத்துக்குத்தான் வந்தார்.”

"அவர் பெயரென்ன?" "ஜீன் மேரீ லாடூர்"

நாற்காலியில் நன்கு சாய்ந்து உட்கார்ந்த அல்லாண்டே, சற்று நேரம் சிந்தனை வசப்பட்டிருந்துவிட்டுச் சொன்னார்: 'பால்டிமோர் குழுவினர் யாரைச் சிபாரிசு செய்கின்றனரோ அநேகமாக அவரைத்தான் பிரதி குருவாகப் பிரசாரப் பிரிவினர் நியமிப்பர்."

"தெரியும், தெரியும். அதற்குத்தான் அந்தக் குழுவுக்கு நீங்கள் ஒரு வார்த்தையோ, யோசனையோ சொன்னால்..."

"அதற்குக் கொஞ்சம் பலனிருக்கும் என்பது உண்மையே!" சிரித்தவாறே தொடர்ந்தார் அல்லாண்டே: "இந்த லாடூர் புத்திசாலி என்கிறீர்களே, அவரைப் போய் இப்படிக் கஷ்டப்படுத்தலாமா நீங்கள்? எனினும் அவர் இப்போது சேவை புரியும் ஹ்யூரான்கள் வட்டாரத்தைவிட நியூ மெக்ஸிகோ அப்படியொன்றும் மோசமில்லை என்றே சொல்ல வேண்டும் போலிருக்கிறது. பெனிமோர் கூபர் ஆங்கிலத்திலெழுதிய புத்தகத்திலுள்ள விவரங்கள்தான், உங்கள் நாட்டைப் பற்றி நான் அறிந்ததெல்லாம். அது சரி, அவர் கெட்டிக்காரர் என்றால், எல்லா விஷயத்திலுமா அப்படி? உதாரணமாக, கலை விஷயத்தில் ஞானமுண்டா அவருக்கு?"

"அதற்கெல்லாம் அவருக்கு அங்கே தேவையேது? மேலும், ஆவெர்ண் பகுதியிலிருந்து வந்தவரல்லவோ அவர்?"

இதைக் கேட்டதும் மூன்று கார்டினல்களும் குபீரெனச் சிரித்து விட்டனர். மறுபடி தங்கள் கோப்பைகளை நிரப்பிய அவர்கள், கிழப்பாதிரியார் திரும்பத் திரும்ப ஒரே விஷயத்தை வற்புறுத்தியதால் சலிப்படைய ஆரம்பித்தனர். எனினும் ஸ்பானிஷ்காரர் அதை வெளிக்காட்டாமல் பேச்சை வளர்த்தார்:

"கேளுங்கள், ஒரு சின்னக்கதை சொல்லப்போகிறேன் இப்போது,.அதற்கிடையில், பாதிரியார் அவர்களே! நீங்கள் என் ஷாம்பேனைக் குடித்தேயாக வேண்டும்!.... நீங்கள் திட்டவட்டமாகப் பதிலளித்த அந்தக் கடைசிக் கேள்வியை நான் கேட்டதற்கு ஒரு காரணமுண்டு, வாலன்ஷியாவிலுள்ள எங்கள் பூர்விக மாளிகையில் பழம் பெரும் ஸ்பானிஷ் ஓவிய மேதைகள் தீட்டிய சித்திரங்கள் நிறைய இருக்கின்றன. அவற்றில் பெரும்பாலானவற்றை என் கொள்ளுப்

அன்புப்பிடியில் இருவர் φ 13

பாட்டனாரே திரட்டினார். அக்காலக் கணக்குப்படி அவர் செல்வந்தர் என்பதோடு இத்துறையில் அவருக்கு ஞானமும் உண்டு.அவர் வயோதிகராகி விட்ட சமயம், அமெரிக்கா சென்றிருந்த பாதிரிகளிலொருவர் அவரிடம் யாசகத்துக்கு வந்தார். இப்போது போல அப்போதும் அமெரிக்கப் பாதிரிகளெல்லாம் யாசகர்கள்தான்; பிஷப் அவர்களே! தீவிர பக்தியுடைய கிறிஸ்தவர்களாகிவிட்ட இந்தியர்களைப் பற்றியும், பணமின்றித் திண்டாடும் மத ஸ்தாபனங்கள் (மிஷன்கள்) குறித்தும் கதை கதையாகச் சொல்லிப் பெரும் நிதி திரட்டினார் அந்தப் பாதிரி. என் கொள்ளுத் தாத்தாவிடமிருந்தும் நிறைய பணம் கறந்துவிட்டார் அவர். அதோடு விட்டாரரா, உடுப்பு, துணிமணி, பாத்திரம் பண்டமென்று எது கிடைத்ததோ அதையெல்லாம் பற்றிக் கொண்டார். இந்தியர்களிடையேயுள்ள நமது மாதா கோயிலை அலங்கரிப்பதற்காக ஏதாவதொரு ஓவியத்தையும் கொடுத்து உதவுமாறு கெஞ்சினார். ஏதாகிலும் சாதாரணப் படத்தைத்தான் அவர் நாடுவாரென்ற நம்பிக்கையின் பேரில் தமது சித்திரக் கூடத்தையே திறந்து விட்டு, எதை வேண்டுமானாலும் எடுத்துக் கொள்ளுங்கள் என்று கூறிவிட்டார் என் மூதாதை. ஆனால் அந்தப் பாதிரி பாய்ந்து சுருட்டிக் கொண்டதோ, எல்லாவற்றிலும் சிறந்ததான ஒரு சித்திரம்தான். இளவயதில் அர்ச். பிரான்ஸிஸ் மோனத் தவம் இருந்த நிலையைக் காட்டுவது அப்படம்; பிரபல ஓவியனான எல்கிரேகோ தீட்டியது. அதைக் கொடுக்க என் முன்னவருக்கு மனமிருக்குமா? கிட்டத்தட்ட பெண்ணழகே பொலியும் பிரான்ஸிஸின் படத்தினால் இந்தியக் காட்டுமிராண்டிகளுக்கு என்ன பிரயோஜனம்? நாதரைச் சிலுவையிலறையும் காட்சி அல்லது மற்று மேதாவதொரு உயிர்த் தியாகக் காட்சி போன்றதைப் பார்த்தாலேயே அவர்கள் மனத்தில் பதியுமென எவ்வளவோ சொல்லிப் பார்த்தார். அந்தப் பாதிரி அதையெல்லாம் காதில் போட்டுக் கொள்ளவேயில்லை. அதற்குப் பதில் என் கொள்ளுப் பாட்டனார். பேரிலேயே திருப்பிக்கொண்டார்: ‘நல்ல படமென்பதாலேயே இதைக் கொடுக்க மறுக்கிறீர்கள். ஆனால் உங்களுக்கு நல்ல படமாயிருப்பது கடவுளுக்கு மட்டும் நல்லதல்லவோ, ஏற்காதோ?’ என்ற அவரது வாக்கியம் எங்கள் குடும்பத்தில் பழமொழியாகவே ஆகிவிட்டது. கடைசியில் அந்த ஓவியத்தை அவர் எடுத்துக் கொண்டுதான் சென்றார். ‘புதிய ஸ்பெயினிலுள்ள காட்டுமிராண்டிகளின்

கிராமமான டிஸியாவிலிருக்கும் மாதாகோயிலை அலங்கரிப்பதற்கு டியோ டோஸியோ என்ற பாதிரிக்குக் கொடுக்கப்பட்டது' என்று அது பற்றிச் சித்திரப்பட்டியலில் என் மூதாதை பதிந்திருக்கிறார். இப்படி இழந்த கலைப் பொக்கிஷத்தையொட்டித் தான் டூராங்கோ பிஷப்புடன் நான் கடிதப்போக்குவரத்து துவக்கினேன். ஸியாவிலிருந்த ஆலயம் எப்போதோ நிர்மூலமாக்கப்பட்டு விட்டதாயும், அதிலிருந்த பண்டங்களனைத்தும் சிதறிவிட்டதாகவும் அவர் தெரிவித்தார். ஏதாவது கொள்ளை படுகொலையின் போது அந்த ஓவியமும் அழிந்திருக்கலாம். இல்லையேல், இப்போதும்கூட எங்காவது ஒரு இடிபாடில் அல்லது இந்தியர் குடிசையில் ஒளிந்து கிடக்கலாம். நீங்கள் குறிப்பிடும் அந்த பிரெஞ்சுப் பாதிரிக்குக் கலாஞானம் உண்டென்றால், அவரைப் பிரதி குருவாக்கும் பட்சத்தில் இந்தப் படத்தை ஞாபகத்தில் வைத்துக் கொள்வாரல்லவா?"

பிஷப் தலையை ஆட்டினார். "ஊஹூம், நான் அது குறித்து உறுதியேதும் கொடுப்பதற்கில்லை. அவருடைய கலையுணர்வு பற்றி எனக்கு எதுவுமே தெரியாது. ஆனால் நிரம்பக் கண்டிப்பானவர். நாஸூக்கான ருசிகள் உடையவர் அவர் என்பதைக் கண்டிருக்கிறேன். சரளமாகப் பேசுபவரல்லவாதலால் இதற்கு மேல் தெரிந்துகொள்ள முடியவில்லை. இன்னொரு விஷயம்! அங்குள்ள இந்தியர்கள் குடிசைகளில் வசிப்பதில்லை" என்றார் மெதுவாக.

"பரவாயில்லை, பாதிரியாரே! பெனிமோர் கூபர் கூறியுள்ளபடிதான் உங்கள் இந்தியரைப்பற்றி நானறிவேன். அவர்கள் அப்படி இருப்பதுதான் எனக்குப் பிடிக்கவும் பிடிக்கிறது. தோட்டத் தளத்திற்குச் சென்று காபியருந்தியவாரே அஸ்தமனக் காட்சியைக் காண்போம், வாருங்கள்!"

தமது அதிதிகளை மேலே அழைத்துச் சென்றார் அந்த ஸ்பானிஷ் கார்டினல். அந்த தளமும், அதன் ஓரத்திலிருந்த கைப்பிடிச் சுவரும் அந்த அந்தி வேளையில் நீலக்கடலாகக் காட்சியளித்தன. நட்சத்திரங்கள் கண் சிமிட்டத் துவங்குவதைக் கவனித்தவாறு உலவிக் கொண்டிருந்த அவர்கள், அக்காலத்தில் அபாயகரமான அரசியல் தவிர மற்றெல்லாவற்றையும் பற்றிப் பேசினார்கள். வெனிஸில் அப்போது முழங்கி வந்த புதியதொரு இசை நிகழ்ச்சி

பற்றியும், சமீபத்தில் பக்தையாகி அண்டலூஷ்யாவில் அற்புதங்கள் பல நிகழ்த்தியதாகக் கூறப்பட்ட ஒரு ஸ்பானிஷ் நடன மங்கை பற்றியும் அரட்டையடித்தார்கள். இந்தச் சம்பாஷணையில் பிஷப் கலந்து கொள்ளவேயில்லை; அதை அவரால் அக்கறையுடன் கவனிக்கவும் இயலவில்லை. கெட்டிக்காரர்களின் அளவளாவலை ரசிப்பதற்கிருந்த ருசியெல்லாம் உலகின் கடைக்கோடியில் வெகுகாலம் வாழ்ந்ததால் அடியோடு போய்விட்டதோ என்று எண்ணலானார் அவர். ஆயினும் அன்றிரவு அவர்கள் பிரியுமுன் அவரிடம் மறுபடி பேசினார் அல்லாண்டே. "ஏன் என்னவோ போலிருக்கிறீர்கள்? புதிய பிஷப் ஆகிவிட்ட உங்கள் ஆளை இதற்குள்ளாகவே அகற்றவிரும்ப ஆரம்பித்து விட்டீர்களா, என்ன? ஜீன் மேரீ லாடூர் அதுதானே நீங்கள் சொன்ன பெயர்?" என்று பிஷப்பின் காதோடு கேட்டார் அவர்!

முதல் பாகம்
விகார் விரைகிறார்!

I

சிலுவையுருவ மரம்

1851ஆம் வருடம், இலையுதிர்காலத்தில் ஒரு நாள், பிற்பகல் நேரம், மத்திய நியூமெக்ஸிகோவில் ஒரு பாலை வெளி வழியே குதிரையேறிச் சென்று கொண்டிருக்கிறார் ஒருவர்; பின்தொடரும் பாரக் கழுதை தவிர அவருக்கு வேறு துணையில்லை. வழி தவறிவிட்டது; எனவே பாட்டையைத் திரும்பக் கண்டுபிடிப்பதில் அப்போது அவர் ஈடுபட்டிருந்தார். அதில், திசை காட்டும் கருவியும், திக்குகள் பற்றிய அவருடைய உள்ளுணர்வும்தான் உதவி செய்தன. மற்றபடி, அடையாளம் கண்டுகொள்ளத்தக்கதாக அப்பகுதியில் இயற் கையம்சம் ஏதும் கிடையாது. எந்தப் பக்கம் திரும்பினாலும். கண்ணுக்கெட்டிய தூரம் வரையில் ஒரே மாதிரியான செம்மணற் குன்றுகள் எங்கேயும் நிறைந்து அலுப்பூட்டின. தன் திருஷ்டிப்பரப்புக்குள் இப்படி ஒரே சீரான மணல் திட்டுகள் இத்தனை இருக்கக்கூடுமென எவரும் கற்பனை கூடச் செய்திருக்க முடியாது!

அதிகாலையிலிருந்தே அவற்றிடை அலைந்து கொண்டிருந்தார் அவர்; எனினும், இருந்த இடத்தைவிட்டு இம்மியும் நகரவில்லை என்றே நினைக்கும்படியாக இயற்கைக் காட்சி மாறாமலே இருந்தது. கூம்பு வடிவமுடைய இந்தச் சிவந்த குன்றுகளினிடையிலிருந்த குறுகிய சந்துகள் வழியே அதுவரையில் குறைந்த பட்சம் முப்பது மைல்களாவது

அவர் சுற்றித் திரிந்திருப்பார்; எனவே, இனி வேறெதையும் காணவே மாட்டோம் என்றே எண்ண ஆரம்பித்து விட்டார் அவர். அந்தக் குன்றுகள் அனைத்தும் ஒரே அச்சாக இருந்தமையால், தாம் ஏதோ க்ஷேத்திர கணிதச் சிக்கலில் மாட்டிக் கொண்டு விட்டதாகவே அவருக்குப் பிரமை ஏற்பட்டு விட்டது. உச்சியில் தட்டையாயிருந்த அந்தக் கும்பங்கள், வைக்கோற் போர்களைவிட மெக்ஸிக மோஸ்தர் அடுப்புகளை ஒத்திருந்தன என்று கூறுவதே பொருந்தும் ஆம், அசல் மெக்ஸிக அடுப்புகளேதான் அவை! செங்கற் பொடி தூவியது போன்றிருந்த அவற்றில் சிறிய ஜூனிபர் மரங்களைத் தவிர வேறெவ்விதத் தாவர வர்க்கமும் காணப்படவில்லை. அந்த மரங்களும் கூட மெக்ஸிக அடுப்புகளைப் போலவே இருந்தன! கூம்பு வடிவிலான ஒவ்வொரு குன்றிலும் சிறிய கூம்புருவான அம் மரங்கள் முளைத்திருந்தன; குன்றுகளெல்லாம் ஒரே மாதிரியாகச் சிவப்பு நிறமுடையனவாயிருந்தது போலவே, அந்த மரங்களிலும் ஒரே சீராக மஞ்சள் பூத்த பச்சை வர்ணம். ஒன்றையொன்று முட்டித் தள்ளுவது போலத் தோன்றுமளவு அடர்த்தியாக அக்குன்றுகளனைத்தும் பூமியிலிருந்து பீறியெழுந்திருந்தன.

இம்மாதிரி பல நூற்றுக்கணக்கான தடவைகள் அந்த முனை மழுங்கிய குன்றுகளே அவ்வழிப்போக்கரின் கண்களைத் திரும்பத் திரும்பத் தாக்கியதுடன், வெயிலின் உக்கிரமும் சேரவே அவர் குழம்பித் தத்தளித்தார். 'என்னே விசித்திரம்!' என்று முனகியவாறே, அங்கிங்கெனாதபடி எங்கும் நிறைந்திருந்த அந்த முக்கோண வடிவங்களினின்றும் கணமேனும் விடுதலை பெறும் பொருட்டுக் கண்களை மூடிக்கொண்டார். திரும்ப விழித்துக் கொண்டபோது, மற்றவைகளிலிருந்து தோற்றத்தில் வேறுபட்ட ஒரு ஜூனிபர் மரத்தின் மீது அவர் பார்வை தேங்கியது. அடர்த்தியாக வளர்த்த கூம்பாக இல்லை அம் மரம். இலைகளற்றிருந்த அதன் நடுப்பாகம் முறுக்கிக் கொண்டிருந்தது. சுமார் பத்தடி உயரமேயிருந்த அதன் உச்சியில் இரு கிளைகள் பிரிந்து, பக்கவாட்டில் படர்ந்திருந்தன. அவை பிரியுமிடத்துக்குச் சற்று மேலே சிறியதொரு இலைத் திட்டும் மையத்தில் காட்சியளித்து உயிருள்ள தாவரமெதுவும் இதைவிடச் சிறப்பாக சிலுவையின் வடிவத்தை உருவாக்கியிருக்க முடியாது.

அதைக் கண்டதும் குதிரையிலிருந்து குதித்தார் அந்தப் பிரயாணி. மிகவும் நைந்துபோன புத்தகமொன்றைத் தம் சட்டைப் பையிலிருந்து உருவியெடுத்தார். பின்னர், தொப்பியை அகற்றிவிட்டு அந்தச் சிலுவையுருவ மரத்தினடியில் மண்டியிட்டு அமர்ந்து விட்டார். முயல் தோலாலான சவாரிக் கோட்டிற்கு அடியில் கருப்பு நிற நெட்டங்கி, பாதிரிக்குரிய கழுத்துக் குட்டை, பட்டை முதலியவற்றை அவர் தரித்திருந்தார். எனவே, பிரார்த்தனையிலீடுபட்ட அந்த இளைஞர் ஒரு பாதிரியே என்பதில் ஐயமில்லை. அது மட்டுமா, ஆயிரத்திலொரு பாதிரி என்று எவரும், பார்த்தமாத்திரத்திலேயே கூறிவிடுவர் என்பதும் திண்ணம்! குனிந்திருந்த அவரது தலை, சாதாரண மனிதனொருவனுடையதல்ல; அரியதொரு மூளை உறைவதற்கு உருவாகியதே அது. விரிந்து பரந்த நெற்றி, அவரது உதார குணத்தையும், சிந்தனா சக்தியையும் சுட்டியது. பொதுவாக அவரது அங்க அமைப்பில் சற்றுக் கடுமை தெரிந்ததாயினும், பார்க்க லட்சணமாக இருந்தார். முயல் தோல் சட்டைக்கு வெளியே தெரிந்த முன்னங்கைகளில், தனியொரு எழில் திகழ்ந்தது. அவரையொட்டிய ஒவ்வொரு அம்சமுமே, அவர் நற்குடியில் பிறந்தவர் என்பதை எடுத்துக் காட்டின. தைரியம் மிக்கவர், இளகிய இதயமுடையவர், மரியாதை அறிந்தவர் என்பதைப் பறைசாற்றின. அந்தப் பாலை நிலத்தில் தனித்திருந்த அவ் வேளையிலும் கூட, அவருடைய நடத்தையில் பண்பு துலங்கியது. தம்மிடத்திலேயும், தம் குதிரை, கழுதையினிடத்தும் தாம் முழந்தாழிட்டுள்ள அந்த மரத்தின்பாலும், ஆண்டவனிடமும் ஒரு விசேஷ மரியாதையை வெளிக்காட்டினார் அவர்.

பிரார்த்தனை சுமார் அரைமணி நேரம் நடந்தது. அதை முடித்துக் கொண்டு அவர் எழுந்திருந்தபோது, மறுபடியும் அவரிடம் தெம்பு தென்பட்டது. உடனே தன் குதிரையுடன் தமக்குத் தெரிந்த அரைகுறை ஸ்பானிஷ் மொழியில் பேசத் தொடங்கி விட்டார் களைப்புற்றிருந்த போதிலும் நேர்ப் பாதையைக் கண்டுபிடிக்கும் நம்பிக்கையில் தொடர்ந்து செல்வதுதான் நல்லது என்ற தம் கருத்தை அது ஒப்புக் கொள்கிறதா என்று வினவினார் அவர். அவரிடமிருந்த குடி தண்ணீர் தீர்ந்துவிட்டது. முதல் நாள் காலையிலிருந்து குதிரையும், கழுதையும் தண்ணீர் குடிக்கவில்லை. எனவே

மன அவஸ்தையுடனேயே மேற்கொண்டு அடி எடுத்து வைக்கக் கூடிய நிலைக்கு அவை வந்துவிட்டன. ஆகையால் கொஞ்ச நஞ்சமிருக்கும் பலத்தையும் நீரைத் தேடிக் கண்டுபிடிப்பதில் செலவழிப்பதுதான் உத்தமம் என்று அவருக்குத் தோன்றியது.

ஒருமுறை டெக்ஸாஸ் பிரதேசத்தில் நெடுந்தொலைவு பிரயாணம் செய்ய நேர்ந்தபோது, அவர் அடங்காத் தாகத்தை அனுபவித்ததுண்டு. தொடர்ந்து பல தினங்களை அற்ப ஜல வசதியுடனேயே சமாளிக்கும் நிர்ப்பந்தம் அப்போது பன்முறை ஏற்பட்டது. ஆனால் அவருடைய அப்போதைய அவதி, இப்போதைய கஷ்டத்துக்கு உறைபோடக் காணாது! மேலும், அன்று காலையிலிருந்து அவரது உடல் நிலையும் சரியாயில்லை. வாயெல்லாம் காய்ச்சல் கசப்பு; கடுமையான தலை சுற்றல் வேறு. இந்நிலையில், கூம்புருவான இக்குன்றுகள் இருபுறமும் மென்மேலும் தம்மை நெருங்கி வருவதைக் கண்டபோது, தாம் பிறந்து வளர்ந்த ஆவர்ண் மலைகளிடை தொடங்கிய தமது நீண்ட வாழ்க்கைப் பிரயாணம் ஒருகால் இங்கேயே முற்றுப் பெற்று விடுமோ என்று நினைக்கலானார் அவர். அப்போது சிலுவையிலறையப்பட்ட ரட்சகரின் திருவாயிலிருந்து 'தாகத்தால் தவிக்கிறேன்' என்ற கூக்குரல் வெளிப்பட்டது அவர் நினைவுக்கு வந்தது. நம் பிரபு எத்தனையோ கஷ்டங்கள் பட்டபோதிலும் 'தாகத்தால் தவிக்கிறேன்' என்ற அந்த ஒரே சொற்றொடர் தவிர அவை குறித்து அவர் வேறெதுவும் சொன்னதேயில்லையல்லவா? வெகுநாளையப் பழக்கத்தால் தம்மை அறவே மறந்து, கர்த்தரின் துன்பத்தைப் பற்றியே அவ்விளம் பாதிரி சிந்திக்கத் துவங்கினார். இயேசுவின் உபாதை மட்டுமே அவர் கருத்தை நிறைத்தது! சொந்த தேகத்தின் தேவைகூட அச்சிந்தையில் ஒடுங்கிவிட்டது!

குதிரையின் தடுமாற்றம் அவரது சிந்தனைத் தொடரை அறுத்தது. தம்மைவிட அந்த வாயில்லா ஜீவன்களிடம்தான் அவருக்குப் பச்சாத்தாபம் பெருகியது. அம்மிருகங்களைக் காட்டிலும் அறிவுமிக்கவராகக் கருதப்படும் அவர்தானே, முடிவேயில்லாத இந்த அடுப்புத் தொடர்ப் பாலைவனத்தில் அவற்றைச் சிக்க வைத்துவிட்டார். மறதி வசப்பட்டு, நம் பிரச்னையைப்பற்றியே சிந்தித்துக் குழம்பி, வழி தவறி

விட்டோமே என்று வருந்தினார் அவர். தம் அத்தியட்ச குரு மண்டலத்தை எப்படி மீட்பது என்பதுதான் அவரை ஆட்டி வைத்த பிரச்னை. பிரதி குருவாக அவர் நியமிக்கப்பட்டு விட்ட போதிலும் அந்த குருபீடம் இன்னும் அவருக்குக் கிட்டியபாடில்லை. எப்படியோ அப்பதவிக்கு அவர் நெட்டித் தள்ளப்பட்டு விட்டார்; ஆனால் அவருடைய மத ஆளுகைக்குட்பட வேண்டிய மக்களோ அவரை வேண்டவேயில்லை!

ஆம், அப்பிரயாணி தான் நியூமெக்ஸிகோவின் பிரதி குருவும், அகாதோனிகாவின் அத்தியட்ச குருவுமான ஜீன் மேரீ லாடூர்! இப்பதவிகளுக்கான பட்டாபிஷேகம் ஓராண்டுக்கு முன்பே ஸின்ஸினாட்டியில் நடைபெற்று விட்டது. தம் மண்டலத்தை அடைய அப்போதிலிருந்தே அவர் முயன்றாரெனினும் இப்போதுதான் பயணம் கைகூடிற்று. நியூமெக்ஸிகோவை எய்த எவ்வழி செல்வது, எவ்வாறு செல்வது என்பதைப் பற்றி ஸின்ஸினாடியில் அவருக்குச் சொல்வார் யாருமில்லை; அங்கு யாராவது சென்றிருந்தாலல்லவோ தெரியும்? அவ்விளம் பாதிரி அமெரிக்காவுக்கு வந்த பிறகே நியூயார்க்கிலிருந்து ஸின்ஸினாடி வரை இருப்புப் பாதை போடப்பட்டது; அவ்விடத்துடனேயே அது நின்றுவிட்டது. எனவே இருண்ட கண்டமொன்றின் இடையிலேயே இன்னமும் கிடந்தது நியூமெக்ஸிகோ. அங்கே செல்ல இரண்டேயிரண்டு வழிகளைத்தான் ஒஹியோ வியாபாரிகள் அறிந்தனர். ஸெயிண்ட் லூயியிலிருந்து புறப்படும் ஸாண்டாஃபே பாதை அவற்றிலொன்று; ஆனால் அது அவ்வமயம் இந்தியர் தாக்குதல்களுக்கிலக்காகி அபாயகரமாகி விட்டிருந்தது. ஆகவே அவரது நண்பர்கள், மிஸிஸிபி நதி வழியே முதலில் நியூ ஆர்லீன்ஸுக்குச் சென்று, அங்கிருந்து படகு மூலமாக கால்வெஸ்டனுக்குப் போகச் சொன்னார்கள். பின்னர், டெக்ஸாஸைக் குறுக்காகக் கடந்து, ஸான் அன்டோனியோவை அடைந்து, அப்பால் கிராண்ட் நதிப் பள்ளத்தாக்கு வழியாக நியூமெக்ஸிகோவுக்குப் போய்ச் சேரலாமென்றார்கள் அவரும் அப்படியே செய்தார். ஆயினும், அவ்வழியிலும்தான் எவ்வளவு இடர்கள்!

விபத்துக்காளாகி கால்வெஸ்டன் துறைமுகத்தில் மூழ்கி விட்டது, அவர் சென்ற நீராவிக் கப்பல். அதில்

புத்தகங்கள் தவிர தமது இதர உடைமைகள் அனைத்தையும் இழந்துவிட்டார் அவர். அப்புத்தகங்களையும்கூடத் தன் உயிரைப் பணயம் வைத்துத்தான் அவரால் காப்பாற்ற முடிந்தது. பின்பு, வியாபாரிகள் கோஷ்டியொன்றுடன், சேர்ந்து டெக்ஸாவைத் தாண்டினார். ஆனால் ஸான் அன்டோனியாவை நெருங்குகையிலோ, அவர் ஏறியிருந்த வண்டி குப்புறக் கவிழ்ந்தபோது கீழே குதித்ததில் அவரது கால் எலும்பு முறிந்தது. அது நேராகி நடக்கச் சக்தி பெறுமளவு, சம்ஸாரியான ஏழை ஐரிஷ்காரரொருவரின் இல்லத்தில் மூன்று மாத காலம் நெருக்கியடித்துக் கொண்டு படுத்திருக்க நேர்ந்தது.

எனவே மிஸிஸிபி நதியில் பிரயாணம் செய்யத் துவங்கியதிலிருந்து ஏறக்குறைய ஓராண்டு கழிந்தபின்பே தம் இலக்கை அவ்விளம் பாதிரி எட்டிப் பிடிக்க முடிந்தது. அப்போது கோடை காலம். சூரியன் மலைவாயில் விழும் தறுவாயில், அதைக் கண்ணுற்றார். மெழுகு மரங்கள் மிகுந்த சமவெளி வழியேதான் பூராவும் ஊர்ந்து கொண்டிருந்தது. அவர் பயணம் செய்த வண்டித் தொடர். அந்தி மாலையில் அவரது சகபிரயாணிகள் 'அதோ ஊர் தெரிகிறது!' என்று கூவினர். அந்தத் திசையில் பார்த்தபோது, மணல்மேடுகளைப் போல் தோற்றமளித்த குட்டையான பழுப்புநிறத் திட்டுகளைத்தான் பூஜ்யர் லாடூர் காணமுடிந்தது. அமைதியான கடலில் பெரும் புயலால் எழுப்பப்பட்ட பேரலைகளை நிகர்த்த மலைத்தொடரின் அடிவாரத்தில் அந்தப் பழுப்புக் குவியல் இருக்கக் கண்டார். மடிப்பு மடிப்பான அம்மலைகளின் உச்சியில் எவ்விதத் தாவரத்தையும் காணோம். மற்ற பகுதிகளிலோ வெளிர்ப்பச்சையும் கரும்பச்சையும் திட்டுத் திட்டாக ஒளியும் நிழலுமாடின.

வண்டிகள் மேலே தொடர்ந்து சென்றன. சூரியனும் அடிவானத்தை நோக்கி விரைந்தான். அத்தருணத்தில் செக்கச் செவேலென்று சுடர்விட்ட குன்றுக் கும்பலொன்று மலையடிவாரத்தில் தெரிந்தது. சமவெளியிலிருந்த ஒரு தாழ்ந்த பிரதேசத்தைச் சுற்றி இரு கைகளைப்போல் அணைத்திருந்தன அக்குன்றுகள். அந்தத் தாழ்வெளியில் தான் ஸான்டாஃபே உள்ளது. அப்பாடா, ஒரு வழியாக அதை எட்டிப் பிடித்துவிட்டார் லாடூர்!

முற்றிலும் பச்சை வெட்டுக் கற்களாலான வீடுகளே கொண்ட நகரம் அது. அகலம் அதிகமின்றி, நீண்டு நெளிந்து கிடந்தது. பசும்புல் சதுக்கமொன்றும் இருந்தது. ஒரு கோடியில் மாதாகோயில் காட்சியளித்தது; அதன் இரு மண் கோபுரங்களும், தட்டையான அந்நகரக் கூரைகளுக்கிடையே உயர்ந்தோங்கி நின்றன. நகரின் முக்கியத் தெரு அந்த மாதாகோயிலிலிருந்து துவங்கியது. ஊற்றுக்கண்ணிலிருந்து உற்பத்தியாகி ஓடும் ஓடையைப் போல அந்நகரம் அந்த ஆலயத்திலிருந்தே தொடங்கிப் பெருகியிருந்தது. கோயில் கோபுரங்களும், தாழ்ந்த வீடுகளும் அந்த அஸ்தமன ஒளியில் ரோஜா வண்ணமாகத் திகழ்ந்தன. அவ்வப்போது காற்றில் தழைந்தாடிய பெருமரங்கள், அவ்வினிய காட்சிக்குச் சுவை கூட்டின.

உள்ளத்தையள்ளிய அந்நேரத்தில் அவ்விளம் பிஷப் தனியாக இருக்கவில்லை. பால்ய நண்பரும், இந்த நீண்ட யாத்திரையில் பங்கெடுத்து, ஆபத்துகளைப் பகிர்ந்து கொண்டவருமான பூஜ்யர் ஜோஸப் வெய்லாண்டும் உடனிருந்தார்: ஆண்டவன் கீர்த்தியை நிலைநாட்ட ஒன்றாகவே ஸான்டாஃபே நகரினுள் நுழைந்தனர் அவ்விருவரும்.

அந்த பூஜ்யர் லாடூர் இப்போது இந்த மணல் குன்றுகளுக்கு மத்தியில் மாட்டிக் கொண்டது எப்படி? தமது தலை மையகத்திலிருந்து வெகு தூரத்துக்கப்பால் தன்னந்தனியாய்த் திண்டாடுவதேன்? வழிதவறிப்போய் திரும்பவும் பாதையை அடையத் தெரியாமல் முழிப்பானேன்?

அவர் ஸான்டாஃபேயை அடைந்ததும், நடந்தது இதுதான்: அங்கிருந்த மெக்ஸிகப்பாதிரிகள் அவரது அதிகாரத்தை ஒப்புக்கொள்ள மறுத்துவிட்டனர். பிரதி குரு அல்லது அக தோனிகாவின் பிஷப் என்று எவரும் இருப்பதாகத் தங்களுக் குத் தெரியவே தெரியாதென அவர்கள் கூறிவிட்டனர். டூராங்கோ பிஷப்பின் ஆளுகைக்கே தாங்கள் உட்பட்ட வர்கள் என்றும், அதற்கு மாறான ஆக்ஞை எதுவும் தங்களுக்குக் கிடைக்கவில்லை என்றும் சாதித்தனர். பூஜ்யர் லாடூர் உண்மையிலேயே அவர்களுடைய பிஷப்பாக இருப்பாரேயானால் அவருடைய அதிகாரப் பத்திரங்கள் எங்கே என்றும் கேட்டனர். அப்படிப்பட்ட ஒரு தோற்பத்திரமும், கடிதங்களும் டூராங்கோ பிஷப்புக்கு அனுப்பப்பட்டது லாடூருக்குத் தெரியும். ஆனால் இப்போதோ அவை அந்த

அன்புப்பிடியில் இருவர் φ 23

பிஷப்பினிடமே முடங்கிவிட்டன என்பது தெளிவாகத் தெரிந்தது. அந்த பிராந்தியத்தில் இன்னும் தபால் போக்கு வரத்து வசதி ஏற்படவில்லை; டூராங்கோ பிஷப்புடன் தொடர்பு கொள்ள வேண்டுமென்றால் அதற்குத் துரிதமான நிச்சயமான ஒரேவழி, அவரிடம் நேரிடச் செல்வதுதான்! ஆகவேதான், சுமார் ஓராண்டு காலம் பிரயாணம் செய்து ஸான்டாஃபேயை அடைந்த பூஜ்யர் லாடூர், மீண்டும் சில வாரங்களுக்குள்ளாகவே பழைய மெக்ஸிகோவுக்குப் பயணம் புறப்பட வேண்டியதாகிவிட்டது. போகவர மூவாயிரம் மைல் பிடிக்கும் அப்பிரயாணத்தைத்தான். குதிரை, கழுதை தவிர வேறு துணையின்றி அப்போது மேற்கொண்டிருந்தார்.

கிராண்ட் பள்ளத்தாக்கின் பிரதான சாலையிலிருந்து பல பாதைகள் பிரிந்து போகின்றனவாதலால், அவ்வழியில் புதிதாகச் செல்பவருக்கு எளிதில் திசை தவறிவிடுமென முன்னதாகவே அவர் எச்சரிக்கப்பட்டிருந்தார். எனவே முதல் சில நாட்களுக்கு அவர் ஜாக்கிரதையாக, வழியைப் பார்த்துப் பார்த்தே சென்றார். ஆனால் அதற்குப் பிறகு அலட்சியம் ஆட்கொள்ளவே, அவ்வட்டாரப் பாட்டைகள் ஏதோவொன்றில் அவர் திரும்பிவிட்டார். தாம் வழிதவறி வந்துவிட்டோம் என்பதை அவர் உணர்வதற்குள் அவருடைய தண்ணீர்ப்பை காலியாகிவிட்டது; குதிரை, கழுதையும் வந்தவழியே திரும்ப முடியாத அளவு களைப்படைந்துவிட்டன. ஆயினும் அந்தப் பொதி மணல் பாதையில் போகப் போகச் சுவடுகள் மறைந்துகொண்டே வந்தன! அது எங்காவது ஓரிடத்துக்குக் கொண்டு போய் விட்டேயாக வேண்டுமென்று நினைத்து, விடாமுயற்சியுடன் அப்பாதையிலேயே தொடர்ந்து சென்று கொண்டிருந்தார் பாதிரியார்.

திடீரெனத் தம் குதிரையின் தேகத்தில் ஏதோ மாறுதல் ஏற்பட்டதை அவர் உணர்ந்தார். நீண்ட நேரத்துக்குப் பின்னர் அப்போது தான் தலையை நிமிர்த்திய அக்குதிரை, தனது பலத்தையெல்லாம் கால்களிலே பாய்ச்சியதாகத் தோன்றியது. சுமை கழுதையும் அவ்வாறே செய்தது. இரண்டும் நடையைத் துரிதப்படுத்தின. தண்ணீரைத்தான் அவை மோப்பம் பிடித்து விட்டனவோ?

கிட்டத்தட்ட ஒரு மணிநேரம் கழிந்தபின், இதுவரை தாம் கடந்து வந்திருக்கும் நூற்றுக்கணக்கானவற்றைப்

போலவேயிருந்த இரு குன்றுகளுக்கிடையே நுழைந்து வளைந்து செல்கையில் இருமிருகங்களும் மகிழ்ச்சியுடன் கனைத்தன. கீழே, அலைபாய்ந்த அந்த மணற் கடலின் மத்தியில் பசும்புல் தரையும், நீரோடையொன்றும் தென்பட்டன. பாலையிலிருந்த அந்தப் புல்திட்டின் அகலம், கல்லெறி தூரம்தான் இருக்கும் போலிருந்தது. எனினும் இதுவரை கண்டிருந்த யாவற்றையும் விடப் பசுமையாக இருந்தது அது. ஐரோப்பாவிலேயே பசுமைமிக்கதான தம்முடைய சொந்த ஊரில்கூட இவ்விதச் செழிப்பைக் கண்டதில்லை அவர்! குதிரையின் கழுத்தும், தோள்களும் சிலிர்த்திராதிருந்தால் இது வெறும் உருவெளித்தோற்றமே, தாகத்தால் ஏற்பட்ட பொய்க் காட்சியே என்றுதான் அவர் முடிவு கட்டியிருப்பார்.

ஓடும் நீர், தட்டைப் புல் நிலங்கள், பருத்திக் காடுகள், வேல மரங்கள், அழகிய தோட்டங்களைக் கொண்ட சிறிய மண்வீடுகள், வெள்ளாட்டு மந்தையொன்றை ஓடையை நோக்கி ஓட்டிப்போகும் ஒரு சிறுவன் இவை யாவும் அந்த இளம் பிஷப்பின் கண்களில் பட்டன.

சில விநாடிகளுக்குப் பிறகு, மிதமிஞ்சித் தண்ணீர் குடித்துவிடாதபடி தமது குதிரைகளைக் கட்டுப்படுத்த அவர் முயன்று கொண்டிருக்கையில், கருப்புக் கம்பளியால் முக்காடிட்டிருந்த ஒரு சிறு பெண் அவரை நோக்கி ஓடி வந்தாள். அவளுடைய கனிவான முகத்தைப்போல் தாம் ஒருபோதும் கண்டதில்லையென்றே எண்ணினார் அவர். கிறிஸ்தவ பாணியில் முகமன் கூறிய அவள், 'ஐயா, மேரியாப்யூரிஸீமா தங்களை வணங்குகிறாள். தாங்கள் எங்கிருந்து வருகிறீர்கள்?' என்று வினவினாள்.

'அருள் பெற்ற குழந்தாய்! வழி தவறிவிட்ட பாதிரி நான். தாகத்தால் தவிக்கிறேன்' என்று ஸ்பானிஷ் மொழியில் அவர் பதிலளித்தார்.

"பாதிரியார்?' என்று ஆச்சரியம் மேலிடக் கூவினாள் அவள். "நான் காண்பது கனவா, என்ன? இல்லை, இதோ உங்களைப் பார்க்கிறேன்! ஆகவே, நனவுதான் இது! சுவாமி இதுபோன்ற பாக்கியம் எங்களுக்கு இதுவரை கிடைத்ததில்லை. என் தந்தையின் பிரார்த்தனைகளின் பலனேதான் இது... ரெட்ரோ, ஓடு. தந்தையாரிடமும், ஸால்வடோரிடமும் போய்ச் சொல்லு!"

2

பாலையிலே சோலை

ஒரு மணி நேரத்திற்குப் பின்பு, மணற் குன்றுகள் மீது இருள் கவியத் தொடங்கியபோது அந்த மெக்ஸிகோ கிராமத் தின் பிரதான வீட்டில் உணவுண்ண அமர்ந்திருந்தார் அவ் விளம் பிஷப். 'பாலையிலே சோலை' என்று அவ்விடத்துக்குப் பெயர் என்பதை அப்போது அறிந்தார்; பொருத்தமான பெயர்தான் என்று சிலாகித்தார். அவருக்கு உணவளித்து உபசரிக்க முன்வந்த பெனிடோ என்ற பெரியவர், அவரது மூத்த மகன், இரண்டு பேரப்பிள்ளைகள் ஆகியோரும் மேஜையைச் சுற்றி உட்கார்ந்திருந்தனர். பெரியவர், தாரத்தை இழந்தவர். பிஷப்பை ஓடைக் கரையில் சந்திக்க ஓடிவந்த ஜோஸபா என்னும் அவருடைய மகள்தான் வீட்டைக் கவனித்துக் கொள்பவள். இறைச்சியுடன் சேர்த்துப் பக்குவம் செய்யப்பட்ட மொச்சை, ரொட்டி, ஆட்டுப்பால், புதிய பாலாடைக் கட்டி, பழுத்த ஆப்பிள்கள் இவையே விருந்துப் படையல்கள்.

பச்சை வெட்டுக் கற்களால் கட்டப்பட்டு வெள்ளையடிக்கப்பட்ட கனமான சுவர்களைக் கொண்ட அவ்வறையில் நுழைந்தபோதே, அங்கு ஒருவித அமைதி நிலவுவதை பூஜ்யர் வாடூர் உணரவாரம்பித்து விட்டார். அதனுடைய வெறுமையிலும், எளிமையிலும் ஏதோ ஒரு நேர்த்தி பரிமளித்தது. அவர்களுக்கு உணவு பரிமாறிவிட்டு, சுவரோரமாக நிழலில் ஒதுங்கி நின்று பாதிரியார் முகத்தின் மீது தன் ஆவல் சொட்டும் கண்களைப் பதித்திருந்த அப் பெண்ணிடமும், அதே போன்ற அடக்கமான எழில்தான் கொழித்தது.

மெழுகுவர்த்தி வெளிச்சத்தில் அவரருகில் அமர்ந்திருந்த அந்த நான்கு மெக்ஸிகர்களையும் அவருக்கு மிகவும் பிடித்துப்

போய், சகஜபாவமுடன் இருக்க முடிந்தது. அவர்களுடைய நடவடிக்கைகள் அடக்கவொடுக்கமாக இருந்தன; அவர்களது குரல்களும் தாழ்ந்து, மனதுக்குகந்தவையாக அமைந்திருந்தன. இறைச்சி படைக்கப்படுமுன் இறைவனுக்கு அவர் நன்றி தெரிவித்தபோது, அந்த ஆடவர் நால்வரும் மேஜைக்கருகே தரையில் மண்டியிட்டனர். குழந்தைகளை ஞானஸ்நானம் செய்விக்கவும், திருமணங்களைப் புனிதமாக்கவும் கன்னி மேரியின் கடாட்சத்தினால் தான், அவ்விளம் பிஷப் பாதை தவறி அங்கே வந்திருக்க வேண்டும் என்று உறுதியாய்ச் சொன்னார் கிழவர். தங்களுடைய கிராமத்தைப் பற்றி அறிந்தவர்கள் அதிகமில்லை என்பதையும் அவர் கூறினார். தங்கள் நிலபுலங்களுக்கான உரிமைப் பத்திரங்கள் ஏதும் தங்களிடம் கிடையாது என்றும், அமெரிக்கர்கள் எந்நேரத்திலும் தங்கள் பகுதியை அபகரித்து விடலாம் என்று அஞ்சுவதாயும் தெரிவித்தார். அப்பகுதியில் இருந்த எவருக்கும் எழுதவோ, படிக்கவோ தெரியாதாம். மனைவி தேட தமது மூத்த மகனான ஸால்வடோர் தொலை தூரத்திலுள்ள ஆல்பு கெர்க்கிக்குச் செல்லவேண்டி வந்ததென்றும், அங்கேயே மணம் புரிந்து கொள்ளும்படியாயிற்றென்றும் கூறினார். அந்தத் திருமணத்தைச் செய்துவைத்த அவ்விடத்துப் பாதிரியார் இருபது பெஸோக்களைக் கட்டணமாக வசூலித்து விட்டாரெண்டும், தன் வீட்டிற்கு மரச்சாமான்களும், கண்ணாடி ஜன்னல்களும் வாங்குவதற்காக அவன் சேமித்து வைத்திருந்த தொகையில் அது பாதியாகுமென்றும், அவனுடைய அனுபவத்தால் மனம் சலித்துப்போன அவனது தம்பிகளும், ஒன்றுவிட்ட சகோதரர்களும் திருமணச் சடங்கு ஏதுமின்றியே மனைவியரை ஏற்றுக்கொண்டு விட்டனர் என்றும் கிழவர் விவரித்தார்.

பிஷப் கேட்ட கேள்விகளுக்கு மறுமொழி வாயிலாகத் தங்கள் எளிய வாழ்க்கையை அவர்கள் எடுத்துக் கூறினர். அவர்கள் ஆனந்தமாக வாழ்வதற்கு வேண்டிய அனைத்தும் இங்கே இருந்தன. ஆட்டு மந்தைகளின் உரோமத்தைத் தாமே நூற்று நெய்தனர். தங்களுக்கு வேண்டிய சோளம், கோதுமை, புகையிலையைத் தாங்களே பயிர் செய்தனர். மாரிக் காலத்துக்குத் தேவையான திராட்சைப் பழ, ஆப்ரிகாட் வற்றல்களைத் தயார் செய்து வைத்துக் கொண்டனர். ஆண்டுக்கு ஒரு முறை பையன்கள் ஆல்பு கெர்கிற்குச்

சென்று தானியங்களை அரைப்பர்; வரும்போது சர்க்கரை, காபி போன்ற உல்லாஸப் பொருள்களை வாங்கி வந்தனர். தேனீக்களையும் அவர்கள் வளர்த்தனர். சர்க்கரை விலை தூக்கலாய் இருக்கும் காலங்களில், தேனைக் கொண்டு தித்திப்பூட்டிக் கொண்டார்கள். சிஹுவாஹுவாவிலிருந்து தன்னுடைய உடைமைகளையெல்லாம் மாட்டு வண்டிகளிலேற்றிக் கொண்டு எந்த ஆண்டில் தனது பாட்டனார் இங்கே வந்து குடியேறினார் என்பது பெனிடோவுக்குத் தெரியாது. இங்கே வந்தார் என்பதையே பேனிடோ அறிவார். எந்த ஆண்டில் வந்தார் என்பது அவருக்குத் திட்டமாகத் தெரியாதாயினும் பிரெஞ் சுக்காரர்கள் தங்கள் அரசனைக் கொன்றதற்குக் கொஞ்ச நாளைக்குப் பின்னர்தான் அது நடந்தது என்றார். ஏனெனில் தன் ஊரைவிட்டுப் புறப்படும்போது, அவருடைய பாட்டனார் அதைப் பற்றிய பேச்சைக் கேட்டிருந்தாராம். "கிழவரான பின்பு என்னைப் போன்ற பையன்களுக்கு அதைப் பற்றி அவர் சொல்வது வழக்கம்" என்று பெரியவர் மேலும் கூறினார். "நான் பிரெஞ்சுக்காரன் என்பதை நீங்கள் ஒருகால் ஊகித்திருக்கலாம்" என்றார் பூஜ்யர் லாடூர். இல்லை, அவர்கள் அவ்வாறு ஊகிக்கவில்லை. ஆனால் அவர் அமெரிக்கரல்ல என்பது மட்டும் நிச்சயமாய்த் தெரியும் அவர்களுக்கு. எனினும் மூத்த பேரனான ஜோஸே, வந்திருக்கும் விருந்தாளியைச் சற்று சந்தேகத்துடனேயே கவனித்துக் கொண்டிருந்தான். லட்சணமான பையன் அவன். சிடுசிடுத்த கண்களின்மீது முக்கோண வடிவில் கருங்குழல்கள் தொங்கின. முதல் தடவையாக இப்போதுதான் பேசினான் அவன்:

"நாம் அனைவரும் இப்போது அமெரிக்கர்கள்தான் என்று ஆல்பு கெர்க்கில் கூறுகின்றனர். ஆனால் அது உண்மையல்ல, பாதிரியாரே! நான் ஒருபோதும் அமெரிக்கனாகமாட்டேன். அவர்கள் மதத் துரோகிகள்."

"எல்லோரும் அப்படியல்ல, மகனே! வடக்கே அமெரிக் கர்களின் மத்தியில் பத்து ஆண்டுகாலம் நான் வசித்துள்ளேன். பக்தி மிக்க கத்தோலிக்கர்கள் பலரை அவர்களிடையே கண்டிருக்கிறேன்."

இளைஞன் தலையை ஆட்டி இதை மறுத்தான். "அவர்கள் எங்களுடன் போரிட்டுக் கொண்டிருந்தபோது,

எங்கள் கோயில்களையெல்லாம் அழித்து, அவற்றில் தங்கள் குதிரைகளைக் கட்டினர். இப்போதோ எங்களுடைய மதத்தையே அபகரித்துச் சென்றுவிடுவர். எமது பிரத்யேக வாழ்க்கை முறையும், மதமும்தான் வேண்டும் எங்களுக்கு.”

ஓஹியோவில் பிராட்டஸ்டண்டுகளுடன் தமக்கிருந்த நேச உறவைப் பற்றி அவர்களுக்குச் சொல்ல ஆரம்பித்தார் பூஜ்யர் லாடூர். ஆனால் ஒரே சமயத்தில் இரு எண்ணங்களுக்கு இடமில்லை அவர்கள் மனத்தில்; ஒரேயொரு மதப் பிரிவுதான் உண்மையானது. உலகத்திலிருந்த மற்றவையெல்லாம் போலி என்பதே அவர்கள் கருத்து. ஒன்றேயொன்றை மாத்திரம் அவர்கள் தங்கள் மனத்தில் வாங்கிக் கொண்டார்கள்: அவருடைய சேணப் பைகளில் பாதிரி உடையும், பீடக்கல்லும், ஆராதனை நடத்துவதற்குத் தேவையான எல்லா உபகரணங்களும் இருந்தன என்பதே அது. எனவே மறுநாள் காலை ஆராதனைக்குப் பிறகு, பாவ ஒப்புதல்களை அவர் கேட்கலாம். அதன் பின் குழந்தைகளுக்கு ஞானஸ்நானம் செய்விப்பார்; திருமணங்களையும் புனிதமாக்குவார்!

சாப்பாடு முடிந்தபின் கையிலொரு மெழுகுவர்த்தியை எடுத்துக்கொண்டு கணப்புக்கு மேலே பரணிலிருந்த புனிதச் சிலைகளை ஒவ்வொன்றாக ஆராயத் தொடங்கினார் பூஜ்யர் லாடூர். வறுமை மிக்க மெக்ஸிகர்களின் வீடுகளில்கூடக் காணப்படும் மகாத்மாக்களின் மர உருவங்களைப் பார்ப்பதில் எப்போதுமே அவருக்கோர் ஆர்வம் உண்டு. அவை ஒன்றைப் போல் இன்னொன்று இருந்ததை இதுவரை அவர் கண்டதே யில்லை. பெனிடோ வீட்டுக் கணப்புக்கு மேலே இருந்த இம் மரச் சிலைகள் சுமார் அறுபது வருடங்களுக்கு முன்னால் அவரது பாட்டனார் சிஹுவாஹுவாவிலிருந்து இங்கு குடி யேறியபோது கொண்டு வந்தவையே. யாரோ பக்திமானால் செதுக்கப்பட்டுப் பிரகாசமாக வர்ணமடிக்கப்பட்டிருந்தன அவ்வுருவங்கள். ஆயினும் காலகதி காரணமாக நிறம் மங்கிப் போயிருந்தன. விளையாட்டுப் பொம்மைகளைப்போல ஆடையும் உடுத்தப்பட்டிருந்தது அவற்றுக்கு. தொழிற்சாலையில் செய்யப்பட்ட சீமைச் சுண்ணாம்புச் சிலைகள் பல ஓஹியோவிலுள்ள மாதா கோயில்களில் இருந்தன. அவற்றைவிட, கையாலான இவ்வுருவங்கள் அவருக்கு

மிகவும் பிடித்திருந்தன. ஆவர்ணில் இருந்த பழைய மாதா கோயில்களின் வாயிலை அலங்கரித்த கற்சிற்பங்களைப் போன்றேயிருந்தன அவை. மரத்தாலான கன்னி மேரியின் உருவம் உண்மையில் சோகக் களை சொட்டும் தாயின் உருவம்தான். நீண்டு விறைப்பாகவிருந்த அவ்வுருவில் கடுமையே புலப்பட்டது. கழுத்திலிருந்து இடுப்புவரை மிகவும் நீண்டிருந்தது. அது, இடுப்பிலிருந்து பாதங்கள் வரையிலுமோ, கிழக்கத்தியக் கோயில்களின் நானாவர்ணச் சிலைகள் சிலவற்றைப் போல இன்னும் அதிக நீளமாயிருந்தது. ஏழை மெக்ஸிகப் பெண்மணியைப் போலவே கறுப்பு உடையும், வெள்ளை முன்றாங்கியும், தலையில் கறுப்புநிற முட்டாக்கும் அவ்வுருவத்துக்குச் சார்த்தப்பட்டிருந்தன. அதன் வலப்புறத்தில் அர்ச், சூசையப்பரின் உருவம் வைக்கப்பட்டிருந்தது. இடப்புறத்திலோ, குதிரைமீது வீற்றிருந்த குரூரமான சிறிய சிலை ஒன்று; மெக்ஸிகப் பண்ணைக்காரரைப் போலவே கண்ணைப் பறிக்கும் பூவேலையுடன் கூடிய வெல்வெட் சராய்களும், வெல்வெட் மேல் சட்டையும், பட்டுச் சொக்காயும் அணிவிக்கப்பட்டுக் காட்சி தந்தது அவ்வுருவம். உச்சி உயர்ந்தும் விளிம்புகள் விரிந்துமிருந்த மெக்ஸிகத் தொப்பி வேறு அதன் தலையில் பொருத்தப்பட்டிருந்தது. தாம் அமர்ந்திருந்த குதிரையுடன் மர அச்சு ஒன்றினால் இணைக்கப்பட்டிருந்தார் அந்த ஞானியார்.

பாதிரியாருக்கு அவ்வுருவத்தினிடம் ஏற்பட்ட சிரத்தை யைக் கண்ணுற்ற கிழவரின் இளைய பேரன் “அதுதான் ஸாண் டியாகோ. அவர் பெயர்தான் எனக்குச் சூட்டப்பட்டிருக்கிறது” என்றான். “ஓ, ஸாண்டியாகோவா? என்னைப் போலவே அவரும் ஒரு பாதிரியாராகத்தான் இருந்தார். எங்கள் நாட்டில் அவரை அர்ச். ஜாக்விஸ் என்று அழைக்கிறோம். ஊன்றுகோலும், தோட்பையும் அங்கே உண்டு அவருக்கு. ஆனால் இங்கோ நிச்சயமாக அவருக்குக் குதிரையும் வேண்டியதுதான்!”

பையன் ஆச்சரியத்துடன் அவரைப் பார்த்தான். “ஆனால் அவர் குதிரைகளைக் காத்து ரட்சிக்கும் மகானாயிற்றே! உங்களுடைய நாட்டில் அவர் அவ்வாறு கருதப்படுவதில்லையா?”

பிஷப் தலையை ஆட்டினார். “இல்லை, அதுபற்றி இப்போதுதான் நானும் கேள்விப்படுகிறேன்.

ஆமாம், குதிரைகளின் ரட்சகராக அவர் கருதப்படுவது எப்படி?"

"பெண் குதிரைகளை ஆசீர்வதித்து, அவை கருத்தரிக்கத் தக்கனவாக்குகிறார் அவர். இந்தியர்கூட இவ்வாறே கருது கின்றனர். ஸான்டியாகோவைப் பிரார்த்திக்காமல் சில வரு டங்கள் அசட்டையாக இருந்துவிட்டால் குதிரைகள் சரிவரக் குட்டி போடுவதில்லை என்ற விஷயம் அவர்களுக்குத் தெரியும்."

* * *

சிறிது நேரத்துக்குப் பின்னர், தமது தொழுகையை முடித்துக்கொண்டு, பறவை இறகுகளாலான பெனிடோ வின் கனமான மெத்தையில் படுத்தார் பிஷப். தாம் எதிர் பார்த்ததற்கு முற்றிலும் மாறாக அவ்விரவு அமைந்து விட்டது குறித்து அவர் எண்ணலானார். பாழ் வெளியில், தண்ணீ ரில்லாக் காட்டில், அவ்விரவு தங்கி, தீர்க்கதரிசி முகமதைப் போல் தீராத தாக வேட்கையுடன் ஜூனிபர் மரத்தினடியில் படுத்துறங்க நேருமென்றுதான் எதிர்பார்த்திருந்தார் அவர். ஆனால் இப்போதோ சௌக்கியமான, பத்திரமான படுக்கை கிடைத்துவிட்டது. சாந்தி போல் அவருள்ளத்தில் அன்பு சுரந்து பெருக்க கேட்பானேன்? பூஜ்யர் வெய்லாண்ட் மாத் திரம் இங்கிருப்பாரேயானால் "இது அற்புதம், அற்புதமே!" என்று கூறியிருப்பார்; சிலுவை வடிவையுடைய மரத்தின் முன்னே அமர்ந்து யாரை அப்பாதிரியார் வேண்டினாரோ, அந்தப் புனித அன்னைதான் அவரை இவ்விடம் வழி காட்டிக் கொணர்ந்திருக்கிறாள் என்று கூறியிருப்பார். அது ஓர் அற்புதம்தான் என்பது பூஜ்யர் லாடூருக்கும் நன்றாகத் தெரியும். ஆனால் அவருடைய அருமை வெய்லாண்டுக்கு, இம்மாதிரி அற்புதங்களெல்லாம் நேருக்கு நேராகவும், பிரமிக்கத்தக்க தாகவும் இருக்கவேண்டும் எப்போதும்; இயற்கையையொட்டி அல்ல, அதற்கு மாறாகவே அது இருத்தல் வேண்டும். எகிப்து தேசத்துக்குள் ஓடியபோது கழுதையை தேவகணம் செலுத்திச் சென்றது போல. ஜூனிபர் மரங்கள் செறிந்த அந்த இடத்தில் குதிரையின் கடிவாளத்தைப் பிடித்துக் கொண்டு பாதைகளற்ற மணற் குன்றுகளூடனே நம் அன்னைதான் அதை வெளியேற்றினார் என்பார் வெய்லாண்ட்; அச் சமயம் அவர் இன்ன நிற மேலாடை அணிந்திருந்தார் என்றுகூட அவர் கூறக்கூடும்!

* * *

மறுநாள் அந்நேரத்தில் உயிரூற்றான அந்த ஓடையின் கரையின் தனிமையில் நடந்து சென்று கொண்டிருந்தார் பிஷப். அன்றைய காலை நிகழ்ச்சிகள் அப்போது அவர் மனக்கண்முன் விரிந்தன. சோகமே வடிவான கன்னி மேரியின் மரச் சிலைக்கு முன்னால், பெனிடோவும், அவரது மகளும் பீடமொன்றை அமைத்து, அதன்மீது மெழுகுவர்த்திகளையும் புஷ்பங்களையும் வைத்திருந்தார்கள். ஸால்வடோருடைய உடல் நலமற்ற மனைவியைத் தவிர, கிராமத்தில் இருந்த யாவரும் அன்று காலை ஆராதனைக்கு வந்திருந்தனர். திருமணங்களையும், ஞானஸ்நானங்களையும் அப்போது செய்து வைத்தார் அவர்; பாவ ஒப்புதல்களைக் கேட்டார்; உறுதிச் சடங்குகளையும் செய்து முடித்தார், நடுப்பகல் வரை. பின்பு, ஞானஸ்நானச் சடங்கையொட்டி ஏற்பாடு செய்யப்பட்ட விருந்து நடந்தது. அதற்கு முந்தைய இரவில் ஜோஸ் ஒரு வெள்ளாட்டுக் குட்டியைக் கொன்று வைத்திருந்தான். தனது உறுதிச் சடங்கு முடிந்தவுடனேயே அதை வறுத்துப் பக்குவம் செய்வதில் தனது மதனிகளுக்கு உதவியாயிருப்பதற்காக ஜோஸபா நழுவிச் சென்றுவிட்டாள். தம் பங்கை மிளகாய் சேர்க்காமல் கொடுக்குமாறு அவளை பூஜ்யர் லாடூர் கேட்டபோது, அதை அவ்வாறு சாப்பிடுவது தான் மதப்பூர்வ முறையா என்று வினவினாள் அவள். பிரெஞ்சுக்காரர்கள் பொதுவாக அதிகம் தாளித்த பொருள்களை விரும்புவதில்லையென சட்டென்று விளக்கினார் பாதிரியார். இல்லாவிடில், தனக்குப் பிடித்தமான அப்பதார்த்தத்தை இனிமேல் அவள் தொட மறுத்து விடுவாளே!

விருந்துக்குப் பிறகு, தூங்கி வழியும் குழந்தைகளெல் லாம் அதனதன் வீடுகளுக்கு எடுத்துச் செல்லப்பட்டன. புகை பிடிப்பதற்காக பிரமாண்ட இலவ மரங்கள் நிறைந்த தோட்டத்தில் குழுமினர் அவ்விடத்து ஆடவர்கள். தனி மையை விரும்பிய பிஷப், துணை வேண்டாமென உறுதியாக மறுத்துவிட்டு உலாவச் சென்றுவிட்டார். வழியில், போர டிக்களத்தை அவர் கண்டார்; இஸ்ரேலவர்களைப் போல் இந்த மண்களத்தில்தான் இந்தக் கிராம மக்கள் தங்கள் தானியக் கதிர்களை அடித்து, காற்றில் தூற்றுவது வழக்கம். அதை அவர் பார்த்துக் கொண்டிருக்கையில்

பின்னால் ஆடுகள் அழுமொலி கேட்டது. பெட்ரோதான் பெரியதொரு மந்தையை ஓட்டி வந்து கொண்டிருந்தான். நாள் முழுவதும் அடைபட்டிருந்த ஆத்திரத்துடனும், மலையோரமுள்ள புல்வெளியில் மேய ஆர்வமுடனும் அந்த ஆடுகள் விரைந்தோடின. வில்லிலிருந்து விடுபட்ட அம்புபோலப் பாய்ந்து ஓடையைத் தாண்டின அவை; பிஷப்பைக் கடக்கையில் மனிதரே போன்று கேலிப் புன்னகையொன்றை வீசின.

கிராமத்திலிருந்து சுமார் ஒரு மைலுக்கப்பால் அந்த ஓடையின் தோற்றுவாயை அவர் கண்டார்; நீர்க்கோரையென அழைக்கப்படும், கூரான இலைகளையுடைய ஒருவித இலவ மரங்களால் சூழப்பட்டிருந்த ஒரு நீரூற்று அது. சுற்றிலும், அடுப்பு வடிவான குன்றுகள் ஏராளமாக மண்டியிருந்தன. தண்ணீர் அங்கே இருக்கிறது என்பதற்கான அறிகுறி ஏதுமில்லாமலிருக்கும்போதே, பொறித்தெடுக்கும் அவ்வறட் சியான மணற்கடலிலிருந்து அதிசயிக்கத்தக்க வகையில் பீறிட்டெழுந்தது அந்நீரூற்று. ஏதோவொரு பாதாள அருவி தான் இங்கே இடைவெளியொன்றைக் கண்டு, அதன் வழியே வெளியேறி இருளிலிருந்து விடுதலை பெறுகிறது. அதன் பயனாய்ப் புல்லும், மரமும், பூவும், உயிரும் தழைத்துக் கிளைத்திருந்தன அங்கே குடும்பங்களும் வீடுகளும் ஏற்பட்டு, அவை எரித்த பினோன் மரக்கட்டையிலிருந்து எழுந்த புகையானது சாம்பிராணி தூபம் போல வானுலகை நோக்கி எழும்பியது.

ஊற்றின் கரையில் வெகுநேரம் அமர்ந்திருந்தார் பிஷப். வரவர மேற்கே தாழ்ந்து கொண்டிருந்த சூரியன் தனது அழ குக் கிரணங்களை, ரோஜா நிறமான அந்தத் தாழ்ந்த வீடுகள் மேலும், பிரகாசமான தோட்டங்கள் பேரிலும் கொட்டிக் கொண்டிருந்தான். ஊற்றினருகே தாம் கண்டெடுத்த அம்பு முனைகளையும், பொக்கை விழுந்த பதக்கங்களையும், ஸ்பெயினில் செய்யப்பட்டதென்று எளிதில் சொல்லக்கூடிய வாளின் கைப்பிடியொன்றையும் பாதிரியாருக்கு பெனிடோ காண்பித்திருந்தார். இந்த மெக்ஸிகர்கள் வருவதற்கு நெடுநாள் முன்பிருந்தே மனித குலத்துக்கு ஓர் புகலிடமாக இந்த ஸ்தலம் இருந்து வந்திருக்கிறது என்பதற்கு இவையெல்லாம் சான்றுகள். அவருடைய சொந்த நாட்டில் இருந்த கிணற் றங்கரைப்போலவே இதுவும் சரித்திரத்தைவிடத் தொன்மை

வாய்ந்ததே. அந்த பிரெஞ்சுக் கிணற்றங்கரைகளில் முன்னம் ரோமாபுரியிலிருந்து குடியேறிய மக்கள், நதி தேவதையொன்றின் உருவத்தை பிரதிஷ்டை செய்திருந்தனர். பின்னர் அங்கேயே தான் கிறிஸ்தவப் பாதிரிகள் சிலுவை நாட்டினர்.

இந்தக் கிராமமானது அவரது ஆளுகைக்குட்பட்ட வட்டத்தின் சிற்றுருவேயன்றி வேறல்ல. நூற்றுக்கணக்கான மைல்கள் பரவியிருந்த வறண்ட பாலைவனம், பிறகு ஒரு நீரூற்று, ஒரு கிராமம், தங்கள் பேரக் குழந்தைகளுக்கு உபதே சிப்பதற்காக முன்பு தாங்கள் கற்ற வினாவிடைகளை நினைவு றுத்திக்கொள்ள முயலும் பாட்டனார்கள் இவைதான் அவரது ஆட்சியின் கீழுள்ள அவ்விடத்தின் லட்சணங்கள். ஸ்பானிஷ் சந்நியாசிகளால் நடப்பட்டு, அவர்களது உதிரத்தா லேயே வளர்க்கப்பட்ட மதம் என்னும் மரம் இன்னும் நசித்து விடவில்லை. தோட்டக்காரனின் உழைப்பை எதிர்நோக்கித் தான் இவ்வளவு நாளும் அது காத்திருக்கிறது ஸான்டால் பேயில் நடந்த கிளர்ச்சியை நினைத்து அவர் கலங்கவில்லை. புதிய பிஷப்பை விரட்ட வேண்டுமென்பதற்காகவே தனது உத்தியோக பீடமான டாவோஸிலிருந்து ஓடோடிவந்து அந்தக் கிளர்ச்சிக்குத் தலைமை வகித்த பூஜ்யர் மார்டினெஸ் என்னும் செல்வாக்கு மிக்க சுதேசிப் பாதிரியாரைப் பற்றியும் அவர் கவலைப்படவில்லை. பெருத்த தலையும், கொடூரமான ஸ்பானிஷ் முகமும், எருதைப்போல் பெருந் தோல்களையும் படைத்த அக்கிழப் பாதிரியார், பார்க்கப் பயங்கரமாகத் தான் இருந்தார். ஆனால் அவரது கொடுங்கோன்மை இனி அதிக நாள் ஓடாது!

3

பிஷப் செஸ் லூய்

கிறிஸ்துமஸ் தினத்தன்று பிற்பகலின் பிற்பகுதி துவங்கி விட்டது. தம் மேஜைமுன் அமர்ந்து கடிதங்கள் எழுதிக் கொண்டிருந்தார் பிஷப். ஸான்டாஃபேக்குத் திரும்பி வந்ததிலிருந்தே அவரது உத்தியோக முறைக் கடிதப் போக்குவரத்து மிகவும் அதிகரித்து விட்டது. ஆனால் சிந்தனை தேங்கிய புன்னகையுடன் அவர் அப்போது குனிந்து எழுதிக்கொண்டிருந்த நெருக்கமான வரிகளைக் கொண்ட அந்தத் தாள்கள், சீமான்களுக்கோ அல்லது ஆர்ச் பிஷப்புகளுக்கோ அதுவுமல்லாது மதவிடுதிகளின் தலைவர்களுக்கோ செல்வனவல்ல. பிரான்ஸ் தேசத்திலுள்ள அவருடைய சொந்தச் சிற்றூரான ஆவர்ணுக்குச் செல்பவையே அவை. அங்கு சரளைக் கற்கள் பரவப்பட்டு வளைந்து நெளிந்து சென்ற சாம்பல் நிறத் தெருவொன்றுக்கே செல்கின்றன.

குதிரையிலேறி மெக்ஸிகோவினுள் நீண்ட பயணம் செய்துவிட்டு அந்த பிஷப் திரும்பிவந்து ஒன்பது நாட்களே ஆகியிருந்தன. டூராங்கோவில் இருந்த வயதான மெக்ஸிக அத்தியட்சகுரு சிறிது காலதாமதம் செய்த பின்னர்தான் அவருடைய ஆதிக்கத்தை நிர்ணயிக்கும் பத்திரங்களைக் கொடுத்தார். அவற்றைப் பெற்றுக்கொண்டே பூஜ்யர் லாடூர் மாரிக்காலத்தின் உல்லாசமான ஆரம்ப நாட்களில், ஆயிரத் தைந்நூறு மைல்கள் சவாரி செய்து ஸான்டாஃபேயை அடைந்தார். திரும்பி வந்தபின் அங்கு தம்மீது விரோதத்துக்குப் பதிலாக நேசமே விரவியிருக்கக் கண்டார். மக்களின் பிரி யத்தை பூஜ்யர் வெய்லாண்ட் ஏற்கனவேயே சம்பாதித்துக் கொண்டு விட்டார்.

குருபீடத்தின் பொறுப்பையேற்றிருந்த மெக்ஸிகப் பாதிரியார் கண்ணியமாக அப்பதவியிலிருந்து விலகிக் கொண்டு, பழைய மெக்ஸிகோவிலிருந்த தமது குடும்பத்தைப் பார்த்து வருவதற்காக தம் உடைமைகளையும் எடுத்துக் கொண்டு புறப்பட்டுச் சென்று விட்டார். அந்தப் பாதிரியாரின் இல்லத்தைத் தன் வசமேற்றபின், தச்சர்கள், அவ்விடத்தைச் சேர்ந்த பெண் மக்கள் ஆகியோரின் உதவியு டன் அதை பூஜ்யர் வெய்லாண்ட் செப்பனிட்டிருந்தார். அமெரிக்க வர்த்தகர்களும், மார்ஸி கோட்டையிலிருந்த ராணுவத் தளபதியும், படுக்கைகள், கம்பளங்களையும், தட்டு முட்டுச் சாமான்களையும் தாராளமாக அனுப்பி வைத்திருந்தனர்.

பிஷப்பின் இல்லமும் பச்சை வெட்டுக் கற்களாலான பழையதொரு வீடுதான். மிகவும் பழுது பார்க்கப்பட வேண்டிய நிலையில் இருந்தாலும், சுகமாக வசிப்பதற்குத் தகுதியாக இருந்தது. படிப்பதற்காக வீட்டின் ஒரு கோடியிலிருந்த அறையொன்றைப் பொறுக்கியிருந்தார் பூஜ்யர் லாடூர். இந்த கிறிஸ்துமஸ் தினத்தின் பிற்பகல் சிறிது சிறிதாக அந்தி மாலையாக மாறும் தறுவாயில் அங்கேதான் அவர் அமர்ந்திருந்தார். மனதிற்குகந்த வடிவத்துடன் கூடிய நீண்டதோர் அறை அது. அதன் கனமான களிமண் சுவர்கள் யாவும் உட்புறத்தில், சிவப்பு இந்தியப் பெண்மணிகளின் திறன் மிக்க கைகளாலேயே பூசி முடிக்கப்பட்டிருந்தன. மனிதக் கரங்கொண்டே முழுவதும் செய்யப்பட்ட பொருளின் ஒரு சீரின்மையும், உயிருணர்வும் அச்சுவர்களில் நன்கு தெரிந்தன. அவற்றின் கன பரிமாணமும், உறுதியும் உள்ளத்துக்கு ஒரு திடத்தை அளித்தன. கதவு, ஜன்னல் நிலைப்படிகளிலும், மூலையிலிருந்த கணப்பையடுத்தும் வளைத்துக் கட்டப்பட்டிருந்ததால் சுவர்களின் கனம் தெள்ளெனத் துலங்கியது. பிஷப் இல்லாத நேரத்தில் புதிதாக வெள்ளையடிக்கப்பட்டு அதன் உட்புறம் பொலிந்தது. கரடுமுரடான அச்சுவர்களின் மேல், கணப்பிலிருந்து எழுந்த ஜ்வாலைகள் செவ்வொளி வீசிக்கொண்டிருந்தன. ஒரே சீரான சமதளமாக இல்லாதது மட்டுமல்ல; எங்கும் ஒருபோல செத்த சுண்ணாம்பாயுமில்லை அச்சுவர்கள். அடியிலிருந்த செம்மண்ணானது தன்மீது பூசப்பட்டிருந்த சுண்ணாம்புச் சாந்துக்கும் தன் நிறத்தை ஓரளவு அளித்து மெருகூட்டியது. அறையின் விதானம், கனமான தேவதாரு மர உத்தரங்களால் கட்டப்பட்டிருந்தது.

துணி இழைகளைப் போல் நெருக்கமாக அவற்றின்மீது ஒரே அளவான செங்குருத்துப் பிளாச்சுகள் குறுக்கும் நெடுக்குமாக வேயப்பட்டிருந்தன. மண் தரையோ கனமான இந்தியக் கம்பளங்களால் மூடப்பட்டிருந்தது; நிறத்திலும், அமைப்பிலும் அழகுடன் விளங்கிய மிகப் பழைய கம்பளங்கள் இரண்டு, திரைச் சீலைகளைப் போல சுவர்கள் மீது தொங்கவிடப்பட்டிருந்தன.

கணப்பின் இருபுறங்களிலும் சுவரில் சாந்து பூசப்பட்ட பிறைகள் இருந்தன. குறுகலாகவும், வளைவாகவும் இருந்த ஓர் பிறையில் பிஷப்பின் சிலுவைக்குறி நின்றது. சதுர வடிவமும் மரக்கதவும் கொண்ட மற்றொரு பிறையில் அருமையானதும், அழகானதுமான புத்தகங்கள் சில இருந்தன. பிஷப்பின் இதர புத்தகங்களெல்லாம் அவ்வறையின் ஒரு ஓரத்தில் இருந்த கட்டுப்பலகைகளில் கிடந்தன.

வீட்டுக்குத் தேவையான மரச்சாமான்களை அங்கிருந்து சென்றுவிட்ட மெக்ஸிகப் பாதிரியாரிடமிருந்து பூஜ்யர் வெய் லாண்ட் வாங்கியிருந்தார். கனமாயும், முண்டு முடிச்சுமாயும் இருந்தபோதிலும் அவை அப்படியொன்றும் பார்க்கச் சகிக்க முடியாதனவாக இல்லை!

அவ்விளம் பிஷப்பின் பேனா காகிதத்தின்மீது வேகமாக ஓடியது. ஊதாநிற மசியில், நேர்த்தியான பிரெஞ்சு வாக்கியங்கள் அணியணியாக உருவாகின:

“அன்புமிக்க சகோதரா, நான் இதை எழுதிக்கொண்டிருக்கும் தருணத்தில் கணப்பில் எரியும் பினான் கட்டைகளின் நறுமணம் எனது படிப்பறை பூராவும் நிறைந்து கமழ்கிறது (நாங்கள் இந்த வகையைச் சேர்ந்த தேவதாரு மரக்கட்டைகளையே முழுக்க முழுக்க அடுப்பெரிக்கிறோம். நிரம்ப வாசனையுடைய அது, மிக மிருதுவானதும் கூட. அற்பக் காரியங்களிலும் அகில் மணமே எப்போதும் எங்களைச் சூழ்ந்திருக்கிறது). சௌகரியமும், சாந்தியும் நிரம்பிய இக்காட்சியை நீயும் என் அருமைச் சகோதரியும் காணவேண்டுமென எவ்வளவு விரும்பு கிறேன் தெரியுமா? பாதிரிகளான நாங்கள் நாள் முழுவதும் நீளக் கோட்டும், அகலமான விளிம்பையுடைய தொப்பியையும் தரித்து, அமெரிக்க வியாபாரிபோல் தோற்றமளிக்கிறோம் என்பதை நீ அறிவாய். இரவில் வீட்டுக்குத் திரும்பியதும்

என்னுடைய பழமையான குரு வஸ்திரத்தைத் தரிக்கும்போது தான் எவ்வளவு ஆனந்தம்! உண்மையில் பாதிரியே நான் என்ற உணர்ச்சி அப்போதுதான் எனக்கு ஏற்படுகிறது. பகலில் தான் வெகுநேரம் வரை நான் ஒரு வியாபாரியாக இருந்தாக வேண்டியிருக்கிறதே! பிரெஞ்சுக்காரன் என்ற உணர்வும் எதனாலோ அப்போது உண்டாகிறது. ஆனால் பகல் முழுதும் வாக்கிலும், சிந்தையிலும் ஏன் உள்ளத்திலும் கூடத்தான் நான் ஒரு அமெரிக்கனே! அமெரிக்க வியாபாரிகள், குறிப்பாக கோட்டையிலுள்ள ராணுவ அதிகாரிகள் என் மீது காட்டும் அன்புக்குப் பிரதியாக வெறும் மேலெழுந்த வாரியான விசுவாசம் தெரிவித்தால் போதாது. இங்கே தங்கள் பணியைச் செய்வதில் அவ்வதிகாரிகளுக்கு உதவத் தீர்மானித்திருக்கிறேன். அவர்கள் நினைப்பதைக் காட்டிலும் அதி வேகமாகவே நான் அவர்களுக்கு ஒத்தாசை புரியமுடியும். இந்த ஏழை மெக்ஸிகர்களை 'நல்ல அமெரிக்கர்'களாக மாற்று வதில் கோட்டையை விடக் கோயில் அதிகம் சாதிக்கக்கூடும். அதுவும் மக்களின் நன்மைக்குத்தான்; தங்களுடைய வாழ்க்கை நிலையை உயர்த்திக்கொள்ள வேறு வழியேதும் கிடையாது அவர்களுக்கு.

ஆனால் என்னுடைய கடமைகளையும், நோக்கங்களையும் பற்றி உனக்கு எழுதுவதற்கு இது உற்ற தருணமல்ல. இன்று அயல்நாட்டிலிருந்தவாறே தாய் நாட்டைப் பற்றி நினைத்து ஆனந்தப்படுகிறோம். பூஜ்யர் ஜோஸப் எங்களுடைய மெக்ஸி கப் பணிப்பெண்ணை அனுப்பிவிட்டார்; நாளாவட்டத்தில் அவளை ஒரு சமையல்காரியாக்கி விடுவார் அவர். ஆனால் இன்றிரவோ எங்கள் கிறிஸ்துமஸ் விருந்தை அவரேதான் தயாரிக்கிறார்! இங்குள்ள வழக்கப்படி கிறிஸ்துமஸுக்கு முன்பு ஒன்பது தினங்களுக்குத் தொடர்ச்சியாக ஆராதனை நடத்தி வந்ததால் அவர் களைத்திருப்பார் என்றே நான் நினைத்தேன். நேற்றோடு முடிந்த அவர் ஆராதனைக்கும், பின் நள்ளிரவில் நடந்த பூசைக்கும் பிறகு இன்று அவர் இளைப்பாற விரும்பு வாரென எண்ணினேன். ஊஹூம், அந்தப் பேச்சே கிடையாது, அவரிடம்! 'செய்கையில்தான் ஓய்வு' என்ற அவரது குறிக்கோள்தான் உனக்குத் தெரியுமே! அவருக்காக டூராங் கோவிலிருந்து நான் கொணர்ந்த ஒரு புட்டி ஆலிவ் எண்ணெ யைக் கொண்டு, ஏதோ ஒருவிதப் பச்சடியைத் தயாரித்துக் கொண்டிருக்கிறார் அவர் (ஆலிவ்

எண்ணெய் என்று நான் குறிப்பாகச் சொல்வதற்குக் காரணம் உண்டு. இங்கு எண்ணெய் என்றால் வண்டிகளின் சக்கரங்களில் தடவப்படும் மசியையே குறிக்கும்). மழைக்காலத்தில் இங்கு பச்சைக் காய்கறிகள் ஏதும் கிடைப்பதில்லை; அந்தப் புகழ் வாய்ந்த 'லெட்டூஸ்' கீரையைப்பற்றி இங்கு எவரும் கேள்விப்பட்டிருப் பதாகவே தெரியவில்லை. பச்சடி செய்ய உதவும் எண்ணெய் இல்லாமல் ஜோஸப்புக்குக் கஷ்டமாக இருக்கிறது. அது அங்கு மிகுந்த ஆடம்பரப் பொருளாகவே கருதப்பட்ட போதிலும் ஓஹியோவில் அதை அவர் உபயோகிக்காத நாளே கிடையாது. இன்று பிற்பகல் பூராவும் சமையலறையிலேயே இருந்திருக்கிறார் அவர். ஒரேயொரு திறந்த அடுப்பும், வெளிமுற்றத்திலுள்ள மண்வாணலியொன்றும்தான் இங்கேயுள்ள சமையல் சாதனங்கள். ஆயினும் இதுவரை ஒருவேளை கூட, எந்தப் பதார்த்தத்தையும் பொறுத்து அவர் எனக்கு ஏமாற்றமளித்ததில்லை. ஆகவே இன்றிரவு இரண்டு பிரெஞ்சுக்காரர்கள் நேர்த்தியான விருந்துண்டு, உனது நலத் தைக் கோரி மதுவருந்துவர் என்பது உறுதி."

* * *

பேனாவைக் கீழே வைத்துவிட்டு, எரியும் குச்சியொன்றைக் கொண்டு இரு மெழுகுவர்த்திகளைப் பற்றவைத்தார் பிஷப். பிறகு ஜன்னலருகில் சென்று விரல்களைத் துடைத்தவாறே, இருள் மண்டிவரும் நீலவானத்தை நோக்கியபடி நின்றார். மாலையின் மஞ்சள் ஒளிக்கு மேலே வெள்ளிச்சுடர் வீசி, அதிலேயே மூழ்கி முக்குளித்துக் கொண்டிருந்தது வியாழ நட்சத்திரம். பாதிரிப் பயிற்சிக் கூடத்தில் அவருடனிருந்த நண்பரொருவர் அழகுறப் பாடிப் பழக்கப்பட்டுப்போன "மேரி ஸ்டெல்லா வாழ்க!" என்ற பாட்டை மெதுவாக இசைத்துக்கொண்டே தமது சாய்வு மேஜைக்குத் திரும்பினார் பிஷப். பேனாவை அவர் மசியில் தோய்த்துக்கொண்டிருந்த தருணத்தில், கதவு திறந்தது. குரலொன்று கேட்டது வெளியே:

'சாப்பாடு தயார், சாமி! உள்ளே வரலாம்!'

மெழுகுவர்த்திகளை எடுத்துக்கொண்டு, உணவு தயாராக வைக்கப்பட்டிருந்த சாப்பாட்டு அறைக்குள் சென்றார் பிஷப். அதற்குள்ளாக சமையல் செய்யும்போது அணியும்

மேலங்கியைக் களைந்துவிட்டுத் தனது பாதிரி உடையை பூஜ்யர் வெய்லாண்ட் உடுத்திக்கொண்டுவிட்டார். திறந்த அடுப்புக்கு எதிரே நிற்க நேர்ந்ததால் அவரது கரடுதட்டிய முகம் ரத்தச் சிவப்பாக மாறியிருந்தது. பூஜ்யர் ஜோஸப்பை முதன்முத லாகப் பார்ப்பவர் எவரும், அவரைக் காட்டிலும் விகாரமான வர் உலகில் இருப்பது அரிது என்ற முடிவுக்கே வருவர் என்பது உண்மையாயினும் இன்று அவர் முகம் வழக்கத்தை விடக் கனிவாயிருந்தது. குட்டையாக, தோல் ஒட்டிப்போயிருந்த அவருக்கு, குதிரைச் சவாரி செய்து செய்து கால்களும் வளைந்துவிட்டிருந்தன. அதில் தொனித்த நேசம், உல்லாசம் இவற்றைத் தவிர அவரது வதனத்தில் பிறரைக் கவரக்கூடிய அம்சம் வேறொன்றுமேயில்லை. அவருக்கு அப்போது நாற்பதுவயதே ஆகியிருந்தபோதிலும், முதியவர் போலவே காணப்பட்டார். கடுமையான சீதோஷ்ணம் கொண்ட நாட்டில் வெயிலில் காய்ந்து, பனியில் வதங்கி அவரது சருமம் தடித்து வெடித்துக் கிடந்தது: கிழவனுடையதைப் போலவே அவரது கழுத்தும் மெலிந்து சுருங்கிப் போயிருந்தது. மழுங்கிய நுனியையுடைய எடுப்பான நாசி, உறுதியான முகவாய், மிகப் பெரிய வாய், பருத்த உதடுகள் வெகுவாகத் தடித்திருந்தபோதிலும் தளர்ந்து தொங்கவில்லை அவை; அதற்கு மாறாக எப்போதும் விறைப்பாகவோ அல்லது விறுவிறுப்புடன் அசைந்து கொண்டோதான் இருந்தன. அவருடைய கேசம் வெயிலால் பொசுக்கப்பட்டு, காய்ந்த வைக்கோல் நிறத்தை அடைந்திருந்தது; அதற்கு முன்பு அதன் அசல் நிறமோ சணலை ஒத்திருந்தது; இதனால் பயிற்சிக்கூடத்தில் ‘வெண்தலையன்’ என்று பொருள்படக் கூடிய ‘ப்ளாஞ்செட்’ என்ற பெயராலேயே அவர் எப்போதும் அழைக்கப்பட்டு வந்தவர். இந்த லட்சணங்கள் போதா வென்று, அவருக்கு வெள்ளெழுத்துக் கண்கள். மங்கலான அந்த வெளிர் நீலக்கண்கள் பிறரைக் கவரக்கூடியவையல்ல. அவருள் இருக்கும் உக்கிரத்தையோ, உறுதிப்பாட்டையோ, உத்வேகத்தையோ தெளிவாகக் காட்டக்கூடிய எதுவும் அவரது புறத்தோற்றத்தில் அணுவளவும் இல்லை. இருந்த போதிலும், இனப்பெருமை மிக்க கலப்பு ஜாதி மெக்ஸிகர்களும்கூட அவரது குணத்தை உடனே அறிந்து கொண்டுவிட்டனர். பிஷப் திரும்பிவந்தபோது ஸாண்டாஃபே மக்கள் அவரிடம் பட்சமாக நடந்து கொண்டனர் என்றால், அதற்குக்

காரணம் யாவரும் பூஜ்யர் வெய்லாண்டிடம் நம்பிக்கை வைத்திருந்தது தான். எளிமையும், பிரத்யட்ச நோக்கும், விடாமுயற்சியும், தனது மெலிந்த தேகத்தில் பன்னிரண்டு பேருடைய செயல் திறனைக்கூட்டி வைத்துள்ளாரென்ற உணர்வும் அவரிடத்தில் ஏற்பட்டிருந்த நம்பிக்கைக்குக் காரணங்களாகும்.

சாப்பாட்டறைக்குள் நுழைந்தவுடன், தாம் எடுத்து வந்த மெழுகுவர்த்தித் துண்டுகளை கணப்புக்கு மேலேயே பிஷப் வைத்துவிட்டார்; ஏனெனில் அங்கிருந்த மேஜையின்மீது ஏற்கனவே ஆறு மெழுகுவர்த்திகள் எரிந்து கொண்டிருந்தன. அவற்றிலிருந்து பாய்ந்த ஒளிவெள்ளம், பழுப்பு நிறமான குழம்புச் சட்டியைப் பளிச்சிடவைத்தது. ஆண்டவனைத் தொழுவதற்காக இருவரும் கண நேரம் நின்ற பிறகு, பூஜ்யர் ஜோஸப் அந்தச் சட்டியின் மூடியைத் திறந்து வெங்காயம், நெடிவாளம் ஆகியவற்றைச் சேர்த்துத் தயாரிக்கப்பட்ட கறுப்புநிறக் குழம்பைக் கரண்டியினால் எடுத்துப் படைத்தார். நாக்கைத் தீட்டிக்கொண்டு அதை ருசி பார்த்த பிஷப், பின்னர் தமது தோழரை நோக்கிப் புன்னகை செய்தார். வாய்க்கும் தட்டுக்குமாகச் சில தடவை சென்று வந்த ஸ்பூனைக் கீழே வைத்துவிட்டுத் தமது நாற்காலியில் சாய்ந்தவராக பிஷப் சொன்னார்:

"மிஸிஸிபி நதிக்கும் பஸிபிக் சமுத்திரத்திற்கும் இடையிலுள்ள இந்தப் பரந்த பிரதேசத்தில் இதைப்போன்ற குழம்பைப் பக்குவம் செய்யக்கூடிய மனிதர் வேறெவரும் இருப்பது அபூர்வம், ப்ளாஞ்செட்!"

"பிரெஞ்சுக்காரர் தவிர!" என்று அதற்குத் திருத்தம் கொணர்ந்தார் பூஜ்யர் ஜோஸப், கைக்குட்டையொன்றைத் தமது பாதிரி உடையின்மீது செருகியிருந்த அவரும், சாப்பாட்டை மறந்து சிந்தனையிலாழ்ந்து நேரத்தை வீணாக்கி விடவில்லை!

"உங்களுடைய தனித்திறனை நான் குறைத்துக்கூற விரும்பவில்லை, ஜோஸப்" என்றார் பிஷப். தொடர்ந்து, "ஆனால் இதுபோன்ற குழம்பு தனி மனிதன் ஒருவனது உழைப்பால் மட்டும் உருவானதல்ல. வழிவழியாக வளமுற்ற பண்பின் பயனே இது என்பதை என்னால் எண்ணாதிருக்க முடியவில்லை. கிட்டத்தட்ட ஆயிரம் ஆண்டுகளின் சரித்திர மாவது இக்குழம்பில் பொதிந்திருக்கிறது!"

மேஜையின் மத்தியிலிருந்த மண்சட்டியையே புருவத்தை நெறித்துக் கொண்டு உறுத்துப் பார்த்தார் பூஜ்யர் ஜோஸப், கிட்டப்பார்வை கொண்ட மங்கலான அவரது கண்கள் தொலைதூரத்தைக் கூர்ந்து நோக்குபவை போலவே எப்போதும் தோன்றும். 'என்ன பிரயோஜனம்?' என்று முணுமுணுத்தார் அவர். தொடர்ந்து "காய்கறிகளுக்கெல்லாம் அரசன் போன்ற பூண்டு இல்லாமல் ஒருவன் எவ்வாறு சரியான குழம்பைத் தயாரிக்க முடியும்? எப்போது பார்த்தாலும் நாம் வெங்காயத்தையே சாப்பிட்டுக்கொண்டிருக்க முடியாது" என்று கூறிக்கொண்டே, பிஷப்பின் தட்டில் மீண்டும் குழம்பை வார்த்தார்.

பின்னர் அந்தச் சட்டியை எடுத்துச் சென்று உள்ளே வைத்துவிட்டு, பொறித்த கோழிக் குஞ்சைக் கொண்டு வந்தார். அதைத் துண்டுபோட்ட வண்ணமே தொடர்ந்து சொன்னார். "ஏன் ஜீன், நமது எஞ்சிய வாழ்நாள் பூராவும் உலர்ந்த மொச்சையையும் கிழங்குகளையுமேதான் நாம் சாப்பிட வேண்டுமா, என்ன? ஒரு தோட்டம் போட நாம் கட்டாயம் சிறிது நேரம் ஒதுக்க வேண்டும். ஆஹா, ஸாண்டுஸ்கியிலுள்ள என்னுடைய தோட்டமே தோட்டம்! ஆயினும் என்னை அதிலிருந்தும்கூட இழுத்துவந்து விட்டீர்களே! என் தோட்டத்தில் விளைந்த லெட்டூஸ் கீரையைவிடச் சிறந்ததை பிரான்ஸ் நாட்டிலேயே வேறெங்கும் சாப்பிட்டதில்லை என்பதை நீங்களே ஒப்புக் கொள்வீர்கள். அதோடு, என்னுடைய திராட்சைத் தோட்டம் இருக்கிறதே, பெருகிப் படர இயற்கையிலேயே வாகான இடம் அது. ஏரியின் கரை முழுவதும் ஒரே திராட்சைத் தோட்டங்களாக ஆகிவிடப் போகிறது ஒரு நாள், இது உறுதி. இப்போது என் தோட்டத்துத் திராட்சை மதுவை அருந்தும் மனிதனிடம் எனக்குப் பொறாமையே பொங்குகிறது. ஆனால் என்ன செய்வது. பாதிரியாரின் வாழ்க்கையே இப்படித்தானே? நடவேண்டியது அவர் கடன், பலனை அனுபவிப்பதோ வேறொருவர்!"

இது கிறிஸ்துமஸ் தினமானதால், அவ்விரு நண்பர்களும் தங்கள் தாய்மொழியிலேயே உரையாடிக் கொண்டிருந்தனர். சில விசேஷ சந்தர்ப்பங்களில் தவிர மற்ற நேரங்களில் ஆங்கிலத்தில் பேசுவதையே பல ஆண்டுகளாக வழக்கமாகக் கொண்டிருந்தனர், அவ்விருவரும். சமீபகாலமாகத்தான்

ஸ்பானிஷ் மொழியில் சரளமாகப் பேசப் பயிலும் பொருட்டு, அப்பாஷையிலேயே சம்பாஷிக்கத் தொடங்கியிருந்தனர்.

"ஆயினும் சில சமயங்களில் உமது அன்பிற்குரிய ஸாண் டுஸ்கி நகரத்தையும், அதனுடைய சௌகரியங்களையும் நினைத்து எரிச்சல்படுவதுண்டே நீர்!" என்று நினைவூட்டினார் பிஷப். "அந்த ஊரோடு ஒட்டிக்கொண்டிருந்தால், கோயில் குருக்களாகவே ஆயுள் காலம் பூராவும் கழிக்க நேருமெனக் கூறியதும் உண்டல்லவா?"

"ஓஹியோக்காரர்கள் கூறுவது போல, மீசைக்கும் பங்க மில்லாமல் கூழையும் சாப்பிட விரும்புவதுதானே மனித சுபாவம்? எனினும் என்னை வெகுதூரம் இட்டுவந்து விட்டீர்கள் என்பதைக் கூறாமலிருப்பதற்கில்லை, இதோடு நிறுத்திக் கொள்ளுங்கள், ஜீன். மேற்கொண்டு என்னை இழுத்தடிக்கா தீர்கள்!" தம் விரல்களால் செந்நிற ஒயின் புட்டியின் அடைப் பானை மெதுவாக நெம்ப ஆரம்பித்த பூஜ்யர் ஜோஸப் தொடர்ந்து கூறினார். "அர்ச். தாமஸ் நினைவு நாளன்று ஒரு குழந்தைக்கு நாமகரணம் செய்வதற்காகப் பண்ணைக்குச் சென்றிருந்தபோது, உங்களுக்கு சாப்பாட்டுக்கு வேண்டுமெ னக் கேட்டு வாங்கிவந்தேன் இதை. இந்தப் பணக்கார மெக் ஸிகர்களுக்குத்தான் பிரெஞ்சு ஒயினிடம் எவ்வளவு பற்று தல்! அதன் அருமையை நன்கு அறிந்தவர்களே அவர்கள்!" அந்த ஒயினில் சில சொட்டுக்களை ஊற்றி ருசிபார்த்தார், "நெட்டி அடைப்பானின் வாடையும் ஓரளவு கலந்து வீசுகிறது. ஒயினின் மதிப்பை உணர்ந்திருக்கிறார்களேயொழிய அதை எப்படி சரியாகப் பேணிக்காப்பது என்பது அவர்களுக்குத் தெரியமாட்டேனென்கிறது. எனினும் நம்மைப் போன்ற பாதிரிமாருக்கு இதுவே போதும்தான்!"

"மேற்கொண்டு இழுத்தடிக்காதீர்கள் என்று கூறினீரே, ஜோஸப்?" நாற்காலியில் சாய்ந்து இரண்டு கைகளையும் பிணைத்து முகவாய்க்கட்டையைத் தாங்கியவராக பிஷப் லாடூர் தொடர்ந்து சொன்னார். "இப்போது எது வரையில் முன்னேறியிருக்கிறோம் என்பது உமக்குத் தெரியுமா? நம் ஆதீனத்தின் பரப்பைப்பற்றியோ அல்லது இப்பிரதேசத்தின் விஸ்தீரணத்தைப் பற்றியோ அறிந்தவர் யாராவது இருக்கின்றனரா? இந்த விஷயத்தில் என்னைப் போலவே

கோட்டையிலுள்ள தளபதிக்கும் ஏதும் தெரியாது என்றே தோன்றுகிறது. அதைப் பற்றிய சில தகவல்களை டாவோஸில் வசித்துவரும் கிட் கார்ஸன் என்ற சாரணரிடமிருந்து அறிந்து கொள்ளலாம் என்கிறார் அவர்."

"ஆதீனத்தைப் பற்றிக் கவலைப்படத் துவங்கிவிடாதீர்கள் ஜீன். தற்போதைக்கு, ஸாண்டாஃபேதான் உங்களது ஆதீன ஸ்தலம். அதை ஒழுங்குபடுத்துங்கள் முதலில். என்னைப் பொறுத்த வரையில், நேற்று நள்ளிரவு ஆராதனையின் போது ஞானஸ்நானத் தொட்டியை மாசுபடுத்திய குடிகார இடைப் பையன்களின் கூட்டத்தை உள்ளே வர அனுமதித்த கோயில் பாதுகாவலர்களை நாளையே குடைந்தெடுத்துவிடப் போகிறேன். செய்ய வேண்டியது எவ்வளவோ இருக்கிறது இங்கேயே. வீணில் அவசரப்படாதீர்கள். இதற்காக, ஸாண்டாஃபேயிலிருந்து மூன்று நாளைக்குமேல் பிரிந்திருக்க நேரும் எந்தப் பிரயாணத்தையும் இன்னும் ஓராண்டு காலம் மேற்கொள்வதில்லை என்றுகூடத் தீர்மானித்து விட்டேன் நான்."

பிஷப் முறுவலித்துக் கொண்டே தலையை ஆட்டினார். "நீங்கள் நம் பயிற்சிக்கூடத்தில் படித்தபோது, தியானத்தி லேயே வாழ்நாள் முழுதும் கழிக்கவேண்டும் என்று சங்கற்பம் செய்துகொண்டீர்கள் போலிருக்கிறதே?"

பூஜ்யர் ஜோஸப்பின் எளிய முகம் திடீரென்று பிரகாச மடைந்தது. "நான் இன்னும் அந்த நம்பிக்கையைக் கைவிட்டு விடவில்லை. என்றாவது ஒருநாள் என்னை நீங்கள் விடுவித்து விடுவீர்கள். அப்புறம், பிரான்ஸிலுள்ள ஏதாவதொரு மடா லயத்துக்குச் சென்று, எனது இறுதி நாட்களை புனித அன்னை யைப் பூஜிப்பதிலேயே கழித்துவிடப் போகிறேன். இப்போ தைக்கு, செயல் மூலம் அன்னைக்குத் தொண்டு செய்வதுதான் என் கடன். தியான சங்கற்பத்திலிருந்து இவ்வளவு தூரம் பிறழ்ந்து உழல்வதே போதும், ஜீன்!"

பிஷப் மறுபடியும் தலையை ஆட்டிக்கொண்டே முணுமுணுத்தார், "சரியான தூரம் எது என்பதை யாரே அறிவார்?"

அடுத்தடுத்த மலைத்தொடர்கள், பாதையில்லாத பாலை வனங்கள், அகண்டாகாரமாக வாய் பிளந்து நிற்கும் கண

வாய்கள், வெள்ளம் பொங்கியோடும் ஆறுகள் போன்றவை இன்னும் எவ்வளவோ காத்து நிற்கின்றன, பூஜ்யர் ஜோஸப் பின் எஞ்சிய வாழ்நாளில்! இன்னும் அறியப்படாத, பெயரிடப்படாத பிரதேசங்களுக்கெல்லாம் சிலுவையின் மகிமையைப் பரப்புவதற்குச் செல்வது பாக்கியிருக்கிறது. அந்த மெலிந்த, சிறிய பாதிரிக்கு. எத்தனையோ கழுதைகளையும், குதிரைகளையும், வழிகாட்டிகளையும், வண்டியோட்டிகளையும் ஒட்டப் பிழிந்து நீள்வழி செல்லவிருக்கும் அவர், இன்றிரவு தமது மேலதிகாரியை அச்சத்துடன் பார்த்துக்கொண்டே திரும்பவும் சொன்னார், "போதும்! போதும், ஜீன். இதற்கு மேல் வேண்டாம்!"

பிறகு விஷயத்தை மாற்ற எண்ணியவராய்ப் பரபரப்புடன் கூறினார், "மொச்சைப் பச்சடிதான் என்னால் செய்ய முடிந்தது; ஆனால் வெங்காயமும், சொற்பம் உப்பிட்ட பன்றி இறைச்சியும் சேர்ந்துவிட்டதால் அது அப்படியொன்றும் மோசமாக இராது."

ஊறவைத்த ப்ளம் பழ வற்றல்களைச் சாப்பிட்டுக் கொண்டே, தங்களது சொந்த நாட்டில் பழம்பெரும் லாடூர் தோட்டத்தில் காய்க்கும் மஞ்சள் நிறமான பெரிய ப்ளம் பழங்களைப் பற்றிப் பேச ஆரம்பித்தனர் இருவரும். கரடு முரடான தோட்டச் சுவர்களையும், உயர்ந்தோங்கிய குதிரைக் கஷ்கொட்டை மரங்களையும் இருபுறத்திலும் கொண்டதும், குன்று ஒன்றிலிருந்து வளைந்து சரிவதுமான அந்த சரளைக்கல் பரப்பப்பட்ட தெருவில் அவர்களது நினைவுகள் நிலைத்தன. இரவு வந்துவிட்டால் நடமாட்டமே இருக்காது அத் தெரு வில்: மிகவும் இருட்டான திரும்பு முனைகளில்தான் மங்க லான விளக்குகள் உண்டு அங்கே. அந்தத் தெருவின் கோடி யில்தான் பிஷப் முதன் முதல் மத ஊழியத்தில் பங்கெடுத்துக் கொண்ட மாதாகோயில் இருந்தது; அதன் முன்னால் தட்டை யாகக் கழிக்கப்பட்ட சம உயரமுள்ள மரங்கள் கொண்ட தோப்பு உண்டு. அம்மரங்களின் கீழேதான் செவ்வாய், வெள்ளிக்கிழமைகளில் சந்தை கூடும்.

எப்போதாவது தான் இது போன்ற நினைவுகளில் அவர்கள் ஈடுபடுவது வழக்கம். அவற்றில் அவர்கள் இன்று திளைத்துக் கொண்டிருந்த அந்த நேரத்தில், வெளியே துப்பாக்கி வேட்டுக்கள் தொடர்ந்து வெடிக்கும் ஒலியும்,

ரத்தத்தை உறையச் செய்யும் கூக்குரல்களும், குதிரைகளின் குளம்படிச் சத்தமும் கேட்டன. இருபாதிரிகளுக்கும் தூக்கிவாரிப் போட்டது. பிஷப் எழுந்திருக்க முற்பட்டார். ஆனால் தம் தோளைக் குலுக்கியவாறே அவரை திடப்படுத்தினார் பூஜ்யர் வெய்லாண்ட்.

"பதட்டமடையாதீர்கள்! 'சர்வான்மா தின'த்தின் போதும் இதுபோல்தான் இங்கே நடந்தது. நேற்றிரவு கோயிலுக்குள் வந்தவர்களைப் போன்ற குடிகார மாட்டுக் காரப் பையன்களின் கூட்டம், மெக்ஸிகர்களின் குடியேற்றப்பகுதிக்குச் செல்வதன் அரவம்தான் இது. அங்குள்ள டெங்கு இந்தியப் பையன்களையும் குடிக்கச் செய்தபின், கோட்டையிலுள்ள சிப்பாய்களுக்கு இசை வழங்குவதற்காக இவ்வாறு குதிரைகளில் செல்கிறார்கள். வேறொன்று மில்லை" என்றார் அவர்.

4

மணியும் மாயமும்

ரோராங்கோவிலிருந்து திரும்பிவந்து அத்தியட்ச குருவிற் கான விடுதியில் முதல் இரவைக்கழித்த பிஷப், மறுநாட் காலை மனத்தில் உற்சாகமுடன் துயில் நீத்தார். கால்நடைப் பண்ணையொன்றில் குதிரையை மாற்றிக் கொண்டபின் கிட் டத்தட்ட அறுபது மைல்கள் சவாரி செய்து, இருட்டியபின்பே அந்த வீட்டுக்கு அவரால் வரமுடிந்தது. எனவே அன்று காலை அவர் அதிக நேரம் உறங்கினார்; ஆறு மணிக்கு ஏஞ்ஜெல்ஸ் மணி அடிப்பது கேட்கும் வரையில் அவர் எழுந்திருக்கவில்லை. மெல்ல மெல்லத்தான் அவருக்கு சுய உணர்வு வந்தது; ரோமாபுரியிலிருக்கிறோம் என்ற இன்பக் கற்பனையிலிருந்து தம்மைச் சடுதியில் விடுவித்துக்கொள்ள அவருக்கு மனமே யில்லை. அர்ச். ஜான் தேவாலயத்துக்கு அருகிலேயே தாம் இன்னும் இருப்பதாக எண்ணிக்கொண்டார்; அந்தப் பிர மையில் அவருக்கு அரைகுறை நம்பிக்கைதான். இருப் பினும், ஆவே மேரியா மணியின் முழக்கமே தம் காதில் விழுவதாகத் தோன்றியது அவருக்கு. அதைப் போலவே சரியாக ஒன்பது முறை ஒலியெழுந்தது; அதைப் போன்றே அடுத்தடுத்து மூன்று முழக்கங்கள். சற்றே இடை நேரத்துக் குப் பிறகு மேலும் மூன்று முறை. மறுபடியும் சிறிது கழித்துக் கடைசி மூன்று முழக்கங்கள். இப்படியாக ஆவே மேரியா ரீதியிலேயே விட்டுவிட்டு அடித்து அவரை ஆச்சரியத் திலாழ்த்தியது. இனிமையான நாதம் கொண்ட மணியின் ஓசை அது. கணீரென்று தெளிவாகவும், சாந்தமாகவும் வெள்ளிக்கிண்கிணி போலக் காற்றிலே மிதந்து வந்தது ஒவ்வொரு ஒலியலையும். எனினும் அந்த ஒன்பது தடவைகள் மணி அடித்து ஓய்வதற்குள், அவர் மனக்கண்ணிலிருந்து

ரோமாபுரி மங்கிவிட்டது. அதன் பின்னே பனை, ஈச்ச மரங்கள் நிறைந்த ஏதோவொரு கீழ்த்திசை நகரைக் காண்பது போல அவருடைய உள்ளுணர்வு உரைத்தது. ஒரு வேளை ஜெருஸலேமாக இருக்கலாம் அது; ஆனால் அவரோ அங்கு இதுவரை சென்றதேயில்லையே! கீழ்த்திசை பற்றி இப்படித் திடீரென்று உள்ளமெல்லாம் பரவி நிரம்பிய உணர்ச்சியைக் கண்களை மூடிக்கொண்டு ஒரு கணம் அவர் அனுபவித்தார். இதற்கு முன்பும் ஒரு தடவை இதே போல் தேக நினைவின்றி தூரத்தேயுள்ள ஓர் இடத்தில் அவர் மனம் நிலைத்திருக்கிறது. அச்சம்பவம் நடந்தது நியூ ஆர்லீன்ஸ் நகரத்தெருவொன்றில். அங்கு ஒரு திருப்பத்தில் அவர் திரும்பியபோது, வயதான கிழவியொருத்தியைக் கண்டார். மதுரமான மணம் பரப்பிய மஞ்சள் பூக்கள் நிரம்பிய கூடையொன்றைச் சுமந்து வந்து கொண்டிருந்தாள் அவள். மிமோஸா புஷ்பம்தான் அதுஆனால் அப்பெயரை அவர் நினைப்பதற்குள்ளாகவே, ஊருணர்ச்சியொன்று அவரை ஆட்கொண்டுவிட்டது குழந்தைப் பருவத்தில் ஒரு மாரிக்காலத்தில் உடல் நலமற்று இருந்தபோது, குணமுறுவதற்காக பிரான்ஸின் தென் பகுதிக்கு அவர் அனுப்பப்பட்டார். அங்கிருந்த ஒரு தோட்டத்திற்குத்தான், மதகுருவிற்கான உடையுடன் கூடவே தாம் திரும்பிச் சென்றுவிட்டதாகத் தோன்றியது அவருக்கு அந்தப் பூக்களைக் கண்டவுடன்.

இப்போதோ அந்த வெள்ளி மணியோசை அவரை இன் னும் தூரத்தே, ஒலியின் வேகத்தைவிடத் துரிதமாக இழுத்துச் சென்று விட்டது!

* * *

காபி அருந்தும் பொருட்டு பூஜ்யர் வெய்லாண்டுடன் சேர்ந்து அமர்ந்தார் பிஷப்; ரகசியமெதையுமே காப்பாற்றி வைக்கத்தெரியாத அந்த அவசரக்கார வெய்லாண்ட், "என்ன சங்கதி, ஏதாகிலும் காதில் விழுந்ததா?" என்று உடனேயே ஆர்வமுடன் கேட்டுவிட்டார்.

"ஏஞ்ஜெல்ஸ் மணி ஒலிப்பதைக் கேட்டாற் போலிருந்தது, ஜோஸப்! ஆனால் அதன் ஒலியை உண்மையிலேயே கேட்க வேண்டுமானால் நீண்டதொரு கடற் பிரயாணத்தை நான் மேற்கொள்ளவேண்டியிருக்கும் என்று என் பகுத்தறிவும் அழுத்திச் சொல்கிறது."

பூஜ்யர் ஜோஸப் பரபரப்புடன் சொன்னார்:

"அதுவொன்றும் தேவையில்லை. அந்த அற்புதமான மணியை இங்கே ஸான் மிகுவேலின் அடித்தளத்தில் நான் கண்டுபிடித்தேன். நூறு வருடங்களுக்கு மேலாகவே அது இங்கு இருப்பதாகச் சொல்கிறார்கள். அதைத் தாங்கக் கூடிய பலம் பொருந்திய கோயில் கோபுரம் எதுவுமே கிடையாது இந்த இடத்தில்; சுமார் எண்ணூறு ராத்தல்களுக்குக் குறையாத பளுவான மணி அது. ஆயினும் கோயில் பிராகாரத்தில் சாரமொன்றைக் கட்டச்செய்தேன். எருதுகளின் உதவியுடன் மேலே தூக்கி, குறுக்குச் சட்டங்களில் அந்த மாமணியைக் கட்டித் தொங்கவிட்டோம். நீங்கள் திரும்பி வருவதற்குள் ஒரு மெக்ஸிகப் பையனுக்கு அதை எவ்வாறு சரியாக அடிப்பது என்பதைக் கற்று கொடுத்துவிட்டேன்."

"ஆனால் அது எவ்வாறு இங்கு வந்திருக்க முடியும்? அது ஸ்பானிய மணி என்றே நினைக்கிறேன். அப்படித்தானே?"

"ஆம், ஸ்பானிஷ் மொழியில்தான் அதில், 'அர்ச்.ஜோஸப்புக்காக' என்று பொறிக்கப்பட்டிருக்கிறது. 1356ஆம் வருடம் அது அர்ப்பணிக்கப்பட்டதாகவும் குறிக்கப்பட்டுள்ளது. மெக்ஸிகோப் பட்டணத்திலிருந்து காளைமாட்டு வண்டியில் தான் அது கொண்டுவரப்பட்டிருக்க வேண்டும். சாகசச் செயல்தான் அது. சந்தேகமில்லை! அந்த மணி எங்கே வார்க்கப்பட்டது என்பது எவருக்கும் தெரியவில்லை. ஆனால் அதைப் பற்றி ஒரு கதை சொல்கிறார்கள்: மூர்களுடன் யுத்தங்கள் நடந்தபோது படைகளால் சூழப்பட்ட ஏதோ வொரு நகரத்தைச் சேர்ந்த மக்கள் அர்ச். ஜோஸப்புக்கு வேண்டுதல் செய்துகொண்டு, தங்கள் தங்க ஆபரணங்கள், வெள்ளிப் பாத்திரங்கள் முதலியவற்றையெல்லாம் மட்டமான உலோகங்களுடன் ஒன்றாகச் சேர்த்து அந்த மணியை உருவாக்கினார்களாம். உண்மையில் அந்த மணியில் நிறைய வெள்ளி கலந்திருக்கத்தான் வேண்டும். வேறு எந்த உலோகமும் இம்மாதிரியான ஒலியை எழுப்ப முடியாது."

பூஜ்யர் லாடூர் ஆழ்ந்து சிந்தித்தார். பின்னர், "ஸ்பானிஷ்காரர்களுடைய வெள்ளிப் பொருள்களெல்லாம் உண்மையில் மூர்களுடையவையாகத்தானே இருந்திருக்க வேண்டும்? அப்படியில்லாவிடினும்கூட, அவர்களுடைய பாணியைப் பின்பற்றிச் செய்யப்பட்டவையாகவே

இருந்திருக்க வேண்டும். வெள்ளியில் எவ்வாறு வேலைப்பாடு செய்வது என்பது பற்றி மூர்களிடமிருந்து தெரிந்துகொண்டதைத் தவிர ஸ்பானிஷ்காரர்களுக்குச் சுயமாக என்ன தெரியும்?" என்றார்.

"ஏன் ஜீன், நீங்கள் என் மணியை கிறிஸ்தவ மத விரோதியென நிரூபிக்க முயற்சி செய்கிறீர்களா, என்ன?" என்று பொறுமையிழந்தவராகக் கேட்டார் பூஜ்யர் ஜோஸப்.

பிஷப் இளநகை புரிந்தார்: "நான் இன்று காலை அதன் ஒலியைக் கேட்டதும், அது கிழக்கத்திய மணி என்றே எனக்குப் பட்டது; அதை உறுதிப்படுத்திக் கொள்ளத்தான் முயல்கிறேன். முதன்முதலில் கீழ்த் திசையில் தான் மணிகள் தோன்றினவென்று மாண்ட்ரீல் நகரில் இயேசு சங்கத்தைச் சேர்ந்த ஸ்காட்லாந்து தேசப் பாதிரியொருவர் என்னிடம் ஒருசமயம் கூறினார். மெத்தப் படித்தவரான அவர், கிழக்கு நாடுகளைப் பின்பற்றியே ஐரோப்பாவிலும் அவை மத ஆராதனையின்போது உபயோகிக்கப்படத் தொடங்கியதென்றார். சிலுவைப் போருக்குச் சென்றவர்கள் அந்த ஏஞ்ஜெல்ஸ் மணியைத் திருப்பிக் கொண்டுவந்தார்கள் என்றும், அது உண்மையில் முகம்மதியச் சம்பிராயத்தைத் தழுவிய வழக்கமே என்றும் அவர் என்னிடம் சொன்னார்."

பூஜ்யர் வெய்லாண்ட் தம் மூக்கைச் சுளித்தார். "எந்தப் பொருளின் மதிப்பையும் குறைக்கக்கூடிய எதையாவது தூண்டித்துருவிக் கண்டுபிடிப்பதுதான் படித்தவர்களுக்கு எப்போதுமே வேலை போலிருக்கிறது!" என்று முறையிட்டார் இவர்.

"குறைத்துச் சொல்வதா? அதற்கு நேர்மாறானது என்றே சொல்வேன் நான். உங்களுடைய மணியில் மூர்களின் வெள்ளி கலந்திருப்பதை நினைக்க எனக்கு மிகவும் மகிழ்ச்சியே. நாம் முதன் முதலில் இங்கு வந்தபோது, இந்த ஸாண்டாஃபேயில் நாம் கண்ட நல்லதொரு தொழிலாளி இங்கிருக்கும் தட்டான்தான் என்பது நினைவிருக்கிறதா உங்களுக்கு? ஸ்பானிஷ்காரர்கள் தங்களுடைய திறமையை மெக்ஸிகர்களுக்கு அளித்தார்கள்; மெக்ஸிகர்கள்தான் நவ ஜோக்களுக்கு வெள்ளியில் வேலை செய்யும் முறையைக் கற்றுத் தந்தனர். எப்படியும் அனைவருக்கும் ஆதிமூலம் மூர்கள்தான்!"

“நான் கற்றறி மேதையல்ல என்பது நீங்கள் அறிந்ததே!” என்று கூறிக்கொண்டே எழுந்திருந்தார் பூஜ்யர் வெய்லாண்ட். “இன்று காலையில் பல வேலைகள் நமக்குக் காத்திருக்கின்றன. ஸான்டாக்ளாரா என்னுமிடத்திலுள்ள இந்திய மிஷனைச் சேர்ந்த ஒரு சுதேசிப் பாதிரியார் மெக்ஸிகோவிலிருந்து திரும்பி வந்திருக்கிறார்; நல்ல மாதிரியான அக்கிழவருக்கு உங்கள் பேட்டி கிடைக்க ஏற்பாடு செய்வதாக உறுதிமொழி அளித்துள்ளேன். குவாடலுபே மாதாவின் ஆலயத்துக்குப் புனித யாத்திரை சென்றுவிட்டு இன்னும் பண்பட்ட உள்ளத்துடன் சமீபத்தில்தான் வந்திருக்கிறார் அவர். அவருடைய அனுபவத்தை உங்களுக்குக் கூற ஆவலாக உள்ளார். பாதிரியாராக அபிஷேகம் செய்யப்பட்ட காலத்திலிருந்தே அந்தக் கோயிலுக்குச் சென்றுவர விரும்பினாராம் அவர். நியூமெக்ஸிகோவிலுள்ள கத்தோலிக்கர்களெல்லாம் அவ்வாலயத்தினிடம் எவ்வளவு மதிப்பு வைத்திருக்கிறார்கள் என்பதை நீங்கள் இங்கில்லாதபோது நான் தெளிவாகத் தெரிந்துகொண்டேன். புதிய உலகமான இந்த அமெரிக்காவில் புனிதக் கன்னி மேரியின் அவதாரத்துக்கும், இங்குள்ள தனது மதஸ்தாபனங்களின்பால் அன்னையின் அன்புக்கு எடுத்துக்காட்டாகவும் இருப்பது அந்த ஆலயமே என அம்மக்கள் நினைக்கின்றனர்.”

தமது படிப்பறைக்குள் பிஷப் சென்றதும், வாழ்க்கையின் பக்திபூர்வமான ஆசையை இப்போதுதான் நிறைவேற்றிக் கொண்டவரும், நாற்பது வருடங்களைப் பாதிரியாராகவே கழித்துவிட்டவரும், ஏறக்குறைய எழுபது வயதானவருமான எஸ்கொலாஸ்டிகோ ஹெர்ரெரா பாதிரியாரை உள்ளே அழைத்து வந்தார் பூஜ்யர் வெய்லாண்ட். தமது சமீப அனுபவத்தின் இன்ப நினைவுகள் அவர் மனத்திலே இன்னமும் நிரம்பித் தளும்பிக் கொண்டிருந்தன. வேறு ஒன்றும் அவர் கவனத்தைக் கவர இயலாதவாறு அவ்வளவு தூரம் தம்வசமிழந்து இருந்தார். தம்முடன் பேசுவதற்கு அப்போதைவிட அன்று பகல் பிற்பகுதியில் பிஷப்புக்கு இன்னும் அதிக அவகாசம் கிடைக்கலாமோ என்று ஆவலுடன் அவரை வினவினார் கிழவர். ஆனால் நாற்காலியொன்றை அவருக்காக பூஜ்யர் லாடூர் இழுத்துப் போட்டுவிட்டு, அவரைத் தொடர்ந்து பேசுமாறு சொன்னார்.

உட்காரச் சலுகை காட்டியதற்காக கிழப் பாதிரியார் நன்றி தெரிவித்தார். முழங்கால்களுக்கிடையில் கைகளைப்

பிணைத்து வைத்துக்கொண்டு முன்னே சாய்ந்தவராக, குவா டலுபே அன்னையின் அதிசயமான தரிசனத்தைப் பற்றிய பூரா வரலாறையும் எடுத்துரைத்தார் ஹெர்ரெரா. அவர் மனதிற்கிசைந்த ஒரு கதை அது என்பதோடு 'அமெரிக்க' பிஷப் எவரும் அச்சம்பவத்தைப் பற்றிக் கேள்வியுற்றிரார் என்று நிச்சயமாக நம்பினார் அவர். ஆனால் ரோமாபுரியிலோ அந்நிகழ்ச்சி பற்றிய சகல விவரங்களும் அனைவருக்கும் நன்கு தெரியும்; இரண்டு போப்பாண்டவர்கள் அக்கோவிலுக்கு அன்பளிப்புகள் வேறு அனுப்பியிருந்தனர் என்பதையும் அவர் அறிந்திருந்தார்.

"1531ம் ஆண்டு டிசம்பர் மாதம் 9ஆம் தேதி சனிக்கிழமை அர்ச். ஜேம்ஸ் மடத்தைச் சேர்ந்த எளிய சீடர் ஒருவர் மெக்ஸிகோ நகரில் ஆராதனையில் கலந்து கொள்வதற்காக டேப்யாக் குன்றிலிருந்து விரைந்து இறங்கிக் கொண்டிருந்தார். ஜூவான் டியெகோ என்ற பெயர் கொண்ட அவருக்கு ஐம்பத்தைந்து வயதிருக்கும். குன்றில் பாதி தூரம் இறங்கிய பிறகு அவருடைய பாதையில் ஜோதியொன்று தோன்றியது. அவர் முன்னால், நீலமும் தங்கமும் கலந்த ஆடையுடுத்திய அழகு மிக்க ஆரணங்கு ரூபத்தில் பிரத்தியட்சமாகிய ஆண்டவனின் அன்னை அவரைப் பெயரைச் சொல்லி அழைத்துக் கூறலானாள்:

'ஜூவான், பிஷப்பைத் தேடிக் கண்டுபிடித்து, இப் போது நான் இங்கு நிற்குமிடத்தில் என் ஞாபகார்த்தமாக ஒரு மாதா கோயிலை நிர்மாணிக்கச் சொல். நான் இங்கேயே தங்கி உன் வரவை எதிர்பார்த்துக் காத்திருப்பேன், சென்றுவா!'

நகரத்துக்கு ஓடோடிச் சென்ற ஜூவான், நேராக பிஷப்பின் மாளிகையை அடைந்து விஷயத்தைத் தெரிவித்தார். அப்போது பிஷப்பாயிருந்தவர் ஜூமர்ராகா என்ற ஸ்பானிஷ்காரர். ஜூவானைக் கேள்விகள் கேட்டுத் துளைத்த பிறகு, அவருக்குக் காட்சி தந்தது ஆண்டவனின் அன்னை தானே யன்றி துர்த் தேவதையேதுமல்ல என்பதை உறுதிப்படுத்த ஏதாவது அடையாளச் சின்னத்தை அவளிடமிருந்து கேட்டு வாங்கி வந்திருக்க வேண்டுமென்று சொன்னார் பிஷப். பரிதாபத்துக்குரிய ஜூவானைக் கடிந்துகொண்டு விரட்டியபின், அவரது நடவடிக்கைகளைக் கவனித்து வர ஒரு பணியாளையும் ஏவினார்.

மனமிடிந்தவராய் வெளியேறிய ஜூவான், காய்ச்சலுடன் படுத்திருந்த தனது மாமன் பெர்னாடினோவின் வீட்டுக்குச் சென்றார். அடுத்த இரண்டு நாட்களையும், சாவின் பிடியில் சிக்கியிருந்த அந்த வயதான மனிதருக்குப் பணிவிடை செய்வதிலேயே கழித்தார். பிஷப் கண்டித்ததன் காரணமாக அவர் மனத்திலும் சந்தேகம் புகுந்து விட்டது; ஆகவே தனக்காகக் கன்னி மேரி காத்திருப்பதாகச் சொன்ன இடத்துக்கு மறுபடி செல்லத் துணியவில்லை அவர். பெர்னார்டினோவுக்காக மருந்துகளைக் கொண்டு வருவதன் நிமித்தம் தன்னுடைய மடத்துக்குப் போவதற்காக செவ்வாய்க்கிழமையன்று நகரத்தை விட்டுப் புறப்பட்டார். ஆனால் தாம் முன்பு அவ்வரிய காட்சியைக் கண்ட இடத்தின் வழியாகச் செல்லாமல் வேறு பாதையிலேயே சென்றார்.

மறுபடியும் அவருடைய பாதையில் அந்த ஜோதி தோன்றியது. கன்னி மேரி அவர் முன் பழையபடி பிரசன்னமாகி, 'ஏன் ஜூவான், எதற்காக இந்த வழியில் செல்கிறாய்?' என்று கேட்டாள்.

தான் கூறியதை பிஷப் நம்ப மறுத்த விஷயத்தை அழுது கொண்டே அவளிடம் சொன்னார் ஜூவான். மரண வாயில்ல் நிற்கும் மாமனுக்குச் சிசுருஷை செய்வதில் தான் ஈடுபட்டிருப்பதையும் அவர் தெரிவிக்கத் தவறவில்லை. அவருடைய மாமன் இன்னும் ஒரு மணி நேரத்தில் உடல் நலம் திரும்பப் பெற்றுவிடுவாரென்று பரிவுடன் உரைத்தாள் கன்னி; தான் முதலில் அவருக்குக் காட்சியளித்த இடத்தில் கோயிலொன் றைக் கட்டும்படி பிஷப் ஜூமர்ராகாவிடம் மீண்டும் சென்று தூண்டுமாறும் சொன்னாள். ஸ்பெயினிலுள்ள தனக்குப் பிரியமான ஆலயத்தின் பெயரைப் பின்பற்றி குவாடலுபே அன்னையின் ஆலயம் என அது அழைக்கப்படல் வேண்டும் என்றும் பணித்தாள். பிஷப் ஏதாவது அடையாளச் சின்னம் கேட்கிறார் என்று ஜூவான் மறுமொழி பகர்ந்தபோது, 'அதோ உள்ள பாறைகளில் ஏறி, ரோஜா மலர்களைப் பறித்துச் செல்'' என்றாள் அன்னை.

ரோஜாப் பூக்கள் மலராத டிஸம்பர் மாதம் அது. எனினும் அந்தப் பாறைகளின்மீது அவர் ஏறியதும், தாம் இது வரை பார்த்திராத அளவு நேர்த்தியான ரோஜாக்களைக்

கண்ணுற்றார். தனது டில்மா நிரம்பும் வரை அவற்றைப் பறித்துச் சேர்த்தார். மிகவும் வறியவர்களே அணியும் மேலாடைதான் டில்மா என்பது. உரப்பான தாவர நாரைக் கொண்டு விலர்த்தியாக நெய்யப்பட்ட மிக மட்ட ரகமான துணி அது; அத்துணியை நடுவில் தைத்தால் டில்மா ஆகி விடுகிறது. தெய்விகத் தோற்றம் நின்ற இடத்துக்கு அவர் திரும்பியதும், பூக்களின் மீது குனிந்து அவற்றை ஒழுங்காக அடுக்கி வைத்தாள் அன்னை. பிறகு! டில்மாவின் முனைகளை ஒன்றாகச் சேர்த்துவிட்டுக் கூறினாள்:

'நீ இப்போது போகலாம், பிஷப்பின் முன்னிலையை அடைவதற்கு முன்னால் எங்கேயும் உனது அங்கவஸ்திரத்தைத் திறந்து பார்க்காதே!'

ஜூவான் வேகமாக நகரத்தினுள் சென்று பிஷப்பைக் கண்டார்; தமது பிரதி குருவுடன் பிஷப் ஆலோசித்துக் கொண்டிருந்த சமயம் அது.

'குருநாதா, எனக்குக் காட்சியளித்த புனிதக் கன்னி இந்த ரோஜாமலர்களை அடையாளச் சின்னமாக அனுப்பியிருக்கிறாள்.'

இதைச் சொன்னதும் டில்மாவின் ஒரு நுனியைப் பிடித்துக்கொண்டு மற்றொரு நுனியை நழுவவிட்டு. மலர்களைத் தரையில் குப்பலாகக் கொட்டினார் ஜூவான். உடனே பிஷப் ஜுமர்ராகாவும், பிரதிகுருவும் மலர்களுக்கிடையே மண்டியிட முற்பட்டது அவரைத் திகைக்கவைத்தது. ஏன் என்று ஆராய்ந்தபோது, தனது எளிய உத்தரீயத்தின் உட்புறத்தில் புனிதக் கன்னியின் சித்திரம் காட்சியளித்ததைக் கண்டார். நீலம், ரோஜா, தங்கம் ஆகிய நிறங்களில் ஆடை தரித்து, குன்றின் மேலே ஜுவானுக்குத் தோன்றிய அதே உருவமும் வரையப்பட்டிருந்தது அதில்.

இந்த அற்புதமான சித்திரத்தை வைத்து பூஜிப்பதற்காகக் கோயிலொன்று நிர்மாணிக்கப்பட்டது. அன்று தொட்டே எண்ணற்ற யாத்திரிகர்கள் அங்கு வரலாயினர். அநேக அதிசயங்களையும் நிகழ்த்திக் காட்டியிருக்கிறது அந்த ஆலயம்."

இந்தப் படத்தைப் பற்றி எஸ்கொலாஸ்டிகோ பாதிரியார் நிறையச் சொன்னார். ஒப்பற்ற அழகுவாய்ந்தது அந்தத் தங்க

ஓவியம் என்றார் அவர். விடியற்காலை நேரத்தின் இள நிறத்தையொத்த நிர்மலமான நளின வண்ணங்களின் சேர்க்கைதான் அச்சித்திரம். அந்தக் கோயிலுக்கு வந்து சென்றிருக்கும் அநேக ஓவியர்கள், இத்தகைய மட்டரகமான முரட்டுத் துணியில் சாயம் எப்படிப் பிடித்தது என்று ஆச்சரியப்பட்டுப் போயினர். காலவேகத்தின் இயற்கை நியதியையொட்டி, அந்த லேசான மேலங்கி வெகுகாலத்துக்கு முன்பே மக்கிப் போய் பொடிப்பொடியாகியிருக்கவேண்டும் என்று கூறிய பாதிரியார், அந்த ஆலயத்திலிருந்து தாம் கொண்டுவந்திருந்த சில சிறிய பதக்கங்களை பிஷப் லாடூருக்கும், பூஜ்யர் வெய்லாண்டுக்கும் பணிவுடன் பரிசாக அளித்தார். அப்பதக்கத்தின் ஒருபுறத்தில் அந்த அதிசயமான ஓவியத்தின் பிம்பம் பொறிக்கப்பட்டிருந்தது. மற்றொரு புறத்தில் “வேறு எந்த நாட்டினிடமும் அன்னை இவ்வளவு அருள்பாலித்ததில்லை” என்ற வாசகம் லத்தீன் மொழியில் செதுக்கப்பட்டிருந்தது.

பாதிரியாரின் வர்ணனை பூஜ்யர் வெய்லாண்டின் நெஞ்சைத் தொட்டுவிட்டது. அக்கிழவர் போன பிறகு, தாம் அந்தக் கோயிலுக்குக் கூடிய விரைவிலேயே யாத்திரை செல்லப் போவதாக பிஷப்பினிடம் அவர் அறிவித்தார்.

“காட்டுமிராண்டி நாட்டில் மதம்மாறியுள்ள எளிய மக்களுக்கு எத்தகைய பெரும் பேறு கிடைத்திருக்கிறது, பார்த்தீர்களா?” உள்ளத்தில் கிளர்ந்த உணர்ச்சியின் உக்கிரம் புறத்திலும் பிரதிபலித்ததால் மங்கிப்போயிருந்த கண்ணாடியைத் துடைத்துக்கொண்டே அவர் மேலும் சொன்னார்: “இவ்வளவு நாள் மதபோதனையில்லாமலே வாழ்ந்த இந்த ஏழைக் கத்தோலிக்கர்களுக்கு, அந்த தரிசனம் பற்றிய நம்பிக்கையாவது இருக்கிறதே, அது போதும்! புனித அன்னையானவள் தங்களது சொந்த நாட்டில் மதம்மாறிய எளியவன் ஒருவனுக்குக் காட்சி தந்தாள் என்பது இங்கே வீடுதோறும் தெரிந்துள்ள விஷயம். மதம், கோட்பாடெல்லாம் அறிவாளிகளுக்குத்தான் சரி, ஜீன்; இத்தகைய அற்புதங்களோ நாம் நேரிட அனுபவித்து, அன்பு செலுத்தவும் கூடியவையாகும்.”

பேசிக்கொண்டே நிம்மதியற்றவராக இங்குமங்கும் நடக்கத் தலைப்பட்டார் பூஜ்யர் வெய்லாண்ட். பிஷப்போ அவரைச் சிந்தாக்ராந்தராய்க் கவனித்துக்கொண்டிருந்தார். உண்மையில், நண்பரின் இந்த ஒரு தன்மைதான் அவருக்கு

மிகவும் பிடித்தமானது. "எங்கெல்லாம் அளவிடற்கரிய அன்பு இருக்கிறதோ, அங்கெல்லாம் அதிசயங்களும் எப்போதும் உண்டு" என்றார், கடைசியில். "தெய்வீக அன்பினால் திருத்தப்பட்ட மனித திருஷ்டியே உருவெளித் தோற்றமாக உருவெடுக்கிறது என்றுகூடச் சொல்லலாம். உங்கள் உண்மைத்தோற்றத்தில் உங்களை நான் காணவில்லை ஜோஸப்: உங்கள்மீது எனக்குள்ள பிரியம் என்ற திரையினூடேதான் நோக்குகிறேன். நமது மதத்தையொட்டிய அதிசயங்கள் யாவும் முகங்களையோ, குரல்களையோ, தூரத்தேயிருந்து நம்மருகில் வரும் சுகிருத சக்தியையோ பொறுத்தவையல்ல என்றுதான் எனக்குத் தோன்றுகிறது. அதற்கு மாறாக, நமது புலனறிவு இன்னும் தீட்சண்ணியமாவதன் பயனே அவை. அதன் விளைவாக, நம்மைச் சுற்றி எப்போதும் உள்ள பரம்பொருளை ஒரு கணமாகிலும் நமது கண்கள் பார்க்க முடியும், காதுகள் கேட்க முடியும்!"

இரண்டாம் பாகம்

நீள்வழியிலே.....

I

வெண்ணிறக் கழுதைகள்

மார்ச் மாத மத்தியில் ஆல்பு கெர்க்கிலிருந்து பூஜ்யர் ஜோஸப் வெயிலாண்ட் திரும்பிவந்து கொண்டிருந்தார், வழியில் பணக்கார மெக்ஸிகரான மான்யுவெல் லூஜானின் பண்ணையில் அவர் தங்கிப் போவதாக ஏற்பாடு. லூஜானின் ஊழியர்களில், தம்பதி போலவே வாழ்ந்து கொண்டிருந்த மணமாகாத ஆண்களுக்கும் பெண்களுக்கும் திருமணம் செய்துவைப்பதும், குழந்தைகளுக்கு ஞானஸ்நானம் செய்வதும்தான் அவரது விஜயத்தின் நோக்கம். அங்கேயே இரவைக் கழித்துவிட்டு, நாளையோ அதற்கு மறுநாளோ ஸான்டாஃபேயை நோக்கிப் பயணத்தைத் தொடர உத்தே சித்திருந்தார். வழியில் ஸான்டோ டோமிங்கோ என்ற இந்தியர், கிராமத்தில் தொழுகை நடத்துவதற்காகத் தாமதிப்பார். அங்கு நேர்த்தியான பழைய ஆலயமொன்று இருந்தது. ஆனால் அங்குள்ள இந்தியர்களோ இறுமாப்பும், சந்தேகமும் கொண்டவர்கள். ஒரு வாரத்துக்கு முன்னால் ஆல்பு கெர்க் செல்லும்போது அங்கே அவர் ஆராதனை நடத்தினார். வீட்டுக்கு வீடு சென்று கேட்டுக்கொண்டும், கோயிலுக்கு வருபவர்கள் அனைவருக்கும் பதக்கங்களும், மதசம்பந்தமான வர்ணப்படங்களும் தருவதாகச் சொல்லியும் கணிசமான கூட்டத்தைச் சேர்த்து

விட்டார் அவர். சுபிட்சம் மிக்க பெரிய கிராமம் அது. மணற்குன்றுகளுக்கிடையேதான் அதுவும் அமைந்திருந்தது. கீழே, கிராண்ட் நதிப் பள்ளத்தாக்கில் சிறந்த நீர்ப்பாசன வசதிகள் கொண்ட வளமான பண்ணை நிலங்கள் இருந்தன. அவரது உபதேசத்தைக் கேட்கவந்த கூட்டம் அமைதியாகவும், கண்ணியமாகவும் நடந்து கொண்டது; கவனத்துடன் செவிமடுத்தது. தங்களிடமிருந்த போர்வைகளைப் போர்த்திக்கொண்டு மண்தரையில் அமர்ந்திருந்தனர் அந்த மக்கள்; தனக்குத் தெரிந்த அரை குறை ஸ்பானிஷ் மொழியிலேயே பாதிரியார் பேசினார்; அவர்கள் அதை மரியாதையுடன் கேட்டனர். ஆனால் ஞானஸ்நானம் செய்விப்பதற்காகத் தங்களது குழந்தைகளைக் கொண்டுவர மறுத்துவிட்டனர். நெடுங்காலத்துக்கு முன்னர் ஸ்பானிஷ்காரர்கள் அவர்களை மிகவும் கேவலமாக நடத்தியிருந்தனர். அதன்பின் பல தலைமுறைகளாகிவிட்ட போதிலும் அந்தப் பழங்குறை அவர்கள் மனத்தை விட்டு அகலவில்லை. எனவே ஒரு குழந்தைக்குக்கூட பூஜ்யர் வெய்லாண்டினால் அங்கே நாமகரணம் செய்ய முடியவில்லை. ஆனாலும், இன்னொரு முறை முயன்று பார்க்க நினைத்தார். பிறகு லாபஜடா குன்றின் மீது குதிரையை ஏற்றிச் செல்ல முடியுமானால், திரும்பவும் பிஷப்பை அடைந்துவிடுவார்.

அமெரிக்க வியாபாரியொருவரிடமிருந்து தன்னுடைய குதிரையை வாங்கியிருந்தார் வெய்லாண்ட். அந்த விஷயத்தில் அவர் மிகவும் அநியாயமாக ஏமாற்றப்பட்டு விட்டார்; நாளொன்றுக்கு இருபதிலிருந்து முப்பது மைல் வீதம் ஒரு வாரம் பிரயாணம் செய்வதற்குள் அந்தப் பிராணி களைத்து இளைத்துக் குலைந்து போய்விட்டது. அதன் மீதேறிக் கொண்டு பெர்னாலில்லோவுக்கு அப்பாலிருந்த லூஜானின் வீட்டை நெருங்கிய சமயத்தில், அன்றாடகக் கவலைகள் பல அவருடைய மனத்தை ஆட்டிப் படைத்தன. லாயங்கள், கொட்டில்கள், முள்வேலிகள் ஆகியவற்றுடன் சிறியதொரு நகரம் போலவே தோன்றியது அந்தப் பண்ணை, லூஜானின் வீடு நீண்டு, தாழ்ந்து இருந்தது; கண்ணாடி ஜன்னல்களும், பிரகாசமான நீலநிறக் கதவுகளும் கொண்ட வீடு அது. நீல வர்ணம் பூசிய கம்பங்களால் தாங்கப்பட்டிருந்த முகப்புத் தாழ்வாரமொன்று வீட்டைச் சுற்றிலும் கட்டப்பட்டிருந்தது. இந்த முகப்புக்குக் கீழே

பச்சைவெட்டுக் கற்களாலான சுவரில் கடி வாளங்கள், சேணங்கள், பெரிய கால்ஜோடுகள், பாதந்தாங்கிகள், துப்பாக்கிகள், சேண உறைகள், செம்மிளகுக் கொத்துகள், குள்ள நரித் தோல்கள், இரண்டு பெரிய பாம்புத் தோல்கள் ஆகியவை மாட்டப்பட்டிருந்தன.

தம் குதிரையுடன் அவ்வீட்டுத் திட்டி வாசலினுள் பூஜ்பயர் வெய்லாண்ட் புகுந்ததும், நாலா திசைகளிலிருந்தும் குழந்தைகள் ஓடிவந்தன. அவற்றில் சில சிறிய சட்டைகள் தவிர வேறொன்றையுமே அணிந்திருக்கவில்லை. கருத்த கேசத்தை மூடி மறைக்கும் முக்காடுகளின்றி ஸ்த்ரீகளும் அக்குழந்தைகளைப் பின்தொடர்ந்து ஓடிவந்தனர். கையில் தொப்பியுடனும், முகத்தில் புன்னகையுடனும் பாதிரியாரை வரவேற்றுக் கொண்டே அப்பெரிய வீட்டினுள்ளிருந்து லூஜான் வெளிப்பட்டார். அவரைக் கண்டதும் அனைவரும் ஓடிச்சென்றுவிட்டனர். முப்பத்திஐந்து வயதிருக்கும் லூஜானுக்கு. தீர்க்கமான உருவம்; முகவாயில் ஆடுசதை தொங்கியது. கடவுளின் பெயரால் முகமன் கூறிப் பாதிரியாரை வரவேற்றபின், குதிரையினின்றும் இறங்குவதற்காக அவருக் குக் கைலாகு கொடுத்தார். ஆனால் பூஜ்யர் வெய்லாண்டோ அவர் உதவியின்றியே வேகமாகத் தரையில் குதித்து விட்டார்.

“ஆண்டவனருள் உங்களுக்கும், உங்கள் வீட்டுக்கும் எப்போதும் இருக்குமாக, மான்யுவெல்! ஆமாம், கல்யாணம் செய்யப்படவேண்டியவர்களெல்லாம் எங்கே?”

“ஆடவர் எல்லோரும் வயலுக்குச் சென்றிருக்கின்றனர், பாதிரியாரே! அவசரம் ஒன்றுமில்லை. சிறிது ஒயினும் ரொட்டி, காபியும் சாப்பிட்டுச் சற்று ஓய்வெடுத்த பின்பு சடங்குகளைத் தொடங்கலாம்.”

“கொஞ்சம் ஒயின் அருந்தவும், ரொட்டி சாப்பிடவும் எனக்கு மிகுந்த இஷ்டம்தான். ஆயினும் அதையெல்லாம் சடங்குகள் நடந்த பிறகு வைத்துக்கொள்ளலாம். நீங்களெல்லாரும் சாப்பிட்டுக் கொண்டிருக்கும்போது வந்து சேர்ந்து விடலாமென்றுதான் நினைத்தேன். ஆனால் என் குதிரை சுத்த மோசமாகையால் இரண்டு மணி தாமதமாகி விட்டது. எனது சேணப்பைகளை யாரையாவது உள்ளே கொண்டுவரச் சொல்லுங்கள். பாதிரி உடைகளை

அதற்குள் நானும் தரித்துக் கொண்டு விடுகிறேன். உங்களது ஆட்களை வயலிலிருந்து அழைத்து வரச் செய்யுங்கள்! கல்யாணத்துக்காகக்கூட அவர்கள் தங்கள் வேலைகளைச் சற்று நேரம் நிறுத்தி வைத்துக் கொள்ளக் கூடாதா, என்ன?"

அவருடைய அவசரத்தைக் கண்டு திகைத்தார் அந்தக் கறுப்பு மனிதர். "கண நேரம் பொறுங்கள், பாதிரியாரே! ஞானஸ்நானம் செய்விக்க நிறையக் குழந்தைகள் இருக்கின்றன. முதலில் அந்தக் காரியத்தைச் செய்துவிடலாமே? நான் கேட்டுக்கொள்வது போல, உங்களது பரிசுத்தமான நெற்றியிலுள்ள புழுதியைக் கழுவிவிட்டுச் சற்று நேரம் இளைப் பாறக்கூட உங்களுக்கு இஷ்டம் இல்லையென்றால், முதலில் ஞானஸ்நானச் சடங்கையே ஆரம்பியுங்கள்."

"உடலைக் கழுவி வேற்றுடை தரிக்க வசதியான இடத்துக்கு என்னை இட்டுச்செல்லுங்கள். நீங்கள் அவர்களை இங்கு வரவழைப்பதற்குள் நான் தயாராகி விடுவேன். இல்லை லூஜான், திருமணங்கள்தான் முதலில் நடக்கவேண்டும்; ஞானஸ்நானங்கள் அதன் பின்புதான், அந்தக் கிரமமே கிறிஸ்தவ சம்பிரதாயத்துக்கு உகந்தது. குழந்தைகளுக்கு நாளைக் காலை ஞானஸ்நானம் செய்து வைக்கிறேன். அவற் றின் பெற்றோர்களெல்லாம் முதல் நாளிரவாவது மணம் முடிக்கப்பெற்றவர்களாக இருப்பர் அல்லவா?"

பூஜ்யர் வெய்லாண்ட் அவரது அறைக்கு அழைத்துச் செல்லப்பட்டார். வயலில் வேலை செய்துகொண்டிருந்த ஆட வர்களை ஓடிச்சென்று கூப்பிட்டுவர வயது வந்த பையன்கள் அனுப்பப்பட்டனர். கூடத்தின் ஒரு கோடியில் பலிபீட மொன்றை அமைப்பதில் முனைந்தனர் லூஜானும் அவரது இரு பெண்களும். தரையைத் தேய்த்துச் சுத்தம் செய்ய இரண்டு கிழவிகள் வந்தனர். இன்னொருத்தி நாற்காலிகளையும், மணைகளையும் கொண்டுவந்து போட்டாள்.

"அடக் கடவுளே! இந்தப் பாதிரியார்தான் எவ்வளவு விகாரமாக இருக்கிறார்!" என்று இவர்களில் ஒருத்தி இன் னொருவளின் காதோடு சொன்னாள். "அவர் ரொம்பவும் புனித புருஷராகத்தான் இருக்கவேண்டும். அவரது முகவாயிலுள்ள பெரிய பாலுண்ணியைக் கவனித்தாயா?

என் பாட்டி மட்டும் இப்போது உயிரோடிருந்தால், அந்த உண்ணியை அவருடைய முகத்திலிருந்து எடுத்துவிடுவாள். சிமாயோவில் இருக்கும் தூய சேற்றைப் பற்றி யாராவது அவருக்குச் சொல்லவேண்டும். அந்தச் சேற்றைத் தடவினால் உண்ணி காய்ந்து விழுந்து விடும். அதை விட்டால், இந்தக் கழலைகளை அகற்றக்கூடியவர் யாருமே இப்போது கிடையாது.''

“ஆமாம், வரவரக் காலம் கெட்டுத்தான் வருகிறது” என்று ஆமோதித்தாள் மற்றவள். “இந்தக் கல்யாணம் முதலி யனவெல்லாம் இவர்களை மேம்படுத்திவிடுமா என்பதில் எனக் குச் சந்தேகம்தான். ஒன்றாகக் கூடி வாழ்ந்து குழந்தைகளையும் பெற்றுவிட்ட பிறகு திருமணம் செய்விப்பதால் என்ன பயன்? இதற்குள்ளாக வேறு ஸ்த்ரீயிடம்கூட பாப்லோவைப் போல மற்றவர்களுக்கும் நாட்டம் சென்றிருக்கலாம். ட்ரினி டாடின் மூத்த பெண் இருக்கிறாளல்லவா, அவளுடன் புதரிலிருந்து அவன் வெளிவருவதை ஞாயிறன்று இரவுதான் நான் பார்த்தேன்.''

பாதிரியார் அவ்விடத்துக்குத் திரும்பி வந்ததானது மேற் கொண்டு வம்புப் பேச்சுக்குத் தடைகட்டியது. அவசரமாக அமைக்கப்பட்ட பலிபீடத்துக்கு முன்னால் மண்டியிட்டு, தமது பிரதயேகப் பிரார்த்தனையைச் செய்ய ஆரம்பித்தார் அவர். அது கண்டு அங்கிருந்த ஸ்த்ரீகளெல்லாம் அடிமேலடி வைத்து அப்பால் சென்றுவிட்டனர். திருமணச் சடங்கிற்காக தம்பதிகளைத் துரிதப்படுத்தும் பொருட்டு வேலையாட்கள் வசிக்கும் பகுதிக்குத் தாமே நேரில் சென்றார் லூஜான். பெண்டிரெல்லாம் வாய்விட்டுச் சிரித்த வண்ணம் தங்களிட மிருந்தவற்றில் சிறந்த சால்வைகளைத் தேடியெடுத்துக் கொண்டிருந்தனர். சில ஆடவரோ தங்களது கைகளைக் கூடக் கழுவிக்கொண்டு விட்டனர்! வீட்டிலுள்ளவர்களனை வரும் கூடத்தில் கூடியாகி விட்டது. ஒவ்வொரு ஜோடியாக அதிவேகத்துடன் மணம் செய்துவைத்தார் வெய்லாண்ட் பாதிரியார்.

“நாளைக் காலை ஞானஸ்நானச் சடங்குகள் நடை பெறப் போகின்றன. குழந்தைகளெல்லாம் சுத்தமாக வருவது தாய்மார்களின் பொறுப்பு. அதோடு, ஒவ்வொரு குழந்தைக்கும் உத்தரவாதி இருக்கிறாரா என்பதையும் பார்த்துக் கொள்ள வேண்டும்” என்று அறிவித்தார் அவர்.

பிரயாண உடைகளைத் திரும்பத் தரித்துக்கொண்டபின், எந்த நேரத்தில் அவர் உணவருந்துவது வழக்கம் என்று லூஜானை வினவினார்; அதிகாலையில் சாப்பிட்ட சிற்றுண்டிக்குப்பின் தாம் அதுவரை பட்டினியாகவே இருந்திருப்பதாகவும் அவரிடம் கூறினார்.

"உணவு தயாரானவுடனேயே சாப்பிட்டு விடுவோம். அஸ்தமனத்துக்குச் சற்றுக் கழித்ததும் சாப்பிடுவதுதான் எங்கள் வழக்கம். தங்களுக்காக செம்மறியாட்டுக் குட்டியொன் றைக் கொன்று பக்குவப்படுத்தச் சொல்லியிருக்கிறேன்."

அச்செய்தி பூஜ்யர் வெய்லாண்டின் உற்சாகத்தைத் தூண்டிவிட்டது. "அப்படியா? சந்தோஷம்! ஆமாம், அது எவ்வாறு சமைக்கப்படுமோ?"

லூஜான் தோளைச் சிலிர்த்தார். "சமைப்பதா? ஏன், ஒரு பானையில் மிளகாயுடனும். கொஞ்சம் வெங்காயத்துடனும் அதைப் போடுவார்கள் என்றுதான் நினைக்கிறேன்."

"ஆ, அதுதான் நான் தெரிந்து கொள்ள விரும்பியதும். வதக்கிய ஆட்டுக்கறி நிறையச் சாப்பிட்டுவிட்டேன். சமை யலறைக்குள் சென்று என்னுடைய பங்கை எனக்குப் பிடித்தமான வகையில் பக்குவம் செய்வதற்கு அனுமதிப் பீர்களா?"

லூஜான் கையை ஆட்டினார். "என் வீடு உங்களுடைய யது, பாதிரியாரே! சமையலறைக்குள் நான் செல்வதேயில்லை. ஏகப்பட்ட பெண்கள் அங்கே. ஆனாலும் அதோ இருக்கிறது அது. அதன் பொறுப்பை ஏற்றிருப்பவள் பெயர் ரோஸா என்பது."

பாதிரியார் அடுக்களைக்குள் நுழைந்தபோது, பெண்டுகள் கும்பலொன்று அந்தத் திருமணங்களைப் பற்றியே பேசிக் கொண்டிருப்பதைக் கண்டார். அவரைப் பார்த்ததும் எல்லோரும் சடுதியில் கலைந்துவிட்டனர். வயதான ரோஸா மாத்திரம் அடிப்படியில் நின்று கொண்டிருந்தாள். அங்கு ஒரு கெட்டில் காய்ந்திருந்தது. அதிலிருந்து பூஜ்யர் வெய் லாண்டுக்கு மிகவும் பழக்கமானதான ஆட்டுக்கறியை வேக வைக்கும் வாசனை வீசியது. கதவுக்கு வெளியே ஆட்டின் உடல் தொங்கிக்கொண்டிருந்ததை அவர் கண்டார். ரத்தம் தோய்ந்த சாக்கு அதை மூடியிருந்தது. ஆட்டின் பின்

காலை வதக்கப் போவதாக அறிவித்துவிட்டு, அதற்காக மற் றொரு அடுப்பைப் பற்றவைக்கும்படி ரோஸாவைக் கேட்டுக் கொண்டார் பாதிரியார்.

“கல்யாணங்கள் நடப்பதற்கு முன்னாலேயே அந்த அடுப்பை உபயோகித்து அணைத்துவிட்டேன், பாதிரியாரே! இதற்குள்ளாக அது அவிந்து ஆறிப்போயிருக்கும். மறுபடி மூட்டுவதென்றால், ஒரு மணி நேரமாவது பிடிக்கும். ஆனால் சாப்பாட்டுக்கு இருக்கும் நேரமோ இன்னும் இரண்டே மணிதான்.”

“இருக்கட்டுமே, எனக்கு வேண்டிய கறியை ஒரே மணியில் வதக்கிவிடுவேன்.”

“ஒரே மணியில் வதக்கிவிடுவீர்களா!” என்று கூவினாள் சமையல்காரக் கிழவி. “அட ஆண்டவனே, ஒரு மணியில் இறைச்சியில் உள்ள ரத்தம்கூடக் காயாது, பாதிரியாரே!”

“நான் மனது வைத்தால் முடியும்!” என்று கடுமையாகக் கூறினார் பூஜ்யர் வெய்லாண்ட். “சரி சரி, அடுப்பைப் பற்ற விடு, அம்மா.”

பாதிரியார் தாம் வதக்கிய கறியை சாப்பாட்டின்போது துண்டு போடுகையில், பரிமாறும் பெண்களெல்லாம் அவரது நாற்காலிக்குப் பின்னால் கூடினர்; கத்தியின் சுவட்டில் செந் நிறத் திரவம் வெளிப்படுவதைத் திகிலுடன் நோக்கினர் அவர்கள். மரியாதைக்காக ஒரு துண்டத்தை எடுத்துக் கொண்டார் லூஜான். ஆனால் அதைச் சாப்பிடவில்லை. எனவே, தான் பக்குவம் செய்த பாகத்தைத் தனக்கே வைத்துக்கொண்டார் பூஜ்யர் வெய்லாண்ட்.

எல்லாப் புருஷர்களும், பையன்களும் அவர்களுக்கு விருந்தளிக்கும் லூஜானுடன் கூட நீளமான சாப்பாட்டு மேஜை முன் அமர்ந்தனர். ஸ்த்ரீகளும் குழந்தைகளும் பின்னரே உணவருந்துவர். மேஜையின் ஒரு கோடியில் உட்கார்ந்திருந்த லூஜானுக்கும், பூஜ்யர் வெய்லாண்டுக்கும் இடையில் வெண்ணிற போர்டோ ஒயின் புட்டியொன்று வைக்கப்பட்டிருந்தது. மெக்ஸிகோ நகரத்திலிருந்து அது கொண்டுவரப்பட்டது என்று லூஜான் சொன்னார். ஸான்டாஃபேக்குத் திரும்புவதைப்பற்றி அவர்கள் பேசிக்கொண்டிருந்தனர். ஸாண்டோ டொமினிங்கோவில்

தங்கிப் போகப் போவதாகப் பாதிரியார் கூறியதும், அவ்விடத்தில் ஏன் இன்னொரு குதிரையை அவர் ஏற்பாடு செய்து கொள்ளக்கூடாது என்று கேட்டார் லூஜான். "இப்போதுள்ள குதிரையைக் கொண்டு ஸான்டா ஃபேயைத் திரும்ப அடைவது கடினமேயென அஞ்சுகிறேன். நல்ல ஜாதிக் குதிரைகளுக்கு அந்தக் கிராமம் பிரசித்தமானது. நீங்கள் அங்கே பேரம் பேசி வாங்கலாம்."

"ஊஹூம், அந்த இந்தியர்கள் யாவரும் கடுகடுப்பான சுபாவமுடையவர்கள். அவர்களுடன் ஏதாவது நான் வியாபாரம் செய்வேனானால், எனது நோக்கங்களை அவர்கள் சந்தே கிப்பர். நாம் அவர்களுடைய ஆன்மாக்களைக் கடைத்தேற்ற வேண்டுமானால், ஆல்புகெர்க்கில் பூஜ்யர் காலெகோஸிடம் நான் சொன்னதுபோல், நமக்காக யாதொரு லாபத்தையும் நாம் எதிர்பார்க்கவில்லை என்பதை அவர்களுக்குத் தெளி வாக்கிவிட வேண்டும்" என்றார் வெய்லாண்ட்.

மான் யுவெல் லூஜான் இதைக் கேட்டுப் புன்னகை பூத்தார். பிறகு மேஜை முன்னே அமர்ந்திருந்த தம்மைச்சேர்ந்த மனிதர்களைக் கடைக்கண்ணால் பார்த்தார். அவர்களனைவரும் தங்களது வெண்பற்கள் வெளியே தெரியச் சிரித்துக்கொண்டிருந்தனர். "ஆல்புகெர்க்கிலுள்ள பாதிரியாரிடம் அவ்வாறா கூறினீர்கள்? அப்படியானால் நீங்கள் தைரியசாலிதான். அந்தக் காலெகோஸ் பாதிரியார் பணம் படைத்தவர். இருந்த போதிலும், எனக்கு அவரிடம் மரியாதை உண்டு, அவருடன் நான் சீட்டாடியிருக்கிறேன். சூதாடிகளில் அவர் சிறப்பு மிக்கவர்; என்ன நஷ்டம் ஏற்படினும் சற்றும் சஞ்சலமின்றி ஏற்பவர். எதையுமே லட்சியம் செய்வதில்லை அவர்: அசல் அமெரிக்கனைப் போலவே ஆடுகிறார்."

"என்னைப் பொறுத்தவரையில், சீட்டு விளையாட்டில் ஈடுபாடு உள்ளவரும், எப்படியோ பணக்காரராகிவிட்டவருமான பாதிரியாரிடம் அவ்வளவாக நான் மதிப்பு வைப்பதில்லை" என்று உஷ்ணமாகக் கூறினார் பூஜ்யர் வெய்லாண்ட்.

"அப்படியென்றால் நீங்கள் விளையாடுவதில்லையா?" என்று கேட்டார் லூஜான். "எனக்கு ஏமாற்றமாயிருக்கிறது, உங்களது பதில். சாப்பாட்டுக்குப் பிறகு ஒரு ஆட்டம்

போடலாம் என்று எண்ணியிருந்தேன். சாயங்கால நேரத்தில் பொழுது போவதில்லை இங்கே. நீங்கள் டாமினோஸ் கூட ஆடுவதில்லையா?"

"ஆ, அது வேறு விஷயம்!" என்றார் வெய்லாண்ட். அதோ அந்தக் கணப்பருகில் அமர்ந்து, காபியையோ அல்லது எனக்கு நீங்கள் ருசிகாட்டிய அந்தப் பிரமாதமான திராட்சை பிராந்தியையோ அருந்திக்கொண்டு, டாமினோஸ் விளையாடினால், அது என் மனசுக்கு மிகவும் உற்சாகத்தையே அளிக்கும். அதிருக்கட்டும், அந்த பிராந்தியை எங்கே வாங்கு கிறீர்கள்? பிரெஞ்சு மதுவைப் போலவே அல்லவா இருக்கிறது அது!"

"நன்கு பதப்படுத்தப்பட்ட பிராந்தி அது. என் பாட்டனார் நாளில் பெர்னாலிலோவில் வடிக்கப்பட்டது. அங்கே அதை இப்போதும் தயாரிக்கிறார்கள். ஆயினும் முன்போல் அவ்வளவு நன்றாக இருப்பதில்லை."

மறுநாட் காலை காபியருந்தியவுடன், ஞானஸ்நானத்துக்குக் குழந்தைகளை மற்றவர்கள் தயார் செய்துகொண்டிருக்கையில், தமது கால்நடைத் தொழுவங்களையும், குதிரை லாயங்களையும் சுற்றிக் காண்பிப்பதற்காக பூஜ்யர் வெய்லாண்டை லூஜான் அழைத்துச் சென்றார். அசட்டு மஞ்சள் நிறத்தில் இரண்டு கோவேறுக் கழுதைகள் பக்கத்துப் பக்கத்துக் கொட்டில்களில் இருந்ததை அலாதிப் பெருமையுடன் காண்பித்தார் அவர். தன் கையாலேயே அவையிரண்டையும், வெளியே இழுத்து வந்தார். அவற்றின் நேர்த்தியான மேனியை நன்றாகக் காட்ட வேண்டும் என்பதுதான் அவரது நோக்கம். வெள்ளைக் குதிரைகளுக்கு இருப்பது போல் நீலம் பூத்த வெண்மையல்ல அவற்றின் தேகநிறம். ஆழ்ந்த தந்த நிறம் அது; நிழலில் நின்றாலோ மான்குட்டியின் நிறத்தைப் போல மாறியது. அந்தக் கழுதைகளின் வால்களின் நுனிகள் கண்டாமணி மாதிரி கத்திரிக்கப்பட்டிருந்தன.

"இவற்றை கண்டென்டோ, எஞ்ஜெலிகா என்று அழைக்கிறேன். பெயரைப் போலவேதான் குணமும். ஆண்டவன் இவற்றுக்கு மதிநுட்பம் அளித்திருக்கிறார். நான் இவற்றை நோக்கிப் பேசும்போது, கிறிஸ்தவர்களைப் போலவே என்னைப் பார்க்கின்றன. சிநேகத்துக்கு மிகவும் உகந்தவை

இவை. எப்போதுமே ஒன்றாகத்தான் சவாரி போகும். பரஸ்பரம் மிகுந்த அன்பு பூண்டவை இரண்டும்.”

அவற்றிலொன்றின் கழுத்துக் கயிற்றைப் பிடித்துக் கொண்டு அதை அங்குமிங்கும் நடத்தினார் பூஜ்யர் வெய்லாண்ட். “ஆஹா, மிக அரிய பிராணிகளே இவை! மான் குட்டி வண்ணம் கொண்ட கழுதையையோ குதிரையையோ இதுவரை நான் கண்டதேயில்லை.” இவ்வாறு கூறிக் கொண்டே கண்டென்டோவின் முதுகின்மீது அந்த ஒல்லிப் பாதிரியார் வெட்டுக்கிளியைப்போல் தாவி அமர்ந்து லூஜானை ஆச்சரியத்தில் ஆழ்த்தினார். அந்தக் கழுதையும் பிரமித்துப் போய்விட்டது. உக்கிரத்துடன் உடம்பைச் சிலிர்த்துக் கொண்டு தானியக் களஞ்சியத்தின் வாயிற்படியை நோக்கிப் பறந்தது அது. அங்கு சென்றதும் திடீரென்று நின்று விட்டது. இவ்வாறு செய்தும்கூடத் தன்மீது சவாரி செய்தவர் கீழே விழாததைக் கண்டு திருப்தியடைந்து துரித கதியில் திரும்பி வந்தது; பழையபடி எஞ்ஜெலிகாவின் பக்கத்தில் அமைதியாக நின்றது,

“பூஜ்யர் வெய்லாண்ட் அவர்களே, நீங்கள் நிச்சயம் ஒரு குதிரைவீரர்தான்!” என்று விக்கித்துப் போய் மொழிந்தார் லூஜான். “வேட்டையில் வல்லவராக இருந்த போதிலும் பூஜ்யர் காலெகோஸ் உங்கள் மாதிரி கழுதை மீதிருந்து விழா மலிருப்பாரா என்பது சந்தேகம்தான்.”

உங்கள் நாட்டில் சேணம்தான் என் வீடு, லூஜான் இந்தப் பொதி கழுதை துள்ளு நடை போடுகிறது. அதோடு இதன் முதுகுதான் எவ்வளவு குறுகல்! முக்கியமாக அதைத் தான் நான் கவனித்தேன். ஏனெனில், என்னைப் போல் குட் டையான கால்களை உடையவனுக்கு அகன்ற முதுகையுடைய குதிரைமீது அன்றாடம் எட்டு மணி நேரம் சவாரி செய்வது ஒரு பெரிய தண்டனைதான். அதுவும் இச்சவாரியை நாள் தவறாமல் செய்ய வேண்டும் என்றால் கேட்கவா வேண்டும்? பாருங்கள், இங்கிருந்து ஸான்டாஃபே போகிறேன். அங்கு பிஷப்புடன் ஒரு நாள் ஆலோசனை செய்தவுடனே, மோராவுக் குப் புறப்படுகிறேன்.”

“மோராவுக்கா?” என்று மறுபடியும் ஆச்சரியத்துடன் கூவினார் லூஜான். “மிகுந்த தூரத்திலுள்ளதாயிற்றே அது! மேலும், சாலைகளும் மோசம். உங்கள் குதிரைமீது ஏறிச்

சென்றால் ஒரு நாளும் அதை அடைய மாட்டீர்கள். பாதி வழியிலேயே அதன் பிராணன் போய்விடும்!” அவர் பேசிக் கொண்டிருந்தபோது கழுதையின் மேலேயே பாதிரியார் உட் கார்ந்து, அதைத் தட்டிக் கொடுத்துக் கொண்டிருந்தார்.

“என்ன செய்வது, என்னிடம் வேறு குதிரை கிடை யாதே! உணவு, தண்ணீர் வசதியில்லாத பொட்டை வெளியில் அக்குதிரை விழுந்துவிடாதிருக்க ஆண்டவன் அருள் பாலித்தாரேயானால் அதுவே போதும். இதனால்தான் என் னுடைய உடைகளையும், பூஜைப் பாத்திரங்களையும் தவிர நான் கொஞ்சம் சாமானே எடுத்துப் போகிறேன்.”

வரவர அந்த மெக்ஸிகர் சிந்தனைவசமாகியிருந்தார். ஆழ்ந்ததும், அதே சமயத்தில் அவ்வளவாக மகிழ்ச்சி தராததுமான எதையோ பற்றி அவர் தீவிரமாக ஆலோசித்துக் கொண்டிருந்தாற்போல் தோன்றியது. திடீரென்று அவரது நெற்றிச் சுருக்கங்கள் மறைந்தன. சிறுபிள்ளையை நிகர்த்த எளிய, பிரகாசமான புன்னகையுடன் பாதிரியார் பக்கம் திரும்பினார். “பூஜ்யர் வெய்லாண்ட் அவர்களே!” என்று சற்று மேடைப்பேச்சு பாணியில் அவரை விளித்தார். “சொர்க்கத்துக்கு அருகதையாக்கிவிட்டீர்கள் என் வீட்டை! அதற்குப் பிரதியாக நீங்கள் கேட்பதோ சொற்பமே. மிக மிக உபயோகமான ஒன்றை, கண்டெண்டோவை உங்களுக்குப் பரிசாக அளிக்கப் போகிறேன். உங்களுடைய பிரார்த்தனைகளில் என்னை விட்டுவிடலாகாது என்பதே நான் கோருவதெல்லாம்.”

தரையில் தாவிக் குதித்த பாதிரியார் லூஜானை அள்ளி அணைத்துக் கொண்டார். “மான்யுவெலிடோ, கண்ணின் மணியான இந்தக் கழுதைக்கீடாக உங்களை சொர்க்கத்துக்கே அனுப்பக்கூட நான் பிரார்த்திக்கத் தயங்கேன்!” என்று கத்தினார்.

அந்த மெக்ஸிகரும் சிரித்துக் கொண்டே பதிலுக்குப் பாதிரியாரைத் தழுவிக்கொண்டார். கையோடு கை கோர்த்து ஞானஸ்நானச் சடங்கைத் தொடங்க இருவரும் உள்ளே சென்றனர்.

* * *

மறுநாள் காலை. பூஜ்யர் வெய்லாண்டை காலை ஆகா ரம் சாப்பிட அழைப்பதற்குக் கூப்பிட லூஜான் சென்றார்.

அவரோ அப்போது களஞ்சியச் சாலையில் இரண்டு பொதிக் கழுதைகளையும் நடை பழகச் செய்தவண்ணம் அவற்றின் மான் குட்டி நிறத்தோலைத் தடவிக் கொண்டிருந்தார். ஆனால் அவரது முகத்தில் முதல் நாள் ஜொலித்த சந்தோஷக் களையைக் காணோம்!

லூஜானைக் கண்டவுடன் வெய்லாண்ட் சொன்னார்: "உங்களுடைய பரிசை நான் பெற்றுக்கொள்ள முடியாது: மான்யுவெல்? நேற்றிரவு அதைப்பற்றித் தீவிரமாகச் சிந்தித் ததில், அதை ஏற்பதற்கில்லை என்பதை உணர்ந்தேன். என் னைப் போலவே எனது பிஷப்பும் கடுமையாக வேலை செய் கிறார். அவருடைய குதிரையோ என்னுடையதைவிட அப் படியொன்றும் சிறந்ததல்ல. இங்கு வந்து சேருமுன் கால் வெஸ்டனில் கப்பல் மூழ்கியதன் விளைவாக எல்லாவற்றையும் அவர் இழந்துவிட்டார் என்பது உங்களுக்குத் தெரிந்திருக்கும். இது போன்ற சமவெளிகளில் பயணம் செல்வதற்காக அவர் நிர்மாணித்த நேர்த்தியான வண்டியுள்பட அவ்விபத்தில் அனைத்துமே மூழ்கிவிட்டன. எனது பிஷப் ஒரு சாதாரணக் குதிரையில் போகும்போது, நான் மாத்திரம் இத்தகைய கழுதையின் மீது சவாரி செய்ய முடியுமா? அது உசிதமாக இராது. எனவே என் பழைய குதிரைதான் எனக்கு லாயக்கு. அதில்தான் நான் சவாரி செய்தாகவேண்டும்."

"அப்படியா, பாதிரியாரே?" மான்யுவெல் வேதனையும் மனத்தாங்கலும் கொண்டவராகக் காணப்பட்டார். இந்தப் பாதிரியார் அனைத்தையும் ஏன் குளறிக் கெடுக்க வேண்டும்? நேற்று ஆனந்தவாரிதியில் திளைத்தார் மான்யுவெல். அவர் உள்ளத்தில் உதார எண்ணங்கள் ஊற்றாகப் பெருக்கெடுத்தன அப்போது. இன்றோ? லாபாஜாடா குன்று வரையி லாவது உங்கள் குதிரை போய்ச் சேருமா என்பது சந்தே கமே" என்று தலையையாட்டிக்கொண்டே மெதுவாகச் சொன்னார். "என்னுடைய குதிரைகளைப் பார்த்து உங்களுக் குப் பொருத்தமானதைப் பொறுக்கிக் கொள்ளுங்கள். உங்களுடையதைவிட எல்லாமே சிறந்தவைதான்."

"ஊஹும், முடியாது" என்று உறுதியுடன் சொன்னார் பூஜ்யர் வெய்லாண்ட். "இந்தக் கோவேறுக் கழுதைகளைப் பார்த்த பிறகு வேறொன்றினிடத்திலும் எனக்கு விருப்ப

மில்லை. ஆம், முத்தைப் பழிக்கும் நிறத்தைப் படைத்த வையே இவை! இந்த ஜோடியை உங்களிடமிருந்து விலைக்கு வாங்கும்வரை திருமணக் கட்டணங்களை உயர்த்தி வசூலிக்கத் தீர்மானித்துள்ளேன். தனது தனிமையான வாழ்க்கையில் பாதிரிக்கு உறுதுணையாக இருப்பது அவனது வாகனம் தான். நீங்கள் இந்த இரண்டையும் வர்ணித்தது போல, கிறிஸ்தவ நோக்குடன் என்னைப் பார்க்கக்கூடிய பொதிக் கழுதையையே விரும்புகிறேன்."

இந்தச் சங்கடமான நிலையிலிருந்து தப்ப எண்ணுபவர் போலப் பெருமூச்சு விட்டுக்கொண்டே களஞ்சியச் சாலையைச் சுற்றுமுற்றும் பார்த்தார் லூஜான்.

பூஜ்யர் வெய்லாண்ட் கனவேகமாக அவரை நோக்கித் திரும்பினார். "உங்களைப் போல நானும் பணக்காரப் பண்ணையாராக இருந்தேனானால், சிறந்ததொரு காரியம் செய்வேன் மான்யுவெல்! அஞ்ஞானிகள் நிறைந்த இந்த நாட்டில் கடவுளின் கட்டளைகளைத் தாங்கிச் செல்வதற்கு இந்த இரண்டு வாகனங்களையும் அளித்து விடுவேன். பின்பு 'அதோ எனது அழகான கழுதைகளின்மீது பிஷப்பும், பிரதி குருவும் செல்கிறார்கள்! என்று பூரித்துப் பெருமைப்படுவேன்."

"அவ்வாறே ஆகட்டும், பாதிரியாரே!" என்று துக்கம் கலந்த புன்சிரிப்புடன் சொன்னார் லூஜுன். "ஆனால் அதற்காக என் பொருட்டு நிறையப் பிரார்த்தனைகள் புரிய வேண்டும் நீங்கள். என்னுடைய பண்ணை பூராவிலும், இரண்டு கழு தைகளையும் போல வேறு எதையுமே நான் மதிக்கவில்லை. மேலும், ஒன்றிடமிருந்து இன்னொன்றை அதிக நாள் பிரித்து வைத்தால் அவை ஏங்கித் தவிக்கும். ஒருபோதும் அவ்வாறு அவை பிரிக்கப்பட்டதில்லை. பரஸ்பரம் மட்டிலாப் பிரேமை கொண்டவை அவை. கழுதைகளுக்கு எப்போதுமே அன்பு உணர்ச்சி அதிகம் என்பது நீங்கள் அறிந்ததே. எனக்கும் அவைகளை இழப்பது கடினமாகத்தான் இருக்கிறது."

"அதனால் உங்கள் மகிழ்ச்சி அதிகரிக்கவே செய்யும், மான்யு வெலிடோ!" என்று உளமார்ந்த உவகையுடன் கூவினார் பூஜ்யர் வெய்லாண்ட். "ஒவ்வொரு தடவையும் இந்தக் கழு தைகளைப் பற்றி நீங்கள் நினைக்கும்போதெல்லாம் உங்களு டைய நற்செய்கையை எண்ணிப் பூரிப்பீர்கள்."

* * *

காலை ஆகாரத்துக்குச் சற்றுப் பின்னர் கண்டெண்டோ மீது ஆரோகணித்துப் புறப்பட்டார் பூஜ்யர் வெய்லாண்ட். ஏஞ்ஜெலிகா அடக்கமுடன் தொடர்ந்து சென்றது. பார்வை யிலிருந்து மறையும் வரை தம் வீட்டு வாயிலில் நின்றவண்ணம், அவற்றையே வருத்தமுடன் பார்த்துக் கொண்டிருந்தார் லூஜான். தம்மைத் துளைத்துத் தொல்லைப்படுத்தியே அக் கழுதைகள் பறிக்கப்பட்டு விட்டன என்று தோன்றியது அவருக்கு; ஆயினும் அவர் உள்ளத்தில் அதனால் வெறுப்பு உணர்ச்சி எழவில்லை. பூஜ்யர் வெய்லாண்டின் பக்தியைப் பற்றியோ, அவருடைய ஏகாக்ர சிந்தையைப் பற்றியோ அவருக்கு எள்ளளவும் சந்தேகம் கிடையாது. என்ன இருந்தாலும் பிஷப் பிஷப்தான், பிரதி குருவும் பிரதி குருவே; சாதாரணப் பாதிரிகள் போல அவ்விருவரும் வேலை செய்தது அவர்களுக்குக் கௌரவக்குறைவே ஆகாது. கண்டெண்டோ, ஏஞ்ஜெலிகா ஆகிய இரண்டின்மீதும் அவர்கள் சவாரி செய்வது தமக்குப் பெருமையாகவே இருக்குமென நம்பினார் லூஜான். பூஜ்யர் வெய்லாண்ட் அவரைக் கட்டாயப்படுத்தியது உண்மைதான்; எனினும் அது அவருக்கு மகிழ்ச்சியையே தந்தது!

2

தனி வழி

மழை பொழிந்து கொண்டிருந்தது. பிஷப்பும் அவரது பிரதி குருவும் ட்ருசாஸ் மலைப் பிராந்தியத்தில் சவாரி செய்துகொண்டிருந்தனர். காரீய நிறம் கொண்ட பெருந்துளிகள் மலையுச்சியிலிருந்து வீசிய குளிர்காற்றால் விரட்டப்பட்டுச் சாய்வாக வீழ்ந்தன. அம்மழைத் துளிகள் தவளைக் குஞ்சுகளையே உருவத்தில் ஒத்திருந்தனவென்று நினைத் தார் பூஜ்யர் லாடூர். அவரது மூக்கிலும் கன்னங்களிலும் பட்டு ஓசையுடன் அவை தெறித்ததானது, காற்று நிரம் பிய கொப்புளங்கள் வெடிப்பதுபோலிருந்தது. உயரமான மலைப்புல்வெளிகளின் வழியே சென்று கொண்டிருந்தனர் அவ்விரு பாதிரிகளும். இன்னும் சில வாரங்களில் அங்கெல் லாம் பசுமை கொழித்துவிடும். இப்போதோ கருஞ் சாம்பல் நிறத்தில் காட்சியளித்துக் கொண்டிருந்தன. நாற்புறமும் நீல மும் பச்சையுமான தேவதாரு மரங்கள் நிறைந்திருந்தன; அவற்றுக்கு மேலே முண்டும் முடிச்சுமாக மலைகளின் முது கெலும்புகள் புலப்பட்டன. நீரின் கனம் தாங்காது தாழ்ந்திருந்த காரீய மேகங்கள் தேவதாரு மரவரிசைகளுக்கிடையே இருந்த பள்ளத்தாக்குகளில் பனிப்படலங்களைப் பரப்பின. தலைக்கு மேலே நகர்ந்து கொண்டிருந்த அந்தக் கரும்புகைக் கூட்டங்களில் வெண்ணொளி சிறிதும் இல்லை. அதற்கு மாறாக, பசும்புல்வெளியின் ஆழ்ந்த பச்சைநிறமே அவற்றில் பளிச்சிட் டது. வெள்ளைக் கழுதைகளின் உடல்கள் நனைந்து அவற்றின் உரோமம் கற்றை கற்றையாக ஆகிவிட்டிருந்தது. அவைகூட கருமை படிந்த சாம்பல் நிறமாக மாறயிருந்தன. இரு பாதிரியார்களின் முகங்களிலும் நீலம் பாய்ந்திருந்தது.

பூஜ்யர் லாடூர்தான் முன்னால் சென்றார். கழுதையின் மீது விரைத்து உட்கார்ந்து, மழைச் சரங்கள் தம் கண்களைத் தாக்காதிருக்க முகத்தை மட்டும் சற்றே சாய்த்துக்கொண்டு சவாரி செய்தார் அவர். பூஜ்யர் வெய்லாண்ட் பின் தொடர்ந்தார். பாதையை அவரால் சரிவரப் பார்க்க முடியவில்லை. இந்த மாதிரியான காலநிலையில் மூக்குக் கண்ணாடியினால் பயன் எதுவுமில்லையாதலால் அதைத் சுழற்றியிருந்ததே இதற்குக் காரணம். கண்டெண்டோவின் கழுத்தோடு ஒட்டும்படியாக அவர் குனிந்து உட்கார்ந்திருந்தார். புய்டிபோமிலிருந்த அவரது சொந்த ஊரிலேயே கன்னி மாடமொன்றுக்குத் தலைவியாக பூஜ்யர் வெய்லாண்டின் சகோதரி பிலோமின் இருந்தாள். தாமும், பிஷப் லாடூரும் இம்மாதிரியான நீண்ட பிரயாணங்கள் போவதைப் பற்றி அவளுக்கு அவர் எழுதியிருந்தார். இதை நினைவில் கொண்டு, அக்காட்சியை மனத்திரையில் படம் பிடிக்க அவள் அடிக்கடி முயல்வாள். தனக்கு நன்கு தெரிந்த அர்ச். பிரான்ஸிஸ் ஸேவியர் படங்களில் உள்ளதுபோல் அவ்விரு பாதிரிகளும் உடை தரித்துக் கொண்டு, தலையில் தொப்பியின்றிச் செல்கிற மாதிரி கற்பனை செய்வாள் அவள். உண்மைக் காட்சி என்னவோ இந்த அளவுகூட ரம்யமானதல்ல. இருந்தபோதிலும், இவ்விருவரையும் வேட்டைக்காரர்களென்றோ, வியாபாரிகளென்றோ யாரும் தவறாக நினைத்துவிட முடியாது என்பது உறுதி. கழுத்துக் குட்டைகளுக்குப் பதிலாக பாதிரிகள் அணியும் பட்டைகள் அணிந்திருந்தனர் இருவரும். முயல் தோல் சட்டையின் மார்புப் பகுதியில் வெள்ளிச் சங்கிலியொன்றில் பிஷப்பின் வெள்ளிச் சிலுவையும் தொங்கியது.

மோராவுக்கு இருவரும் போய்க்கொண்டிருந்தனர். புறப்பட்டு அன்றோடு மூன்று நாட்களாகிவிட்டது. இன்னும் போக வேண்டிய தூரம் எவ்வளவு என்பது அவர்களுக்குத் தெரியாது. காலையிலிருந்து வழிப்போக்கர் எவரையுமே அவர்கள் காணவில்லை; மனிதப் புழக்கமுள்ள இடம் ஒன்றைக்கூடப் பார்க்கவில்லை. சரியான பாதையில்தான் சென்று கொண்டிருக்கிறோம் என்றே நம்பினர். வேறு எந்தப் பாதையாவது அங்கு தென்பட்டாலல்லவா சந்தேகம் தட்டுவதற்கு? பிரயாணத்தின் முதல் நாள் இரவைக் கதகதப்பான கிராண்ட்நதிப் பள்ளத்தாக்கில் இருந்த ஸாண்டாக்ரூஸில் கழித்தனர் இருவரும்; அங்கே

வயல்களும், தோட்டங்களும் இளம் பச்சை பூண்டு வசந்த காலத்தின் வருகைக்குக் கட்டியம் கூறின. ஆனால் அதன் பிறகு எஸ்பனாலோ பகுதியைத் தாண்டி வந்ததிலிருந்தே தொல்லைதான். முதலில் காற்றுக்கும், மணற் புயல்களுக்கும், பின்னர் இப்போது குளிருக்கும் அவர்கள் ஈடு கொடுக்கவேண்டியிருந்தது. கோனிஜோஸ் பள்ளத்தாக்கில் ஒரு புதிய குடியேற்றப் பகுதியை சமீபத்தில் இந்தியர்கள் சூறையாடியிருந்தனர். மோராவிலிருந்து சென்று அங்கே வசித்தவர்களில் அநேகர் கொல்லப்பட்டு விட்டனர். எஞ்சியவர்கள் அனைவரும் தங்கள் உடைமைகள் யாவற்றையும் இழந்து மோராவுக்குத் திரும்பி வந்திருந்தனர். அங்குள்ள பாதிரியாரின் வீட்டில் அவர்கள் அடைக்கலம் புகுந்தனர். அந்த அகதிகளுக்கு புனர் வாழ்வு அளிப்பதில் பாதிரியாருக்கு உதவத்தான் பிஷப் இப்போது மோராவுக்குப் போய்க் கொண்டிருந்தார்.

மலையைச் சார்ந்த புல்வெளிகளை அவ்விரு பிரயாணிகளும் கடக்குமுன் மழையுடன் பனியும் பெய்யத் துவங்கி விட்டது. மழையில் நனைந்த முயல் தோல் சட்டைகள் விரைவில் உறைந்துவிட்டது: பனிக்கட்டிகள் சலசலவென்ற ஓசையுடன் அவற்றின்மீது விழுந்து தெறித்துச் சிதறின. வெட்ட வெளியில் இரவைக் கழிக்க வேண்டியிருக்குமென்ற நினைப்பு மகிழ்ச்சி தரக்கூடியதா என்ன? நெருப்பு மூட்ட முடியாத அளவு ஈரமாகியிருந்தது பூமி. அவ்வாறு செய்ய முயன்றால் அவர்களுடைய போர்வைகளும் தரையில் பட்டு தெப்பமாக நனைவதுதான் கண்ட பலனாயிருக்கும். மோராவை நோக்கிய பக்கத்தில் மலையிலிருந்து அவர்கள் இறங்கிக் கொண்டிருந்த போது, மாலை நான்கு மணியே ஆகியிருந்தபோதிலும் மங்கிய பகலொளி மறையத் தொடங்கி விட்டாற்போல் தோன்றியது. சேணத்தின்மீது அமர்ந்தவாறே திரும்பிப் பேசினார் பூஜ்யர் லாடூர்:

"கழுதைகள் மிகவும் களைத்துப் போயிருக்கின்றன ஜோஸப். அவற்றுக்கு உணவளித்தேயாக வேண்டும்."

"ஊஹூம், எங்கும் தங்காது தொடர்ந்து செல்வோம். இரவு வருவதற்குள் ஏதாவதொரு தங்குமிடம் கிடைத்து விடும்."

புல்வெளிகளைக் கடந்தபோது, விடாமல் ஆண்டவனைத் துதித்துக்கொண்டேயிருந்தார் பிரதி குரு. அர்ச். ஜோசப் தமது கோரிக்கைகளுக்குச் செவி சாய்க்காமலிருக்க மாட்டார் என்று அவருக்கு நம்பிக்கை உண்டு. அவ்வாறே அடுத்த ஒரு மணி நேரத்துக்குள்ளேயே பச்சைவெட்டுக் கல்லாலான வீடொன்று தென்பட்டது. மிக இழிந்த நிலையிலிருந்தது அவ் வீடு; ஏழ்மையே உருவாயிருந்தது. செங்குத்தான வாரிகாலொன்றின் விளம்பில் இருந்த அவ்வீடு, பாதையின் பக்கத்தில் மட்டும் இல்லாதிருக்குமேயானால் அதை அவர்கள் பார்த்திருக்கவே மாட்டார்கள். வீட்டைவிட அதையொட்டியிருந்த குதிரை லாயமே வசிப்பதற்கு லாயக்காகப்பட்டது. அந்த லாயத்திலேயே இரவைக் கழித்துவிடலாம் என்று இரு பாதிரிகளும் நினைத்தனர்.

வீட்டின் வாயிலை அவர்கள் வந்தடைந்தபோது, ஒரு மனிதன் வெளியே வந்தான். மெக்ஸிகனாயில்லாமல் மிகவும் சரளமாகப் பழகிய அமெரிக்கனாக அவனிருப்பதைக் காண இருவரும் ஆச்சரியம் அடைந்தனர். நீட்டி நீட்டி அவன் பேசிய பாஷை அவர்களுக்குப் புரிவது சிரமமாகவே இருந்தது. அன்றிரவு அவர்கள் அங்கே தங்க விரும்புகிறார்களா என்று அந்த ஆசாமி கேட்டான். சில வார்த்தைகள் பேசுவதற்குள்ளா கவே, தீமையே குடிகொண்டவன் போல் தோன்றிய அந்த விகாரமான பேர்வழியின் வீட்டில் சில மணி நேரம்கூடத் தங்குவதில் வெறுப்பேற்பட்டுவிட்டது பூஜ்யர் லாடூருக்கு. நீண்டு மெலிந்து இருந்த அவன் கழுத்து, பாம்புபோல் இருந்தது. அதன் மேல் சதைப்பற்றேயில்லாத சிறிய தலை, குட்டையாக வெட்டப்பட்ட தலைமயிருக்குக் கீழே தெரிந்த அந்த அருவருப்பூட்டும் தலை பூராவும் ஏகப்பட்ட முண்டு முடிச்சுகள்; மண்டையோட்டு மூட்டுகளெல்லாம் அதீதமாக வளர்ச்சியுற்றுத் துருத்திக் கொண்டிருப்பது போல் தோன்றின. மிகச் சிறிய காதுகளுடன் கூடிய இத்தலை, கொடூர சிந்தையைத் தெள்ளெனப் பிரதிபலித்தது. ஆனால் மிருக மனிதனாகத் தோன்றிய அவனை விட்டால் மோராவுக்குப் போகும் அந்தத் தனிமையான பாதையில் வேறெந்தக் குடித்தனக்காரனும் கிடையாதே!

கீழே இறங்கினர் இரு பாதிரிகளும். தங்களது கழுதைகளுக்குத் தங்க இடமும் தந்து, உணவும் அளிக்க முடியுமா என்று அவனைக் கேட்டனர்.

“இதோ, என் கோட்டை அணிந்து கொண்டதும் அதைக் கவனிக்கிறேன். நீங்கள் உள்ளே வரலாம்.”

அவனைத் தொடர்ந்து இருவரும் ஒரு அறைக்குள் சென்றனர். அதன் மூலையிலிருந்த கணப்பில் பினான் மரக்கட்டைகள் எரிந்து கொண்டிருந்தன. விரைத்துப்போன கைகளைச் சூடாக்கிக்கொள்வதற்காக இருவரும் அதை நெருங்கினர்; அவர்களை வரவேற்ற அந்த மனிதன், அறைத் தடுப்பை நோக்கிக் கோபத்துடன் உறுமினான். உடனே பக்கத்து அறையிலிருந்த ஒரு மெக்ஸிக ஸ்த்ரீ வெளிப்பட்டாள்.

பூஜ்யர் லாடூரும், பூஜ்யர் வெய்லாண்டும் ஸ்பானிஷ் மொழியில் அவளுடன் மரியாதை மிளிரப் பேசினர்; அவர்கள் வழக்க படி, புனித மாதாவின் பெயரால் அவளை வாழ்த்தினர். வாயை திறக்காமல் ஒரு கணம் அவர்களை சூன்யப் பார்வையுடன் நோக்கிவிட்டு, கண்களைக் கீழே தாழ்த்திக்கொண்டாள் அவள். மிகவும் பயந்து விட்டவள் போலத் தலையையும் கவிழ்த்துக்கொண்டாள். பாதிரிகள் ஒருவரையொருவர் பார்த்துக் கொண்டனர். இந்த மனிதன் அவளை ஏதோ ஒரு வழியில் துன்புறுத்தி வந்தானென்பது இருவருக்கும் தெள்ளெனப் புலப்பட்டது. திடீரென்று அம்மனிதன் அவளை நோக்கித் திரும்பினான்:

“நாற்காலிகளிலிருப்பதை அகற்று. இந்த அந்நியர்கள் அவற்றில் உட்காரட்டும். இருவரும் பாதிரிகளே! உன்னைத் தின்றுவிட மாட்டார்கள்.”

தன்வசமில்லாதவளாக, அந்த நாற்காலிகளிலிருந்து கந்தல்களையும், ஈரமான காலுறைகளையும், அழுக்குத் துணிகளையும் அவள் அகற்றத் தொடங்கினாள், கைகள் நடுங்கியதன் காரணமாக, எடுத்தவைகளைக் கீழே தவறவிட்டாள். அவள் வயதானவளாகத் தோன்றவில்லை; மிகவும் இள வயதினளாகவே இருக்கலாம். அது எப்படியோ, அவளைப் பார்த்தால் ‘அரைச் சமர்த்து’ போலவே இருந்தது. அவள் முகத்தில் சூன்யத்தையும், அச்சத்தையும் தவிர வேறொன்றுமில்லை.

அவள் கணவன் கோட்டையும், கால்ஜோடுகளையும் அணிந்து கொண்டான். பிறகு கதவை அடைந்தபின், தாழ்ப்பாளைத் திறக்காமல் அதன்மீது கை வைத்தபடியே,

குழப்பமடைந்திருந்த அவள் மீது கபடமும், வெறுப்பும் கலந்த பார்வையை வீசிவிட்டுச் சொன்னான்:

''இந்தா, என்னோடு வா. உன் உதவி எனக்குத் தேவையாயிருக்கும்.''

தனது கறுப்புப் போர்வையை மூலையிலிருந்து எடுத்துக் கொண்டு அவனைப் பின்தொடர்ந்தாள் அவள். கதவின் அருகில் நின்று திரும்பி, இரக்கத்துடனும், திகைப்புடனும் அவ ளையே பார்த்துக் கொண்டிருந்த அந்த இரு விருந்தினர்களையும் உற்று நோக்கினாள். அந்த மௌடீகக் களை சொட்டும் முகத்தில் திடீரென்று ஒரு தீவிரமும், முன்னெச்சரிக்கையும், பயங்கரமான அர்த்தமும் தெளிவாகத் தெரிந்தன. விரலை வேகமாக இரு தடவை ஆட்டி அவர்களைப் "போய்விடுங்கள்'' என்று ஜாடை காட்டினாள். பிறகு, வார்த்தைகளால் வர்ணிக்க முடியாத அளவு திகில் நிறைந்த பார்வையுடன் தனது தலையைப் பின்னுக்குத் தள்ளினாள்; நீண்டிருந்த கழுத்தில் உள்ளங்கையின் முனையால் வேகமாக இழுத்துவிட்டு, அவ்விடத்திலிருந்து மறைந்தாள். வாசல்படியில் யாரும் இல்லை இப்போது; பேச்சற்றவர்களாய், இரு பாதிரிகளும் அதையே பார்த்தபடி நின்றிருந்தனர். தெளிவான, திட்டமான அந்த எச்சரிக்கை, மின் அதிர்ச்சி போல் அவர்களைத் தாக்கியதால் அப்படியே பிரமித்து நின்றனர் இருவரும்.

பூஜ்யர் வெய்லாண்ட்தான் முதலில் பேசினார். ''அவள் கூறியதன் அர்த்தத்தைப் பற்றிச் சந்தேகமே இருக்க முடியாது. உங்கள் துப்பாக்கி கெட்டிக்கப்பட்டிருக்கிறதல்லவா, ஜீன்?''

"கெட்டித்திருக்கிறேன். ஆனால் அதை ஈரம்படாமல் வைத்திருக்கத் தவறிவிட்டேன். ஆயினும், பரவாயில்லை.''

வீட்டை விட்டு இருவரும் அவசரமாக வெளியே வந்தனர். மங்கலான மழைத்தூற்றல்களுக்கு மத்தியிலும் லாயத்தைப் பார்க்கக்கூடிய அளவுக்கு வெளிச்சம் இருந்தது. அதை நோக்கிச் சென்றனர் இருவரும்.

''ஐயா அமெரிக்கரே!'' என்று அழைத்தார் பிஷப். "தயவு செய்து எங்கள் கழுதைகளை வெளியில் கொண்டு வருகிறீர்களா?''

''உங்களுக்கு என்ன வேண்டும்?'' என்று கேட்டுக் கொண்டே லாயத்தை விட்டு வெளியே வந்தான் அவன்.

"எங்களுடைய கழுதைகள்தான் வேண்டும். எங்கள் உத்தேசத்தை மாற்றிக்கொண்டு விட்டோம். மோராவுக்குத் தொடர்ந்து செல்லப்போகிறோம். உங்களுக்குச் சிரமம் கொடுத்ததற்காக இதோ ஒரு டாலர்."

அம்மனிதன் பயங்கரமாக மாறிவிட்டான். இப்படியும் அப்படியுமாக அவ்விருவரையும் அவன் மாறி மாறிப் பார்த்ததானது உண்மையில் பாம்பு படமெடுத்தாடுவது போலவே இருந்தது. "என்ன விஷயம்? என் வீடு உங்களுக்கு ஏற்றதாக இல்லையா?"

"விளக்கமொன்றும் தேவையில்லை. வெய்லாண்ட்! களஞ்சியச்சாலைக்குள் சென்று, கழுதைகளை வெளியே கொண்டு வாருங்கள்."

"எனது லாயத்துக்குள் செல்ல உனக்கு என்ன துணிச்சல், ஏய் பாதிரி!"

பிஷப் துப்பாக்கியை உருவி எடுத்தார்: "தூஷணையில் இறங்க வேண்டாம், ஐயா! மரியாதைக் குறைவான உம்முடைய பேச்சிலிருந்து தப்பிச்செல்வதைத் தவிர நாங்கள் வேறொன்றையும் விரும்பவில்லை. அப்படியே நகராமல் நில்லும்."

அந்த மனிதன் நிராயுதபாணியாய் இருந்தான். பூஜ்யர் வெய்லாண்ட் பொதிக்கழுதைகளை வெளியே இழுத்து வந்தார். அவற்றின் சேணங்கள் கழற்றப்படாமலே இருந்தன. இரண்டும் எதையோ அசை போட்டுக்கொண்டிருந்தன. எனினும் அவற்றைக் கிளப்புவதற்குத் தூண்டுதல் ஏதும் தேவையாயிருக்கவில்லை; அவைகளுக்கும் இந்த இடம் பிடிக்கவில்லை! தங்கள் முதுகுகளின்மீது பாதிரியார்கள் அமர்ந்த அக்கணமே இரண்டும் விரைவாக ஓடத் தொடங்கிவிட்டன. அவர்கள் சென்ற பாதை சீக்கிரத்திலேயே கணவாயில் இறங்கத் தொடங்கியது. அது வழியே அவர்கள் போய்க்கொண்டிருக்கையில் "அந்தப் பேர்வழி கட்டாயம் தன் வீட்டில் ஒரு துப்பாக்கி வைத்திருப்பான். அதைக்கொண்டு முதுகுப்புறம் சுட்டுக்கொல்லப்படுவதை நான் விரும்பவில்லை" என்றும் பூஜ்யர் வெய்லாண்ட் சொன்னார்.

"எனக்கு மட்டும் அதில் விருப்பமா என்ன? ஆனால் அவ்வாறு அவன் செய்யமுடியாத அளவுக்கு இருட்டி

விட்டது. குதிரை மீதேறிப் பின்தொடர்ந்து வந்தாலொழிய நம்மை அவன் சுடமுடியாது. லாயத்தில் குதிரைகள் இருந்தனவோ?"

"ஒரேயொரு கழுதைதான் காணப்பட்டது" என்றார் பூஜ்யர் வெய்லாண்ட். அன்று காலைதான் தாம் பயபக்தியுடன் தொழுத அர்ச். ஜோஸப் ரட்சிப்பார் என்பதில் அளவற்ற நம்பிக்கை அவருக்கு. கிடைத்த அற்ப சந்தர்ப்பத்தைப் பயன்படுத்திக்கொண்டு அந்த எளிய ஸ்த்ரீ அவர்களுக்குச் செய்த எச்சரிக்கையொன்றே, ஏதோவொரு சக்தி அவர்களைப் பாதுகாக்கிறது என்பதற்குப் போதுமான சான்றாகாதா?

கணவாயின் மறுபுறத்தில் அவர்கள் ஏறியதும், இரவு வந்துவிட்டது. மழை வேறு முன்னைவிட உக்கிரமாகப் பெய்ய ஆரம்பித்தது.

"தொடர்ந்து சாலையில் செல்ல முடியாது என்றே நினைக்கிறேன்" என்றார் பிஷப். "ஒன்று மட்டும் நிச்சயம்: நம்மை யாரும் பின் தொடர்ந்து வரவில்லை! அறிவுமிக்க இந்தப் பிராணிகளை நம்பிச் செல்வோம்; இவை போகும் வழி போகட்டும். அந்த ஸ்த்ரீயை நினைத்தால்தான் பரிதாபமாக இருக்கிறது. பாவம்! அவளிடம் சந்தேகம் கொண்டு அவன் கொடுமைப்படுத்துவானென்றே அஞ்சுகிறேன்." தம் முன்னே மண்டிக் கிடந்த இருளில் அவளைக் கண்டார் அவர்; நெருப்பு வெளிச்சத்தில் அவளது முகமும், பயங்கரமான தோற்றமும் திரும்பத் தெரிந்து கொண்டேயிருந்தன.

நள்ளிரவுக்குச் சற்றுக் கழித்து மோரா நகரை அடைந்தனர் இருவரும். பாதிரியாரின் வீடு பூராவும் ஒரே அகதிகள் மயம்! பிஷப்பும், அவரது பிரதி குருவும் படுத்துக்கொள்வதற்காக அங்கிருந்த இரு அகதிகள், படுக்கையை விட்டுக் கிளப்பப்பட்டனர்.

* * *

வெள்ளி முளைத்ததும் லாயத்திலிருந்து ஓடோடி வந்தான் ஒரு பையன். உன்மத்தம் பிடித்த பெண்மணியொருத்தி வைக்கோற்போரில் முடங்கிக் கிடப்பதாக அவன் கூறினான். வெள்ளைக் கழுதைகளின் சொந்தக்காரர்களான பாதிரியார்களைப் பார்க்கவேண்டும் என்று அவள் கெஞ்சியதாயும் சொன்னான். உடனே அவள் உள்ளே

அழைத்துவரப்பட்டாள். அவளுடைய ஆடைகள் தாறுமாறாகக் கிழிந்திருந்தன. அவளது கால்களிலும், முகத்திலும், கேசத்திலும் கூடச் சேறு படிந்திருந்தது. முதல் நாளிரவு தங்கள் உயிரைக் காப்பாற்றிய ஸ்த்ரீயை அந்தக் கோலத்தில் அடையாளம் கண்டுகொள்வது கடினமாயிருந்தது அப்பாதிரியார்களுக்கு.

கணவனுடன் லாயத்துக்கு வந்தவள் திரும்பவும் தன் வீட்டுக்குச் செல்லவேயில்லை என்று அவள் கூறினாள். இரு பாதிரியார்களும் போனபின் அவளது கணவன் துப்பாக்கியை எடுத்துவருவதற்காக வீட்டுக்கு ஓடினானாம். அந்தச் சமயத்தில் லாயத்துக்குப் பின்புறமிருந்த ஒரு ஜலதாரை வழியே கணவாயில் குதித்து, இரவு முழுவதும் மோராவை நோக்கி நடந்ததாகச் சொன்னாள் அவள். கணவன் தன்னைப் பின்தொடர்ந்து வருவான், பிடித்துக் கொன்றுவிடுவான் என்று நினைத்ததாயும், ஆனால் அது மாதிரி அவன் வரவில்லை என்றும் கூறினாள் விடிவதற்குள் அந்த கிராமத்தை அவள் அடைந்துவிட்டாளாம். கதகதப்புத் தேடி மிருகங்களுக்கு மத்தியில் ஒண்டிக் கொள்ள லாயத்துக்குள் சென்றவள், வீட்டிலுள்ளவர்கள் விழித்துக்கொள்ளும் வரை அங்கேயே காத்திருக்கிறாள். தம் முன்னிலையில் மண்டியிட்டயர்ந்து பயங்கரமான விஷயங்களை வெளியிட ஆரம்பித்த அவளைத் தடுத்து நிறுத்தி, சுதேசிப் பாதிரியாரை நோக்கித் திரும்பிச் சொன்னார் பிஷப்:

''நியாயாதிகாரிகள் விசாரிக்கவேண்டிய விஷயம் இது. இங்கே மாஜிஸ்திரேட் யாராவது இருக்கிறாரா?''

அவ்விடத்தில் மாஜிஸ்திரேட் எவரும் கிடையாது. ஆனால் உரோமவேட்டைக்காரர்தான் ஒருவர் இருந்தார். அத்தொழிலை அவர் இப்போது கைவிட்டுவிட்டு சாசன லிகிதராக இருந்துவந்தார். சாட்சியம் பதிந்து கொள்ளக்கூடும் அவர்... அவரை அழைத்துவர ஆள் அனுப்பப்பட்டது. அவர் வருவதற்குள் அந்த ஏழை ஸ்த்ரீயைக் குளிப்பாட்டி, நல்ல ஆடை அணிவித்து, அவள் கால்களிலிருந்த காயங்களுக்கும், சிராய்ப்புகளுக்கும் மருந்து போடுமாறு கோனிஜோஸிலிருந்து வந்திருந்த அகதிப் பெண்களைப் பணித்தார் பிஷப்.

ஒரு மணிக்குப் பின்னர், மாக்டலேனா என்ற பெயருடைய அந்தப் பெண், உணவினாலும், அன்பினாலும் தென்பு பெற்றவளாய்த் தன் கதையைக் கூறத் தயாரானாள். தன்னைவிட ஸ்பானிஷ் பாஷையை நன்கு அறிந்த ஆர்ச். வ்ரெயின் என்ற கானடா தேசத்து நண்பரை சாசன லிகிதர் அழைத்து வந்திருந்தார். அர்ச். வ்ரெயினுக்கு அந்த ஸ்த்ரீயை முன்னமேயே தெரியும். லோஸ் ராஞ்சோஸ் டி டாவோஸ் என்ற இடத்தில் மாக்டலேனா வால்டெஸ் என்ற பெயருடன் பிறந்ததாயும், தனக்கு இருபத்திநான்கு வயதாகிறது என்றும் அவள் சொன்னதை அவர் ஊர்ஜிதம் செய்தார். வ்யோமிங் மாகாணத்தில் எங்கோ ஓரிடத்திலிருந்து வேட்டைக்காரர்கள் கூட்டமொன்றுடன் டாவோஸுக்கு அவளுடைய கணவனான பக் ஸ்கேல்ஸ் வந்தானாம். அவன் இழிகுணமுள்ளவன், நாய்க்குச் சமானமானவன் என்பது எல்லா வெள்ளையருக்கும் தெரியும்: ஆனால் மெக்ஸிகப் பெண்களோ அமெரிக்கனொருவனை மணந்து கொண்டால் உலகின்கண் உயர் அந்தஸ்து பெறலாம் என்று எண்ணுபவர்கள். எனவே ஆறு வருடங்களுக்கு முன்பு அவனைக் கல்யாணம் செய்துகொண்டாள் அவள். அப்போதிலிருந்து மோரா வரும் பாதையிலுள்ள அந்த மோசமான வீட்டில் அவனுடன் வசித்துவந்தாள். இந்தக் காலத்தில் அவ்வீட்டில் இரவு நேரத்தைக் கழிப்பதற்காக வந்து தங்கிய நான்கு வழிப்போக்கர்களைக் கொள்ளையடித்துக் கொன்றிருக்கிறான் அவன். அந்நான்கு பேரும் இவ்வட்டாரத்துக்குப் புதியவர்கள். யாருக்கும் அவர்களைத் தெரியாது. அவர்களது பெயர்களை அவள் மறந்து விட்டாள். ஆயினும் ஸ்பானிஷ், ஆங்கில மொழிகளைச் சிறிதளவு அறிந்திருந்த ஜெர்மானியப் பையனொருவன் அங்கு கொலை செய்யப்பட்டது நினைவிருந்தது அவளுக்கு. நீலக்கண்கள் கொண்ட அழகான பையன் அவன். மற்றவர்களைவிட அவனுக்காகத்தான் அவள் அதிகம் வருந்தினாள். லாயத்துக்குப் பின்புறமுள்ள மணற்பாங்கான நிலத்தில் அவர்களனைவரும் புதைக்கப்பட்டனர். புயல் மழையடித்தால் அவர்களுடைய உடல்கள் வெளிக்கிளம்பி விடப் போகின்றனவே என்ற பயம் எப்போதும் அவளுக்கு இருந்து வந்தது. கொலையுண்டவர்களின் குதிரைகளை இரவோடிரவாக ஓட்டிச் சென்று, வடக்கே எங்கேயோ உள்ள இந்தியர்களுக்கு ஸ்கேல்ஸ் விற்றுவிட்டான்.

திருமணம் ஆனதிலிருந்து மூன்று குழந்தைகளைப் பெற்றாள் மாக்டலேனா. ஆனால் ஒவ்வொரு குழந்தையும் பிறந்த சில நாட்களுக்குள்ளாகவே அவளுடைய புருஷன், விவரிக்கவே இயலாத அளவு பயங்கரமான முறையில் கொன்று விட்டான். முதல் குழந்தையை அவன் கொலை செய்ததும், நாஞ்சோஸிலுள்ள தனது பெற்றோரிடம் ஓடிவிட்டாள் அவள். அங்கு பின்தொடர்ந்து வந்த அவன், தன்னுடன் அவள் திரும்பிவராவிட்டால் அவளு டைய வயோதிகப் பெற்றோருக்கு ஆபத்தேற்படுமென மிரட்டவே வேறுவழியின்றி அவள் திரும்பவும் அந்த வீட்டுக்கு வர வேண்டியதாயிற்று. உதவி கோரி எங்கேயாவது செல்ல அவளுக்கு அச்சமாயிருந்தது. ஆனால் கணவன் வீட்டிலில்லாத சமயமாகப் பார்த்து இரு தடவை அங்கு தங்கியிருந்த பிரயா ணிகளை எச்சரித்து வெளியேற்றியிருக்கிறாள். இம் முறை அவளுக்குத் தைரியம் பிறந்துவிட்டது. இரு பாதிரியார்களின் முகங்களையும் பார்த்தபோது, அவர்கள் நல்ல மனிதர்கள் என்பது உடனே மனத்தில் பட்டுவிட்டது; அவர்களைப் பின்பற்றி ஓடினால் தன்னை அவர்கள் காப்பாற்றக்கூடும் என்று எண்ணினாள். இனியும் கொலை நடப்பதைப் பார்த்துச் சகித்திருக்க முடியாது அவளால். சாவு ஒன்றைத்தவிர வேறெதையும் அவள் வேண்டவில்லை. ஆனால் அவ்வாறு இறப்பதற்கு முன்னால் சிலகாலம் ஒரு மாதாகோயிலுக்கும், பாதிரியாரொருவருக்கும் அருகில் ஒளிந்து வசித்து, தனது ஆன்மாவை ஆண்டவன் ஏற்றுக் கொள்ளக்கூடிய அருகதை உடையதாக்கிக் கொள்ளவே விரும்பினாள்.

அர்ச். வ்ரெயினும், அவருடைய தோழரும் உடனேயே ஒரு கோஷ்டியைத் திரட்டிக்கொண்டு புறப்பட்டனர், ஸ்கேல்ஸ் வசிக்கும் இடத்துக்கு அவர்கள் விரைந்தனர். அந்த ஸ்த்ரீ கூறியது போலவே, அங்கே லாயத்துக்குப் பின்னாலுள்ள தொழுவத்தில் புதையுண்டிருந்த நான்கு பேருடைய எலும்புக் கூடுகளைக் கண்டெடுத்தனர். மனைவியைத் தேடி டாவோஸுக்குச் சென்றுவிட்டுச் சாலை வழியே திரும்பிவந்துகொண்டிருந்த ஸ்கேல்ஸையும் பிடித்தனர். மோராவுக்கு அவனைக் கொண்டுவந்தனர். அர்ச். வ்ரெயின் மட்டும் மாஜிஸ்திரேட் ஒருவரை அழைத்து வருவதற்காகத் தொடர்ந்து டாவோஸுக்குச் சென்றார்.

மோராவில் சிறைச்சாலை கிடையாததாகையால் ஸ்கேல்ஸைக் காலியாயிருந்த ஒரு லாயத்தில் அடைத்துக் காவல் போட்டனர். சீக்கிரத்திலேயே அந்த லாயத்தைச் சுற்றிக் கூட்டம் கூடிவிட்டது. ரத்தத்தை உறையச் செய்யும் விதத்தில் தன் மனைவிக்கு அவன் விடுத்த எச்சரிக்கைகளைக் கேட்டவண்ணம் வளைய வந்து கொண்டிருந்தனர், அந்தக் கிராமவாசிகள். பாதிரியாரின் வீட்டிலேயே மாக்டலேனா இருந்தாள். அங்கே ஒரு மூலையில் இருந்த பாயில் முடங்கிக் கிடந்த அவள், தனது கணவன் திரும்ப எட்டமுடியாதபடி, ஸாண்டாஃபேக்குத் தன்னை அழைத்துச்சென்றுவிடும்படி பூஜ்யர் லாடூரைக் கேட்டுக் கொண்டிருந்தாள். ஸ்கேல்ஸ் கட்டுக்காவலிலிருந்தபோதிலும், அவளுடைய பத்திரத்தைப் பற்றி பிஷப்புக்குக் கவலையாக இருந்தது. அவரும் புதிய மாதிரி சுழல் துப்பாக்கி வைத்திருந்த அமெரிக்க சாஸனலிகி தரும் இரவு பூராவும் கூடத்திலேயே உட்கார்ந்து காவல்காத்தனர்.

* * *

காலையில் மாஜிஸ்திரேட்டும், அவரைச் சேர்ந்தவர்களும் டாவோஸிலிருந்து வந்தனர். எல்லோரும் கேட்கக் கூடிய இடமான சதுக்கத்தில் கூடினர். வழக்கின் விவரத்தை மாஜிஸ் திரேட்டுக்கு எடுத்துரைத்தார் லிகிதர். மாக்டலேனா இம்மா திரியான அபாயகரச் சூழ்நிலையிலேயே தங்கியிருக்க முடியா தாகையால், டாவோஸில் அவளுக்கு ஏற்ற இடம் ஏதாவது உள்ளதா என்று விசாரித்தார் பிஷப்.

முயல் தோலாலான வேட்டை உடை அணிந்திருந்த ஒருவர் அக்கூட்டத்திலிருந்து வெளிப்பட்டு மாக்டலேனாவைப் பார்க்க அனுமதி கோரினார். பாய்மீது அவள் படுத்துக் கிடந்த அறைக்கு அவரை இட்டுச் சென்றார் பிஷப். தொப்பியை அகற்றிக்கொண்டே அவளை அவர் நெருங்கினார். கீழே குனிந்து, தன் கையை அவள் தோள்மீது வைத்தார். அவரும் அமெரிக்கர்தானெனினும் ஸ்பானிஷ் மொழியை சுதேசிகளைப் போலச் சரளமாகப் பேசினார்.

“மாக்டலேனா,என்னை உனக்கு ஞாபகமில்லையா?”இருள் நிறைந்த கிணற்றிலிருந்து பார்ப்பது போல அவரை ஏறிட்டு நோக்கினாள் அவள். ஆழ்ந்த, பயக்குறி படர்ந்திருந்த

அவளது கண்களில் ஏதோ ஜீவ ஒளி பளிச்சிட்டது. கைகளிரண்டினாலும் அவருடைய முழங்கால்களைக் கட்டிக் கொண்டே, “கிறிஸ்தோபல்! கிறிஸ்தோபல்!!” என்று கேவி னாள் அவள்.

“உன்னை என் வீட்டுக்கு அழைத்துச்சென்று விடுகிறேன், மாக்டலேனா. அங்கே என் மனைவியுடன் நீ தங்கியிருக்கலாம். என் வீட்டில் பயப்படமாட்டாயே?” “மாட்டேன், கிறிஸ்தோபல்! உங்களுடனிருந்தால் எனக்குப் பயமிராது. நான் கெட்டவளல்ல.”

அவள் மயிரைக் கோதிக்கொண்டே சொன்னார் கிறிஸ் தோபல்: ‘‘யார் அப்படிச் சொன்னது? நீ நல்ல பெண்தான். மாக்டலேனா! எப்போதுமே அப்படித்தான் இருந்திருக்கிறாய். எல்லாம் சரியாகிவிடும். எல்லாப் பொறுப்பையும் என்னிடம் விட்டுவிடு.”

பிறகு பிஷப் இருந்த பக்கம் திரும்பினார். “பிரதி குரு அவர்களே, அவள் என்னுடன் வந்து இருக்கலாம். டாவோஸுக்குச் சமீபத்தில்தான் நான் வசிக்கிறேன். என்னுடைய மனைவி ஒரு சுதேசி ஸ்த்ரீ. அவள் மாக்டலேனாவை நன்கு நடத்துவாள். சிறையிலிருந்து தப்பினால்கூட நானிருக்கும் இடத்துக்கு அந்தப் போக்கிரி வரமாட்டான். என் சேதி தெரியும் அவனுக்கு. என் பெயர் கார்ஸன்.”

பூஜ்யர் லாடூர் இந்த சாரணரைச் சந்திப்பதை ஆவலுடன் எதிர்பார்த்திருந்தார். அவர் பெரிய ஆகிருதி உடையவராக, வலிமையான தேகக்கட்டுடன், பார்த்த மாத்திரத்தில் பிறர் மரியாதை காட்டும் உருவத்துடன் விளங்குவார் என்றே அவர் நினைத்திருந்தார். ஆனால் இந்த கார்ஸனோ பிஷப்பின் உயரம் கூட இல்லை. மெலிந்த உடலுடன் கூடிய அவர் அடக்கமான சுபாவம் உடையவராயிருந்தார். சற்றே நீட்டி நீட்டிப் பேசும் தெற்கத்திய பாணியில் ஆங்கிலம் பேசினார். சிந்தனைக்குறி படர்ந்த அவரது கருநீலக் கண்களுக்கிடையே நிலையான கோடிட்டிருந்தது. செந்நிற மீசைக்குக் கீழே இருந்த அவருடைய வாய் தனியொரு அழகுடன் திகழ்ந்தது. பருத்த உதடுகளுடன் நேர்த்தியாக அமைந்திருந்த அதில் இனம் புரியாத ஏதோ ஒரு நளினமும் மிளிர்ந்தது.

சிந்தனைத் தன்மையுடன் சற்றே சோகபாவமும் கலந்திருந்தது. அவரிடம் கருணையும் உண்டு என்பதையும்

அது குறித்தது. அம்மனிதரைப் பார்த்ததுமே பிஷப்பின் உள்ளத்தில் மகிழ்ச்சி பெருக்கெடுத்தது. முயல் தோலாலான ஆடைகளை அணிந்து அங்கே அவர் நின்றதைக் காணும்போது அவரிடம் ஒழுக்க நியதிகளும், நேர்மைப் பண்புகளும் உண்டென்பது தெள்ளென விளங்கியது. தவிர, வார்த்தைகளால் எளிதில் வர்ணிக்க முடியாததாயினும் அதையே வாழ்க்கை நடை முறையாகக் கொண்ட இருவர் யதேச்சையாகச் சந்திக்கும் போது தட்சணமே உணரப்படுகிற ஒரு ஒழுங்குமுறையும் அவரிடம் புலப்பட்டது. பிஷப் அந்தச் சாரணருடைய கையைப் பிடித்துக்கொண்டு சொன்னார்: "வெகு நாளாகவே கிட் கார்ஸனைச் சந்திக்க வேண்டுமென்று விரும்பியிருந்தேன். நியூ மெக்ஸிகோவிற்கு வருவதற்கு முன்னாலிருந்தே எனக்கு அந்த ஆசை உண்டு. ஸாண்டாஃபேயில் என்னைப் பார்க்க வருவீர்கள் என்று நம்பிக்கொண்டிருந்தேன்."

கார்ஸன் புன்னகை செய்தார். "நான் சங்கோஜ சுபாவ முள்ளவன், ஐயா! என்னைக் கண்டு எவரும் ஏமாறக் கூடாதென்று எனக்கு எப்போதுமே அச்சம். இனி அதுவெல்லாம் சரியாகிவிடும் என்றே நினைக்கிறேன்."

நெடியதொரு நட்பின் ஆரம்பக் கட்டமே இது!

* * *

கார்ஸனுடைய பண்ணைக்குச் சவாரி செல்லும்போது, மாக்டலேனா பூஜ்யர் வெய்லாண்டின் பாதுகாப்பில் விடப்பட்டாள். பிஷப்பும் சாரணரும் ஒன்றாகச் சவாரி செய்தனர். மெக்ஸிகப் பெண்களை அமெரிக்கர்கள் மணந்து கொள்ளும்பொழுது வழக்கமாகச் செய்வது போலவே தானும் ஒப்புக் காகத்தான் கத்தோலிக்கனானதாகக் கார்ஸன் தெரிவித்தார். தம் மனைவி நற்குணமுள்ள, பக்திசிரத்தையுள்ள பெண்மணி என்றார் அவர். கடைசி முறையாகக் கலிபோர்னியாவுக்குச் செல்வதற்கு முன்பெல்லாம் மதம் என்பது பெண்களின் விஷயம் என்ற கருத்தை உடையவராய் இருந்தாராம் அவர். போன இடத்தில் அவருக்கு உடல் நலம் கெட்டுவிட்டது. அப்போது அங்கிருந்த ஒரு மிஷனைச்சார்ந்த பாதிரிமார்தான் அவரைக் கவனித்துக்கொண்டார்களாம், "அதிலிருந்து எல்லா வற்றையுமே வேறுவிதமாக நோக்கத் தொடங்கினேன். ஒரு

நாள் உண்மையான கத்தோலிக்கனாகவே ஆகிவிடுவேன் என்றும் நினைத்தேன். பாதிரிகளெல்லோருமே பாதகர்கள், சந்நியாசிகள், அனைவருமே கெட்டவர்கள் என்ற கருத்தை யூட்டியே வளர்க்கப்பட்டுவிட்டேன் நான். மிஸ்ஸுாரியில் இம்மாதிரியாகப் பேசப்படும் எல்லா விஷயங்களையுமே உண்மையென்று எண்ணிக்கொண்டிருந்தேன். இங்குள்ள சுதேசிப்பாதிரிகளில் அநேகர் அவ்விதம்தான் இருக்கின்றனர். சுத்தத் தத்தாரி என்று எவரையாவது குறிப்பிட முடியுமா னால் அது டாவோஸிலுள்ள எங்களது வயதான பாதிரிமார் டிஸ்தான். சுற்றுப்புறத்திலுள்ள கிராமங்களில் அநேகமாக அனைத்திலுமே அவருக்குக் குழந்தைகளும், பேரக்குழந்தைகளும் உள்ளன. ஹோண்டோ கணவாயிலுள்ள லுஸெரோ பாதிரியோ சுத்தக் கருமி; சக்கையாகப் பிழிந்த பிறகே எந்த ஏழையையும் கிறிஸ்தவச் சம்பிரதாயப்படி புதைக்கிறார் அவர்."

தமது குடிமக்களுடைய தேவைகளைப் பற்றி கார்ஸனுடன் விஸ்தாரமாகப் பேசினார் பிஷப். அவருடைய விவேகத்தில் லாடூருக்கு அசாத்திய நம்பிக்கை பிறந்து விட்டது. அந்த இருவருக்குமே கிட்டத்தட்ட ஒரே வயது தான் இருக்கும்; நாற்பதுக்குச் சற்று அதிகமாக இருக்கலாம். பரந்த அனுபவம் காரணமாக இருவருமே நிதானமும், புத்தி கூர்மையும் படைத்தவர்களாக ஆகியிருந்தார்கள். பிரஸித்தமான பிரயாணங்களிலெல்லாம் வழி காட்டியாகப் பணியாற்றியிருக்கிறார் கார்ஸன். ஆயினும் முன்பு நீர் நாய் பிடிப்பவராயிருக்கையில் எவ்வளவு ஏழையாக இருந்தாரோ, அவ்வாறேதான் இப்போதும் அவர் இருந்தார். சிறியதொரு பச்சைவெட்டுக்கல் வீட்டில் தனது மெக்ஸிக மனைவியுடன் வசித்துவந்தார் அவர். ஸாண்டா ஃபேக்கும் பஸிபிக் கடற்கரைக்கும் இடையேயுள்ள பாலைவனமும், மலைத்தொடர்களும் மண்டிய பிரதேசம் இன்னும் படமெழுதப்படவோ, அளவு கணிக்கப்படவோ இல்லை. அதன் சரியான, நம்பத்தகுந்த படம் கிட் கார்ஸனுடைய மூளையிலேயே இருந்தது! இயற்கைத் தோற்றத்தையோ, மனிதமுகத்தையோ எளிதில் படித்துப் பார்த்துவிடக் கூடிய இந்த மிஸ்ஸுாரி மாகாணத்தவருக்கு எழுதப் படிக்கத் தெரியாது. அக்காலத்திலெல்லாம் தனது பெயரைக் கூட மிகவும் சிரமத்துடனேயே எழுத முடிந்தது அவரால். ஆனாலும் அவர் விரைவில் கிரகிக்கக்கூடிய நுண்ணிய

அறிவு படைத்தவர் என்பதைப் பார்த்த மாத்திரத்திலேயே எவரும் தெரிந்து கொள்வர். அவர் கல்வி கற்கவில்லை என்பது சந்தர்ப்பக் கோளாறுதான். ஆயினும் புத்தகங்கள் இன்னும் எட்டிப்பார்க்காத இடத்தை அவர் ஏற்கனவே அடைந்துவிட்டார்; அச்சகங்கள் பின் தொடர முடியாத அளவுக்கு முன்னேறி விட்டார் அவர். பதினான்கிலிருந்து இருபது வயது வரையிலும் சமையற்காரனாகவோ, வண்டித் தொடர்களை இழுக்கும் கழுதைகளை ஓட்டுபவனாகவோதான் இருந்திருக்கிறார் அவர். அநேக சமயங்களில் கொடூரமான. எதற்கும் துணிந்த மனிதர்களுக்கும் ஊழியம் புரிந்திருக்கிறார். இருந்தபோதிலும், இந்த இளமைத் துன்பங்களினிடையிலேயும், கண்ணிய உணர்ச்சியும், இளகிய உள்ளமும் அவரை விட்டு ஓடிவிடவில்லை. மாக்டலேனாவைப் பற்றிப் பிஷப்புடன் பேசிய போது வருத்தத்துடன் சொன்னார் கார்ஸன்: "மிகவும் அழகான பெண்ணாயிருந்த காலத்தில் டாவோஸில் அவளை அடிக்கடி பார்த்திருக்கிறேன். ஆனால் இப்போதுள்ள நிலையோ? என்ன பரிதாபமிது!"

* * *

கெட்டலைந்த கொலைகாரனான பக் ஸ்கேல்ஸ் குறுகியதொரு விசாரணைக்குப் பிறகு தூக்கிலிடப்பட்டான். ஏப்ரல் மாத ஆரம்பத்தில் ஸான்டா ஃபேயிலிருந்து குதிரை மீதேறிப் புறப்பட்ட பிஷப், பால்டிமோரில் மாகாண மந்தி ராலோசனைக் கூட்டத்தில் கலந்துகொள்ளச் செல்லும் வழியில் ஸெயின்ட் லூயி நகரை அடைந்தார். செப்டம்பர் மாதத்தில் திரும்பி வந்தபோது, தம்முடன் கூட 'லாரெட்டோ சகோதரிகள்' என்றழைக்கப்பட்ட தைரியம் மிக்க ஐந்து சந்நியாசினிகளையும் அழைத்து வந்தார். இதுகாறும் எழுத்தறிவற்றிருந்த ஸான்டா ஃபேயில் பெண்களுக்கெனப் பள்ளியொன்றைந் துவக்குவதே அவ்வாறு அவர்களை அழைத்து வந்ததன் நோக்கம். மாக்டலேனாவை உடனே வரவழைத்து, சகோதரிகளுக்குப் பணியாற்றச் சொன்னார். அவர்களது வீட்டுப் பொறுப்பையும், சமையலறை நிர்வாகத்தையும், மாக்டலேனா ஏற்றுக்கொண்டாள். சந்நியாசினிகளிடம் அவளுக்கு அபார பக்தி; மதத்துக்குத் தொண்டு செய்வதில் அளவற்ற ஆனந்தம் அவளுக்கு. பள்ளிக்கூடத்தை பிஷப் பார்க்கவரும்போதெல்லாம்

அவளது அமைதி தவழும் இன்முகத்தைக் காண்பதற்காக அடுக்களைத் தோட்டத்தின் வழியாகத்தான் உள்ளே நுழைவது வழக்கம். கார்ஸன் வர்ணித்த அவளது இளமைப்பருவ எழில், மறுபடியும் அவளிடம் குடியேறி விட்டது. அவளது பயங்கரமான வாலிபப் பருவத்தின் அழிவுப்படலம் ஓய்ந்த பிறகு, இறைவனின் இல்லத்தில் அவள் மீண்டும் மலரத்தொடங்கியவள் போல் தோற்றம் அளித்தாள்.

மூன்றாம் பாகம்

ஆகோமாவில் ஆராதனை

I

மரக்கிளி

ஸான்டா ஃபேக்கு வந்ததிலிருந்து ஒரு வருடகாலத்தில் சுமார் நான்கு மாதங்கள் மட்டுமே தன்னுடைய ஆதீனத்தில் தங்கியிருந்தார் பிஷப். பால்டிமோரில் நடந்த சர்வாலோசனைக் குழுவின் கூட்டத்துக்கு வருமாறு அவர் அழைக்கப்பட்டிருந்தார். அதில் பங்கெடுத்துக் கொண்டதில் ஆறு மாதகாலம் கழிந்து போயிற்று. அங்கு செல்ல ஸான்டாஃ பேயிலிருந்து குதிரையேறிப் புறப்பட்டு, கிட்டத்தட்ட ஆயிரம் மைல்களைக் கடந்து, ஸெயின்ட் லூயியை அவர் அடைந்தார். பிறகு நீராவிக்கப்பல் மூலமாக பிட்ஸ்பர்க் சென்று அங்கிருந்து மலைகளைக் கடந்து கம்பர்லாந்தை எட்டினார். அதன் பின்னர். புதிதாகப் போடப்பட்டிருந்த இருப்புப்பாதை மூலமாக வாஷிங்டன் சேர்ந்தார். திரும்புங்கால், பிரயாணம் இன்னும் மெதுவாகவே நடந்தது. காரணம், 'நம் ஒளிமய அன்னை'யின் பள்ளியை ஸ்தாபிப்பதற்காக அந்த ஐந்து பிட்சுணிகளும் அவர்கூட வந்ததுதான். இதனால் செப்டெம்பர் மாதக் கடைசியில்தான் ஸான்டா ஃபேக்கு அவர் திரும்ப முடிந்தது.

இது வரையில் தம் ஆட்சிஸ்தலத்திலிருந்து நெடுந்தூரம் இழுத்துச் சென்ற விஷயங்களிலேயே அவர் முக்கியமாக

ஈடுபட்டிருந்தார். அவருடைய அதிகாரத்துக்குட் பட்ட அந்த பிரம்மாண்ட பிரதேசம் இன்னமும் அவருக்குப் புரிபடாத புதிராகவே இருந்து வந்தது. அதில் சுற்றுப் பிரயாணம் செய்து தம் மக்களைத் தெரிந்து கொள்ளவும், ஆலய நிர்மாணம், மதபீட நிறுவனம் போன்ற பொறுப்புகளிலிருந்து சிறிது காலமாவது விடுதலை பெறவும் அவர் ஆவலாக இருந்தார். மேற்கு நோக்கிச் சென்று வெளியுலகுடன் தொடர்புற்றிருக்கும் பழைய இந்திய மிஷன்களைச் சுற்றிப் பார்த்துவரவும் விரும்பினார் அவர். குதிரைகளுக்குப் பெயர் பெற்ற ஸான்டோ டோமிங்கோ, ஜிப்ஸம் உப்புப் படிவங்களால் வெளுத்துள்ள இன்லேடா, பரந்த புல்வெளிகளையுடைய லாகுனா, கடைசியில், மேகங்களால் மூடப்பட்ட ஆகோமா போன்ற இடங்களுக்கெல்லாம் போக அவருக்கு ஆசை.

அக்டோபர் மாதத்தின் அதிகமான சீதோஷ்ணத்தில் தமது போர்வைகளையும், காபிக் கெட்டிலையும் எடுத்துக் கொண்டு மேற்கே உள்ள இந்திய மிஷன்களைப் பார்த்து வருவதற்காகப் புறப்பட்டார் பிஷப். அவருக்கு வழிகாட்டியாக பெகோஸ் கிராமத்தைச் சேர்ந்த ஜாஸின்டோ என்ற இந்திய வாலிபனும் உடன் சென்றான். ஜனாபிமானம் பெற்றவரான காலெகோஸ் பாதிரியுடன் ஆல்புகெர்க்கில் ஒரு இரவையும், பகலையும் பிஷப் கழித்தார். அவருடைய ஆட்சிப் பிரதேசத்தில் ஸான்டா ஃபேக்கு அடுத்தபடியாக அதிக முக்கியத்துவம் வாய்ந்த இடம் ஆல்பு கெர்க்தான். காலெகோஸ் செல்வாக்கு மிக்கதோர் மெக்ஸிகக் குடும்பத்தைச் சேர்ந்தவர். அவரும், அப்பகுதிப் பண்ணைக்காரராகளும் ஆலயத்தைத் தங்கள் மனம்போன போக்கில் நடத்தி வந்தனர்; உல்லாசபுரியாகவே ஆக்கிவிட்டனர் அதனை. பிஷப்பைவிடப் பத்து வயது மூத்தவராக இருந்தபோதிலும், காலெகோஸ் பாதிரியாரால் இப்போதும்கூட பான் டாங்கோ நடனத்தைச் சேர்ந்தாற்போல் ஐந்து இரவுகள் ஆட இயலும்; அப்புறமும் திருப்தி இராது அவருக்கு. அமெரிக்கக் குடியேற்றப் பகுதியில் அவருக்கு அநேக நண்பர்கள் இருந்தனர். மெக்ஸிகர்களுடன் நாட்டியமாடாத நேரங்களில், அந்த அமெரிக்க நண்பர்களுடன் சீட்டாடுவார் அல்லது வேட்டைக்குப் போவார். அவர் வீட்டில் இருந்த நிலவறையில் எல் பாஸோடெல் நார்டேயிலிருந்து வந்த ஒயின் புட்டிகளும், டாவோஸிலிருந்து கொண்டுவரப்

பட்ட விஸ்கி பாட்டில்களும், பெர்னாலில்லோவிலிருந்து வந்த திராட்சைப் பிராந்தியும் நிறையச் சேமித்து வைக்கப்பட்டிருந்தன. உண்மையிலேயே அதிதி உபசரிப்பில் அபாரப்பிரியம் அவருக்கு; பணத்தைத் தோற்றுவிட்ட சூதாடிக்கும், குடி போதை தெளிந்துவரும் சிப்பாய்க்கும் அவருடைய வீட்டில் எப்போதும் உணவு கிடைப்பது உறுதி. பாதிரியாரிடம் ஒரு பணக்கார மெக்ஸிகக் கைம்பெண் மிகுந்த பக்தி செலுத்தினாள். அவள்தான் அவர் அளிக்கும் விருந்து களிலெல்லாம் அனைவரையும் வரவேற்று உபசரிப்பாள். அவருக்கு வேலைக்காரர்களை அமர்த்திக் கொடுப்பதும், பலிபீடத்துக்குப் பின்னால் வேலை செய்வதும், மேஜைக்கு அலங்கார விரிப்பு தயார் செய்வதும் அவள்தான். ஆல்பு கெர்க்கில் உள்ள ஒரேயொரு மூடு வண்டி அவளுடையது தான். ஒவ்வொரு ஞாயிற்றுக்கிழமையன்றும் ஆராதனைக்குப் பிறகு நகரச் சதுக்கத்தில் அந்த வண்டி காத்திருக்கும். பாதிரியார் தனது உடைகளைக் களைந்தபின் வெளியே வந்து அதில் ஏறி, அவளது பண்ணைக்கு உணவருந்தச் செல்வார்.

பூஜ்யர் காலெகோஸின் விவகாரத்தை பிஷப்பும், பூஜ்யர் வெய்லாண்டும் அலசி ஆராய்ந்துவிட்டனர். கிறிஸ்துமஸ் வருவதற்கு முன்னதாகவே இந்த வெட்கக்கேடான நிலவரத்துக்கு முடிவு கட்டிவிட இருவரும் விரும்பினர். ஆனால் இந்த விஜயத்தின்போதோ, பூஜ்யர் லாடூர் எது குறித்தும் ஆச்சரியமோ, அருவருப்போ காட்டவில்லை; காலெகோஸ் பாதிரியாரும் நேசமாகவும், மிகுந்த மரியாதையுடனும் நடந்து கொண்டார். உறுதிச் சடங்கு எதற்கும் ஏற்பாடு செய்யப் படாததைக் கண்டு பிஷப் தமது வியப்பை வெளியிட்டபோது, ஞானஸ்நானத்தின்போதே உறுதிச் சடங்கையும் தாம் நடத்திவிடுவது வழக்கம் என்று மெதுவாக விளக்கம் கூறினார் பாதிரியார்!

"எங்களுடையதைப் போன்ற கிறிஸ்தவ சமூகத்தில் எப்போது செய்தாலும் ஒன்றுதான். வயது வந்ததும் குழந்தைகளுக்கு மதபோதனை அளிக்கப்படும் என்பது நமக்குத் தெரியும். ஆகவே ஆரம்பத்திலேயே அவர்களை நல்ல கத்தோலிக்கர்களாகச் செய்துவிடுகிறோம். ஏன் அவ்வாறு செய்யக் கூடாது?" என்றார் அவர்.

மிஷன்களைச் சுற்றிப் பார்ப்பதற்குத் தன்னையும் பிஷப் கூடவரச் சொல்வாரே என்று அந்தப் பாதிரி சஞ்சலம் அடைந்திருந்தார். பிரயாணத்தின்போது அற்ப ஆகாரம் தான் கிடைக்கும்; பாறைகளில்தான் உறங்கநேரும். இதெல்லாம் அவருக்குக் கட்டோடு பிடிக்காது. ஆதலால், சில இரவுகளுக்கு முன்னால் கூட. வழக்கம்போல் நாட்டியமாடிய அவர், இந்தியர்கள் அணியும் மான் தோலினால் காலில் ஒரு கட்டுப் போட்டுக்கொண்டு, கடுமையான வாத நோயில் பீடிக்கப்பட்டிருப்பதாகக் கூறிக்கொண்டே தனது உயரதிகாரியை வரவேற்றார். ஆகோமாவில் கடைசியாக எப்போது ஆராதனை நடத்தினார் என்று கேட்கப்பட்டதற்கு நேரடியான பதிலேதும் கொடுக்கவில்லை அவர். வேதனை வாரத்தில் அங்கு செல்வது முன்பெல்லாம் வழக்கமென்றார். ஆனால் ஆகோமாவிலிருந்த இந்தியர்கள் அனைவருக்கும் இன்னமும் உள்ளூர வேறு சமயத்தினிடம் பற்று உண்டாதலால் ஆராதனை குறித்து அவர்களுக்கு அக்கறையில்லை என்றும் கூறினார். கடைசியாக அங்கு சென்றிருந்தபோது கோயிலுக்குள்ளேயே அவரால் நுழைய முடியாமற் போய்விட்டதாம். ஆலயத்தின் சாவி தங்களிடம் இல்லை என்று அங்குள்ள இந்தியர்கள் பாசாங்கு செய்தனராம். கவர்னரிடம் அது இருப்பதாகவும், ஏதோ "இந்திய விவகாரம்" சம்பந்தமாக அவர் செபோல் லேடா மலைகளுக்குச் சென்றிருப்பதாகவும் அவர்கள் சாக்குக் கூறியதாகச் சொன்னார்.

காலெகோஸ் பாதிரி தம்முடன் சேர்ந்து வருவதை பிஷப்பும் விரும்பவில்லை. அவர் வருகிறேனென்று கூறியிருந்தால், அதை மறுதலிக்க வேண்டியிருந்திருக்கும். அத்தகைய எக்கச் சக்கமான ஒரு நிலைமை ஏற்படாததைக் குறித்து அவருக்கு மகிழ்ச்சிதான். எனவே மரியாதைமிக்க பிரிவுபசார வார்த்தைகளுடன் ஆல்புகெர்க்கிலிருந்து அவர் புறப்பட்டுவிட்டார். ஆனாலும் மனிதர் என்ற முறையில் காலெகோஸிடம் ஒரு வசீகர சக்தி இருந்ததை அவரால் எண்ணி வியக்காதிருக்க முடியவில்லை. அவரைப் பாதிரியாராக நினைத்துப்பார்த்தாலோ அந்தத் தொழிலுக்கே லாயக்கற்றவர் என்பது தெளிவாயிற்று; அளவுக்கு மீறிய ஆத்ம திருப்தியும், மக்களபிமானமும் பெற்றிருந்தார் காலெகோஸ். எனவே அவர் தன்னுடைய வழிமுறைகளை ஒரு போதும் மாற்றிக்கொள்ளமாட்டார்.

அது எப்படியோ, தன்னுடைய முகத்தை மாற்றிக்கொள்ள அவரால் இயலாது என்பது மட்டிலும் நிச்சயம். சூதாட்டத்தையே தொழிலாகக் கொண்டவன் போல அவர் தோற்றமளிக்காவிட்டாலும், ரகஸிய லீலைகள் நடத்துபவர் என்பதை அவர் முகத்தில் சிமிட்டும் ஏதோவொரு களை தெளிவாக எடுத்துக்காட்டியது. ஒரேயொரு வழிதான் இருந்தது பிஷப்புக்கு: பாதிரியாருடைய கடமை எதையும் செய்யலாகாதென அம் மனிதருக்குத் தடை விதிப்பதுதான் அது. சுதேசிப் பாதிரிகளை எச்சரிக்கவும் அது உதவுவது உறுதி.

• • •

இஸ்லேடாவில் எப்படியும் ஓரிரவாவது தங்கிவிட வேண்டுமென்று பிஷப்பினிடம் சொல்லிருந்தார் பூஜ்யர் வெய்லாண்ட். அங்குள்ள தலைநரைத்த கிழப் பாதிரியாரான ஜீஸஸ் டி பாகாவை பிஷப் மிகவும் விரும்புவார் என்றும் சொன்னார். கண்பார்வையைக் கிட்டதட்ட முழுவதும் இழந்துவிட்ட அவர், அநேக ஆண்டுகளாக இஸ்லேடாவிலேயே இருந்து, அங்குள்ள இந்திய மக்களின் நம்பிக்கைக்கும் அன்புக்கும் பாத்திரமாகியிருந்தார்.

தாழ்ந்ததொரு சாம்பல் நிற மணல்வெளிக்கப்பால் வெண்மையாக ஒளிர்ந்து கொண்டிருந்த இஸ்லேடா என்ற அந்த அழகிய சிறு நகரத்தை நெருங்க நெருங்க பூஜ்யர் லாடூருக்கு உற்சாகம் அதிகமாகியது. கண்ணைப் பறிக்கும் வெண்ணிற ஆலயம்; நெருக்கமான தெருக்கள்: அவற்றில் சில வேலமரங்கள் நிழல் பரப்பின. அந்த மரங்களின் அடர்த்தியான நீலப்பச்சை நிறமானது, எப்போதுமே அவர் மனத்தில் இன்ப நினைவுகளைத் தூண்டுவது வழக்கம். தம் ஒன்றுவிட்ட தம்பிகளைப் பார்ப்பதற்காக பிரான்ஸின் தென்பகுதிக்கு அவர் செல்வதுண்டு. அங்கேயுள்ள ஒரு தோட்டத்தையே நினைவுக்கு கொண்டுவந்தன, அந்த வேலமரங்கள். மாதாகோயிலை அவர் அடைந்தவுடன், கிழப் பாதிரியார் அவரை வரவேற்பதற்காக வெளியே வந்தார். வணக்கம் தெரிவித்தபின், பார்வை இழந்துவந்த கண்களின்மீது கைகளைக் கவிழ்த்துக் கொண்டு பூஜ்யர் லாடூரைப் பார்த்தபடி அக்கிழவர் நின்றார்.

"வந்திருப்பது எனது பிஷப்தானா? இவ்வளவு இளைஞரா அவர்!" என்று ஆச்சரிடத்துடன் கூவினார்

அவர். கோயிலுக் குப் பின்னால் சுவர்கள் சூழ்ந்த ஒரு தோட்டத்தின் வழியே பாதிரியாரின் வீட்டுக்கு அவர்கள் சென்றனர். அந்தத் தோட்டம் பூராவிலும் சப்பாத்திக் கள்ளி வளர்க்கப்பட்டிருந்தது. பெரிய அளவில் இருந்த அவற்றில் அநேக விதங்கள், (பாதிரியார் அவற்றை மிக மிக நேசித்தார் போலும்)! அவற்றுக் கிடையே நாணற் குச்சிகளையும், வளாரையும் கொண்டு செய்யப்பட்ட கிளிக்கூண்டுகள் தொங்கின. மணலடிக்கப்பட்ட நடைபாதைகளிலும் கூட கிளிகள் இங்குமங்கும் தாவிக் குதித் தோடிக்கொண்டிருந்தன. தோட்டத்தை விட்டு வெளியேறி விடாமல் இருப்பதற்காக அவற்றின் ஒரு பக்கத்துச் சிறகுகள் நறுக்கப்பட்டிருந்தன. இந்தியர்கள் தங்களது அலங்கார ஆடைகளுக்கு அழகு செய்வதற்காக அந்தக் கிளி இறகுகளை மிகவும் விரும்புகிறார்களென்று பூஜ்யர் ஜீஸஸ் விளக்கினார். ஆகவே அப்பறவைகளை வளர்ப்பதன் மூலம் தமது வட்டத் தைச் சேர்ந்தவர்களைத் திருப்தி செய்யமுடியும் என்பதை நெடுநாட்களுக்கு முன்னமேயே தாம் கண்டுகொண்டதாயும் கூறினார்.

பாதிரியாரின் வீடு இஸ்லேடாவிலுள்ள இதர வீடுகளைப் போலவே உள்ளும் புறமும் வெண்மையாக இருந்தது. இந்தியர் வீட்டைப் போன்றே நாற்காலி, மேஜைகளின்றி வெறுமையாகவும் இருந்தது. ஏழையான அக்கிழவர் நகரத்து மக்களை நெருக்கிப் பிடித்துப் பணம் கறப்பவரல்ல; மிகவும் இளகிய உள்ளம் படைத்தவர் அவர். இந்தியப் பெண்ணொருத்தி மொச்சை, சோளக் கூழை அவருக்குச் சமைத்துப் போட்டு வந்தாள்; அதற்கு மேல் வேறெதுவும் அவருக்குத் தேவையில்லை. அந்தப் பெண் நிரம்பவும் திறமைசாலி அல்லவாயினும்கூட அவளுடைய சமையல் சுத்தமாக இருந்தது என்று அவர் சொன்னார். இந்நகரத்தில் தெருக்கள் உள்பட அனைத்துமே சுத்தமாக இருப்பதாக பதிலுக்குத் தெரிவித்தார் பிஷப். இஸ்லேடாவருகே வெண்ணிறக் கனிப்பொருள் நிறைந்த ஓர் குன்று இருப்பதாகவும், இந்தியர்கள் அதைத் தூளாக்கி வெள்ளையடிக்க உபயோகிப்பதாகவும் பாதிரியார் தெரிவித்தார். ஆதிகாலத்திலிருந்தே இம்மாதிரி செய்து வந்திருக்கிறார்கள் அவர்கள்; இதனால்தான் அதன் வெள்ளை நிறத்துக்கு அந்தக் கிராமம் எப்போதுமே பெயர் பெற்றது.

பூஜ்யர் ஜீஸஃஸடன் சிறிது நேரம் பேசிக் கொண்டிருப்பதற்குள், அவர் குழந்தையைப் போன்ற எளிய சுபாவமுள்ளவர், மூட நம்பிக்கை மிகுந்தவர் என்பது புலனாகிவிட்டது. எனினும் அவரது குணம் தங்கமானது என்பதை பிஷப் கண்டு கொண்டார். சதை வளர்ந்ததால் பெருத்திருந்தது அவருடைய வலது கண்; அதை மேக்கரித்துக்கொண்டு பார்க்க முனைபவர் போல, தலையை எப்போதும் ஒருபுறம் சாய்த்தே வைத்துக்கொண்டிருந்தார் அவர். ஆகவே அவருடைய காரி யங்கள் யாவுமே இடப்புறத்தில்தான் செய்யப்பட்டன; வழியில் ஏதேதோ தடைகளால் தடுமாறுவது போலவேயிருந்தது, அவர் நடந்துகொண்டவிதம்.

தோட்டம் பூராவும் கிளிகள் நிறைந்திருக்கையில் பாதிரியாரின் ஏழைமை சொட்டிய சிறுவீட்டின் கூடமோ, உத்தரத்திலிருந்து தொங்கிய மரக்கிளியொன்றைத் தவிர வேறெவ்வித அலங்காரமும் இல்லாது வெறிச்சோடிக் கிடப்பதைக் காண வேடிக்கையாக இருந்தது லாடூருக்கு. பூஜ்யர் ஜீஸஸ் அடுக்களையில் சமையல்காரப் பெண்ணுக்குக் கட்டளைகள் பிறப்பித்துக் கொண்டிருந்தபோது, அந்த மரக்கிளியை வளையத்தினின் றும் எடுத்துப் பரிசீலிக்கலானார் அவர். உயிருள்ள பறவையின் பரிமாணத்துடன் ஒரே மரத்துண்டில் செதுக்கப்பட்டிருந்தது அது. உடலும், வாலும் விரைப்பாகவும், நேராகவும் இருந்தன. தலை மட்டும் சற்றுச் சாய்ந்திருந்தது. இறக்கைகளும், வாலும், சிறகுகளும் ஆயுதத்தினால் அதி நுண்ணிய முறையில் செதுக்கப்பட்டு, வர்ணமடிக்கப்பட்டிருந்தன. அக் கிளி மிகமிக லேசாக இருந்ததைக் கண்டு வியந்தார் பிஷப். மிகவும் பழைய மரத்தின் வெண்மையும், வெல்வெட் போன்ற மென்மையும் அந்த மரச்சிற்பத்துக்குச் சிறப்பூட்டின. உண்மையில் செதுக்கு வேலை அதிகமில்லை அதில். சாதாரணமாக இழைத்தே உருவாக்கப்பட்டிருந்தது. ஆயினும் உயிருள்ள பறவையைப்போலவே அது தோன்றியது ஆச்சரியமே. மரத் தாலானது என்பது தவிர அசல் கிளியேதான் அது. பிஷப் அதனை வைத்துக்கொண்டிருப்பதைப் பார்த்து முறுவலித்தார் பாதிரியார்.

“என்னுடைய பொக்கிஷத்தைக் கண்டுபிடித்து விட்டீர்கள் போலிருக்கிறதே! இந்தக் கிராமத்திலேயே மிகவும் பழ

மையானது அதுதான் தலைவரே! கிராமத்தையும் விடத் தொன்மையானது."

இவ்வட்டார இந்தியர்கள் எக்காலமும் அதிசயித்து ஆசைப்பட்டு வந்திருக்கும் பறவை கிளிதான் என்றார் பூஜ்யர் ஜீஸஸ். நீலத்தையும், முத்தையும் காட்டிலும் பண்டைக் காலத்தில் அதன் சிறகுகளுக்கு அதிக மதிப்பு இருந்ததாம். ஸ்பானிஷ்காரர்கள் வருவதற்கு முன்னாலும்கூட ஆபத்து, கஷ்டம், வெப்பத்தையெல்லாம் பொருட்படுத்தாமல் கிளி இறகுகள் கொண்டு வருவதற்காக மெக்ஸிகோவுக்கு ஆட்கள் அனுப்புவது வட நியூமெக்ஸிகோ கிராமத்தார்களின் வழக்க மாம். இவற்றை வாங்குவதற்காக ஸான்டாஃ பேக்குச் சமீப முள்ள ஸெரில்லோஸ் குன்றுகளிலிருந்து நீலக் கற்களை மூட்டை கட்டிக்கொண்டு வர்த்தகர் செல்வர். எப்போதா வது அபூர்வமாக உயிருடனேயே கிளியைக் கொண்டுவந்து விட்டால், அதற்கு தேவ மரியாதை நடக்கும். அது இறந்து விட்டாலோ, கிராமம் முழுதுமே துக்கக்கடலில் மூழ்கிவிடும். கிளிகளின் எலும்புகள் கூட பக்திசிரத்தையுடன் பாதுகாத்து வைக்கப்படும். இம்மாதிரி ஒரு கிளியின் மண்டையோடு இஸ்லேடாவில் வெகுகாலமாக இருக்கிறது என்று அவர் மேலும் கூறினார். தம்மிடம் மிக்க கடப்பாடு உடையவரான ஒரு கிழவர், சந்ததி இல்லாமல் இறக்கும் தறுவாயில் இருந்த போது, அவர்களிடமிருந்த இந்த மரககிளியை விலைக்கு வாங்கியதாகவும் வெகு நாளாகவே அதன்மீது தமக்குக் கண் உண்டென்றும் பாதிரியார் தெரிவித்தார். பல தலைமுறைகளுக்கு முன்னால் தனது மூதாதையர்கள் இங்கு வந்தபோது, சொந்தக் கிராமத்திலிருந்து இதையும் தங்களுடன் எடுத்து வந்ததாக அந்தக்கிழ இந்தியர் கூறினாராம். ஆதிகாலத்தில் உஷ்ணப் பிரதேசங்களிலிருந்து தொலை தூரம் உயிருடனேயே எடுத்துவரப்பட்ட அபூர்வமான பறவையொன்றை மாதிரியாக வைத்து வடிக்கப்பட்டதே அந்தக் கிளி என்று தாம் கருதுவதாயும் பாதிரியார் குறிப்பிட்டார்.

லாகுனாவிலும், ஆகோமாவிலும் வசிக்கும் இந்தியர்களைப் பற்றி பிஷப்பிடம் புகழ்ச்சியாகச் சொன்னார் அவர். மூப்பு எய்துவதற்கு முன்பெல்லாம் பிரார்த்தனைகள் நடத்துவதற்கு அங்கே தாம் செல்வது வழக்கமென்றும், அவர்கள் எப்போதும் நேசபாவத்துடனேயே நடந்து கொண்டனரென்றும் தெரிவித்தார்.

"அதிபுனிதமானதொன்றையும் ஆகோமாவில் காண்பீர்கள். அர்ச். ஜோஸப்பின் திருவுருவப் படமொன்று அங்கே இருக்கிறது: வெகுகாலத்துக்கு முன்னால் ஸ்பானிய அரசன் ஒருவனால் அனுப்பப்பட்ட அது, அநேக அற்புதங்களை நிகழ்த்தியிருக்கிறது. வறட்சி ஏற்பட்டதென்றால் ஆகோமா மக்கள் அகோமிடாவிலுள்ள தங்கள் பண்ணைகளுக்கு அதை எடுத்துச் செல்வார்கள்; அப்போது தவறாது மழை இல்லாமலிருக்கும் போதுகூட அங்கே மழை பொழிகிறது. லாகுனா இந்தியர்களுடைய நிலங்களில் பயிர் விளையாதிருக்கும்போது அங்கே ஆகோமாவில் பயிர் தழைக்கிறது" என்றும் பாதிரியார் தொடர்ந்து கூறினார்.

2

ஜாஸின்டோ

இஸ்லேடாவிடமிருந்தும், அதன் பாதிரியாரிடமிருந்தும் அதிகாலையில் விடைபெற்றுக்கொண்டு, லாடூரும் அவரது வழிகாட்டியும் புறப்பட்டனர். ஆல்புகெர்க்கின் மேற்திசையிலுள்ள வறண்ட பாலைவெளியின் வழியே நாள் முழுவதும் சவாரி செய்தனர் இருவரும். வெறும் சாம்பலாலான வட்டாரம்போலவே அப்பகுதி தோன்றியது; ஜூனிபர் மரங்களோ, முயல் வளைகளோ ஏதும் இல்லை அங்கே. காய்ந்து வடிந்துபோன சப்பாத்திப் புதர்களையும், ஆங்காங்கே சில காட்டுப் பூசணிக் கொடிகளையும் தவிர வேறெவ்விதத் தாவர வர்க்கமும் அங்கே ஜீவிக்கக் காணோம். அந்தக் கொடி பரந்து திரிந்து வளரும் தன்மையுடையதல்ல; ஒரே கும்பலாகக் குவிந்து, மேல்நோக்கி ஏறும் குணமுள்ளது. அதன் நீண்ட, கூரான, அம்பு போன்ற இலைகள், வெள்ளியோவெனத் திகைக்க வைக்குமளவுக்குப் பனிபடர்ந்து, மேல் நோக்கி எழும்பி, ஒன்றாகக் குழுமி வளர்கின்றன. உயரக் கிளைத்து வளர்ந்திருக்கும் அந்தக் கொடிக் கூட்டத்தைப் பார்க்கும் போது செடிபோலத் தோன்றுவதில்லை: பழுப்புப் பச்சை நிறம் கொண்ட பல்லிகளின் பெரும் கூட்டமொன்று நகர்ந்து கொண்டு இருக்கும்போதே திடீரென்று பயத்தினால் பிரமித்து நின்று விட்டாற் போலவே காணப்பட்டது.

காலை நேரம் கழிந்துகொண்டே இருந்தது. கதிரவன் முற்றிலும் மறைத்துவிட்ட மணற்புயலினூடே அவர்கள் செல்ல வேண்டி வந்தது. ஜாஸின்டோவுக்கு அந்தப் பிரதே சம் பூராவும் நன்கு தெரியும். லாகுனாவில் நடக்கும் மத சம்பந்தமான நடனங்களுக்காக அவ்வழியே அவன் அடிக்கடி சென்றிருக்கிறான். புழுதிப் புயலைச் சமாளிக்க தலையைக் கவிழ்த்துக்கொண்டு, நீலவர்ணக்

கைக்குட்டையினால் வாயைக் கட்டிக்கொண்டு சவாரி செய்தான் அவன். சோலைகளும், தண்ணீரும் மிகுந்த கிராமத்திலிருந்து வந்தவனாதலால், இந்தச் சமவெளியைப் பற்றிச் சற்று இளப்பமான எண்ணம்தான் அவனுக்கு. நடுப்பகலில் குதிரையிலிருந்து கீழிறங்கி, பிஷப்புக்கு காபி தயாரிப்பதற்குத் தேவையான மெழுகுமரக்குச்சிகளை அவன் சேகரித்தான். தீயின் இருபுறத்லும் மண்டியிட்டனர் இருவரும். அவர்களைச் சுற்றிச் சுழன்றடித்த மணல், அவர்கள் சாப்பாட்டுக்குக் கொண்டுவந்திருந்த ரொட்டியில் அப்பிக்கொண்டு பொறுக்குத் தட்டியது.

புழுதிப் படலத்துக்கிடையில், செந்நிறத்தைப் பரப்பிக் கொண்டே ஆதவன் மறைந்தான். பிரயாணிகள் இருவரும் தண்ணீரில்லா இடமொன்றிலேயே அன்றிரவு தங்கி, கம்பளி களால் தேகத்தை மூடிக்கொண்டு படுத்தனர். இரவு பூராவும் வீசிய குளிர்காற்றில் விறைத்துப் போன பூஜ்யர் லாடூர், விடிவதற்கு வெகு நேரம் முன்பே விழித்தெழுந்துவிட்டார். கடைசியில், ஒரு வழியாகப் பொழுது விடிந்தது. அழகாகவும் தெளிவாகவும் இருந்த அக்காலை நேரத்தில், இருவரும் சீக்கிரமாகவே புறப்பட்டு விட்டனர்.

அன்று பிற்பகல் சமயத்தில் தூரத்தே லாகுனா தெரிவதைச் சுட்டிக்காட்டினான் ஜாஸின்டோ. காவி மஞ்சள் நிறத்தில் பிரகாசமாகக் காட்சியளித்த உயரமான மணற்குன்றலைகளுக்கு மத்தியில் அது தென்பட்டது. அதை நெருங்கியதும், அவையெல்லாம் இறுகிக் கல்லாகிப்போன மணற் குன்றங்கள் என்பதைக் கண்டார் லாடூர். மிருதுவான, மணற்பாங்கான மஞ்சள் பாறைகளின் அலையலையான நீள்வரிசைகள்: காலகதியினால் உண்டான வெடிப்புகளில் முளைத்திருந்த கறுத்த ஜூனிபர் மரங்கள் சிலவற்றைத் தவிர மற்றபடி வெறிச்செனத் தோற்றமளித்தன பளபளப்பான அக்குன்றுகள். அந்தச் சிறிய மரங்கள் மிகமிகப் பழமையானவை. இந்தக் குன்றலைகளின் அடிவாரத்தில் நீலநிற ஏரியொன்று நீண்டு கிடந்தது. நீர் நிறைந்த அந்தக் கல்குளத்தையொட்டித்தான் அந்தக் கிராமத்திற்கு அப்பெயர் ஏற்பட்டிருந்தது.

• • •

புதிதாக வந்துள்ள பெரிய பாதிரியார் இங்கு வந்துகொண்டிருக்கிறார் என்பதை லாகுனா ஜனங்களுக்குத் தெரிவிப்பதற்காகத் தமது சமையல்காரியின் சகோதரனைக்

கால்நடையாக அனுப்பியிருந்தார், இஸ்லேடாவின் அன்பு கனிந்த பாதிரியார். அவர் நல்ல மனிதர், பணம் வேண்டாதவர் என்பதையும் தெரிவிக்கச் சொல்லியிருந்தார். ஆகவே அவர்களும் தயாராகவே இருந்தனர். ஆலயம் சுத்தமாக இருந்தது. அதன் கதவுகள் திறந்திருந்தன. சிறிய வெண்ணிற ஆலயம் அது. பீடத்துக்கு மேலும், அருகாமையிலும் காற்று, மழை இடி ஆகியவற்றின் அதிதேவதைகள் மற்றும் சூரிய, சந்திர ரின் உருவங்கள் வரையப்பட்டிருந்தன. அவையனைத்தும் க்ஷேத்திர கணிதப் படமொன்றைப் போல ஒன்றாக இணைக் கப்பட்டிருந்தன. சிவப்பாகவும், நீலமாகவும், கரும்பச்சை யாகவும் இருந்த அந்தக் கோலத்தை நோக்கியபோது ஆல யத்தின் கோடியில் சித்திரத்திரை போடப்பட்டிருப்பது போலவே தோன்றியது. லயான்ஸ் நகரில் ஜவுளிக் கண் காட்சியொன்றில் பார்த்த பாரசீகத் தலைவன் ஒருவனின் கூடாரத்தை லாடூரின் நினைவுக்குக் கொண்டுவந்தது அது. இந்த அலங்காரம் ஸ்பானிஷ் பாதிரிமாரால் செய்யப்பட்டதா அல்லது மதம் மாறிய இந்தியர்களின் கைவேலையா என்பதை அவரால் கண்டுபிடிக்க முடியவில்லை.

தனது குடிமக்களெல்லாம் காலையில் ஆராதனைக்கு வருவார்கள் என்று கவர்னர் அவரிடம் சொன்னார். பெயரிடப்பட வேண்டிய குழந்தைகள் அநேகம் உள்ளன என்பதையும் தெரிவித்தார். கோயில் களஞ்சியத்தில் அன்றிரவு தங்கலாமென்றார். ஆனால் அந்த அறையிலோ ஈரமண்ணின் நெடி வீசியது. எனவே மணற்குன்றுகள் மீதுள்ள ஜூனிபர் மரங்களுக்கடியில் படுத்துறங்குவது என்று பூஜ்யர் லாடூர் தீர்மானித்து விட்டார்.

லாகுனாவாசிகளிடமிருந்து விறகும், நல்ல தண்ணீரும் கொண்டுவந்தான் ஜாஸின்டோ. கிராமத்தின் வடக்கே பாறைகளின் மீதுள்ள அழகியதோர் இடத்தில் இருவரும் முகாம் அமைத்தனர். அடிவானை நோக்கி விரைந்த ஆதவனின் ஒளி, வெண்மையான ஆலயத்தின்மீதும் மஞ்சள் நிற மண் வீடுகளின்மீதும் விழுந்து, அவற்றைத் தட்டையான பாறைகளினின்றும் நன்கு பிரித்துக்காட்டியது. அவர்களுடைய முகாமுக்குப் பின்னால் சமீபத்திலேயே பெரும் படிவக் குன்றுகள் சில இருந்தன. அவற்றில் அவர்களுக்கு மிகவும் அருகாமையிலிருந்த ஒன்றைச் சுட்டிக் காட்டி அதன் பெயரென்ன என்று ஜாஸின்டோவைக் கேட்டார் பிஷப்.

"எனக்கு ஒரு பெயரும் தெரியாது" என்று சொல்லிக் கொண்டே தலையையாட்டினான் அவன். "எனக்கு இந்தியப் பெயர் மட்டுந்தான் தெரியும்" என்று உரக்கச் சிந்திப்பவன் போலத் தொடர்ந்து கூறினான்.

"அந்த இந்தியப் பெயர்தான் என்னவோ?"

"லாகுனா இந்தியர்கள் அதை 'பனிப் பறவை மலை' என்று அழைக்கிறார்கள்."அவன் சற்று இஷ்டமில்லாதவன் போலவே பேசினான்.

"நேர்த்தியான பெயராயிருக்கிறதே!" என்று பரவசமுடன் கூறினார் பிஷப்: "ஆமாம், அழகான பெயர்தான் அது!"

"இந்தியர்களுடைய பெயர்களும் அழகானவைதான்" என்று உதட்டைக் கடித்துக்கொண்டே வேகமாகப் பதிலுரைத்தான் ஜாஸின்டோ. பிறகு, பிஷப்பைத் தான் ஏளனம் செய்தது தகாது என்று எண்ணியவன் போல, மறுகணம் தொடர்ந்து சொன்னான். "பெரிய பாதிரியார் இவ்வளவு சிறிய இளைஞராயிருப்பதைக் காண லாகுனா ஜனங்களுக்கு வெகு வேடிக்கையாக இருக்கிறது. என்னுடைய பிள்ளைகளைவிடச் சிறியவராயிருக்கும் அவரை எவ்வாறு நான் 'பாதிரியாரே!' என்று அழைக்க முடியும் என்று கேட்கிறார் இங்குள்ள கவர்னர்."

ஜாஸின்டோவின் குரலில் தொனித்த பெருமிதம் பிஷப்புக்கு நிரம்பத் திருப்தியளித்தது. எவரிடமாவது இந்தியருக்கு அன்பு பிறந்தால் அவர்கள் குரலில் அது எவ்வாறு பிரதி பலிக்குமென்பது அவருக்குத் தெரியும்; அற்ப அளவில் அது வெளிப்பட்டாலும் போதும், உச்சி குளிர்ந்து விடும் கேட்பவருக்கு!

"வயதில் சிறியவனாயினும் என் மனம் இளமையான தல்ல, ஜாஸின்டோ! அதிருக்கட்டும், உனக்கு என்ன வயதாகிறது சொல்லு?"

"இருபத்திஆறு ஆகிறது."

"உனக்கு மகன் இருக்கிறானா?"

"ஒரேயொரு மகன் உண்டு. சிறு குழந்தை; பிறந்து அதிகநாள் ஆகவில்லை."

ஆங்கிலம் பேசும் பொழுது போலவே ஸ்பானிய மொழி பேசும்போதும் சார்புரிச் சொல்லை ஜாஸின்டோ

விட்டுவிடுவது வழக்கம். ஆயினும் ஒரு பெயர்ச்சொல்லுடன் அதன் சார்புரிச் சொல்லைச் சேர்த்துப் பேசும்போது, சரியான சொல்லையே அவன் உபயோகிப்பதைக் கவனித்திருந்தார் பிஷப்.

ஆகவே அந்தச் சொல்லை அவன் வேண்டுமென்றேதான் சேர்த்துக் கூறாமல் விட்டானேயன்றி அறியாமையால் அல்ல என்று தோன்றியது. இந்தியர் அபிப்பிராயத்தில் இம்மாதிரியான சொற்சேர்க்கைகள் அனைத்தும் அநாவசியமான, அசந் துஷ்டியான விஷயங்கள் போலும்!

இருவரும் மீண்டும் மௌனத்தில் ஆழ்ந்தனர்; அவர்கள் வழக்கமாக அளவளாவும் முறை அதுதான்! தகரக் குவளையினின்று மெதுவாகக் காபியைப் பருகிக்கொண்டே அமர்ந்திருந்தார் பிஷப்; எரியும் கொள்ளிகளுக்கருகில் காபிப்பானை வைக்கப்பட்டிருந்தது. சூரியன் மறைந்து விட்டான். மஞ்சள் பாறைகளெல்லாம் சாம்பல் நிறமாக மாறிவந்தன. கீழே கிராமத்தில் அடுப்பங்கரைகளில் எரியும் நெருப்பின் ஒளி, கண்ணாடிகளற்ற ஜன்னல்களை செந்நிறத் திட்டுகளாக ஆக்கியிருந்தது. பினான் விறகுப் புகையின் மணம், காற்றிலே மெதுவாகத் தவழ்ந்து வந்தது. மேல்வானம் பூராவும் தங்கச் சாம்பல் நிறத்தில் தகதகத்தது; இங்குமங்கும் காணப்பட்ட சிறுசிறு மேகக்குவியல்களின் விளிம்புகளில் சிவப்புச் சாயைகள் ஒளிர்ந்தன. அடிவானத்தின் உயரே சுக்கிர நட்சத்திரம் அப்பொழுதுதான் ஏற்பட்ட விளக்கைப் போன்று மினுமினுத்தது! அதன் பக்கத்தில் அதைவிட மிகவும் சிறியதான மற்றொரு தாரகை மங்காத ஒளியுடன் பிரகாசித்தது. தவிட்டினாலான சிகரெட் துண்டைத் தூக்கி எறிந்துவிட்டு மீண்டும் தானாகப் பேசத் தொடங்கினான் ஜாஸின்டோ:

“சாயங்கால நட்சத்திரம்‘ என்று ஆங்கிலத்தில் மெதுவாக, கருத்துச் சுருக்கமாக மொழிந்துவிட்டு உடனே மறுபடியும் ஸ்பானிஷ் பாஷையில் பேச ஆரம்பித்தான். “அதன் பக்கத்திலுள்ள சிறிய விண்மீனைப் பார்த்தீர்களா, பாதிரியாரே? அதை ‘வழிகாட்டி’ என்று இந்தியர்கள் அழைக்கின்றனர்.”

இரு சகபாடிகளும் அவரவர் சிந்தனைகளில் ஈடுபட்டவாறே உட்கார்ந்திருந்தபோது இருள் கவிய ஆரம்பித்து விட்டது. நட்சத்திரங்களுடன் கூடிய

நீலமயமான இரவு; பக்கத்தில் தனித்து நின்ற படிவக் குன்றுகள் அதை ஊடுருவி உயர்ந்து நின்றன. அவனுடைய நினைவுகளைப் பற்றியோ, நம்பிக்கைகளைப் பற்றியோ ஜாஸின்டோவை ஒன்றுமே கேட்பதில்லை பிஷப். அது மரியாதையானதல்ல என்று எண்ணினார் அவர்; உபயோகமற்றது என்றும் கருதினார். ஐரோப்பிய நாகரிகத்தைப் பற்றிய தன்னுடைய நினைவலைகளை இந்திய மனத்தினுள் புகுத்துவதற்கான உபாயமேதும் புலப்படவில்லை அவருக்கு; எனவே ஜாஸின்டோவுக்குப் பின்னணியாக நீண்டதொரு பண்பாடும், எந்த பாஷையிலும் அவருக்கு மொழிபெயர்த்துச் சொல்ல முடியாத அனுபவக்கதையும் இருந்தன என்பதை நம்பித் திருப்தி அடைந்திருந்தார் அவர். இருளுடன் குளிரும் சேர்ந்து வந்துவிட்டது. மெல்லிய உரோமத்தால் மூடப்பட்ட தன் பழைய மேலங்கியை எடுத்து அணிந்து கொண்டார். ஜாஸின்டோவோ தன் இடுப்பில் கட்டப்பட்டிருந்த கம்பளியை அவிழ்த்து தலையையும் தோள்களையும் மூடிக் கொண்டான்.

"எண்ணற்ற தாரகைகள்!" என்றான் விரைவிலேயே. "நீங்கள் நட்சத்திரங்களைப்பற்றி என்ன நினைக்கிறீர்கள் பாதிரியாரே?"

"நாமிருப்பதைப் போன்ற உலகங்கள்தான் அவையும் என்று அறிவாளிகள் சொல்கிறார்கள் ஜாஸின்டோ."

அந்த இந்தியனின் சிகரெட்முனை பிரகாசமாகி, அவன் பேசத்தொடங்குமுன் பழையபடியே மங்கியது. "நான் அப்படி நினைக்கவில்லை" என்று கூறிய அவனது குரலின் தொனி, ஒரு சித்தாந்தத்தை நன்கு ஆராய்ந்த பின் நிராகரித்துவிட்ட ஒருவனுடையதைப் போல் இருந்தது. "அவையாவும் வழி காட்டிகள், மகாத்மாக்கள் என்றே நான் நினைக்கிறேன்."

"ஒருக்கால் அவ்வாறும் இருக்கலாம்" என்று பெருமூச்சுடன் கூறினார் பிஷப். "எப்படியாயினும் அவை மகத்தானவை தான்! சரி சரி, 'நம் தந்தை' என்ற பிரார்த்தனைப் பாடலைப் பாடிவிட்டுத் தூங்கலாம் பையா."

எரியும் கொள்ளியின் இருபுறத்திலுமாக மண்டியிட்டனர் இருவரும்; பிரார்த்தனையைச் சொன்னபின் கம்பளிகளைப் போர்த்தியபடியே படுத்தனர். தமது இந்தியப் பையனுக்கும் தமக்கும் இடையில் ஏதோ ஒருவித ஒட்டுறவு ஏற்பட்டு

வருவதை எண்ணித் திருப்தியடைந்தவராகத் தூக்கத் திலாழ்ந்தார் பிஷப். இளம் இந்தியர்களை "பையன்களே" என்றழைப்பதுதான் வழக்கம், அவர்களுடைய தேகங்களில் இளமையும், நெகிழ்ச்சியும் துள்ளி விளையாடுவதே அதற்குக் காரணம் போலும்! ஆனால் அமெரிக்க அகராதிப்படி அவர்களின் நடத்தையில் நிச்சயமாக சிறுபிள்ளைத்தனம் ஏதுமில்லை, ஐரோப்பிய அகராதிப்படியும் கூடத்தான்! ஜாஸின்டோ ஒருக்காலும் ஏமாந்ததில்லை; அவன் ஒருபோதும் திகைத்துப் போனதும் கிடையாது. அவனுக்களிக்கப்பட்டிருந்த பயிற்சி அது. எதுவாயிருந்த போதிலும் சரி, எதிர்ப்படும் எந்நிலைமையையும் சமாளித்து வெற்றிகாணக்கூடியவாறு அவன் பழக்கியிருந்தது. தனது சொந்தக் கிராமத்துச் சூழ்நிலையும் சரி, பிஷப்பினுடைய படிப்பறையும் சரி, எல்லாம் ஒன்றுதான் அவனுக்கு. ஆயினும் எங்கேயும் அவன் மிகவும் நெருங்கிப் பழகிவிடுவதில்லை. தமது வழிகாட்டியின் நட்பைப் பெறுவதில் தாம் மிகவும் முன்னேறிவிட்டதை உணர்ந்தார் பிஷப். ஆனால் அது எப்படி நடந்தேறியது என்பதுதான் அவருக்குத் தெரியவில்லை!

உண்மையென்னவெனில், ஜனங்களுடன் பிஷப் பழகும் விதம் ஜாஸின்டோவிற்குப் பிடித்திருந்தது. காலெகோஸ் பாதிரியாகட்டும், ஜீஸஸ் பாதிரியாகட்டும், அவரவருக்கு ஏற்ற முறையிலேயே அவர் பழகுகிறார்; இந்தியர்களிடமும் நல்லபடியே நடந்து கொள்கிறார் என்று அவன் எண்ணி னான். அவனுடைய அனுபவத்தில், வெள்ளைக்காரர்கள் இந்தியர்களுடன் பேசும்போது எப்போதுமே பொய்யான முகத் தோற்றத்துடன் காணப்படுவதையே பார்த்திருக்கிறான் அவன். அந்தப் போலி முகங்களிலும் எத்தனையோ விதங்கள்! உதாரணமாக, பூஜ்யர் வெய்லாண்டின் முகம், பட்சம் காட்டுகின்ற போதிலும், அதில் கடுமையும் அதிகம். பிஷப்போ அம்மாதிரி எவ்விதத்திலும் பாசாங்கு செய்வதில்லை. நேராக நின்று லாகுனாவின் கவர்னரை நோக்கித் திரும்பினார்; அவருடைய முகத்தில் அப்போது சிறிதளவும் மாறுதல் இல்லை. இது வியப்புக்குரிய ஒன்று என்றே நினைத்தான் ஜாஸின்டோ.

3
பாறை

மறுநாள் காலை ஆராதனையைச் சீக்கிரமே முடித்து விட்டு, லாகுனாவுக்கும், அகோமாவுக்கும் இடையில் கிடக்கும் தாழ்ந்த சமவெளி வழியே பூஜ்யர் லாடூரும் அவரது வழி காட்டியும் குதிரை மீதேறிச் சென்றனர். அவருடைய பிர யாணங்கள் அனைத்திலுமே இதுபோன்ற பிரதேசத்தை பிஷப் பார்த்ததில்லை. சமதரையான செம்மண் கடலிலிருந்து பெரிய பாறைப் படிவங்கள் எழுந்து நின்றன; கோதிக் பாணியில் அமைந்த விஸ்தாரமான கோயில்களைப்போல் அவை அங்கொன்றும் இங்கொன்றுமாகச் சிதறிக்கிடந்தன. ஒரு காலத்தில் இந்தச் சமவெளியில் பெரியதொரு நகரம் இருந்திருக்கக்கூடும்; அதிலிருந்த சிறிய வீடுகளெல்லாம் காலப்போக்கில் மண்ணோடு மண்ணாகி, பெரிய கட்டிடங்கள் மட்டும் இப்போது பாறைகளாகச் சமைந்திருக்கலாம். மணற்பாங்கான அப்பிரதேசத்தில் ஜூனிபர் மரங்கள் ஆங்காங்கு கிளம்பியிருந்தன. மலர்ந்து வரும் முயல்வால் கொடிக் கூட்டங்களின் திட்டுகளும் காணப்பட்டன கொதித்தெழும் கடலின் அலைகளைப் போலக் கிளைத் தெழும் பசுமையான தாவரம் அது; கார்ஸ்செடியின் மஞ்சள் பூக்களையோ, மாரிகோல்ட செடியின் ஆரஞ்சு வர்ணப் புஷ்பங்களையோ நிறத்தில் ஒத்த மலர்கள் அதில் மண்டியுள்ளன இப்பொழுது.

மிகப் புராதனமாகத் தோன்றிய அந்தச் சமவெளியில் ஒரு அபூரணத்துவம் தென்பட்டது; மலை, சமவெளி, பீட பூமிகளாக ஒழுங்குபடுத்தி உலகைப் படைப்பதற்குத் தேவையான சாதனங்கள் யாவற்றையும் ஒன்று திரட்டியபின், சிருஷ்டிகர்த்தாவான ஆண்டவன் மனம் மாறி

அனைத்தையும் உருவாக்கும் தறுவாயில் அப்படியப்படியே போட்டுவிட்டுப் போய்விட்டாற்போலவே தோன்றியது. எனவே குறிப்பிட்ட இயற்கை அம்சங்கள் பொருந்தியதாக மாற்றியமைக்கப்பட அந்தப் பிரதேசம் காத்துக்கிடப்பது போலவே காண்போரைக் கருதச் செய்தது.

இம்மாதிரிப் படிவங்கள் நிறைந்த பிரதேசங்களுக்குப் பிற்காலத்தில் செல்லும் போதெல்லாம் ஆகோமாவில் பிரயாணத்தின் போது அவை முதன் முதல் அறிமுகமான விவரம் பிஷப்புக்கு நினைவுவராமல் இராது. நிலத்தில் இருந்த இந்தப் படிவங்களைப் பிரதிபலிப்பது போல ஆகாயத்தில் மேகக் குவியலும் சமைந்து கிடப்பதை அவர் அந்த முதல் பயணத்திலேயே கண்டுகொண்டார். ஆகாயம் எவ்வளவு சூடாகவும், நீலநிறமாகவும் இருந்தாலும் இம்மேகக் கூட்டங்கள் அங்கேயே நிரந்தரமாக இருப்பது போல் தோன்றின. சில சமயங்களில் அவை தட்டையான மெத்தைகளைப் போல, ஆவிப் பாளங்களாகக் காணப்பட்டன. இன்னும் சில சமயங்களில் ஒன்றன் பின் ஒன்றாக எழும் வெள்ளி மயமான கோபுர உச்சிகளைக் கொண்ட கீழ்த்திசை நகரம் ஏதோ ஒன்று பாறைக்கு நேர் பின்னால் இருப்பது போல வில் மச்சு ரூபத்துடனோ அன்றி விந்தை உருவங்களுடனோ அம்மேகத் திரள்கள் காட்சியளித்தன. தூப கலசத்துக்குப் புகை எப்படியோ அல்லது அலைக்கு நுரை எப்படியோ அப்படியேதான் அந்த வெற்றுச் சமவெளியில் இருந்த பெருங்கருங்கற்பீடங்களுக்கு அவற்றோடு ஒட்டி உறவாடும் மேகங்களும்; அவற்றின் ஒரு பகுதியேதான் அந்த மேகங்கள்!

ஸான்டாஃபே பாதை வழியே விஸ்தாரமான கான்ஸாஸ் சமவெளியை அடைந்ததும் அங்கே ஆகாயம்கூடப் பாலை வெளியாக இருப்பதைக் கண்டிருக்கிறார் பூஜ்யர் லாடூர். அங்கு வெற்று நீலநிறத்தில் காட்சி அளித்த வானமானது அந்தப் பிரெஞ்சுக்காரரின் கண்களை அலுத்துச் சலிக்க வைத்து விட்டது. ஆனால் பெகோஸுக்கு மேற்கிலோ எல்லாமே மாறிவிட்டன; அங்கே எப்பொழுது பார்த்தாலும் ஆகா யத்தில் மேகங்கள் ஒன்று சேர்வதும், சஞ்சரிப்பதுமாக நாள் பூராவும் ஏதோ நடந்துகொண்டே இருந்தது. இருண்டு பயங்கரமாக இருந்தாலும் சரி, மிருதுவாகவும், வெண்மையா கவும் அமைதியே வடிவாகக் காட்சியளித்தாலும் சரி,

அந்த மேகங்கள் கீழே உள்ள பூமியை ஆட்டி வைத்தன. பாலைவனமும், மலைகளும், மேஸாப் புல்வெளிகளும் மேகச் சாயைகளினால் அடிக்கடி உருமாறின! அவற்றின் நிறங்களும் அவ்வாறே சற்றைக்கொருதரம் மேகத்தின் வர்ணத்திற்கு ஏற்றாற்போல் மாறின. இடையறாத இந்தத் தோற்ற மாறுதலினாலும், அடிக்கடி வேறுபடும் ஒளி வீச்சினாலும் அப்பிரதேசம் முழுவதும் ஏதோ திரவ பதார்த்தம் போலவே தோன்றியது.

'ஆகோமா வந்துவிட்டது!' என்று வியப்புடன் கூவி அவருடைய சிந்தனைகளை இடைமறித்தான் ஜாஸின்டோ; தனது கோவேறுக் கழுதையை அப்படியே நிறுத்தினான்.

அந்த இந்தியன் சுட்டிக்காட்டிய திசையில் நோக்கிய பிஷப் தூரத்தே இரண்டு பெரிய பாறைப் படிவங்களைப் பார்த்தார். ஏறக்குறைய சதுர வடிவமாகவே இருந்தன அவை இரண்டும்; இவ்வளவு தூரத்திலிருந்து பார்க்கும்பொழுது ஒன்றுக்கொன்று சமீபத்திலிருப்பது போலத் தோன்றினாலும் உண்மையில் அவைகளுக்கிடையில் சில மைல் தூரம் இருந்தது.

"அதோ, அந்தக் கோடியிலிருப்பது."வழிகாட்டி இன்னமும் சுட்டிக்காட்டிக் கொண்டிருந்தான். பிஷப்பினுடைய கண்கள் ஜாஸின்டோவினுடையதைப் போல அவ்வளவு தீட்சண்யம் வாய்ந்தவை அல்ல. ஆனால் இப்பொழுது அவர்கள் தங்கியிருந்த மேட்டுப் பூமியிலிருந்து கடைசியிலிருக்கும் படிவத்தின் உச்சியைப் பார்த்தபொழுது, சாம்பல் நிறப் பரப்பின் மீது தட்டையான வெண்ணிறப் பகுதியொன்று அவருக்கும் புலப்பட்டது; சதுரங்களாலான வெண் சதுரமே அது. அதுதான் ஆகோமா கிராமமென வழிகாட்டி கூறினான்.

தொடர்ந்து சவாரி செய்து விரைவிலேயே 'மயக்குமலை' எனும் முதல் படிவத்தை இருவரும் அடைந்தனர். இதன் மீதும் ஒரு காலத்தில் கிராமமொன்று இருந்ததாகவும், இதை அடையக்கூடிய ஒரே வழியான படிக்கட்டு பல நூற்றாண்டு கட்கு முன்னால், ஒரு பெரும்புயலால் சிதையுண்டு போய் விடவே இதன்மீது வசித்திருந்த ஜனங்கள் பசியினால் மாண்டு விட்டனர் என்றும் ஜாஸின்டோ தெரிவித்தான்.

மண்ணோ, தண்ணீரோ இன்றி நூற்றுக்கணக்கான அடி உயரத்தில் வெற்றுப் பாறைகள்மீது வசிக்க அந்த மனிதர்கள் முற்பட்டதேன் என்று பிஷப் கேட்டார்.

ஜாஸின்டோ தோள்களைச் சிலிர்த்தான்: "மிருகத்தைப் போல இரவும் பகலும் வேட்டையாடப்படுகையில் அவர்கள் வேறென்ன செய்வார்கள்? வடக்கே நவ்ஜோக்களும், தெற்கே சிவப்பு அபாஷேக்களும் தாக்கியபோது, பத்திரமாக இருக்க ஆகோமா பாறைமீது அவர்கள் ஏறி விட்டார்கள்."

ஒரு காலத்தில் இந்தச் சமவெளி முழுவதும் மனித வேட்டை ஸ்தலமாக இருந்தது என்பதைத் தெரிந்து கொண்டார் பிஷப். பல தலைமுறைகளாக பயத்தினிடையே பிறந்து துர்மரணமடைந்துவந்த அந்த இந்தியர்கள், கடைசியில் அன்னை பூமியிலிருந்து எகிறிக் குதித்து அந்தப் பாறையில் புகல் பெறவேண்டியதாயிற்று; இன்னலுறும் எல்லா ஜீவராசிகளுக்கும் நம்பிக்கையூட்டும் பத்திர உணர்ச்சி அங்குதான் கிடைத்தது அவர்களுக்கு. வேட்டையாடுவதற்கும், பயிரிடுவதற்கும், அவர்கள் கீழே சமவெளிகளுக்கு இறங்கி வருவர்; வேலை முடிந்ததும் திரும்பப் புகலளிக்க எப் பொழுதும் இருந்தது அந்தப் பாறை. நவ்ஜோக்களின் கூட்டம் ஏதாகிலும் பின்தொடர்ந்து வருமானால், பாறையை எட் டிப் பிடித்தால் போதும், பிழைத்துவிடலாம்! குன்றின் மீதேறும் வளைந்த படிக்கட்டில் ஒரு சில மனிதர்கள் ஒரு பெருங் கூட்டத்தையே சமாளித்து நிறுத்திவிட முடியும். ஒரேயொரு தடவை தவிர வேறு எப்போதும் அப்பாறை எதிரிகளின் வசப்பட்டதில்லை; ஆயுதபாணிகளான ஸ்பானிஷ் வீரர்கள்தான் அதை ஒரு சமயம் கைப்பற்றி விட்டார்கள். ஆயினும் இதை மலைக்கோட்டை என்று சொல்லமுடியாது; அதனின்றும் மிகவும் மாறுபட்டு இருந்தது இது; அதைவிட இது தனித்து, பயங்கரமாக இருப்பினும் கற்பனைக்கும் விருந்தாக உள்ளது. பாறையைப்பற்றி ஆழ்ந்து சிந்திப்போமானால் மனிதத் தேவையின் ஆதியும் அந்தமும் அதுவே என்பது புலப்படும். சாதாரண உணர்ச்சிகூட அதையடையத் துடிப்பதையும், அன்பிலும், நட்பிலும் நேர்மைக்குச் சிறந்த ஒப்புவமை அதுதானென்பதையும் அறியலாம். தமது மதத்தின் மூல மந்திரங்களைத் தம்மிடமிருந்து பெற்ற சீடனைக்குறித்து, இயேசு கிறிஸ்துவேகூட இந்த உவமையை உபயோகித்திருக்கிறார். பைபிள் 'பழைய ஏற்பாட்டில்' விவரிக்கப்படும் யூதர்களோ எப்பொழுமே அந்நிய தேசங்களுக்குக் கைதிகளாகப் பிடித்துச் செல்லப்பட்டுவந்த போதிலும் மலை உருவில் தங்கள் ஆண்டவனை ஆவாஹனம்

செய்தவர்கள்; அவர்களை வெற்றி கொண்டவர்கள் அவர்களிடமிருந்து பறித்துப் போக முடியாத பொருள் அது ஒன்றுதான்!

இந்தியரது வாழ்க்கையில் ஏற்கனவே ஒரு விசித்திரத் தைக் கண்டிருக்கிறார் பிஷப். அப்பட்டமான இந்த வாழ்வு முறை அவருக்குப் பன்முறை அதிர்ச்சியையும், குழப்பத்தையும் அளித்துள்ளது. மாறுதலுக்குக் கிஞ்சித்தும் ஹேதுவேயில்லாத நிலையான ஒன்றை நாடிப் பெறுவதில் மற்ற எல்லா மனிதர்களின் ஆர்வம் போலத்தான் ஆகோமாக்களுக்கும் இருப்பது உறுதி; பாறை உருவிலேயே அதை அவர்கள் பெற்றுவிட்டார்கள்! மற்றவர்களுக்கு ஒரு படி மேலே சென்று, அந்தப் பாறையின்மீதே அவர்கள் வசித்தார்கள்; அதிலேயே பிறந்து அதிலேயே மரித்தார்கள். எளிய விஷயம் தானாயினும் அதை எவ்வளவு மிகைப்படுத்திவிட்டார்கள்!

* * *

ஆகோமா படிவத்தை இருவரும் நெருங்கியதும் அதன் பின்னே பிரகாசமான வானத்தில், கசிந்து பரவும் மசிக் கறைகளைப் போல் கருமுகில்கள் கனன்று எழுவதைக் கண்டனர்.

''மழை வருகிறது'' என்றான் ஜாஸிண்டோ. "அது நல்லதுதான். நம்பால் நல்ல மனநிலையிலிருக்கச் செய்யும் அவர்களை.'' பாறையின் அடிவாரத்திலிருந்த கட்டுத்தறித் தொழுவத்தில் கழுதைகளை விட்டுவிட்டு, கம்பளிகளை எடுத்துக்கொண்டான். பாறையில் குறுகிய வெடிப்பு ஒன்று ஏற்பட்டிருந்தது. அதன் முண்டும் முடிச்சுமான முனைகள் குன்றின் மேலே ஏறுவதற்கு இயற்கையாக அமைந்த படிக்கட்டுகளைப்போல உதவின. பிஷப்பை அவற்றின் மீதேறுமாறு அவசரப்படுத்தினான் ஜாஸின்டோ. எங்கெங்கே கால் சரியாகப் பாவவில்லையோ அங்கெல்லாம், வழவழப்பான கையுறைகளைப்போல் பாறையில் செதுக்கப்பட்டிருந்த கைப்பிடிகள் உதவின. பாறைவெளி பூராவிலும் ஒரு புல் பூண்டைக்கூடக் காணவில்லை; ஆனால் அதன் அடிவாரத்திலிருந்த மணற்பரப்பிலோ ஈஸ்டர் அல்லிகளைப் போன்ற பெரிய வெள்ளை மலர்களுடன் கூடிய செடி நன்றாகச் செழித்து வளர்ந்திருந்தது. உருவத்தில் பெரியதும், சொரசொரப்பான

முனைகளைக் கொண்டதுமான அச்செடியின் கருநீலப் பச்சைநிற இலைகளைக் கண்டதும், அது ஊமத்தை வகையாகச் சார்ந்த ஒரு விஷச் செடி என்பதை அறிந்து கொண்டார் பூஜ்யர் லாடூர். இந்தச் செடிகளின் அளவும், செழிப்பும் அவரை ஆச்சரியத்தில் ஆழ்த்தின. பளபளக்கும் பட்டைக் கொண்டு செய்யப்பட்ட பெரிய செயற்கைச் செடிகளைப் போலவே காணப்பட்டன அவை.

பாறைமீது ஏறிக்கொண்டிருந்தபோது காதைப் பிளக் கும் இடியோசை அவர்கள் தலைக்குமேலே முழங்கியது; உடனே மேகம் வெடித்துச் சிதறினாற்போல மழை கொட்டத் தொடங்கிவிட்டது. படிக்கட்டின் ஆழ்ந்த வளைவு ஒன்றில் இருவரும் ஒதுங்கி நின்றனர்; தலைக்குமேலே நீண்டிருந்த பாறையொன்று மழையில் அவர்கள் நனையாமல் பாதுகாப்பளித்தது. தங்களுக்கு முன்னே கனமான மழைத் தாரைகள் காற்றில் அலைக்கழிக்கப்பட்டதைக் கண்டுகொண்டே நின்றனர் இருவரும். அடுத்த கணத்தில், அவர்கள் நின்றிருந்த இடம் அருவிக்கால் போலாகி விட்டது. இங்குமங்கும் படிவப் பாறைத்திட்டுகளுடன் மழைப் போர்வையில் மின்னிக்கொண்டிருந்த அப்பெரிய சமவெளியில் மறுகோடியிலிருந்த மலைகள் சூரியவொளியில் பிரகாசித்துக் கொண்டிருந்ததைப் பார்த்தார் பிஷப். உலகம் சிருஷ்டிக்கப்பட்ட முதல் நாள் காலை நேரம் இதைப்போல் இருந்திருக்கலாம் என்று மீண்டும் அவர் நினைக்கலானார். ஆம், சமுத்திரத்தினடியிலிருந்து காய்ந்த நிலம் வெளியே இழுக்கப்பட்டு, எல்லாம் குழப்பமயமாயிருந்த அந்த முதல் காலையைப் போலவே இருந்தது அப்பொழுது!

அரைமணிக்கெல்லாம் மழைப் புயல் ஓய்ந்துவிட்டது. பாதையின் கடைசித் திருப்பத்தில் திரும்பி, பிளவின் வழியே மேலேறி, பாறையின் தட்டையான உச்சியை பிஷப்பும் அவருடைய வழிகாட்டியும் அடைந்தபொழுது மத்தியானச் சூரியன் ஆகோமாமீது அபரிமிதமான பிரகாசத்துடன் ஒளி வீசிக் கொண்டிருந்தான். நகரத்தின் கல் தரையும், மிகவும் தேய்ந்துபோன பாதைகளும் கழுவப்பட்டு வெண்மையாகவும், துப்புரவாகவும் இருந்தன; தங்கள் 'துரவுகள்' என்று ஆகோ மாவாசிகளால் அழைக்கப்படும் குழிகளில் புதிய மழைத் தண்ணீர் தேங்கி நிரம்பியிருந்தது. துவைப்பதற்காகப் பெண்மக்கள் தங்கள் துணிகளை

அதற்குள்ளாகவே எடுத்துவர ஆரம்பித்துவிட்டிருந்தனர். கீழிருந்த மறைவான ஊற்று ஒன்றிலிருந்து குடிதண்ணீரை மண்ஜாடிகளில் நிரப்பி, தலையில் வைத்துக் கொண்டு படிக்கட்டின் வழியே கொண்டு வருவர் அப் பெண்கள். அது தவிர மற்ற எல்லாக் காரியங்களுக்கும் இந்தக் குழிகளில் தேங்கியிருக்கும் மழைநீரையே அவ்விடத்து மக்கள் நம்பியிருந்தனர்.

பாறை வெளியின் உச்சிப்பகுதி சுமார் பத்து ஏக்கரா விஸ் தீரணமுள்ளதாயிருக்கலாம் என்று மதிப்பிட்டார் பிஷப். அதன் மீது மரமோ அல்லது புல்பூண்டோ காணப்படவில்லை. பச்சைவெட்டுக் கற்சுவருடன் கூடிய மயான பூமியைத் தவிர வேறெங்கும் ஒரு பிடி மண்கூட இல்லை; அந்த மண்ணும்கூட கீழே சமவெளியிலிருந்து கூடைகளில் கொண்டுவந்து கொட் டப்பட்டதுதான். இரண்டு, மூன்று மாடிகளைக் கொண்ட வெள்ளை நிற வீடுகள் சிதறிக் கிடக்காமல் ஒரே கும்பலாகச் சேர்த்துக் கட்டப்பட்டிருந்தன. சரிவான பூமியிலோ, அன்றி பாறை வளைவிலோ அவை இல்லை; சமமட்டமான தரைமீது எல்லாமே ஒரே தட்டை வடிவமாய், ஒரே பிரகாசமாய் பரஸ்பரம் முட்டுக் கொடுத்துக்கொண்டு நின்றன. அந்தப் பாறையும், வெள்ளையடிக்கப்பட்ட அந்த வீடுகளுமாகச் சேர்ந்து கண்ணைப் பறிக்கும் விதத்தில் சூரிய ஒளியைப் பிரதிபலித்தன.

பாறையின் ஓரத்தில் ஓங்கி உயர்ந்து நின்றது, ஆகோமாவின் பழைமையான மாதா கோயில். கல்லாலான இரு கோபுரங்களுடன் காட்சியளித்த அதில், போர்க்களையே சொட்டியது. ஆழியின் விளிம்பையொட்டி அதன் சுவர் எழும்பியிருந்தது. ஒடுங்கி நின்ற அந்தச் சாம்பல் நிறக் கோயிலின் மத்தியபாகம் சுமார் எழுபது அடி உயர்ந்து, சாய்ந்துபோய் பாதி சிதைந்திருந்த கூரையில் முடிந்திருந்தது. பிரார்த்தனை ஸ்தலம் என்று அதைக் கூறுவதைவிட கோட்டை என்பதே பொருந்தும். அதன் விஸ்தாரமான உள்பாகத்தில் நுழைந்ததும் வேறு எந்த ஆலயத்திலும் அனுபவித்திராத அளவு மன நொடிவு ஏற்பட்டது பிஷப்புக்கு. நடுப்பகலுக்கு முன்னால் அங்கே ஒரு பிரார்த்தனையை அவர் நிகழ்த்தினார்; ஆராதனைச் சடங்கின் போது இந்தளவு வேறெங்கும் அவர் கஷ் டப்பட்டதில்லை. அவருக்கு

முன்னால் மங்கிய வெளிச்சத்தில் சாம்பல் நிறத் தரைமீது பிரகாசமான போர்வைகளையும், கம்பளிகளையும் அணிந்து கொண்டிருந்த சுமார் ஐம்பது அல்லது அறுபது பேர் குழுமி பரிபூரண மௌனம் வகித்தனர். அவர்களுக்குப் பின்னால் சாம்பல் நிறச் சுவர்கள். பிரளய காலத்திற்கு முற்பட்ட பிராணிகளுக்காக கடலுக்கடியில் ஆராதனை நடத்துவது போலவே இருந்தது அவருக்கு. ஏனெனில் கால்வேரியில் இயேசுநாதர் செய்த தியாகம் எட்டமுடியாத அளவு பழைமையானவர்களாக, குறிப்பிட்டதொரு வாழ்க்கை முறையில் சமைந்துவிட்டவர்களாக, உலகினின்று அறவே தனித்து வாழ்பவர்களாகவே அவர்கள் தோன்றினார்கள். தமக்குப் பின்னால் மண்டியிட்டிருக்கும் அவர்கள் வளர்ச்சி பெறாத சிசுக்களைப் போலத்தான் ஞானஸ்நானத்தினாலும் தேவ அருளினாலும் காப்பாற்றப்படலாமேயொழிய சொந்த அனுபவத்தினால் அவர்கள் கடைத்தேறுவது கடினமே என்று எண்ணலானார் அவர். அவர்களை அவர் ஆசீர்வதித் தனுப்பும்போது, அவரிடம் பலஹீன உணர்ச்சியும், ஆத்மீகத் தோல்வியுணர்வும்தான் மேலோங்கியிருந்தன.

* * *

ஆடைகளைக் களைந்தபின், ஜாஸின்டோவுடன்கூட ஆலயத்தைச் சுற்றிப் பார்த்தார் பிஷப். அதைப் பார்க்கப் பார்க்க அவருக்கு பிரமிப்பு மேலிட்டது. ஆகோமாவில் இத் தகைய பெரிய கோவில் ஏற்படத் தேவை என்ன இருந்தது? பதினாறாம் நூற்றாண்டின் ஆரம்ப காலத்தில் ஜுவான் ராமி ரெஸ் என்ற பாதிரியாரால் அது கட்டப்பட்டது; இந்தப் பாறைக் கிராமத்தில் இருபது ஆண்டுகளுக்கு மேலேயே உழன்றவர் அவர். அதே ராமிரெஸ் தான் மறுபுறத்தில் கழுதை ஏறிவருவதற்கான பாதையையும் அமைத்தவர். அந்த ஒரு வழியாகத்தான், பொதிக் கழுதைகள் பாறைவெளி மீது ஏறமுடியும். அவர் ஞாபகார்த்தமாக இன்றுகூட 'எனில் காமினோ டெல் பாட்ரே' என்றே அது அழைக்கப்படுகிறது.

ஆலயத்தைத் தொடர்ந்து ஆராய ஆராய ராமிரெஸோ அல்லது அவருக்குப் பின் பதவியேற்ற யாரோ ஒரு ஸ்பானிஷ் பாதிரியோ, முற்றிலும் உலகப் பற்றைத் துறந்தவரல்ல என்று பூஜ்யர் லாடூர் நினைக்கத் தலைப்பட்டார். அவர்கள் தங்கள் சுய திருப்திக்காக அதை நிர்மாணித்தனரேயன்றி இந்தியர்களுடைய தேவைகளுக்குத் தகுந்தாற்போலவல்ல

என்பது தெள்ளென விளங்கியது. நெஞ்சை அள்ளும் அந்த இடமும், அந்தக் கற்கோட்டையின் இயற்கை எழிலும் அவர்களின் மனத்தைச் சற்றே தடுமாறச் செய்திருக்கக்கூடும். அந்த ஸ்பானிஷ் பூஜ்யர்களெல்லாம் சக்தி வாய்ந்த மனிதர்களாகத்தான் இருந்திருக்க வேண்டும்; இல்லா விடில், ராணுவ உதவியின்றியே இந்தப் பெரிய வேலை யைச் செய்து முடிப்பதற்கு இந்தியர்களது உழைப்பைப் பெற்றிருக்க முடியுமா? அந்தக் கட்டிடத்திலுள்ள ஒவ்வொரு கல்லும், அதிலுள்ள அநேக ராத்தல்கள் நிறையுள்ள பச்சை வெட்டுக் கற்களைச் செய்வதற்கு வேண்டியிருந்த ஒவ்வொரு பிடிமண்ணும் ஆண், பெண், குழந்தைகளால் முதுகில் சுமந்து தானே மேலே கொண்டு வரப்பட்டிருக்கிறது. அதன் கூரையிலிருந்த சித்திர வேலைப்பாட்டுடன் கூடிய பெரிய உத்திரங்களோ பூஜ்யர் லாடூரை மேலும் பிரமிக்க வைத்தன. வளர்ச்சி தடைப்பட்ட சில பினான் மரங்களைத் தவிர வேறெந்த மரத்தையும் இது வரையில் அந்தச் சமவெளியில் அவர் கண்டிருக்கவில்லை. ஆகவே இந்தப் பெரிய மரக்கட் டைகளெல்லாம் எங்கிருந்து கொண்டு வரப்பட்டிருக்கலாம் என்று அவர் ஜாஸின்டோவை வினவினார்.

“ஸான் மாடியோ மலையிலிருந்துதான் வந்திருக்க வேண்டுமென நினைக்கிறேன்.”

“இங்கிருந்து அது நாற்பது, ஐம்பது மைல்களுக்கப்பால் இருக்க வேண்டுமே? அவர்கள் இம்மரக் கட்டைகளை அங்கிருந்து எவ்வாறு கொண்டு வந்திருக்க முடியும்?”

ஜாஸின்டோ தோளைக் குலுக்கினான். “ஆகோமா மக்களால் பளுதூக்க இயலும்.” உண்மைதானே, இதைவிட வேறென்னதான் விளக்கம் இருக்கமுடியும்?

தேவாலயத்தைத் தவிர கனமான சுவர்களையுடைய பெரிய பாதிரி விடுதி வேறு அங்கே இருந்தது; அதைக் கட்டு வதற்கும் கீழே சமவெளியிலிருந்து கல்லும் மண்ணும் பெரு மளவில் கொண்டுவரப்பட்டிருக்க வேண்டும். வெளியேயுள்ள பாறை அனலாகக் காயும்போது, உள்ளே, அந்த மடத்தின் அகன்ற தாழ்வாரங்கள் குளிர்ச்சியாக இருந்தன. அதன் தாழ்ந்த வளைவுகளுக்குப் பின்னால் நாற்புறமும் அடைப்புள்ள தோட்டமொன்று காணப்பட்டது; அதிலிருந்த மண்ணின் ஆழத்திலிருந்து

அது ஒரு காலத்தில் வெகு செழிப்பாக இருந்திருக்க வேண்டுமென்பது நன்றாகத் தெரிந்தது. பின்னால் பசுமையான தோட்டத்தையும், உயரே நீல வானத்தையும் தவிர மற்றெல்லாவற்றையும் நான்கடி கனமான அந்த மண் கற்சுவர்கள் மறைத்துவிட்டன. அவற்றினுள்ளே நிழல் படிந்த பாதைகளில் நடமாடிக் கொண்டிருந்த அந்தக் காலத்துப் பாதிரிமார்கள், ஏழை ஆகோமா ஜனங்களை முற்றிலும் மறந்திருந்தால் ஆச்சரியமில்லை. பிரெனீஸ் மலையின் குதி முள் போன்ற ஒரு குன்றில் தொங்கிய விடுதியொன்றில் தாங்கள் இருப்பதாக எண்ணி, பண்டைக்காலப் பாறை ஆமைகளான ஆகோமாக்களை அடியோடு மறந்திருந்தால் அதில் அதிசயமில்லை!

தோட்டத்தின் சாம்பல் நிறப் புழுதியில் மெலிந்த, பாதி இறந்துபோன இரு பீச் மரங்கள் வறட்சியான சூழ்நிலையுடன் இன்னமும் போராடிக்கொண்டிருந்தன; பழைய வேர் ஒன்றிலிருந்து முளைத்தெழுந்து ஒருபோதும் பலனளிக்காத வகையைச் சார்ந்த மரம் அது. மிகவும் தடித்ததும், கடினமானதுமான பழையதொரு அடிமரத்தின் மஞ்சள் நிற வேர்கள் சுவரருகே கிடந்தன; ஒரு காலத்தில் காய்த்துக் குலுங்கியிருக்க வேண்டும் அவை.

பாதிரி மடத்தின் வடகிழக்கு மூலையில் கூரையுடன கூடிய திறந்த வெளியரங்கமொன்றைக் கண்டார் பிஷப். அந்த வெண்ணிறக் கிராமத்தையும், செந்நிறப் பாறையையும் நோக்கியபடி, சுற்றுச் சுவர்களேதுமின்றிக் கட்டப்பட்டிருந்தது அது. அவ்விடத்திலேயே இரவைக் கழிப்பதென அவர் தீர்மானித்தார். இந்த அரங்கத்தில் நின்றுகொண்டு சூரியன் மறைவதையும், பாலைவனமெங்கும் இருள் பரவுவதையும் கவனித்தார் பிஷப். கீழே சமவெளியில் அந்தி மாலையின் செம்மை படர்ந்து சிறிது நின்ற பாறைப் படிவங்களெல்லாம், மெழுகுவர்த்திகள் அணைவதுபோல் ஒவ்வொன்றாகத் தங்கள் ஒளியை இழந்தன. பாலை வெளியில் பாறையொன்றின்மீது அவர் நின்றிருந்தார். கற்காலச் சூழ்நிலை அவரைக் கவ்விக்கொண்டது. சொந்த ஊர்ப் பித்தும், இனஜனப் பற் றும் அவரைப் பிடித்தாட்டின; தமதான இக்காலத்துக்காக ஐரோப்பியருக்காக ஏங்கி நின்றார் அவர். அந்த ஐரோப்பி யர்களின் ஆசைகளும் கனவுகளும் அவர் நினைவில் வட்ட மிட்டு அலைத்தன.

இவ்வளவு நூற்றாண்டுகளாக அவருடைய உலகப்பகுதி உதய வானத்தைப்போல மாறி வந்திருக்கும் போது, இந்த ஜனங்கள் மட்டும் அப்படியே நிலையாக இருந்து வந்திருக்கிறார்கள்; அவர்களுடைய எண்ணிக்கையோ, ஆசைகளோ அணுவளவும் அதிகரிக்கவில்லை. பாறை ஆமைகளாகவே பன்னெடுங்காலமாக வாழ்ந்து வந்திருக்கிறார்கள். இந்த மாதிரி எண்ணத் துவங்கியதும், 'ஊர்வன சகாப்தத்துக்கு வந்துவிட்டதாகவே உணரலானார் அவர். ஆடாது அசையாது நின்றே கால வெள்ளத்தைத் தாக்குப் பிடித்திருக்கிறது இந்தச் சமூகம். ஓடு மூடியிருந்த ஆதிகால ஜந்துக்களைப் போலவே, எட்டிப் பிடிக்க முடியாததொரு வாழ்வே இது!

* * *

தமது ஆஸ்தான பீடத்துக்குத் திரும்பும் வழியில் இஸ்லேடாவில் பூஜ்யர் ஜீஸஸுடன் இன்னொரு இரவை பிஷப் கழித்தார். மோகுய் நாட்டைப் பற்றியும், அதற்கும் மேற்கேயுள்ள மிகப்பழைமையான பாறைகளடர்ந்த கிராமங்களைப் பற்றியும் நிறையச் சொன்னார் ஜீஸஸ். நெடு நாட்களுக்கு முன்பு ஆகோமாவிலிருந்த சந்நியாசி ஒருவரின் கதையும் அவர் கூறிய விஷயங்களில் ஒன்றாகும். அக்கதை ஏறக்குறைய பின்வருமாறு இருந்தது.

4
பால்டஸாரின் கதை

பதினெட்டாவது நூற்றாண்டின் ஆரம்ப வருடங்களில் ஏதோ ஒன்று. வடக்கு நியூமெக்ஸிகோவிலிருந்த பாதிரியார்களும், ஸ்பானிஷ்காரர்களும் விரட்டப்படவும், கொலை செய்யப்படவும் ஏதுவாயிருந்த இந்தியர்களின் மாபெரும் எழுச்சிக்குப் பின் சுமார் ஐம்பது ஆண்டுகள் கழித்து இருக்கலாம் அது. அப்பகுதி திரும்பவும் பிடிக்கப்பட்டு, உயிர்த் தியாகம் செய்த பழைய பாதிரிகளின் இடத்தில் புதியவர்கள் வந்துவிட்டனர். அந்த சமயத்தில் பால் ஸார் மோன் டோயா என்பவர் ஆகோமாவில் பாதிரியாக இருந்தார். கொடுங்கோன்மையையும், அகம்பாவத்தையும் சுபாவமாகக் கொண்ட அவர், சுதேசிகளை மிகவும் கொடுமையாக நடத்தினார். இப்போது சிதிலமாகிக் கிடக்கும் மிஷன்களெல்லாம் அப்போது சுறுசுறுப்பாக இயங்கிக் கொண்டிருந்தன. ஒவ்வொன்றிலும் ஒரு பாதிரி குடியேறியிருந்தார் அந்தப் பாதிரிமார் அனைவரும், அவரவர்கள் இயற்கைக்குத் தக்கபடி, மக்களுக்காகவோ அல்லது மக்களைச் சுரண்டியோ வாழ்ந்து வந்தனர். மிகுந்த பேராசையும், கசக்கிப் பிழியும் தன்மையும் வாய்ந்தவர்களில் ஒருவர் பால்டஸார். அதன் நேர்த்தியான ஆலயத்தைப் பேணுவதற்காகத்தான் ஆகோமா கிராமம் இருந்தது என்பது அவரது அசைக்க முடியாத அபிப்பிராயம்; தம்மைப் போலவே இந்தியர்களும் அதைக்கண்டு பெருமைப்பட வேண்டுமென்பது அவரது ஆசை. அவர்களுடைய சிறந்த சோளக் கதிர்களையும் மற்றும் மொச்சை, பழச் சாறுகளையும் தனது சாப்பாட்டுக்காக அவர் சுவீகரித்துக் கொள்வது வழக்கம், ஆடுகளை அவர்கள் கொல்லும்போதும், அவற்றின் சிரேஷ்டமான பகுதிகளைத் தனக்கென்று

பொறுக்கியெடுத்துக் கொண்டுவிடுவார். அவர்களிடமிருந்த சிறந்த தோல்களைத் தனது இருப்பிடத்திற்கு வேண்டிய விரிப்புகளாக உபயோகிக்கத் தேர்ந்தெடுத்துக்கொள்வார். இவற்றைத் தவிர அவர்களிடம் கடுமையாக வேலை வாங்கு வதும் அவரது இயல்பு. சமவெளியிலிருந்து கூடை கூடை யாக எவ்வளவு மண்ணை மேலே கொண்டு வந்தாலும் அவருக்குத் திருப்தி இருக்காது, ஆலயத்தைச் சார்ந்த புதை பூமியை அவர் விஸ்தரித்தார்; பாதிரி விடுதியிலுள்ள தோட்டத்தை இன்னும் ஆழப்படுத்தி, கால்நடைத் தொழுவங்களிலிருந்து சாணியைக் கொண்டுவரச் செய்து அதைச் செழிப்புள்ளதாக ஆக்கினார். இங்கே ஒரு அற்புதமான தோட்டத்தை அவரால் வளர்க்க முடிந்தது. ஒவ்வொரு மாலையிலும் ஸ்த்ரீகள் தவறாது அந்தத் தோட்டத்திற்குத் தண்ணீர் கொண்டுவந்து கொட்டவேண்டும் என்று அவர் கட்டளையிட்டதே இதற்குக் காரணம். எந்தப் பெண்ணும் பாதிரி விடுதியில் நுழைவது முறையாகாது என்ற மதாச்சாரத்தையும் மீறி அவர் அவ்வாறு ஏற்பாடு செய்திருந்தார். ஒவ்வொரு பெண்பிள்ளையும் பாதிரியாருக்காக வாரந்தோறும் இவ்வளவு வாளி ஜலத்தைத் துரவுகளிலிருந்து கொண்டுவந்து தரவேண் டும் என்று கணக்கு இருந்தது. தங்களுக்கு இடப்பட்ட வேலை கடுமையாக இருந்தது என்பதற்காக மட்டுமன்றி, தங்களுக் குத் தேவையான ஜலம் இப்படி விரயமாகிறதே என்பதாலும் அந்தப் பெண்மக்கள் முணுமுணுக்கலாயினர்,

சோம்பேறியல்ல பால்டஸார். அவருடைய தேகம் பெருத்துப் போனதற்கு முன்னால், அங்கிருந்த முதல் சில வரு டங்களில் தனது மிஷன் சார்பாகவும், தனது தோட்டத்துக் காகவும் நீண்ட பிரயாணங்களை அவர் மேற்கொண்டார். சிறந்த பீச்விதைகளைப் பொறுக்கியெடுத்து வருவதற்காக வெகு தொலைவிலிருந்த ஓராய்பி வரையில் சென்றார். அவருடைய திராட்சைப் பதியன்கள் ஸோனாராவிலிருந்து கூடைகளில் வைத்து கழுதை முதுகில் ஏற்றிக் கொணரப்பட்டவை. பாரவண்டித் தொடர்கள் கிராண்ட் நதிச் சமவெளியினுள் வரக்கூடிய பருவத்தில், பொறுக்கான தோட்ட விதைகளைப் பெறுவதற்காக ஸான்டா ஃபேயிலுள்ள மாளிகை வரைகூடச் செல்வார் பால்டஸார். பழைய காலத்தியப் பாதிரிமார்கள் விதைகளை

இங்குமங்கும் எடுத்துப்போய் நல்ல தொழில் நடத்தினார்கள். இந்தியர்களும் மெக்ஸிகர்களுமோ மொச்சை, பழச்சாறு, மிளகாயுடன் திருப்தியடைந்துவிட்டனர். அதற்கு மேல் வேறு எதையுமே அவர்கள் வேண்டவில்லை!

சுகவாழ்வுக்குப் பெயர் பெற்ற ஸ்பெயின் தேசத்து மத விடுதியொன்றிலிருந்து வந்தவர் பால்டஸார். அவரே அதன் போஜனசாலையில் வேலை செய்திருக்கிறார். அவர் ஒரு அருமையான சமையல் நிபுணரும்கூட. கொஞ்சம் தச்சுத் தொழிலும் தெரியும். உலகின் ஒரு மூலையிலிருந்த அந்தப் பாறைமீது தாம் சௌகரியமாய் இருப்பதற்காக வேண்டி அவர் மிகுந்த பிரயாசை எடுத்துக்கொண்டார். இரண்டு இந்தியப் பையன்களைத் தம்மிடம் வேலைக்கு வைத்துக்கொண்டார்; ஒருவனை தனது கழுதையைப் பராமரிக்கவும், தோட்டத்தில் வேலை செய்யவும் அமர்த்தினார். மற்றவனை தனக்கு உணவு சமைத்துப் பரிமாறுவதற்காக நியமித்தார். காலக்கிரமத்தில் அவருடைய உடல் இன்னும் பருத்துப்போனதால், மற்றுமொரு பையனை வேலைக்கு வைத்துக்கொண்டு, தூரத்தேயுள்ள மிஷன்களுக்குச் செய்தி கொண்டு செல்பவனாக அவனை உபயோகித்தார். ஒரு சிவப்புத் துணியையோ அல்லது இரும்பு மண்வெட்டியையோ, இல்லாவிடில் ஒரு புதுக் கத்தி யையோ எடுத்து வருவதற்காக தூரத்தேயுள்ள ஸான்டா ஃபேக்கு நடந்தே செல்வான் அச்சிறுவன். திரும்பிவரும் வழியில் திராட்சை மதுவை ஒரு தோல்பை நிறைய எடுத்துவருவதற்காக பெர்னாலில்லோவில் தங்குவான். ஐந்து நாள் பிரயாணம் செய்து ஸான்டியா மலைகளுக்குப் போய் மீன் பிடிப்பான். அந்த மீன்களைக் காயவைத்தோ, உப்பிட்டோ, பாதிரியாரின் உபவாச நாட்களுக்காகச் சேமித்துவைப்பான் அல்லது பூஜ்யர்கள் முயல்களை வளர்த்துவந்த இடமான ஜூனீக்கு ஓடி, வதக்கித் தின்பதற்காக அவற்றில் ஒரு ஜோடியைக் கொண்டுவருவான். அவனுக்கு இடப்பட்ட குற்றேவல்கள் ஒருபோதும் மத சம்பந்தமானவையாக இருந்ததேயில்லை!

ஆகோமாவிலிருந்த அப் பாதிரியார் தன் ஆன்மாவை விட உடலைப் பேணுவதிலேயே அதிக அக்கறை காட்டி வந்தார் என்பது தெளிவாகத் தெரிந்தது. அந்த வெற்றுப் பாறைமீது இருந்ததால் இனியதும், விதவிதமானதுமான

உணவைப் பெறுவதில் ஏற்பட்ட கஷ்டம், அவருடைய போஜனப் பிரியத்தை அதிகரித்து அவருடைய சக்தி சாமர்த்தியங்களையெல்லாம் அதிலேயே செலவிடுமாறு தூண்டியது. ஆனால் அவரது இந்தச் சிற்றின்பவேட்கையானது தோட்டத்தோடும், உணவோடும் நின்றுவிட்டது; இந்தியப் பெண்களைக் கொண்டு சதைப் பசியைத் தீர்த்துக் கொள்வது மிகவும் எளிதே. பாதிரியாரும் இத்தகைய உணர்ச்சிகள் தீவிரமாக இருக்கும் முதிர்ந்த வாலிபப் பருவத்தில்தான் இருந்தார். ஆனால் தூய்மையான நடத்தையிலிருந்து சிறிதளவு தவறிவிட்டாலும், மதம் மாறிய இந்தியர்களிடத்தில் தங்களுக்கு இருக்கும் செல்வாக்கும், அதிகாரமும் வெகுவாகக் குறைந்துவிடும் என்பதைப் பாதிரியார்கள் ஆரம்ப காலத்தி லேயே கண்டுணர்ந்துவிட்டனர். இந்தியர்களேகூடச் சில சமயங்களில் இச்சையடக்கத்தை ஒரு விரதம் போலவோ, அல்லது தேவதைகளுக்கு தீவிர உபாஸனையாகவோ அனுஷ் டித்தனர்; எனவே தமக்காக, தங்களுடைய பாதிரியார்க ளும் பிரம்மசரியத்தைக் கைக்கொள்ள வேண்டும் என்று அவர்களனைவரும் மிகவும் விரும்பினார்கள். சிற்றின்பத்தில் ஆழ்வதால் ஏற்படும் விளைவுகள் ஸ்பெயினைவிட இங்கு இன் னும் கடுமையாய் இருந்திருக்கக்கூடும். அதெப்படியோ, அம் மாதிரியாகத் தம்மிடம் பலவீனத்தைக் கண்டு இந்தியர்கள் கொக்கரிப்பதற்கான சந்தர்ப்பத்தை ஒருபோதும் பாதிரி பால்டஸார் அளித்ததாகத் தெரியவில்லை.

ஆகோமாவில் சுமார் பதினைந்து ஆண்டு காலம் ஆட்சி புரிந்தார் அவர்; சுபிட்சம் கொழித்த வருடங்களே அவை. அப்போது ஆலயத்தையும் தமது இருப்பிடத்தையும் இடையறாது அபிவிருத்தி செய்துகொண்டும், காய்கறி, மூலிகைகளைப் பயிரிட்டுக்கொண்டும், பூகோ வேரிலிருந்து சோப்பு செய்துகொண்டும் காலத்தைக் கழித்தார் அவர். உடல் பருமனாகிவிட்ட பின்பும்கூட அவருடைய கைகள் உறுதியாகவும் தசைக்கட்டுடனும் இருந்தன; அவருடைய விரல்களின் சாதுரியமும் குறையவே இல்லை. பீச் மரங்களைப் பயிராக்கி, தனது தோட்டத்தைச் சிறியதொரு சாம்ராஜ்யம் போலவே கண்காணித்து வந்தார். அதற்குத் தண்ணீர் கொண்டுவந்து ஊற்றுவதில் சுதேசிப் பெண்கள் அசிரத்தையாய் இருக்க அனுமதித்ததேயில்லை அவர். அவரிடம் முதலில் வேலைக்கமர்ந்த பையன்கள் திருமணம்

செய்துகொள்வதற்காகவிடுவிக்கப்பட்டனர்; அவர்களுடைய இடங்களில் வேறு சிலர் சேர்த்துக்கொள்ளப்பட்டு இன்னும் நுணுக்கமாகப் பயிற்சியளிக்கப்பட்டனர்.

பால்டஸாரின் கொடுங்கோலாட்சி சிறிது சிறிதாக வலுத்தது. அதை எதிர்த்தெழ ஆகோமா மக்கள் சில சமயங்களில் முயன்றனர். ஆனால் பாதிரியாருடைய மாயாஜாலம் எவ்வளவு சக்தி வாய்ந்ததாக இருக்கக்கூடும் என்பதை அவர்களால் மதிப்பிட இயலவில்லை; அதைப் பரிசோதனை செய்து பார்க்கவும் அவர்களுக்குப் பயமாய் இருந்தது. இந்தப் பாதிரியாரின் வேண்டுகோளின் பேரில் தான் அர்ச். ஜோஸப்பின் புனிதமான திருவுருவப்படம் ஸ்பெயின் அரசரிடமிருந்து அவர்களுக்குக் கிடைத்தது என்பதில் ஐயமில்லை. வானம் பொய்த்தபோதெல்லாம் வறட்சியைப் போக்குவதில் சுதேசி 'மழை மாந்திரீகர்களை' விட அந்தச் சித்திரம் அதிகப் பலனை அளித்திருந்தது. அந்த வர்ணச் சித்திரத்தைச் சரியான முறையில் வேண்டிக்கொண்டு மரியாதை செய்தால், அது மழையைக் கொண்டு வரத் தவறியதே இல்லை. பாதிரி பால்டஸார் அந்தப் படத்தை அவர்களுக்காகக் கொண்டு வந்ததிலிருந்து ஆகோமாவில் பயிர் சோடை போன வருடமேகிடையாது. அருகிலிருந்த லாகுனாவிலும் ஜூனியிலுமோ வறட்சி ஏற்பட்டு மக்கள் தங்களது பஞ்ச காலத்திற்கான சேமிப்பைக் கொண்டு நாளைத் தள்ளவேண்டிய கட்டாயம் ஏற்பட்டிருந்தது. அம்மாதிரியான நிர்ப்பந்தம் அதிபயங்கரமானதல்லவா?

அந்தப் புனிதமான சித்திரத்தை வாடகைக்குப் பேசுவ தற்காக லாகுனா இந்தியர்கள் ஆகோமாவுக்கு இடைவிடாமல் தூது கோஷ்டிகளை அனுப்பியவண்ணம் இருந்தார்கள். ஆனால் பால்டஸாரோ சித்திரத்தை ஒருபோதும் கைநழுவ விடாதீர்களென்று அவர்களை எச்சரித்திருந்தார். இத்தகைய சக்தி வாய்ந்த பாதுகாப்பு போய்விட்டாலோ அல்லது மந்திர வித்தையைப் பாதிரியார் தங்கள்மீது திருப்பிவிட்டாலோ கிராமத்துக்கு மிகவும் கேடு விளையுமென அவர்கள் அஞ்சினர். எனவே அவர் தேர்ந்தெடுக்கும் தானியத்தையும், ஆட்டுக் குட்டிகளையும், பானைகளையும் அவருக்குக் கொடுத்து விடுவதே நல்லது; மூன்று வேலைக்காரப் பையன்களை அவர் வைத்திருப்பதையும் ஆட்சேபிக்கவேண்டாம்

என்று முடிவு செய்தனர். இதன் பயனாகப் பாதிரியாரும், மதம் மாற்றப்பட்ட அந்த மக்களும் வெளிப் பார்வைக்கு நேசபாவத்துடனேயே பழகினார்கள்.

* * *

உடம்பு அசாதாரணமாக ஊதிப் பெருத்துவிட்டதன் காரணமாக நீண்ட பிரயாணங்களை மேற்கொள்ளும் வழக் கத்தை இப்போது விட்டுவிட்ட பாதிரியார், ஒரு கோடையில் யாராவது உடனிருப்பதை விரும்பினார். அவ்வாறு அவருடன் இருப்போர் அவருடைய நேர்த்தியான தோட்டத்தையும் சாமர்த்தியமாக நிர்மாணிக்கப்பட்டுள்ள சமையலறையையும், நிஷ்டையில் அமரவும், சாப்பாட்டுக்குப் பின்னர் தூங்கவும் அவர் உபயோகப்படுத்தி வந்த காற்றோட்டமானதும், கம்பளங்கள், தண்ணீர்க் கூஜாக்கள் நிறைந்ததுமான அரங்க மண்டபத்தையும் கண்டு வியந்து ரசிப்பவராக இருக்க வேண்டும் என்றும் ஆசைப்பட்டார். எனவே அர்ச். ஜான் தினத்துக்குப் பிந்திய வாரத்தில் ஒரு விருந்து நடத்துவதென்று அவர் தீர்மானித்தார்.

தனது சஞ்சாரப் பையனை ஜுனி, லாகுனா, இஸ்லேடா ஆகிய இடங்களுக்கு அனுப்பி, அங்கேயிருந்த பாதிரிகளையெல்லாம் விருந்துக்கு அழைக்கச் சொன்னார். குறித்த நாளில் ஜுனியிலிருந்த இரண்டு பாதிரிகளும், லாகுனா, இஸ்லேடாவிலிருந்த பாதிரிகளுமாக மொத்தம் நான்கு பேரும் வந்து சேர்ந்தனர். வருவோரின் சவாரி மிருகங்களைக் கொட்டிலில் கொண்டுபோய்க் கட்டி வைப்பதற்காகவும், அவர்களைப் படிக்கட்டு வழியாக மேலே அழைத்து வருவதற் காகவும் பாறையின் அடிவாரத்தில் லாயப் பையன் நிறுத்தி வைக்கப்பட்டிருந்தான். படிக்கட்டு முடிவில் பால்டஸாரே அவர்களை நேரில் வரவேற்றார். அந்த இடம் முழுவதையும் அவர்களுக்குச் சுற்றிக் காட்டினார். பின்னர், பாதிரி விடுதி யைச் சேர்ந்த நடைபாதைகளில் வம்புப் பேச்சு பேசிக் கொண்டே காலை நேரத்தை அவர்கள் கழித்தனர்; வெளியே இருந்த வெற்றுப் பாறை தொடக்கூட முடியாதபடி அவ்வ ளவு சூடாக இருந்தபோதிலும், உள்ளே குளிர்ச்சியாகவும், நிசப்தமாகவும் இருந்தது. திராட்சை இலைகள் மென்காற் றில் சலசலத்து மனத்துக்கு உற்சாகமூட்டின. முதல் நாளிரவு ஊற்றப்பட்ட தண்ணீர் காயக்காய காரட்டையும் வெங்காயப் பயிரையும்

சுற்றியிருந்த மண் மனோகரமான வாசமொன்றை வெளிப்படுத்தியது. தங்களுக்கு விருந்தளிப்பவர் சுகபோக வாழ்க்கை நடத்துகிறார் என்பதை வந்திருந்த விருந்தாளிகள் ஊகித்து, அதன் ரகசியத்தை அறிந்து கொள்ளவும் ஆசைப்பட்டனர். எனவே நல்ல காற்றோட்டமுள்ள தனது வாசஸ்தலமான அந்தப் பாறையைப் பற்றி சற்றே தற்பெருமையுடன் பேசுவதற்காக அவரை அவர்கள் குறை கூறத் தயாராயில்லை.

விருந்தைத் தயாரிப்பதில் நிரம்பவும் சிரத்தை எடுத்துக் கொண்டிருந்தார் பால்டஸார். முன்னர் அவர் சமைக்கக் கற்றுக்கொண்ட சன்னியாசி மடம் ஸெவில்லே போகும் ராஜபாட்டையில் இருந்தது. ஸ்பானியப் பிரபுக்களும், சில சமயங்களில் அரசரும்கூட விருந்துண்பதற்காக அங்கே தங்குவதுண்டு. வானம்பாடிப் பறவையை நெருப்பில் வதக்கத் தேவைப்படும் சிறிய கரண்டியிலிருந்து, காட்டுப் பன்றியை வதக்க உபயோகமாகும் பெரும் கொப்பரை வரையில் பல விதமான உபகரணங்களைக் கொண்ட அந்தப் பெரிய சமையற்கூடத்தில் ஒன்றிரண்டு குழம்புவகைகளைச் செய்யக் கற்றுக்கொண்டிருந்தார் பாதிரியார். ஆகோமாவுக்கு வந்த பின்னர், சமையல் கலையினிடம் இயற்கையாக ஏற்பட்டிருந்த பிரீதியின் காரணமாகத் தனது திறமையை நன்கு விருத்தி செய்துகொண்டார். அதற்குத் தேவையான சம்பாரங்களின் பற்றாக்குறை அவருடைய ஆர்வத்தைக் குறைப்பதற்குப் பதிலாக அதை இன்னும் நன்றாகத் தூண்டிவிட்டது.

குளுகுளுவென்றிருந்த போஜனசாலையில் இன்று அவர்களுக்குக் களிப்பூட்டிய அந்த உணவைப்போல் என்றுமே கண்டதில்லை, வந்திருந்த பாதிரியார்கள். கீழே வெகு தூரத்தில் வெயிலில் பதைபதைக்கும் பாலைவனத்தின் ஒரு கீற்று மட்டுமே தெரியும்படியாக போஜன விடுதியின் அடைப்புகள் சிறிதளவே திறக்கப்பட்டிருந்தன. அவர்கள் மறுமுறை வருவதற்குள் பாதிரி விடுதியையொட்டி நீரூற்றொன்றை அமைத்துவிடப் போவதாகப் பீற்றிக் கொண்டிருந்தார் பாதிரியார். முதலில் பரிமாறப்பட்ட ருசியான பதார்த்தங்களையும், குழம்பையும் அளவுக்கு மீறிச் சாப்பிட்டுவிடாமல் பின்னால் வரப்போகும் உண்டிக்கும் வயிற்றில் இடம் வைத்திருக்குமாறு, பசியோடு

அன்புப்பிடியில் இருவர் φ 121

கூடிய அந்த விருந்தினர்களை அவர் எச்சரித்துத் தடுக்க வேண்டியிருந்தது; மிக நன்றாகப் பக்குவம் செய்யப்பட்ட காட்டு வான்கோழிப் பொறியல் வேறு தயாராகியிருந்தது. ஆனால் அந்தோ, அது ருசி பார்க்கப்படவேயில்லை! அதற்கு முன்னால் படைக்கப்பட்ட உண்டியானது, விருந்தளிக்கும் பாதிரியார் தானே நேரிடையாகச் செய்தது; அது விஷயத்தில் மட்டும் தனது சமையல்காரப் பையனை நம்பி எதையும் விட்டுவிடவில்லை அவர். முயல்கறிதான் அது! அவருடைய தோட்டத்தில் விளைந்த காரட்டும் வெங்காய மும் இளசாகவும், நல்ல மணமுடனும் இருந்தன. அத்துடன் அவர் பல ஆண்டுகளாகப் பரீட்சித்து நன்றாகச் செய்யக் கற்றிருந்த ஒருவகைக் குழம்பும் சேர்க்கப்பட்டிருந்தது. அடுக்களையிலிருந்த பெரியதொரு மண்வட்டிலில் வைத்துக் கொண்டுவரப்பட்டது இந்தப் பதார்த்தம். ஆனால் அந்த வட்டில் போதிய அளவு பெரிதாயிருந்ததென்று சொல்ல முடியாது. ஏனெனில், மிதக்கும் காரட்டுகளுடன் கூடிய அந்தக் குழம்பு, வட்டிலின் விளிம்பு வரை நிரம்பியிருந்தது. வதக்கும் வேலையை விட்டுவிட்டு சமையல்காரன் வெளியே வரமுடியாமலிருந்ததால் லாயப் பையன் அன்று பரிமாறிக் கொண்டிருந்தான்; நறுவிசாகவும், சுறுசுறுப்பாகவும், திற மையாகவும் பரிமாறினான் அவன். பாதிரியாருக்கு அவனு டைய வேலையில் திருப்தி ஏற்பட்டது. அவனது சிரமங்களுக்கு ஈடாக வெண்கலத்தாலோ, வெள்ளி முலாம் பூசிய உலோ கத்தாலோ ஆன சிறியதொரு பதக்கத்தைப் பரிசாக அளிக்க லாமா என்றுகூட அவர் யோசிக்கலானார்!

குழம்புடன் சேர்ந்த முயல் கறி வந்த சமயத்தில், இஸ் லேடாவைச் சேர்ந்த பாதிரியார் வேடிக்கைக் கதையொன் றைச் சொல்லிக் கொண்டிருந்தார். அதைக் கேட்டு அங்கிருந்த மற்றவர்கள் விழுந்து விழுந்து சிரித்தனர். கொஞ்சம் ஸ்பானிஷ் மொழியை அறிந்திருந்த அந்தப் பரிசாரகச் சிறுவனும் பாதிரியார்களுக்கு இவ்வளவு ஆனந்தம் தந்த விஷயம் என்னவாயிருக்கும் என்பதைக் கண்டுபிடிக்க முயற்சி செய்து கொண்டிருந்தான் போலும்! எது எப்படியோ, அவனுடைய கவனம் வேறு எங்கேயோ இழுக்கப்பட்டிருந்தது. எனவே ஜூனியிலிருந்து வந்த இரு பாதிரிகளில் பெரியவரின் பின்னால் செல்கையில் அவன் தூக்கிவந்த வட்டில் அப்படியே கவிழ்ந்தது: அதிலிருந்த பழுப்பு நிறத் திரவம் அந்த நல்ல மனிதரின் தலைமீதும்,

தோள்களின்மீதும் தாரையாகக் கொட்டிவிட்டது. பால்டஸார் முன்கோபக்காரர். அதோடு, வீரியம் வாய்ந்த திராட்சை மதுவைத் தாராளமாகவே பருகியிருந்தார். திட்டிக்கொண்டே தனது வலப்புறத்தில் காலியாகக் கிடந்த வெள்ளீயச் சட்டியை எடுத்து அந்தப் பையன்மீது அவர் விட்டெறிந்தார். பையனது தலையைப் பக்கவாட்டில் தாக்கியது அப்பாத்திரம். வட்டிலை நழுவ விட்டவனாகச் சில அடிகள் தடுமாறி நடந்து, பின்னர் கீழே சாய்ந்தான் பையன். அதன்பின் அவன் திரும்ப எழுந்திருக்கவுமில்லை. அசையவுமில்லை. ஜுனியிலிருந்து வந்திருந்த பாதிரியார் வைத்தியத்தில் தேர்ச்சி பெற்றவர். தன் கண்களின்மீது படிந்திருந்த குழம்பைத் துடைத்து விட்டு, குனிந்து பையனைப் பரீட்சை செய்தார் அவர்.

“இறந்து விட்டான்” என்று அவர் மெதுவாக முணுமுணுத்தார். அதைக் கூறியவுடனேயே தனது இளைய பாதிரியாரின் சட்டைக் கையைப் பிடித்து இழுத்தார்; வேறொரு வார்த்தையும் கூறாமல் அவ்விருவரும் தோட்டத்தின் வழியே படிக்கட்டு வாசலை நோக்கி ஓடிவிட்டனர். அடுத்த கணத்தில் லாகுனாவிலிருந்தும், இஸ்லேடாவிலிருந்தும் வந்திருந்த பாதிரியார்களும் மரியாதையையெல்லாம் மூட்டைகட்டி வைத்துவிட்டு, முன்னால் சென்றவர்களின் வழியைப் பின்பற்றி ஓடினர். ஆச்சரியப்படத்தக்க வேகத்துடன் அந்த நான்கு விருந்தாளிகளும் பாறையினின்றும் இறங்கி, கழுதைகளின் சேணங்களைப் பூட்டி, சமவெளியினூடே அவைகளை விரட்டிச் சென்றனர்.

தனது அவசர புத்தியின் விளைவுகளைத் தனிமையாக ஏற்கும்படி நேரிட்டது பால்டஸாருக்கு. போஜன விடுதியில் நெடுநேரமாக மௌனம் நிலவுவதைக் கண்டு வியப்படைந்த சமையல்காரப் பையன் துரதிர்ஷ்டவசமாக அந்த அறையின் வாசலில் வந்து எட்டிப் பார்த்துவிட்டான்; அவன் பார்த்த தருணத்தில் பழுப்பு அங்கிகளில் கடைசி ஜோடியானது பாதிரி விடுதிக்கு அப்பால் மறைந்து கொண்டிருந்தது. தனது கூட்டாளி தரையில் வீழ்ந்து கிடப்பதைக் கண்டான். பிறகு தனக்கு மட்டுமே தெரிந்த வழியொன்றின் மூலமாக அக் கட்டிடத்திலிருந்து சந்தடி செய்யாமல் வெளியேறினான் அவன்.

பாதிரி பால்டஸார் அடுக்களைக்குள் சென்ற போது அங்கே ஒருவரையும் காணவில்லை. வான்கோழி

இறைச்சியோ கரண்டிமீது இன்னமும் வடிந்து கொண்டிருந்தது. அதை உண்ணவேண்டுமென்ற அவா அப்போது அவருக்கு அறவே இல்லை! உண்மையில், வியாகுலமும், கலக்கமும் அவரை ஆட்கொண்டுவிட்டன. அதோடு, ஓடிப்போன விருந்தாளிகள் மீது கோபமும் பொங்கியது. தானும் அவர்களைப் பின்தொடர்ந்து சென்றுவிடலாமா என்று ஒரு கணம் நினைத்தார்; ஆனால் தாற்காலிகமாக அவ்வாறு ஓடி மறைவது தமது நிலைமையை இன்னும் மோசமாக்கிவிடுமென்பதைக் கண்டார். ஒரேயடியாக அவ்விடத்திலிருந்து போய்விடுவதும் நினைக்கவொண்ணாதது. அவருடைய தோட்டம் செழிப்பின் சிகரத்தை அப்போதுதான் எட்டியிருந்தது. பீச் மரங்களின் காய்கள் பழுக்கும் தறுவாயிலிருந்தன. அவருடைய திராட்சைக் கொடிகளோ பச்சைக் குலைகள் நிறைந்து, அறுந்து விழுந்துவிடுவதுபோலத் தொங்கிக்கொண்டிருந்தன. ஏதோ இயந்திரத்தைப் போல, கரண்டியிலிருந்து வான்கோழி இறைச்சியை எடுத்தார். உண்ணவேண்டும் என்கிற ஆவ லால் அல்ல; மொறமொறவென்று கருகிப் போனால் அந்தப் பறவை கஷ்டப்படுமோ என்பதுபோன்ற இரக்க உணர்ச்சி தோன்றியதால்தான் அவ்வாறு செய்தார்! இதைச் செய்த தும், அரங்கத்தை நோக்கிச் சென்று உட்கார்ந்து தனது பிரார்த்தனா சங்கிரகப் புத்தகத்தைப் படிக்க ஆரம்பித்தார். கடந்த சில நாட்களாக அவர் சமயலறை வேலையிலேயே ஆழ்ந்துவிட்டதால், அதைப் படிக்காமல் இருந்துவிட்டார். தனக்குக் குழிதோண்டிவிட்ட அந்தக் குழம்பைத் தயாரிப்பதில் அவர் எடுத்துக்கொண்ட சிரமம் கொஞ்சமா நஞ்சமா?

வழக்கமாக மத்தியான நேரத்தில் அவர் தூங்கும் இடமான அந்தக் காற்றோட்டமுள்ள அரங்கம் காற்றில் ஊசலா டும் பறவைக் கூண்டைப்போல இருந்தது. அதன் திறந்த வளைவுவாசல்கள் வழியே, கீழே ஒரே குப்பலாக இருந்த கிரா மத்தையும், அதற்கும் அப்பால் இருந்த பாறைப் படிவங்கள் இறைந்த சமவெளியையும் உற்று நோக்கினார். தனது பாரா யணத்தில் மனத்தைச் செலுத்த முடியவில்லை அவரால் கீழே இருந்த கிராமத்திலோ அசாதாரணமானதொரு அமைதி குடிகொண்டிருந்தது. இந்நேரத்தில், சில பெண்பிள்ளைகள் பானைகளையும், துணிகளையும் சுத்தம் செய்து கொண்டிருப்பது

வழக்கம். சில குழந்தைகள் நீர்த் தொட்டிகளின் அருகே விளையாடிக் கொண்டும், வான்கோழிகளைத் துரத்திக் கொண்டுமிருப்பது உண்டு. ஆனால் இன்றோ பாறையுச்சி நிச்சலனமான அமைதியுடன் சூரியனது வெப்பத்தில் மருகிக் கொண்டிருந்தது. ஒரு மனித உருவம்கூடக் கண்ணில் தட்டுப்படவில்லை இல்லையில்லை, ஒரேயொரு மனிதன் மட்டும் தென்படுகிறான்! ஆனால் ஒரு நொடிக்கு முன்னால் அங்கே அவன் இருந்ததாகத் தெரியவில்லை. கல் படிக்கட்டின் தலை வாசலில், பளபளப்பான கறுத்த திட்டு ஒன்று பாறைகளுக் குச் சற்று மேலே தெரிந்தது; ஆம், இந்தியன் ஒருவனது தலை மயிர்தான் அது. பாதையின் தலைப்பில் அவர்கள் காவல் அமைத்துவிட்டார்கள்!

பாதிரியார் இப்போது அஞ்சத் தொடங்கிவிட்டார். போதிய நேரம் இருந்தபோதே மற்றவர்களுடன்கூடத் தானும் அந்தப் படிக்கட்டு வழியே இறங்கிச் சென்றிருக்கக் கூடாதா என்று எண்ணலானார் அவர். இந்தப் பாறையைத் தவிர உலகத்தில் வேறு எங்கு வேண்டுமாயினும் இருக்க அப்போது அவர் தயாராக இருந்தார். பூஜ்யர் ராமிரெஸ் அமைத்த கழுதை செல்லும் பாதை அங்கே இருந்தது வாஸ் தவம்தான். ஆனால் இந்த இந்தியர்கள் ஒரு பாதையை மட்டுமின்றி மறு பாதையையும் கட்டாயம் கண்காணித்துக் கொண்டுதான் இருப்பர். அந்தக் கறுப்பு மயிர்த்திட்டு சிறிது கூட அசையவேயில்லை; கீழேயுள்ள சமவெளிக்குச் செல்ல அந்த இரண்டு பாதைகள்தான் உண்டு; ஆமாம், இரண்டே யிரண்டுதான். மற்றபடி எந்தப்பக்கம் திரும்பினாலும் சரி, முன்னூற்றைம்பது அடி ஆழமுள்ள அதல பாதாளம்; பிடித்துக்கொண்டு தொங்கலாமென்றால் ஒரு மரமோ, ஒரு புதரோகூட இல்லை அந்தப் பாறைப் பள்ளத்தில்.

* * *

சூரியன் மலைவாயில் விழுந்து கொண்டிருந்தான். நேரம் செல்லச் செல்ல கீழிருந்த கிராமத்திலிருந்து கசமுச சப்தம் கேட்கவாரம்பித்தது. ஆழ்ந்த ஆண் குரல்களே அத்தனையும். மந்திரோச்சாடனமல்ல அது; பெரிய விஷயமேதும் விவாதிக் கப்படுங்கால் இந்திய நாவலர்கள் ஏற்றியிறங்கிப் பேசும் பாணியிலேயே இருந்தது. 1680 ஆம் ஆண்டில் நிகழ்ந்த பெருங்கலகத்தின்போது பாதிரிமார்கள் அனுபவிக்க நேர்ந்த சித்திர வதைகள்

அன்புப்பிடியில் இருவர் φ 125

பற்றிய பயங்கரக் கதைகள் பால்டஸாரின் மனத்திரையில் நிழலாடின; பிரான்ஸிஸ்கன் பாதிரியொருவரின் கண் தோண்டியெடுக்கப்பட்டது; ஜாமெஜ் என்ற இடத்திலிருந்த கிழப்பாதிரியாரின் உடைகளைப் பறித்துக்கொண்டு இரவு முழுவதும் முட்டுக்காலிட்ட வண்ணம் அவ்வூர்ச் சதுக்கத்தைச் சுற்றி வரச் செய்தது; களைத்து விழுந்து அவர் உயிர் துறக்கும் வரையில் அவர் முதுகின்மீது குடிகார இந்தியர்கள் சவாரி செய்தது முதலியனவெல்லாம் அவருக்கு நினைவு வந்தன.

ரஸானுபவம் அதிகமுள்ளவரல்லவாயினும் பால்டஸாரின் மனத்தையும்கூடக் கவரக்கூடியது அவ்விடத்திய சந்திரோதயக் காட்சி. ஆனால் அன்றிரவோ அந்தப் பாலைவனத்திலிருந்து சந்திரன் மேலெழாமல் தம்மால் தடுக்க முடியாதா என்று ஏங்கினார் அவர். ஏனெனில் கிராமத்தில் காரியங்கள் துவங்க சந்திரன்தான் கடிகாரம். எனவே இரவின் ஆழ்ந்த கருநீலப் பரப்பிலே அந்தத் தங்க வட்டம் எழும்புவதை பீதியுடன் எதிர்நோக்கலானார் அவர்.

சந்திரன் உதித்துவிட்டான்; அதையடுத்து ஆகோமா மக்களனைவரும் தத்தம் வீடுகளிலிருந்து வெளிப்பட்டனர். அவர்களிலொரு கோஷ்டி மௌனமாக பாதிரி விடுதியை நோக்கி வந்தது. ஏணியிலேறி அரங்கத்தையும் எட்டி விட்டனர். அவர்கள் வேண்டுவதென்னவென்று ஆணவத்துடன் கேட்டார் பாதிரியார். பதிலேதும் கூறவில்லை அவர்கள். அவருடனோ, தங்களுக்குள்ளாகவோ ஒரு வார்த்தைகூடப் பேசாமல் அவரது கால்களைப் பிணைத்தனர்; கைகளையும் உடலோடு சேர்த்துக் கட்டினர்.

மன்றாடவோ, போராடவோ செய்யவில்லை அவர்; அப்படிச் செய்திருந்தால் இன்னும் குரூரமாக நடந்து கொண்டிருப்போம் என்று பிற்பாடு கூறினர் அந்த ஆகோமக்கள். அவருக்கு இந்த இந்தியர்களைத் தெரியாதா, என்ன? கூடிப் பேசிக் கூட்டாக முடிவு செய்துவிட்டால், பின்னர் அதை மாற்றவே மாட்டார்கள் என்பதை அறியாரா அவர்!...... மேலும், பழம்பெருமை படைத்த ஸ்பானிஷ்காரரர் அவர்; நன்கு ஊட்டமேறிய அவர் உடலில் திட உறுதி குடிகொண்டிருந்தது. ஆக்ஞையிடுவதுதானேயன்றி முழந்தாளிடுவது அவருக்குப் பழக்கமல்ல; ஆகவே தம்மிடம்

இந்தியப் பிரஜைகளுக்கு இருந்த மதிப்பு மரியாதையை இறுதிவரையில் காப்பாற்றினார் அவர்.

ஏணியில் அவரை இறக்கி, பின்னர் பாதிரி விடுதியைக் கடந்து, அனைத்திலும் செங்குத்தான பாறைக்குத் தூக்கிச் சென்றார்கள். வான்கோழிகள் தின்ன மறுப்பவைகளையும் உடைந்த சட்டிகளையும் தூக்கியெறிய உபயோகிக்கப்பட்டு வந்த பாறை அது. அங்கே அனைவரும் கூட்டப்பட்டிருந்தார்கள். அவரது கட்டுகளை அறுத்தபின், இரண்டு பேர் அவருடைய காலையும், மற்றுமிருவர் அவருடைய கைகளையும் பிடித் துக்கொண்டு, பாறையோரத்தில் முன்னும் பின்னுமாகச் சில முறை ஆட்டினார்கள். அவர் மிக்க பளுவாயிருந்தார். எனவே இந்த விளையாட்டு ஆபத்தானது என்றெண்ணினார்கள் போலிருக்கிறது. பற்களிடையிருந்து 'புஸ்' என்று மூச்சு வருவது தவிர, அவரிடமிருந்து வேறு சப்தமே வெளிக்கிளம்ப வில்லை. அந்த நான்கு கொலையாளிகளும் அவரைத் தாங்கள் வைத்த பாறை முனையிலிருந்து மீண்டும் எடுத்து, ஓரிருமுறை ஆட்டிய பிறகு ஆகாயத்தில் வீசியெறிந்தார்கள்.

இவ்வாறு தங்கள் பாறையை அடக்கியாண்டவரை மொத்தத்தில் தாங்கள் அவரை நேசித்தாலும்கூட, ஒழித்துக் கட்டினார்கள் அவர்கள். ஒவ்வொன்றுக்கும், ஒவ்வொருவருக்கும் வாழ்வும் தாழ்வும் உண்டல்லவா? இந்தக் கொலையைத் தொடர்ந்து தேவாலயத்தை அவர்கள் ஏதும் செய்துவிடவில்லை; புனிதப் பாத்திரங்களையும் களங்கப்படுத்திவிடவில்லை. பாதிரியாரின் தட்டுமுட்டுச் சாமான்களையும், உணவு வகை யறாவையும்தான் தங்களிடையே பகிர்ந்துகொண்டார்கள், மாதர்களோவெனில் அந்தத் தோட்டத்துப் பைன் மரங்கள் தண்ணீரின்றி வாடி வதங்குவதைக் காண்பதில் அலாதி ஆனந்தமடைந்தனர். பீச் மரங்களின் இலைகள் பழுப்பதையும், கொடிகளில் பச்சைத் திராட்சைகள் வாடிச் சுருங்குவதையும் பார்த்துச் சிரித்து மகிழ பாதிரி விடுதிக்குச் செல்லவும் துணிந்தார்கள்.

பல வருங்களுக்குப் பிறகு அடுத்த பாதிரியார் வந்த போது, ஆகோமாக்களிடையே குரோதமெதையும் காணவில்லை அவர். மெக்ஸிகச் சுதேசி அவர். நாக்கு நீளமற்றவர்; சாதாரண மொச்சை, துருவிய மாமிசம் இவற்றை உண்டே திருப்தி கண்டுவிடுபவர். கிராமத்தைச்

சேர்ந்த வான்கோழிகள் முன்பு பால்டஸாரின் தோட்டம் இருந்த இடத்தில் இஷ்டப்படி வெயிலில் கிளறித்திரிய சர்வ சுதந்திரமளித்தார் அவர். பழைய பீச் மரங்களின் அடித்தண்டுகளோ பல வருஷ காலம் கழிந்த பின்பும் கூட இளைத்து வெளிர்ந்த முளைகளை வெளியிட்டுக் கொண்டேயிருந்தன.

நான்காம் பாகம்

ஸர்ப்ப வேர்

I

பெகோஸில் ஓர் இரவு

ஆல்புகெர்க்கிற்கும், ஆகோமாவிற்கும் பிஷப் விஜயம் செய்து திரும்பியதிலிருந்து ஒரு மாதத்துக்குப் பிறகு, உல்லா சப் பிரியரான பூஜ்யர் காலெகோஸ் வேலையிலிருந்து நீக்கி வைக்கப்பட்டார்; அந்தப் பகுதியைக் கவனிக்கும் பொறுப் பைப் பூஜ்யர் வெய்லாண்டே நேரிட ஏற்றுக்கொண்டார். அதனால் ஆல்புகெர்க்கில் ஆரம்பத்தில் மிகுந்த மனக்கசப்பு ஏற்பட்டது; அங்கிருந்த பணக்காரப் பண்ணைக்காரர்களும், கேளிக்கையில் விருப்பமுள்ள ஸ்த்ரீகளும் வெய்லாண்டேவிடம் மிகவும் பகைமை பாராட்டினர். எனினும் தாம் உத்தேசித்த சீர்திருத்தங்களை உடனேயே செய்வதற்கு ஆரம்பித்துவிட்டார் அவர்; சகலமும் மாறுதல் அடைந்தன. காலெகோஸ் பாதிரி இருந்தபோது களியாட்டத்துக்கு உரியவை என்றே கருதப்பட்டுவந்த புனித நாட்களெல்லாம், இப்போது தீவிரமான பக்தி செலுத்தவேண்டிய நோன்பு தினங்களாக மாறி விட்டன. இழிவான வாழ்க்கை நடத்துவதில் ஒரு காலத்தில் அவர்கள் கண்ட அதே அளவு ஆனந்தத்தை, பக்தி பூர்வ வாழ்க்கை நடத்துவதிலும் காணலாம் என்பதை ஸ்திரபுத்தியற்ற அந்த மெக்ஸிக மக்கள் விரைவிலேயே உணர்ந்தனர். தனது ஆதிக்கஸ் தலத்தின் தன்மை

சிறுவர்களின் பள்ளிக் கூடத்தைப் போலிருந்தது என்று பிரான்ஸிலுள்ள தனது சகோதரியான பிலோமினாவுக்கு எழுதினார். வெய்லாண்ட் பாதிரியார் ஒரு உபாத்தியாருக்குக் கீழே, விஷமத்தனத்திலும், அடங்காப்பிடாரித்தனத்திலும் பரஸ்பரம் மிஞ்ச முயன்ற அதே பையன்கள், இன்னொரு ஆசிரியரைக் கண்டாலோ தங்களது விசுவாசத்தைக் காட்ட ஒருவரோடொருவர் போட்டியிடுகின்றனர்! கிறிஸ்துமஸ் பண்டிகைக்கு முன்னால் வரும் ‘நோவெனா விழா’ வெகுகாலமாக நடனங்களும் உல்லாசக் கேளிக்கைகளும் நிறைந்த ஒரு திருநாளாகவே கொண்டாடப்பட்டு வந்தது; இந்த ஆண்டிலோ மகத்தான மதாபிமான மறுமலர்ச்சி விழாவாக அது மாறிவிட்டது.

ஒரு சாதாரணப் பாதிரியாரின் அலுவல்களையெல்லாம் ஆல்புகெர்க்கில் செய்துவந்தபோதிலும், பொதுப் பிரதி குரு பதவியையும் பூஜ்யர் வெய்லாண்ட் தொடர்ந்து வகித்து வந்தார். எனவே பிப்ரவரி மாதத்தில் ஏதோ அவசர காரிய நிமித்தமாக அவரை லாஸ் வெகாஸுக்கு அனுப்பினார் பிஷப். எதிர்பார்த்த நாளன்று அவர் திரும்பிவரவில்லை; அவரிடமிருந்து தகவலேதுமின்றி பல நாட்கள் கழிந்தபின், பூஜ்யர் லாடூருக்குக் கவலை ஏற்படத் தொடங்கி விட்டது.

வெய்லாண்டுக்குச் சொந்தமான கண்டென்டோ என்ற வெள்ளைக் கழுதைமீது நோயாளியான இந்தியச் சிறுவன் ஒருவன் ஒரு நாள் விடியற்காலை பிஷப் விடுதியின் வாசலில் வந்து நின்றான். கெட்ட செய்தி கொண்டு வந்திருந்தான் அவன். பெகோஸ் மலையிலுள்ள தனது கிராமம், கறுப்பு அம்மை நோயால் பாதிக்கப்பட்டிருந்ததாகவும், இறக்கும் தறுவாயிருந்தவர்களுக்குச் சம்ஸ்காரம் செய்வதற்காக பூஜ்யர் வெய்லாண்ட் அங்கே தங்கியதாகவும், அவரையும் அந்த வியாதி பீடித்துவிட்டதாகவும் அந்தப் பையன் கூறினான். ஸான்டா ஃபேக்குப் புறப்பட்டபோது அவன் உடல் நலத்துடன் தான் இருந்தான்; ஆனால் வழியில் அவனுக்கும் அந்த நோய் வந்து விட்டது.

தோட்டத்தின் கோடியில் ஒதுப்புறமாக இருந்த மர வீட்டில் அச் சிறுவனை வைக்கச் செய்தார் பிஷப். அவனைக் கவனிக் கும்படி லோரெட்டோ சகோதரிகளுக்கு உத்தரவிட்டார். நோயுற்றிருப்பவர்களுக்குத் தம்மால் அதிகபட்சமாக எடுத்துச் செல்லக்கூடிய மருந்துகளையும்,

மற்றவற்றையும் ஒரு பையில் போட்டுக் கட்டுமாறு மடாலயத்தின் பிரதான அன்னையிடம் சொன்ன பிறகு, குதிரைச் சவாரிப் பிரயாணங்களின்போது தாம் வழக்கமாகக் கொண்டு செல்லும் உணவுவகையறாவைச் சேகரித்து வைக்குமாறு தமது சமையல்காரனான ஃப்ரக் டோஸாவுக்கும் கட்டளையிட்டார். அவரது உத்தரவுக்கிணங்க ஒருவன் அவருடைய கழுதையான ஏஞ் ஜெலிகா கூவையும், இன்னொரு பொதிக் கழுதையையும் வாசலில் கொண்டு வந்து நிறுத்தினான். முரட்டு சவாரி உடுப்புகளையும், முயல் தோல் சட்டையையும் தரித்து ஏற்கனவே தயாராக நின்றுகொண்டிருந்த பூஜ்யர் லாடூர், அந்த அழகிய பிராணி யைப் பார்த்துவிட்டுத் தலையை ஆட்டினார்.

“வேண்டாம், ஏஞ்ஜெலிகாவை கண்டென்டோவிடம் கொண்டு போய் விட்டுவிடு. புதிதாக வந்திருக்கும் பட்டாளக் கழுதையே இந்தப் பிரயாணத்துக்குப் போதும்.”

* * *

இந்தியச் சிறுவன் வந்து சொன்னதிலிருந்து சரியாக இரண்டு மணி நேரத்துக்குப் பின்னர் ஸான்டா ஃபேயை விட்டுப் புறப்பட்டுவிட்டார் பிஷப். பெக்கோஸ் கிராமத்தை நோக்கித்தான் அவர் முதலில் போய்க்கொண்டிருந்தார்; அவ்விடத்தில் ஜாஸின்டோவைத் தன்னுடன் வருமாறு அழைக்க உத்தேசித்திருந்தார். அந்தக் கிராமத்தை அவர் அடைந்தபோது பிற்பகல் வெகு நேரமாகிவிட்டது. சிவந்த பாறையடுக்குகள்மீது தாழ்வாக அமைந்திருந்தது அந்தக் கிராமம்; தேவதாரு மரங்கள் நிறைந்த மலைகள் மகுடம் வைத்தாற் போல் கிராமத்தின் பின்புறம் அரைவட்டமாகச் சூழ்ந்து நின்றன. எதிர்த்தாற்போலோ ஏராளமான ஜூனிபர் மரங்களும், ஏரஸ் மரங்களும் செறிந்திருந்தன.யெகோஸில் குதிரைகளை மாற்றிக்கொண்டு மலைப்பகுதியில் தொடர்ந்து செல்வதென்று நினைத்திருந்தார். பிஷப். ஆனால் ஜாஸின்டோவும், அவரது குதிரையைச் சூழ்ந்து கொண்ட மற்ற வயதான இந்தியர்களும் இரவை அங்கேயே கழித்துவிட்டு அதிகாலையில் புறப்பட்டுச் செல்லலாமென்று மிகவும் வற்புறுத்திச் சொன்னார்கள். நீல வானில் பகலவன் ஜகஜ்ஜோதியாய்ப் பிரகாசித்துக் கொண்டிருந்தபோதிலும், மேற்குத் திசையில், மலைக்குப்

பின்னால் பெரியதொரு கருமுகில் காணப்பட்டது; கற்பாறையைப் போல அசைவற்று நின்ற அந்த மேகத்தைப் பார்த்துவிட்டு அங்கிருந்த கிழவர்கள் தலையையாட்டினர்.

"கடும் காற்று அடிக்கப் போகிறது" என்று விசாரத்துடன் சொன்னார் கவர்னரும்.

சிறிதும் இஷ்டமில்லாதவராக பிஷப் கீழே இறங்கித் தமது கழுதைகளை ஜாஸின்டோ வசம் ஒப்படைத்தார். காலத்தை வீணாக்கிக்கொண்டிருக்கிறோம் என்றே தோன்றியது அவருக்கு. இரவு வர இன்னும் ஒரு மணி நேரம் இருந்தது. அந்த நேரத்தை கிராமத்துக்கும், பழைய ஆலயத்தின் இடிபாடுக்கும் நடுவில் இருந்த வெற்றுப்பாறை வெளிமீது இங்குமங்கும் நடந்துகொண்டே கழித்தார். சூரியனும் மறையத் தொடங்கினான். சிவப்புப் பந்து போன்ற அதன் தாமிர ஒளியில் தேவதாரு மரங்கள் மண்டிய மலையின் முகடு தகதகத்தது. பயங்கரமான அந்தக் கார்முகிலின் ஓரங்களிலோ வெள்ளியை உருக்கி வார்த்ததுபோல ஒரே ஒளிவெள்ளம். செங்கற் பொடியைப் போல் சிவப்பான ஆலயத்தின் பெரிய செம்மண் சுவர்கள் ஏக்கம் படிந்தவை போல அவர் முன்னே நின்றன; கூரையின் ஒரு பகுதி இடிந்து விழுந்துவிட்டது! மீதிப்பகுதியும் சீக்கிரமே போய்விடும்.

அசுத்தமும், அசௌகரியமும் மிக்கதோர் இந்தியக் கிராமத்தில், அதிலும் மாரிக்காலத்தில், நோயுற்று ஆபத்தான நிலையில் இருக்கிறார் பூஜ்யர் வெய்லாண்ட். கஷ்டங்களும், அபாயங்களும் கொண்ட இந்த வாழ்க்கையில் தமது நண்பரை ஏன் சிக்கவைத்தோம் என்று தம்மைத்தாமே வினவிக் கொண்டார் பிஷப். குழந்தைப் பருவத்திலிருந்தே பூஜ்யர் வெய்லாண்ட் நிரம்பவும் பலவீனமாயிருந்தவர். எல்லையில்லாத உற்சாகம் காரணமாகத்தான் அவரது சகிப்புத் தன்மை உரம் பெற்றிருந்தது. மான்ட் ஃபெர்ராண்டிலிருந்த பாதிரிச் சகோதரர்கள் தங்களது மாணாக்கர்களுக்குப் பிணியாளி என்று சலுகை காட்டுவதே கிடையாது; ஆயினும் ஒவ்வொரு வருடமும் வெய்லாண்டை மட்டும் உயர்ந்தோங்கிய வால்விக் மலைகளுக்கு அனுப்பி விடுவது அவர்கள் வழக்கம். மடத்துக்குள் அடைந்து கிடந்து நடத்திய வாழ்க்கை அவருடைய சக்தியை உறிஞ்சிவிட்டதுதான் அதற்குக் காரணம். ஓஹியோவில் பூஜ்யர் லாடூருடன் சக பாதிரியாக இருந்த காலத்தில் இரு தடவை மரணத்தின்

வாயிலை எட்டிப் பார்த்திருக்கிறார் அவர்; மாண்டவர்கள் ஜாபிதாவில் அவர் பெயரைப் பத்திரிகைகளெல்லாம் பிரசுரிக்கும் அளவுக்குக்கூட ஒருமுறை காலரா நோயினால் பீடிக்கப்பட்டிருந்தார். அந்தச் சந்தர்ப்பத்தில் ஓஹியோவின் பிஷப் 'ட்ரோம் பெலா மோர்ட்! (நடைப்பிணம்) என்றே அவருக்குப் பெயரிட்டுவிட்டார், ஆம், சாவை அநேக தடவை ஏய்த்திருக்கும் 'பிளாஞ் செட்' மறுபடியும் அவ்வாறே செய்ய ஹேது இருக்கிறது என்று தமக்குத்தாமே கூறிக்கொண்டு சமாதானமடைந்தார் பூஜ்யர் லாடூர்.

இடிந்து கிடந்த அக்கோயிலின் சுவர்களோரமாக நடந்து சென்றபோது, அதன் களஞ்சிய விடுதி காய்ந்து சுத்தமாக இருந்ததை அவர் கண்டார். இரவை அங்கேயே கழித்துவிடு வதென்று தீர்மானித்தார். கம்பளிகளைச் சுற்றிக்கொண்டு உள்சுவர்களையொட்டிக் கட்டப்பட்டிருந்த மண்ணாலான பெஞ்ச்சொன்றில் படுத்துறங்கலாமென்று நினைத்தார். இந்த அறையை அவர் சோதனை செய்து கொண்டிருந்த சமயத்தில், அந்தப் பழைய ஆலயத்தின் வெளியே காற்று சீறிச்சுழன்று அடிக்க ஆரம்பித்தது; இருளும் விரைவிலேயே பரவிவிட்டது. கிராமத்திலிருந்த வீடுகளின் தாழ்ந்த வாசல் கதவுகளின் வழியே செந்நிறத் தீயின் ஒளி பிரகாசமாய்த் தெரிந்தது. கண்ணுக்கு அரியதொரு விருந்தாய்த்தான் இருந்தது அது. பாறையின்மீது அவருக்காகக் காத்திருந்த ஜாஸின்டோவின் மெலிந்த உருவம் அவருக்குத் தெளிவாய்ப் புலப்பட்டது. அவனுடைய தலையைச் சுற்றிக் கம்பளி மூடியிருந்தது; அவனது தோள்களோ காற்றின் வேகத்துக்கேற்பச் சாய்ந்து கொடுத்தன.

சாப்பாடு தயாராயிருக்கிறதென அந்த இந்திய யுவன் கூறினான். ஒன்றாகக் கட்டப்பட்டு ஒரேமாதிரியாகக் காட்சி யளித்த வரிசையான சிறிய வீடுகளில் ஒன்றான அவனது இல் லத்துக்கு அவனைத் தொடர்ந்து சென்றார் பிஷப். அந்த வீட் டின் இரண்டாவது மாடிக்குச் செல்வதற்காக வாயிற்படிக்கு முன்னே ஒரு ஏணி அமைக்கப்பட்டிருந்தது; அந்த மாடியில் வேறொரு குடும்பம் வசித்து வந்தது. அக்குடும்பம் புழங்கு வதற்கு வசதியான வராந்தாவாக ஜாஸின்டோவின் வீட்டுக் கூரை பயன்பட்டது. தழைவான வாசற்படியில் தலையைக் குனிந்துகொண்டு நுழைந்து கீழே இறங்கினார் பிஷப். ஊதற் காற்றிலிருந்து தப்ப இந்தியர் பின்பற்றும் முறைப்படி

அந்த அறையின் தரையானது, நிலைப்படியிலிருந்து ஓரிரு அடி கீழேயே அமைக்கப்பட்டிருந்தது. அவர் இறங்கிய அறை நீண்டு, குறுகலாக, நன்றாக வெள்ளையடிக்கப்பட்டு விளங்கியது. சாமான் ஏதுமில்லாமல் வெறிச்சென்ற தோற்றத்தினால் கண்ணுக்குச் சுத்தமாய்ப்பட்டது அது. சில நரித்தோல்களையும், சுரைக்காய், செம்மிளகு ஆகியவற்றின் சரங்களையும் தவிர சுவர்களில் வேறொன்றுமில்லை. ஜாஸின்டோ பெரு மைப்படும் கெட்டிலர்ணக் கம்பளிகள் அடுக்கடுக்காக மடிந்து மண், சாமானத்தின் மீது வைக்கப்பட்டிருந்தன. கணப்பின் அருகேயிருந்த அங்கேதான் ஜாஸின்டோவும் அவனுடைய மனைவியும் உறங்குவது வழக்கம். அந்தச் சாய்மானத்தின் மண், பகல் நேரத்தில் சூடாகி, ரஷ்யக் குடியானவர்களின் சூட்டடுப்புப் படுக்கை போல மறுநாள் காலைவரை உஷ் ணத்தை விடாமல் இருத்தி வைத்துக்கொள்ளும்.

மொச்சையும், காயவைத்த இறைச்சியும் அடுப்பில் ஒரு பானையில் கொதித்துக் கொண்டிருந்தன. எரிந்து கொண்டிருந்த பினான்கட்டைகள் நறுமணப் புகையை அந்த அறை முழுதும் நிரப்பின. பாதிரியார் உள்ளே நுழைந்ததும் ஜாஸின்டோவின் மனைவியான கிளாரா அவரைப் பார்த்துப் புன்னகை செய்தாள். பிஷப்பும், ஜாஸின்டோவும் கணப் புக்கு அருகாமையில் தரையில் தங்களது தட்டுகளுடன் அமர்ந்தனர்; இறைச்சியும் மொச்சையும் சேர்ந்த துவட்டலைக் கரண்டியால் எடுத்துப் பரிமாறினாள் கிளாரா. வெள்ளரி விதைகளுடன் சேர்த்துச் சுடப்பட்ட சூடான சோள ரொட்டிகளையும் ஒரு தட்டு நிறைய அவர்களிடையே வைத்தாள். வெள்ளைக்காரர்களின் காய்ந்த திராட்சைப்பழ ரொட்டியையொத்த ருசியான இந்திய உணவுப்பண்டம் அது. ஸ்தோத்திரமொன்றைக் கூறிவிட்டு ரொட்டியைப் பிட்டார் பிஷப்.

அவ்விருவரும் சாப்பிட்டுக் கொண்டிருந்தபோது, அவர்களைக் கவனித்துக்கொண்டே உத்தரத்திலிருந்து வார்களில் கட்டித் தொங்கவிடப்பட்டிருந்த மான்தோலினாலாகிய சின்னஞ்சிறு தொட்டிலொன்றை அவ்விளம் பெண்மணி ஆட்டிக் கொண்டிருந்தாள். விஷயம் என்னவென்று பிஷப் கேட்டதும் குழந்தைக்கு உடல் நலமில்லை என்று வருத்தத்துடன் கூறினான் ஜாஸின்டோ.

குழந்தையைக் காட்டும்படி அவர் கேட்க வில்லை; போர்வைகளால் சுற்றப்பட்டுக் கிடக்கும் அது என்பது அவருக்குத் தெரியும். குளிர்காற்று மேலே படாமலிருப் பதற்காக அதன் முகமும் தலையும் கூட மூடப்பட்டிருக்கும். மழைக் காலத்தில் இந்தியக் குழந்தைகள் ஒருபோதும் குளிப் பாட்டப்படுவதேயில்லை. வியாதியுற்றிருக்கும் குழந்தைகளுக்கு சிகிச்சை செய்யுமாறு உபதேசிப்பதிலும் ஒரு பிரயோ ஜனமுமில்லை; அந்த விஷயத்தில் இந்தியர்களிடம் எதைச் சொன்னாலும் அது செவிடன் காதில் ஊதிய சங்கைப் போலத்தான்.

எனவே ஜாஸின்டோவின் குழந்தைக்குத் தம்மால் ஒன்றும் செய்யமுடியவில்லையே என்று அவர் வருந்தினார். மேலும், பெகோஸ் கிராமத்தில் குழந்தைகளும் அதிகம் இல்லை. பழங்குடி மக்களின் தொகை வரவரக் குறைந்து கொண்டே வந்தது; சிசுமரணம் வெகுவாக அதிகரித்து விட்டதே அதற்குக் காரணம். இளம் ஜோடிகளும் முன்போல் தங்கள் இனத் தைப் பெருக்குவதில் அதிக உற்சாகம் காட்டவில்லை; ஜீவ சக்தி குன்றிவிட்டதாகவே தோன்றியது. வைசூரியும், சின் னம்மையும் வேறு இங்கே அடிக்கடி அநேக உயிர்களைக் கொள்ளை கொண்டன.

ஸான்டா ஃபேயில் இதற்கு வேறு காரணங்களும் கூறப்பட்டதுண்டு; பல நல்ல மனிதர்கள் அவற்றை நம்பவும் செய்தனர். பெகோஸைக் குறித்து பயங்கரமான கதைகள் ஏராளமாக இருந்தன. அது வெள்ளையர்களை வெகுவாக ஆகர்ஷித்தற்கும், தனக்கு சரித்திரத்தில் உரியதற்கு மேல் நிறையப் பங்கு பெற்றிருப்பதற்கும் ஒருக்கால் அதுதான் காரணமோ என்னவோ? இந்த ஜனங்கள் பண்டைக்காலத்திலிருந்து மலையிலுள்ள ஏதோவொரு குகையில் ஹோமத்தீ ஒன்றை வைத்து வளர்த்து வந்ததாகவும், அது ஒருபோதும் அணைக்கப்படுவதில்லை எனவும், வெள்ளையர்களுக்கும் காட்டப்பட்டதில்லை என்றும் சொல்லிக் கொண்டார்கள். வேள்வித்தீயைப் பேணிக் காப்பது அந்த இனத்திலேயே மிகச் சிறந்த இளைஞர்களின் பொறுப்பு என்பதும், அவர்களது உடல் வலிமையை எல்லாம் அது உறிஞ்சிக் குடித்துவிடுகிறது என்பதும்தான் அவர்கள் கூறிய கதை. இது உண்மையாய் இருக்கமுடியாது என்றே பூஜ்யர் லாடூர் எண்ணினார்.

பல நூற்றாண்டுகளாகப் பிறர் கண்ணுக்குத் தெரியாமல் மறைந்திருக்குமளவு மிகச் சிறியதான தீயை மரங்கள் செறிந்த மலையில் வளர்ப்பதென்பது அவ்வளவு பிரயாசையான காரியமாக இருக்க முடியுமா என்ன?

பழங்காலத்தில் இந்நாட்டைக் கண்டுபிடித்த ஸ்பானிஷ்காரர்களாலும், அமெரிக்கர்களாலும் சொல்லப்பட்டு, அது முதற்கொண்டு நம்பப்பட்டும் வந்த பாம்புக் கதையொன்றும் உண்டு; இந்தச் சமூகத்தினர் சர்ப்ப ஆராதனையில் ஈடுபாடு உடையவர்களாம். தங்களது வீடுகளில் பாம்புகளை ஒளித்து வைத்திருப்பதோடு மலைமீதும் எங்கேயோ ஓரிடத்தில் மிகப் பெரிய அரவமொன்றைப் பராமரித்துவருகின்றனராம். சில விருந்துகளின்போது அதை அவர்கள் கிராமத்திற்குக் கொண்டு வருவார்களென்றும், சிறு குழந்தைகளை அப்பெரிய நாகத்திற்கு பலியிட்டுவந்ததன் காரணமாகத்தான் அவற்றின் எண்ணிக்கை குறைந்து விட்டது என்றும் சொன்னார்கள்.

அந்த இனம் சுருங்கிப் போனதற்கு வெள்ளைக்காரர்களால் அங்கே கொண்டுவரப்பட்ட தொத்துவியாதிகளே உண்மைக் காரணம் என்று கூறுவதுதான் முக்காலும் சரியாக இருக்கும். டைபாய்டையும், காலராவையும் போலவே இந்தியர்களிடையே அம்மையும், விஷஜுரமும், கக்குவானும் மரணத்தை உண்டுபண்ணுவதாயிருந்தன. காரணம் எதுவாயிருந்தாலும் சரி, ஒவ்வொரு ஆண்டிலும் அந்த இனத்தின் தொகை குறைந்துகொண்டே வந்தது என்பது தெளிவு.

மக்கள் புழங்கிய கிராமப்பகுதியின் ஒரு கோடியிலிருந்தது ஜாஸின்டோவின் வீடு. பாழடைந்த பகுதியான நீண்ட பாறை முகடுகள் அவன் வீட்டிற்குப் பின்னே கிடந்தன. மழையிலும், வெயிலிலும் அடிபட்டு, இப்போது ஏறக்குறைய மண், கல் குவியல்களாகவே விளங்கும் காலி வீடுகள் அவை. கிராமம் பூராவிலுமாக, வயது வந்தவர்களின் மொத்தத் தொகை நூறுக்குக் கீழேதான் இருக்கும் (நியூமெக்ஸிகோவில் அமெரிக்கர்கள் குடியேறுவதற்குச் சில வருடங்கள் முன்னே, சிறுகச் சிறுக அழிந்து கொண்டேவந்த இந்தப் பெரு காஸ் கிராமம் அறவே கைவிடப்பட்டுவிட்டது).

கொரோனாடோ கோஷ்டியினரால் முதன் முதலில் கண்டு பிடிக்கப்பட்டபோது செல்வச் செழிப்பும், ஜனநெருக்கமும் வாய்ந்திருந்த ஸிகுயேயில் மீதமிருந்ததெல்லாம் இவ்வளவு

பேர் தான். கொரோனாடோவின் தகவல் பிரகாரம் அப்போது இந்த இந்திய நகரில் ஆறாயிரம் பேர் வசித்து வந்தனர். பெகோஸ் ஆற்றிலிருந்து பாசனம் செய்யப்பட்ட செழிப்பான நிலங்கள் அவர்களிடம் இருந்தன. ஓடைகளில் ஏராளமான மீன்கள்; மலையிலும் வேட்டை மிகுதி. இந்தப் பசுமையான மலைகளின் மடியில் கிடக்கும் செல்லக் குழந்தையைப் போலவே இருந்தது அக்கிராமம். அதோ, அங்கே எதிர்த்தாற் போலிருக்கும் ஜூனிபர் மரத்திட்டுகள் கொண்ட பீடபூமியில் தான் ஸ்பானிஷ்காரர்கள் முன்பு முகாம் செய்திருந்தனர். அங்கே இருந்த துர்ப்பாக்கியசாலிகளான மக்களிடமிருந்து ஏராள தானியங்களையும், கம்பளி, பருத்தி ஆடைகளையும் கப்பமாக வசூலித்தனர். இங்கேயிருந்துதான் க்விவே ராவிலிருந்த ஏழு தங்க நகரங்களைத் தேடி வசந்த காலத்தில் அவர்கள் புறப்பட்டனராம். திரும்பியே வராத அந்தப் பிர யாணத்தில் தங்களுடன் இங்கிருந்து அடிமைகளையும், கற்பழிக்கப்பட்டு ஆசைநாயகிகளாக்கிக் கொள்ளப்பட்ட பெகோஸ் பெண் மக்களையும் அழைத்துச் சென்றனரென்றும் சொல்லப்படுகிறது.

கணப்புக்கு அருகே உட்கார்ந்து, மலைகளைத் தாண்டி வந்து வீசும் காற்றின் பேரிரைச்சலைக் கேட்டுக்கொண்டிருந்த பூஜ்யர் பாடூர் இந்தச் சம்பவங்களையெல்லாம் பற்றி நினைத் தார்; அதே நெருப்புக்கு எதிரே மௌனமாக அமர்ந்திருந்த ஜாஸின்டோவும் அந்த விஷயங்களைப் பற்றித்தான் நினைக் கிறானோ என்ற சந்தேகம் தோன்றியது அவருக்கு.

சூரியாஸ்த மனத்தின்போது மலைக்குப் பின்னால் தெரிந்த கருமேகக் கூட்டத்திலிருந்துதான் காற்று அடித்துக் கொண்டிருக்கிறது என்பது அவருக்குத் தெரியும். ஆயினும், இருள் மண்டிய ஆதி காலத்திலிருந்தும் அந்த காற்று வீசிக் கொண்டிருக்கலாம் என்றும் அவர் எண்ணலானார். அதை எதிர்த்து எழுந்த ஒரேயொரு மனிதக் குரல், தொட்டிலுள் ஈனஸ்வரத்தில் அழுது கொண்டிருந்த அந்நோயாளிக் குழந்தையுடையது தான்!கிளாரா ஓசை செய்யாமல் ஒரு மூலையில் உணவருந்திக் கொண்டிருந்தாள். ஜாஸின்டோவோ நெருப்பையே உற்று நோக்கியவாறு இருந்தான்.

பிரார்த்தனா சங்கிரகப் புத்தகத்தைக் கணப்பு வெளிச்சத் தில் ஒரு மணி நேரம் படித்தார் பிஷப். தேகம் நன்கு சூடான

பின், கம்பளிகளும் அவ்வாறே தகதகப்பாக இருக்கின்றனவா என்பதைச் சோதித்து நிச்சயித்துக்கொண்டு, அவர் எழுந்திருந்தார். கம்பளிப் போர்வைகளையும், எருமைத் தோல் ஆடைகளில் ஒன்றையும் எடுத்துக்கொண்டு அவரைத் தொடர்ந்தான் ஜாஸின்டோ. செந்நிறமான வாயிற்படிகளின் வரிசையையும், வெற்றுக் குன்றையும் கடந்து இடிபாடுகளை அடைந்தனர் இருவரும். முட்டுக்களுடன் கூடிய அவற்றின் பக்கச் சுவர்கள் புயலை எதிர்த்து இன்னமும் போராடிக் கொண்டிருந்தன; அவற்றினூடே நட்சத்திர ஒளி ஊடுருவிப் பாய்ந்து கொண்டிருந்தது உள்ளே.

2

கல் அதரங்கள்

சீக்கிரம் எழுந்திருப்பதில் சிரமமொன்றுமிருக்கவில்லை பிஷப்புக்கு. நடுச்சாமத்திற்குப் பிறகு அவரது உடல் விறைத்து மரத்துப் போய்விட்டது. எனவே கம்பளியைக் களையாமல் படுக்கையிலிருந்தவாறே பிரார்த்தனை செய்து விட்டார் அவர். இவ்வாறு முதலிலேயே பிரார்த்தித்துவிட்டால் பிற்பாடு மற்ற அலுவல்களைக் கவனிக்க நிறைய நேரம் இருக்கும் என்ற பூஜ்யர் வெய்லாண்டின் கூற்று அவருக்கு ஞாபகம் வந்தது!

மௌனத்தில் ஆழ்ந்து கிடந்த கிராமத்தின் வழியே ஜாஸின்டோவின் வீட்டை அடைந்த அவர், அவனை எழுப்பி, கணப்பை மூட்டச் சொன்னார். கழுதைகளை சவாரிக்குத் தயார் செய்வதற்காக அந்த இந்தியன் போயிருந்த சமயம், சேணப்பையிலிருந்து காபிக்கெட்டிலையும், தகரக் குவளையையும், வட்டமான மெக்ஸிக ரொட்டித் துண்டம் ஒன்றையும் வெளியே எடுத்தார் லாடூர். வெறும் ரொட்டியும் பாலில் லாக் காபியும் இருந்தாலே போதும், பலநாள் பிரயாணம் செய்ய முடியும் அவரால்!

காலை ஆகாரம் சாப்பிடாமலேயே புறப்படலாமென்றான் ஜாஸின்டோ. ஆனால் அவர் அவனை உட்காரவைத்து, ரொட்டித் துண்டத்தைப் பகிர்ந்து கொடுத்து உண்ணச் செய்தார். இந்திய வீடுகளில் ரொட்டி ஒருபோதும் அதிகமாக இருப்பதில்லையே! கிளாராவோ தனது குழந்தையுடன் சாய்மானத்தில் படுத்து இன்னமும் உறங்கிக் கொண்டிருந்தாள்.

நான்கு மணிக்கெல்லாம் அவர்கள் சாலைவழியே செல்ல வாரம்பித்துவிட்டனர். கம்பளிகள் சுமத்தப்பட்டிருந்த

கழுதைமீது ஏறிச் சென்று கொண்டிருந்தான் ஜாஸின்டோ. இருட்டில் வழி கண்டுபிடித்துக்கொண்டு செல்லுமளவுக்கு அங்கிருந்த மலைப்பாதைகள் ஜாஸின்டோவுக்கு நன்கு பழக்க மாகியிருந்தன. நடுப்பகல் நேரத்தில், கழுதைகள் இளைப்பா றுவதற்காகச் சற்று நின்று போகலாம் எனக் கூறினார் பிஷப்; ஆனால் அவரது வழிகாட்டியோ ஆகாயத்தை உற்றுநோக்கி விட்டுத் தலையை ஆட்டினான். சூரியன் கண்ணுக்குப் புலப் படவேயில்லை. எங்கணும் ஒரே சாம்பல் நிற ஒளி; காற்றிலோ பனி வாடை வீசியது. விரைவிலேயே பனியும் பெய்யத் துவங்கிவிட்டது. முதலில் லேசாகப் பெய்த அது, வர வர அதிகமாகிவிட்டது. அவர்களுக்கு முன்னே இருந்த பைன் மரங்கள் நிறைந்த சாலை, கொட்டும் பனித்துகள்களினால் மறைக்கப்பட்டு, கண்ணுக்கு எட்டும் தூரம் சிறுகச் சிறுகக் குறுகிக்கொண்டே வந்தது. நடு மத்தியானத்திற்குச் சற்றுப் பின்னால் திடீரென்று அடித்த ஒரு காற்று அந்த இரு பிரயா ணிகளைச் சுற்றிலும் பனியை வட்டமிட்டுச் சுழலச் செய்தது; அதையடுத்துப் பெரும் புயலும் அடிக்க ஆரம்பித்துவிட்டது. கடலில் எழும் சண்டமாருதத்தைப் போலவே இருந்தது அக் காற்று; சுற்றுவட்டாரமெங்கும் பனிப்படலம் போர்த்தி விட்டது. தனது வழிகாட்டியைப் பார்ப்பதே கடினமாக இருந்தது பிஷப்புக்கு. அவனை பாகம் பாகமாகத்தான் பார்க்க முடிந்தது அவரால். ஒரு சமயம் அவனது தலையும், மற்றொரு சமயம் அவனது தோளும், இன்னொரு சமயம் அவன் ஏறியிருந்த கழுதையின் கறுப்பான பின்பகுதியும் தெரிந்தது. பாதையோரத்தில் வளர்ந்திருந்த பைன் விருட்சங்கள் ஒரு கணம் கண்ணுக்குத் தெரிவதும், மறுகணமே பனிச் சுழலில் சிக்கி மறைந்துவிடுவதுமாகக் 'கண்ணாம்பூச்சி' காட்டின. பாதையும், இயற்கையம்சங்களும், அந்த மலையும்கூட மறைந்துவிட்டன.

கழுதை மீதிருந்து குதித்திறங்கி, கம்பளிப் போர்வை களின் சுருளை அவிழ்த்தெடுத்தான் ஜாஸின்டோ. பிறகு சேணப் பைகளை பிஷப்பிடம் தூக்கி எறிந்துகொண்டே, "வாருங்கள், எனக்கு ஒரு இடம் தெரியும். துரிதமாக வாருங்கள், பாதிரியாரே!" என்று கூவினான்.

கழுதைகளை விட்டுப்போக முடியாது என்று மறுத்துச் சொன்னார் பிஷப். ஆனால் அவனோ, அவை விதிவிட்ட

வழி செல்லவேண்டியதுதான் என்று அவருக்குப் பதிலுரைத்தான்.

அடுத்த ஒரு மணிநேரமும் பூஜ்யர் லாடூரின் சகிப்புத் தன்மைக்கு ஒரு சோதனையாக வந்து வாய்த்துவிட்டது. அவருக்குக் கண் தெரியவில்லை, மூச்சுவிட முடியவில்லை! திறந்த வாயினால் இறைத்துக்கொண்டிருந்தார். பாதி புலப்பட்ட குன்றுகள்மீது ஏறியும், தரையில் கிடந்த மரங்களில் தடுக்கி விழுந்தும், ஆழமான குழிகளில் வீழ்ந்து பிரயாசையுடன் வெளிப்பட்டும், அந்த இந்தியப் பையனின் தோள்களின் மேலிருந்த சிவப்புக் கம்பளிகளைத் தொடர்ந்து சென்றார் அவர்.பையன் செல்வது புலப்படாவிடினும், அந்தக் கம்பளிகள் மட்டிலும் தெளிவாய்த் தெரிந்தன.

திடுமெனப் பனி மூட்டம் குறைந்துவிட்டது. வழிகாட்டி அப்படியே நின்றான். புயலைத் தடுத்துக்கொண்டு கவிந்திருந்த பாறைச் சுவரொன்றின் கீழே தாங்கள் நின்று கொண்டிருப்பதை பிஷப் கண்டு கொண்டார். தோளிலிருந்த கம்பளிகளைக் கீழே போட்டான் ஜாஸின்டோ; குன்றின்மீது ஏறுவதற்கு அவன் தயாராவது போல் தோன்றியது. மேலே பார்த்த பிஷப், அங்கே பாறை விநோதமான வடிவத்தில் உருவாகியிருப்பதைக் கண்டார். ஒன்றின்மேல் ஒன்றாக இரு பாறைகள் நின்றன; அவற்றுக்கு இடையில் வாயைப் போன்று ஒரு பிளவு இருந்தது. லேசாக விரிக்கப்பட்டு வெளியே துருத்திக் கொண்டிருக்கும் இரண்டு பெரியகல் உதடுகளைப் போலவே இருந்தன அவை. தனக்கு நன்கு பழக்கமான பிடிப்புகளில் காலைவைத்து, அந்த வாய்வரை சரசரவென்று ஏறினான் ஜாஸின்டோ. ஏறியபின், கீழ்ப்பக்கம் இருந்த உதட்டில் படுத்துக் கொண்டு, பிஷப் மேலே ஏறிவருவதற்கு உதவி செய்தான். பூஜ்யர் லாடூரை அங்கேயே காத்திருக்கச் சொல்லிவிட்டு, மூட்டைகளை எடுத்து வருவதற்காக மறுபடி கீழே இறங்கினான்.

சில கணங்களுக்குப் பின்னர், கம்பளிகளை எடுத்துக் கொண்டு முன்னே செல்லும் ஜாஸின்டோவைத் தொடர்ந்து அந்தத் துவாரத்தின் வழியே குகையின் தொண்டை போன்ற பகுதியில் இறங்கினார் பிஷப். மர ஏணி ஒன்று உள்ளே சார்த்தப்பட்டிருந்தது. அதன் வழியே சுலபமாகக் கீழ்த் தளத்தை அடைத்தார் அவர்.

கோதிக் கோயிலைப் போன்ற உருவத்துடன், மங்கலாகத் தெரிந்த ஒரு விஸ்தாரமான நிலவறையில் தாம் இருப்பதைக் கண்டார்; கல் அதரங்களினிடையே இருந்த குறுகிய சந்து வழியே உள்ளே வந்து கொண்டிருந்ததைத் தவிர வேறு வெளிச்சம் இல்லை அங்கே. புயலிலிருந்து ஒதுக்கிடம் அவசிய மாயிருந்த போதிலும் ஏணியின் வழியே கீழே இறங்கி வரும் போதே பிஷப்புக்கு அந்த இடத்தின்மீது மிகுந்த வெறுப்பு ஏற்பட்டுவிட்டது. குகையிலிருந்த காற்றின் குளிர்ச்சி எலும்பு வரை ஊடுருவியது. மிகவும் கடுமையில்லாவிடினும் அருவருப்பு தந்த ஏதோ துர்க்கந்தமும் அங்கே வீசிக்கொண்டிருப்பதை அவர் உடனே உணர்ந்தார். அவர் தலைக்கு மேலே சற் றேறக்குறைய இருபதடி உயரத்தில், திறந்தவாயின் வழியே மங்கலான பகலொளி உள்ளே பாய்ந்து கொண்டிருந்தது.

குகையின் பரிமாணத்தை நிதானிக்கும் எண்ணத்துடன் அவர் அங்குமிங்கும் உற்றுப் பார்த்துக் கொண்டிருந்தபோது, அவருடைய வழிகாட்டியோ தரையையும், சுவர்களையும் கவனமாகப் பரீட்சிப்பதில் தீவிரமாக ஈடுபட்டிருந்தான். ஏணியின் கீழே, பாதி எரிந்த கட்டைகளின் குவியலொன்று கிடந்தது. அதைக் கொண்டு மூடப்பட்ட தீ, புது மண்ணினால் அணைக்கப்பட்டிருந்தது. குகையின் சுவரோரத்தில் பினான் கட் டைகள் ஒழுங்காக அடுக்கி வைக்கப்பட்டிருந்தன. தரையை உன்னிப்பாகச் சோதித்தபின், அந்த வழிகாட்டி இந்தக் கட்டைகளை ஒவ்வொன்றாக ஜாக்கிரதையுடன் எடுத்து வேறி டத்தில் வைக்க ஆரம்பித்தான். அவன் உடனே தீ மூட்டிவிடு வானென்றே பிஷப் எதிர்பார்த்தார்; ஆனால் அவனோ அவ்வாறு செய்ய அவசரப்பட்டதாகத் தெரியவில்லை. அதற்கு மாறாக மரக்கட்டைகளை எடுத்து வைத்தபின், தரையில் உட்கார்ந்து யோசனையில் ஆழ்ந்துவிட்டான். மேலும் தாமதிக்காமல் உடனே நெருப்பை மூட்டுமாறு அவனைத் தூண்டினார் பூஜ்யர் லாடூர்.

''பாதிரியாரே, உங்களை இங்கே அழைத்து வந்தது சரி தானா என்பது எனக்குத் தெரியவில்லை. என் இனத்து மக்கள் சடங்குகளைச் செய்ய உபயோகிக்கும் இடம் இது; நாங்கள் மட்டுமே இதை அறிவோம். எனவே நீங்கள் வெளியே சென்றவுடன், இந்த இடத்தை மறந்துவிட வேண்டும்“என்றான் அந்த இந்தியப் பையன்.

“அப்படியே மறந்துவிடுவேன், சந்தேகப்படாதே! ஆயின் இப்போது நெருப்பை மூட்டினாலொழிய, வெளியே சென்று புயலில் சிக்கிக்கொள்வதே மேல் என்று எனக்குத் தோன்றுகிறது. இந்த இடம் எனக்கு ஒத்துக் கொள்ளவில்லை.”

சுருட்டப்பட்டிருந்த கம்பளிகளை விரித்து, அவற்றில் அதிகம் நனையாதிருந்த ஒன்றை எடுத்து, குளிரால் நடுங்கிக் கொண்டிருக்கும் பாதிரியார்மீது போர்த்தினான் ஜாஸின்டோ. பிறகு சாம்பலும், கருகிப்போன கட்டைகளும் மண்டியிருந்த குவியல் மீது குனிந்தான். அதிலிருந்து எரியும் கட்டைகளுக்கு அண்டை கட்டப் பயன்பட்ட சிறு கற்கள் பலவற்றைப் பொறுக்கியெடுத்தான். தனது மேலங்கியில் இவற்றைச் சேர்த்துக்கொண்டவுடன், நிலவறையின் பின்பக் கச் சுவரை நோக்கிச் சென்றான். அங்கே அவன் தலைக்குச் சற்று மேலே துவாரமொன்று இருந்தது போல் தோன்றி யது. பெரிய முலாம்பழம் ஒன்றின் பருமனளவு கோணல் மாணலாக இருந்தது அந்தத் துவாரம்.

பஜாரிடோ பீடபூமியிலுள்ள எரிமலைக் குன்றங்களில் அத்தகைய துளைகள் அநேகம் உண்டு. இருள் மண்டியிருந்த இந்த ஓட்டையோ இன்னொரு குகைக்குச் செல்லும் வழி போலவே தோன்றிற்று; அது தவிர அங்கு வேறு துவாரமில்லை. ஜாஸின்டோவின் தலைக்கு மேலே கைகளுக்குச் சுலபமாக எட்டும் உயரத்திலேயே அது இருந்தது. ஆச்சரியத்துடன் பிஷப் பார்த்துக்கொண்டிருக்க, தான் பொறுக்கியெடுத்த கற்களை ஒவ்வொன்றாக இந்தத் துவாரத்தின் வாயினுள் மிகவும் சாமர்த்தியமாக, சிறிதுகூட ஓசையே எழுப்பாமல் வைக்கத் தொடங்கினான் அவன்; அந்தத் துளையை முழுவதும் மூடும் வரையில் அவற்றை அடுக்கிக் கொண்டேயிருந்தான். பிறகு பினான் கட்டைகளிலிருந்து சிம்புகளை வெட்டியெடுத்துக் கற்களின் இடைவெளிகளில் பொருத்தினான். முடிவில் அவிந்து கிடக்கும் நெருப்பை அணைக்க உபயோகிக்கப் பட்டிருந்த மணலில் ஒரு பிடி எடுத்து, கல் உதடுகளின் வழியே உள்ளே வந்து விழுந்திருந்த பனித்துகளுடன் பிசைந்தான். இந்தக்கெட்டியான மண்குழம்பை, அடுக்கிவைத்த கற் களின்மீது பூசி, உள்ளங்கையால் தேய்த்து அதைச் சீராக்கினான். இந்தக் காரியங்களையெல்லாம் செய்து முடிக்க கால் மணிக்குமேல் ஆகவில்லை.

அதைப் பற்றி ஏதும் சொல்லாமலும், விளக்கம் தராமலும், நெருப்பை மூட்ட ஆரம்பித்தான் அவன். அதுகாறும் பிஷப்புக்கு அருவருப்பு தந்த துர்நாற்றம், விரைவில் எரியும் பினான் கட்டைகளின் நறுமணத்தால் விரட்டப்பட்டுவிட்டது. கொல்லும் குளிரைப் போக்கிய அதே தருணத்திலேயே துர்க்கந்தமான காற்றையும் அந்தத் தீயின் சூடு கத்திகரித்து விட்டாற் போலிருந்தது. எனினும் பூஜ்யர் லாடூரின் மண்டைக்குள் குடைந்து கொண்டிருந்த கிறுகிறுவென்ற சப்தம் மட்டும் நிற்கவேயில்லை. முதலில் அது வெறும் தலைச்சுற்றல்தான் என்றும், குளிரினாலும், ரத்த ஓட்டம் குறைவுபட்டதாலும் விளைந்ததே அது என்றும் நினைத்தார் அவர். ஆனால் உடலில் சூடேறிச் சோர்வு நீங்கியதும், இந்தக் குகையில் அசாதாரணமான அசைவொன்று சப்திப்பதை உணர்ந்தார்; தேன் கூட்டில் கேட்கும் ஒலியைப் போலவும், தூரத்தே முரசுகளின் முழக்கத்தைப் போலவும் இருந்தது அந்த ஓசை. அந்த சப் தத்தை அவனும் கேட்டானா என்று கொஞ்ச நேரத்துக்குப் பிறகு ஜாஸின்டோவை பிஷப் வினவினார். அந்தக் குகையினுள் அவர்கள் நுழைந்தபின் அப்போதே முதன் முறையாக முறுவலித்தான் அந்த இந்தியப் பையன். எரிகொள்ளியொன் றைப் பந்தமாக எடுத்துக்கொண்ட பின், தன்னைத் தொடருமாறு பாதிரியாருக்கு சைகை செய்தான். பிறகு, மலைக்குள் செல்லும் ஒரு சுரங்கப் பாதை வழியே செல்லலானான். அங்கே அந்தச் சுரங்கத்தின் கூரை கையால் தொடக்கூடிய அளவுக்குத் தாழ்ந்திருந்தது. பீங்கான் கோப்பையில் வெடிப்பு ஏற்பட்டால் எப்படியிருக்குமோ அத்தகைய பிளவு ஒன்று கல் தரையில் காணப்பட்டது; களிமண்ணைக் கொண்டு பூசி மெழுகப்பட்டிருந்தது அது. அதன் முன்னே மண்டியிட்டு அமர்ந்து, அதை மூடியிருந்த களிமண்ணைத் தனது வேட்டைக் கத்தியால் பெயர்த்தெடுத்தான். அந்தப் பிளவில் காதை வைத்துச் சில விநாடிகள் கேட்டபின்னர், பிஷப்பையும் அவ்வாறே செய்யுமாறு சாடை காட்டினான்.

வெடிப்பிலிருந்து வெளிப்பட்ட குளிரையும் பொருட் படுத்தாமல் நெடுநேரம் அதில் காதைவைத்து உற்றுக் கேட்டார் பிஷப் லாடூர். இந்த பூமண்டலத்திலேயே மிகத் தொன்மையான ஒலிகளிலொன்றையே தாம் கேட்டுக் கொண்டிருக்கிறோம் என்பதை அவர் அப்போது அறிந்தார்;

எதிரொலிக்கும் குகையின் வழியே பாய்ந்தோடும் ஒரு பாதாள நதியின் சப்தம்தான் அவர் செவி மடுத்தது, தண்ணீர் கீழே வெகு ஆழத்தில் மலையின் அடிப்பகுதி அளவு ஆழத்தில் கூட இருக்கலாம். பிரளய காலத்துப் பாறைகளிடையே கும்மிருட்டில் குமுறியோடும் வெள்ளமே அது. சலசலத்து அது ஓடவில்லை; கம்பீரத்துடன் பிரவகிக்கும் பெரும் வெள்ளத்தின் பேரோசையே அதனின்று எழுந்தது.

“அடேயப்பா, என்ன பயங்கரமான சப்தம்!”கூறிக் கொண்டே எழுந்திருந்தார் அவர்.

“ஆம், பாதிரியாரே!” என்று ஆமோதித்த ஜாஸின்டோ பிளவிலிருந்து பெயர்த்தெடுத்த களிமண்ணின்மீது எச்சிலை உமிழத் தொடங்கினான். பிறகு அந்தத் துளையை அதைக் கொண்டு மறுபடியும் பூசிமெழுகினான்.

அவர்கள் தீயருகில் திரும்பவும் வந்தபோது, கல் அதரங்களின் வழியே உள்ளே வந்து கொண்டிருந்த ஒளிக்கீற்று மிகவும் மங்கிவிட்டது. மேலும் தேய்ந்து, முழுவதும் மறைந்து போனதை வருத்தத்துடன் நோக்கினார் பிஷப். பின்னர், தமது சேணப் பையிலிருந்து காபிக் கெட்டிலையும், ரொட் டித் துண்டையும், வெள்ளாட்டுப் பாலாடைக் கட்டியொன் றையும் வெளியே எடுத்தார். வாசலின் கீழ்ப் பகுதிவரை ஏறிய ஜாஸின்டோ, அங்கிருந்த பைன் மரத்தை உலுக்கி அதிலிருந்து விழுந்த புதிய பனியை காபிக் கெட்டிலிலும், கம்பளிப் போர்வையிலும் நிரப்பிக்கொண்டான். அவன் இந்த வேலையில் ஈடுபட்டிருந்த தருணத்தில், தமது பையிலிருந்த குப்பியிலிருந்து பழைய டாவோஸ் விஸ்கியை ஒரு வாய் சாப்பிட்டார் பிஷப். இந்தியன் எதிரில் சாராயம் அருந்துவது அவருக்குப் பிடிக்காது!

ரொட்டியும், கறுப்புக் காபியும் தனக்குக் கிடைத்தது அதிர்ஷ்டம் தான் என்று கூறினான் ஜாஸின்டோ. காபியை அருந்தியபின், அந்தத் தகரக் கோப்பையை பிஷப்பிடம் திரும்பக் கொடுத்துவிட்டு, தனது இடையில் அணிந்திருந்த அகலமான வாரில் கையைத் துடைத்துக்கொண்டான். உள்ள நிறைவைக் காட்டும் புன்சிரிப்பு அவன் வெண்பற்களுக் கிடையே மலர்ந்தது.

“புயலடிக்கத் தொடங்கியபோது இந்தக் குகையின் அரு காமையில் நாம் இருந்தது நம்முடைய அதிர்ஷ்ட வசத்தினால்

தான். கழுதைகளை விட்டுவிட்டுக் கிளம்புகையில், இந்த இடத்துக்கு வழி கண்டுபிடித்துவிடலாமென்று நான் நினைத்த போதிலும் அதைப்பற்றிய நிச்சயம் இருக்கவில்லை. ஏனெனில் இங்கு ஒருசில முறையே நான் வந்திருக்கிறேன். ஏன் பாதிரியாரே, நீங்கள் அப்போது பயந்து விட்டீர்களல்லவா?"

"பயப்படுவதற்குத்தான் எனக்கு அவகாசமே கொடுக்க வில்லையே நீ! என் சேதி இருக்கட்டும், நீ பயந்தது உண்டா இல்லையா?"

"தொலைந்தோம், இனி நம் கிராமத்துக்குத் திரும்ப மாட்டோம் என்றே நான் எண்ணிவிட்டேன்" என்று தோளைக் குலுக்கியவாறே உண்மையை ஒத்துக்கொண்டான் ஜாஸின்டோ.

பிரார்த்தனைப் புத்தகத்தை வைத்துக்கொண்டு நெருப்பு வெளிச்சத்தில் நெடுநேரம் வரை படித்தார் பூஜ்யர் லாடூர். அன்று அதிகாலையிலிருந்தே அவரது மனம் ஆத்மீக விஷயங்களைத் தவிர மற்றவற்றிலேயே அதிகமாக ஈடுபட்டிருந்தது. கடைசியில், தூங்கச் செல்லலாமென்று நினைத்தவுடன், கடவுள் வாழ்த்து ஒன்றைக் கூறி, ஜாஸின்டோவை அதைத் திருப்பிச் சொல்லுமாறு செய்தார். அவர்களுடைய இரவு முகாம்களில், படுக்கச் செல்லுமுன் அவர் எப்போதுமே இப்படித்தான் செய்வது வழக்கம். பிறகு, கம்பளிகளைச் சுற்றிக் கொண்டு கால்களைத் தீயை நோக்கி நீட்டியவராகப் படுத்தார். எனினும் சிறிது நேரம் கழித்து எழுந்திருந்து, அவரது வழிகாட்டி மிகவும் ஜாக்கிரதையுடன் மூடிய அந்தத் துவாரத்தைச் சிறிது ஆராய வேண்டுமென்பது அவரது உத்தேசம். மண்ணைக் கொண்டு மூடியபிறகு, ஜாஸின்டோ அந்தத் துவாரத்தின் பக்கம் ஒரு முறை கூடத் திரும்பிப் பார்க்கவில்லை; இந்தியர்களின் மரியாதைக் கிரமங்களைக் கடைப்பிடித்த பூஜ்யர் லாடூரும் அந்தப் பக்கம் திரும்பி நோக்க முனையவில்லை.

தீர்மானித்தபடி அவர் பிற்பாடு விழித்துக் கொண்டார். கோதிக் பாணியிலிருந்த அவ்வறையில் நெருப்பு இன்னமும் பிரகாசமான வெளிச்சத்தைப் பரப்பிக்கொண்டிருந்தது. ஆனால் தம் எண்ணத்தை அவரால் நிறைவேற்ற முடிய வில்லை. ஏனெனில், அங்கே சுவரருகில், கண்ணுக்குத் தெரியாத ஏதோவொன்றில் காலை ஊன்றியவாறு

நின்றுகொண்டிருந்தான் அவருடைய வழிகாட்டி ஜாஸின்டோ. அவனுடைய கைகள் பாறையை ஒட்டி நீட்டப்பட்டிருந்தன. அவனது தேகம் பாறையோடு பாறையாகச் சேர்ந்து இருந்தது. புதிதாகப் பூசப்பட்ட களிமண் பற்றுக்கு மேலே வைக்கப்பட்டிருந்த அவனது காது எதையோ உற்றுக்கேட்டுக்கொண்டிருந்தது. மிக மிக நுண்ணிய செவிப்புலனுடன் அவன் கேட்டுக்கொண்டிருப்பது போலத் தோன்றியது; அவனது ஆவலின் தீட்சண்யத்தினாலேயே, பாறையையொட்டியிருந்த அவனுடைய தேகம் தாங்கி நிற்கப்படுவதுபோல் காணப்பட்டது. சந்தடி ஏதும் செய்யாமல் கண்களை மூடிக்கொண்டார் பிஷப். வழிகாட்டி தூங்கிக்கொண்டிருப்பானெனத் தாம் நினைத்தது எவ்வளவு தவறு என்பதை அவர் உணர்ந்தார்.

* * *

மறுநாள் காலையில் கல் உதடுகளின் வழியே இருவரும் ஊர்ந்து வெளியே வந்து, எங்கும் பிரகாசமாக இருக்கும் வெளியுலகில் குதித்தனர். பனி போர்த்திய மலைகளெல்லாம் உதயசூரியனின் ஒளியில் செந்நிறமாக விளங்கின. வரிசை வரிசையாக நின்ற தேவதாரு மரங்களிலோ பஞ்சு போன்று படர்ந்திருந்த பனி, ரோஜா வண்ணம் பெற்றுத் திகழ்ந்தது.

கழுதைகளைத் தேடி அலைவது வீண் வேலை என்று சொன்னான் ஜாஸின்டோ. பனி உருகியபின், சேணங்களையும், கடிவாளங்களையும் மீட்டு விடலாம் என்றும் கூறினான். எட்டு மைல் தூரம் தள்ளாடி நடந்து, ஒரு குடிசையை அடைந்தனர் இருவரும். அங்கே குதிரைகளை வாடகைக்கு எடுத்து, நட்சத்திரங்களின் ஒளியையே துணையாகக் கொண்டு தங்களது பிரயாணத்தை முடித்தனர். பூஜ்யர் வெய்லாண்டை அவர்கள் அடைந்தபோது, எருமைத் தோல்களினாலான ஒரு படுக்கைமீது அவர் உட்கார்ந்திருப்பதைக் கண்டனர்; காய்ச்சல் நின்று, அவரது உடம்பு தேறிக்கொண்டிருந்தது. அப்போது பிஷப் அங்கு போய்ச் சேருவதற்கு முன்னமேயே இன்னொரு நல்ல நண்பர் அங்கே வந்துவிட்டதுதான் அதற்குக் காரணம், கிட்கார்ஸன்தான் அந்நண்பர். இரு டாவோஸ் இந்தியருடன் மலைகளில் மான் வேட்டையாடப் புறப்பட்ட அவர், இந்தக் கிராமம் அம்மை நோயால் பீடிக்கப்பட்டிருப்பதையும், பிரதி குரு

அன்புப்பிடியில் இருவர் φ 147

அங்கே வந்திருப்பதையும் பற்றிக் கேள்விப்பட்டார். புயல் தொடங்குவதற்குச் சற்று நேரம் முன்புதான் மான் இறைச்சி மூட்டையுடன், அந்தக் கிராமத்துக்கு உதவி செய்ய விரைந்து வந்து சேர்ந்தார் அவர். குதிரைமீது சவாரி செய்யக்கூடிய அளவு வெய்லாண்டுக்கு உடம்பு தேறியதும், கார்ஸனும், பிஷப்பும் அவரை ஸான்டா ஃபேக்குத் திரும்ப அழைத்துச் சென்றனர்; அவர் மிகவும் பலஹீனமாக இருந்ததால், தினம் கொஞ்ச தூரமாக நான்கு நாட்கள் பிர யாணம் செய்தனர்.

* * *

பிஷப் தாம் கொடுத்த வாக்குறுதியைக் காப்பாற்றினார்; ஜாஸின்டோவின் குகையைப்பற்றி அவர் யாரிடமும் பேசவேயில்லை. ஆயினும் அதைக் குறித்து எண்ணாமல் அவ ரால் இருக்கமுடியவில்லை, அடிக்கடி அவர் மனத்திரையில் தோன்றி மறைந்துகொண்டே இருந்தது அது. அவருக்கு அங்கே கசப்பான அனுபவம் எதுவும் ஏற்படாவிடினும்கூட அதை நினைத்தபோதெல்லாம் அருவருப்பே தட்டியது. புயலில் அகப்பட்டுக் கொண்டு திண்டாடிய காலத்தில் அது புகலிடம் அளித்தது வாஸ்தவமே. எனினும், அந்தப் புயலையும், அதனால் தான் ஓய்ந்துபோனதையும் பற்றிப் பிற்பாடு நினைத்தபோது அவருள்ளத்தில் மகிழ்ச்சியே தோன்றியது. ஆனால், அவரது உயிரைக் காத்த அந்தக் குகையோ, பயங்கர உணர்ச்சியைத்தான் எழுப்பியது. எந்த விதமான அதிசயக் கதைகளும் ஒரு குகைக்குள் செல்லுமாறு தம்மை இனித் தூண்ட முடியாது என்றே தமக்குள் சொல்லிக் கொண்டார் பிஷப்.

தாமிருக்கும் ஊரில், தமது இருப்பிடத்துக்கு வந்த பின்னரும்கூட இந்தச் சடங்குக் குகையைப் பற்றியும் ஜாஸின்டோவின் மர்மமான நடவடிக்கையைப் பற்றியும் அறிந்துகொள்ள அவருக்கு ஆவலாக இருந்தது. பெகோஸ் மதத்தைக் குறித்துக் கூறப்படும் சில வெறுக்கத்தக்க கதைகள் ஒருவேளை உண்மைதானோ என்று நினைக்கச் செய்யும்படியே இருந்தது அது. இந்தியரின் மத நம்பிக்கைகளையும், அவர்களது எண்ணங்களையும் பற்றி, ஸான்டா ஃபேயிலிருந்த வெள்ளையர்களோ அல்லது மெக்ஸிகர்களோ ஒன்றையுமே புரிந்துகொள்ளவில்லை என்பதை அவர் தெளிவாகத் தெரிந்து கொண்டுவிட்டார்.

க்ளோரியெடா கணவாய்க்கும், பெகோஸ் கிராமத்துக்கும் நடுவிலிருந்த வியாபார நிலையத்தின் தலைவர் இந்த இந்தியர்களுக்கு அண்மையிலேயே நெடுநாட்களாக வசித்துவருபவரென்றும், அவருக்கு இவர்களைப் பற்றிய எல்லா விஷயங்களும் தெரியும் என்றும் பிஷப்பினிடம் கிட் கார்ஸன் சொல்லியிருந்தார். அந்த வியாபார விடுதி யைத் துவக்கியவர்கள் அவருடைய பெற்றோர். அந்தவட்டாரத்துக்கு வந்த முதல் வெள்ளை மாது அவருடைய தாயார்தான். அந்த வியாபாரியின் பெயர் ஸெப் ஆர்ச்சர்ட் என்பதாகும். மலையில் தனியாக வசித்துவந்தார் அவர். உப்பு, சர்க்கரை, விஸ்கி, புகையிலை முதலியவற்றை இந்தியர்களுக்கும், வெள்ளைக்காரர்களுக்கும் விற்றுவருவதுதான் அவரது தொழில். அவர் நேர்மையானவர், சத்திய சீலர் என்றும், இந்தியர்களின் சிறந்த நண்பரென்றும் கார்ஸன் கூறினார். ஒரு காலத்தில் பெகோஸைச் சேர்ந்த ஒரு பெண்ணை மணம் செய்துகொள்ள விரும்புமளவுக்குக் கூட அவர் நேசம் பாராட்டினாராம். ஆனால், தான் வெள்ளைக்காரி என்பதில் நிரம்பவும் பெருமை கொண்ட அவருடைய தாயார், அந்த விவாகத்துக்குச் சம்மதிக்கவில்லை. ஆகவே அவர் தனித்து, சந்நியாசியைப் போல் வாழ்க்கை நடத்திவந்தார்.

தமது சுற்றுப்பிரயாணங்களிலொன்றின்போது இந்த வியாபாரியின் விடுதியில் ஒரு இரவு தங்கினார் பிஷப் லாடூர்; பெகோஸ் சம்பிரதாயங்களையும், சடங்குகளையும் பற்றி வியாபாரியிடமிருந்து விசாரித்து அறிந்து கொள்வது தான் அவருடைய நோக்கம்.

ஒருபோதும் அணையாத தீயைப்பற்றிய கதை சந்தேகத்துக்கிடமன்றி உண்மையானதுதான் என்று சொன்னார் ஆர்ச்சர்ட்; ஆனால் அது மலையில் எரியூட்டப்பட வில்லை என்றும், அவர்களுடைய சொந்தக் கிராமத்திலேயே பராமரிக்கப்படுகிறதென்றும் கூறினார். களிமண் அடுப்பு ஒன்றில் அடக்கமாக எரிந்துகொண்டிருந்ததாம் அந்த நெருப்பு. பல நூற்றாண்டுகளுக்கு முன் அக்கிராமம் தோன்றியதிலிருந்தே விடாமல் தொடர்ந்து எரிந்து கொண்டிருந்ததாம். பாம்புக் கதைகளைப் பற்றியோ, அவை உண்மையா இல்லையா என்பது பற்றியோ அவருக்கு சந்தேகமறத் தெரியவில்லை.

கிராமத்தின் சுற்றுப்புறங்களில் விஷசர்ப்பங்களை அவர் பார்த்திருந்தது உண்மைதான். எனினும் அவை எங்கேயும் உள்ளவைதானே? சில ஆண்டுகளுக்கு முன்னால் பெகோஸ் சிறுவன் ஒருவனது கணுக் காலில் பாம்பு கடித்துவிட்டது. அவன் விஸ்கி சாப்பிடு வதற்காக அவரிடம் வந்தானாம். மற்ற எந்தப் பையனையும் போல அவனும் உடம்பு வீங்கி, மிகவும் அவதிப்பட்டதாகவே ஆர்ச்சர்ட் கூறினார்.

வழக்கமாகச் சொல்லப்படுவதுபோல் அந்த இந்தியர்கள் பெரியதொரு பாம்பை எங்கேயாகிலும் ஒளித்துவைத் திருக்கக்கூடுமா என்று பிஷப் கேட்டார்.

“ஏதோ ஒருவித ஜந்துவை அவர்கள் மலையில் வைத்திருப்பது உண்மைதான்; மதச் சடங்குகளின்போது அதைக் கிராமத்துக்குக் கொண்டுவருவதும் உண்டு” என்றார் அந்த வியாபாரி. “ஆனால் அது பாம்புதானா அல்லது வேறு ஏதாவதா என்பது எனக்குத் தெரியாது. இந்தியரின் மதத்தைப்பற்றி எதுவுமே எந்த வெள்ளையனுக்கும் தெரியாது பாதிரியாரே!”

மேற்கொண்டு அவர்கள் பேசியபோது, தானும் சின்ன வயதில் இந்த பாம்புக் கதைகளின் உண்மையை அறிந்து கொள்ள ஆவல் கொண்டிருந்ததாகத் தெரிவித்தார் ஆர்ச்சர்ட். ஒரு சமயம், அவர்களுடைய உற்சவமொன்று நடந்து கொண்டிருந்தபோது, பெகோஸ் மனிதர்களின் நடவடிக்கைகளை ஆபத்தைப் பொருட்படுத்தாது அவர் உளவு பார்த்தார். மலைமீது இரண்டு நாட்கள் மறைந்திருந்த பிறகு, தீவட்டி வெளிச்சத்தில் ஒரு பேழையை எடுத்துக்கொண்டு இந்தியர்களின் கூட்டமொன்று வருவதைக் கண்டார். பெண்கள் வைத்துக் கொள்ளும் பெட்டி அளவே இருந்தது அப்பேழை. எனினும் அதைக் கட்டித் தொங்கவிடப்பட்டிருந்த இளம் அரசங்கழிகள் அதன் பாரம் தாங்காது வளைந்து கொடுத்தன. “அம்மாதிரியான பேழையொன்றை இருட்டிய பிறகு வெள்ளைக்காரர்கள் கொண்டுவருவதைப் பார்த்தேனானால், அதில் என்ன இருக்கக் கூடும் என்பதை என்னால் ஒருவாறு ஊகித்துச் சொல்லிவிடமுடியும்; பணமோ அல்லது விஸ்கியோ, இல்லாவிடில் துப்பாக்கிகளோதான் அதில் இருக்கும் என்று எளிதாகச் சொல்லிவிடலாம். ஆனால், தூக்கிவந்தது இந்தியர்களானதால், என்னால் சொல்லக்கூடமுடியவில்லை.

அவர்களுடைய மூதாதைகள் பேணிய விசித்திர வடிவம் கொண்ட பாறைகளாகக்கூட இருக்கலாம் அதிலிருந்தவை. அவர்கள் மிகவும் மதிக்கும் பொருள்களெல்லாம் நமக்கு ஒரு பொருட்டே இல்லை. அவர்களிடையே அநேக மூட நம்பிக்கைகள் உள்ளன; உலகத்தில் முடிவு நாள் வரையில், அவர்களுடைய உள்ளங்கள் திரும்பத் திரும்ப செக்கு மாட்டைப்போல, பழைய சுவட்டிலேயேதான் உழன்று கொண்டிருக்கும்."

பழைய சம்பிரதாயங்களிடத்து அந்த இந்தியர்கள் பக்தி செலுத்தி வந்ததானது அவர்களுடைய குணங்களில் தமக்குப் பிடித்த ஒன்று என்று கூறினார் பிஷப்; அது தமது சொந்த மதத்திலும் பெரும் பங்கு வகிக்கிறதென்பதையும் எடுத்துச் சொன்னார்.

இந்தியர்களை அவர் மதம் மாற்றி, நல்ல கத்தோலிக்கர்களாக்கி விடலாமெனினும், அவர்களுடைய சொந்த நம்பிக்கைகளிலிருந்து ஒருநாளும் பிரித்துவிட முடியாது என்றும் சொன்னார் வியாபாரி. "அவர்களுடைய மதக் குருக்கள் தங்களுக்கே உரித்தான சில மர்ம நடவடிக்கைகளை உடையவர்கள். அதில் எதெது உண்மையானது, எந்த அளவு வெளிவேஷம் இருக்கிறது என்பது எனக்குத் தெரியாது. நான் சிறுவனாக இருந்தபோது நடந்த ஒரு சம்பவம் என் நினைவுக்கு வருகிறது. ஓர் இரவில், பெகோஸ் பெண்ணொருத்தி தனது குழந்தையைத் தூக்கிக்கொண்டு இந்த வீட்டின் சமையலறைக்குள் ஓடிவந்தாள். உற்சவம் முடியும்வரை தன்னை ஒளித்துவைக்குமாறு என் தாயாரைக் கெஞ்சிக் கேட்டுக்கொண்டாள். ஏனெனில் அவளது குழந்தையைப் பாம்புக்கு ஆகாரமாகக் கொடுக்கப் போவதற்கான அறிகுறிகளை அவள் கண்டாளாம். அது உண்மையோ அல்லவோ, பாவம், அவள் அதை உறுதியாக நம்பினாள். என் தாயாரும் அவள் தங்குவதற்கு அனுமதி கொடுத்தாள்! அந்தச் சம்பவம் என் உள்ளத்தில் ஆழமாகப் பதிந்துவிட்டது."

ஐந்தாம் பாகம்

மார்டினெஸ் பாதிரி

I

பழைய பந்தா

தமது ஆதீனத்தில் ஆல்புகெர்க்குக்கு அடுத்தபடி பெரியதும், செல்வச் செழிப்பு மிக்கதுமான டாவோஸுக்குச் சவாரி சென்றுகொண்டிருந்தார் பிஷப் லாடூர். மலை வழிப் பிரயாணமான அதில் ஜாஸின்டோவும் உடன் சென்றான். அப்பகுதிக்கு உத்தியோக ஹோதாவில் அவர் விஜயம் செய் வது அதுவே முதல் தடவை. அங்கிருந்த பாதிரியாரும் சரி, ஜனங்களும் சரி, அமெரிக்கர்களிடம் விரோதம் பாராட்டி னார்கள்; தங்கள் விஷயத்தில் எவருடைய குறுக்கீடையும் அவர்கள் விரும்பவில்லை. ஸ்பானிஷ்காரரைத் தவிர மற்ற ஐரோப்பியர் எல்லோரையுமே அந்த மக்கள் வெறுத்துவந்தனர். எனவே அவர்கள் பகைமையுணர்ச்சி தணிவதற்காக வெகுகாலம் அந்தப் பகுதிக்குச் செல்லாமல், அதன் விவகா ரங்களில் தலையிடாமல் இருந்துவந்தார் பிஷப். அங்குள்ள நில வரத்தையும், ஆத்மீக விஷயங்களில் மட்டுமின்றி லௌகிகத் துறையிலும் அதன் அதிபராயிருந்துவந்த செல்வாக்கு மிக்க கிழப்பாதிரியாரான அன்டோனியோ ஜோ ஸ்மார்டினெஸைப் பற்றியும் சகல விவரங்களையும் கார்ஸனின் உதவியால் அவர் அறிந்து கொண்டிருந்தார். உண்மையில் பூஜ்யர் லாடூர் வருவ தற்கு முன்னால், வடக்கு நியூமெக்ஸிகோவிலிருந்த மத வட்

டங்கள் எல்லாவற்றுக்கும் ஒரு சர்வாதிகாரி போலவே இருந்து வந்தார் மார்டினெஸ்; ஸான்டா ஃபேயிலிருந்த சுதேசிப் பாதிரிகள் அனைவரும் அவர் சொன்னபடி ஆடிக் கொண்டிருந்தனர்.

ஐந்து ஆண்டுகளுக்கு முன்னால் நிகழ்ந்த டாவோஸ் இந்தியர்களின் கலகத்தைத் தூண்டிவிட்டது அவர்தான் என்று பேச்சு அடிபட்டது உண்டு அக்கலகத்தின்போது அமெரிக்க கவர்னரான பெண்டும் மற்றும் வெள்ளைக்காரர்கள் பன்னிருவரும் கொலை செய்யப்பட்டனர். அதையொட்டி டாவோஸ் இந்தியர்கள் எழுவர் ராணுவ நீதிமன்றத்தினால் விசாரிக்கப்பட்டுத் தூக்கிலிடப்பட்டனர். ஆனால் சதி செய்த பாதிரியாரை விசாரிக்க முயற்சியேதும் செய்யப்படவேயில்லை. உண்மையில், அந்தச் சம்பவத்தின் விளைவாக அதிக அனுகூலமே அடைந்தார் பாதிரியார்.

மரண தண்டனை விதிக்கப்பட்ட அந்த ஏழு இந்தியர்களும் பாதிரியாரை அழைத்துவரச்செய்து, அவர் மாட்டி வைத்த கஷ்டத்தினின்றும் தங்களை விடுவிக்க ஏற்பாடு செய்யு மாறு வேண்டினர். கிராமத்துக்கு அருகிலிருந்த அவர்களது நிலங்களைத் தன் பேருக்குச் சாசனம் செய்து கொடுத்துவிட்டால் அவர்களது உயிரைக் காப்பாற்றுவதாக உறுதிமொழி கொடுத்தார் மார்டினெஸ். அவர்கள் அவ்வாறே செய்தனர். ஆனால் அவரோ, சொத்து விக்கிரயசாசனமெல்லாம் முறைப் படி பூர்த்தியானதும், அந்த உறுதிமொழியைக் காற்றில் பறக்கவிட்டுவிட்டு, தனது சொந்த ஊரான அபிகுயுக்குச் சென்று விட்டார். அவர் ஊருக்குப் போயிருந்த சமயத்தில் அந்த ஏழு இந்தியர்களும் குறித்த நாளில் தூக்கிலிடப்பட்டனர். அவர்களுடைய செழிப்பான பண்ணைகளைச் சாகுபடி செய்ததன் பயனாக இப்போது அந்தப் பகுதியிலேயே அவர் பெரிய பணக்காரராகிவிட்டார்!

அவருக்கும் லாடூருக்குமிடையில் மரியாதை மிக்க முறையிலேயே கடிதப்போக்குவரத்து நடந்துகொண்டிருந்தது. இருவரும் அதுகாறும் ஒரே ஒரு முறையே சந்தித்திருந்தனர். புதிய பிஷப்பை அங்கீகரிக்க மறுத்த ஸாண்டா ஃபே குருமாருக்குப் பக்கபலம் அளிப்பதற்காக டாவோஸிலிருந்து பாதிரி மார்டினெஸ் ஓடோடிவந்த அந்த மறக்க முடியாத சந்தர்ப்பத்தின்போது தான் அவர்களுடைய அந்த முதல்

சந்திப்பு ஏற்பட்டது. ஆனால் அந்தச் சம்பவம் நிகழ்ந்தது நேற்றுத்தான் போல, அவருடைய உருவம் பிஷப்பின் மனக்கண் முன்னே மங்காது நின்றது. அகஸ்மாத்தாகப் பார்க்கிற பேரும் எளிதில் மறக்கமுடியாதபடி மகத்தான வலிமைத் தோற்றமும், அகங்காரமும் படைத்தவர் அந்தப் பாதிரியார். உண்மையில் பிஷப்பைவிட அவர் அதிக உயரமில்லையெனினும், பிரம் மாண்டமான ஆகிருதி உடையவரைப் போலக் காணப்பட்டார். எருமைக்கடாவினுடையதைப்போல அகன்று உயர்ந்த தோள்கள்; பருத்த கழுத்தின்மீது மிடுக்காக அமைந்திருந்தது அவரது பெருத்த தலை. செக்கச் செவேரெனச் சிவந்து உப்பிய கன்னங்களுடன் கூடிய முட்டை வடிவான ஸ்பானிஷ் முகம். அந்த முகம்தான் எவ்வளவு தெளிவாக ஞாபகத்திலிருந்தது பிஷப்புக்கு! மறுமுறை பார்க்க அவர் ஆசைப்படுமளவுக்கு அசாதாரணமான முகமே அது. மேடிட்டிருந்த குறுகிய நெற்றி, உறுதியான புருவங்களில் ஆழப்பதிந்த பிரகாசமான மஞ்சள் விழிகள், மதமதவென்றிருக்கும் சிவப்புக் கன்னங்கள், ஆங்கிலோ ஸாக்ஸன் வதனங்களிலிருப்பதைப் போன்ற வழுவழுப்பான சதை பிடித்த வெற்றுப் பகுதிகளல்ல அந்தக் கன்னங்கள்; அவருடைய மற்ற அங்கங்களைப் போலவே, உணர்ச்சிக்கேற்றாற்போல மாறக் கூடிய தசைக்கட்டு மிக்க வையே அவை. சற்றும் அடக்கியொடுக்கப்படாத ஆசா பாசங்களின், வெறிகளின் உருவகமே அவரது வாய்; முற்றிலும் தன்னிச்சையான அவரது அகங்கார குணத்தை அது உள்ளது உள்ளபடியே பிரதிபலித்தது. அவரது தடித்த உதடுகள் விறைத்துத் துருத்திக்கொண்டிருந்தன; பயத்தினாலோ, ஆசையினாலோ தூண்டப்பட்ட மிருகங்களின் தசை முறுக்கிக் கொண்டிருப்பது போலவே இருந்தது அது.

எல்லைப்புறப் பகுதியிலும் கூட வரைமுறையில்லாத யதேச்சதிகாரத்துக்கு இனி இடமில்லை என்பதை பூஜ்யர் லாடூர் கண்டுகொண்டுவிட்டார்; எனவே, மார்டினெஸ் பாதிரி கனகம்பீரமாகக் காணப்படினும் உண்மையில் அசக்தரான ஒரு பழங்காலச் சின்னமாகவே அவருக்குத் தோன்றினார்.

பிஷப்பும் ஜாஸின்டோவும் மலைகளைக் கடந்து விட்டனர். மிகப் பழமையான புதர்கள் மண்டிய

சமவெளியொன்றில் பாதை செல்லத் தொடங்கியது. அவர்களை நோக்கி வேகமாக நகர்ந்துவரும் தூசிப்படலமொன்றைச் சுட்டிக்காட்டினான் ஜாஸின்டோ நூற்றுக்கு மேற்பட்ட இந்தியர்களும், மெக்ஸிகர்களும் கோஷங்களுடனும், துப் பாக்கி வேட்டுகளுடனும் தங்கள் பிஷப்பை வரவேற்க குதிரைகள் மீதேறி விரைந்து வந்ததால் எழுந்த படலமே அது.

அண்மையில் வந்ததும், பாதிரி மார்டினெஸீம் அவர்களிடையே இருப்பது தெளிவாகத் தெரிந்தது. முயல் தோலாலான அரைச் சல்லடமும், உயரமான ஜோடுகளும் வெள்ளிக் குதிமுட்களும் தரித்திருந்தார் அவர். தலையிலோ, அகலமான மெக்ஸிகத் தொப்பி; ஆட்டிடையனின் சால்வை யைப் போல், பெரியதொரு கறுப்புத் துணியையும் தோள்களைச் சுற்றிக் கட்டியிருந்தார். பிஷப்பின் சமீபம் வந்ததும் தனது கறுப்புக் குதிரையின் கடிவாளத்தைப் பிடித்திழுத்து நிறுத்தினார். பிறகு, தலையிலிருந்த தொப்பியை அகற்றி வணக்கம் தெரிவித்தார். அவரைத் தொடர்ந்து வந்தவர்களோ, இரு பாதிரிகளையும் சுற்றி நின்றுகொண்டு ஆகாயத்தை நோக்கித் தங்கள் துப்பாக்கிகளைச் சுட்டு மரியாதை செலுத்தினர்.

இரு பாதிரியார்களும் தோளோடு தோளாகச் சவாரி செய்தவண்ணம், லாஸ் ராஞ்சோஸ் டிடாவோஸினுள் நுழைந்தனர். மஞ்சள் சுவர்களும், வளைந்து செல்லும் தெருக்களும், பசுமையான பழத்தோட்டங்களும் கொண்ட அழகிய சின்னஞ்சிறு நகரம் அது. ஊர்வாசிகள் அனைவரும் ஆலயத்துக்கு முன்னாலிருந்தனர். கோயிலுக்குள் போவதற் காகக் குதிரையை விட்டு பிஷப் இறங்கியதும், அங்கிருந்த பெண்மக்கள் தங்களது சால்வைகளை அவர் நடந்து செல்ல விருந்த புழுதிபடிந்த பாதை மீது நடை பாவாடையாக விரித்தனர். மண்டியிட்டு மரியாதை செலுத்திய அக்கூட்டத்தைக் கடந்து அவர் உள்ளே செல்லும்போது, அத்தியட்ச குரு பதவியைக் குறிக்கும் மோதிரத்தை முத்தமிடுவதற்காக அவருடைய கையை ஆடவருடன் பெண்டிரும் பற்றியிழுக்கத் தலைப்பட்டனர். தம்முடைய சொந்த நாட்டில் இவ்வாறு செய்யப்பட்டிருந்தால், நிரம்பவும் அருவருப்பாக இருந்திருக்கும் ஜீன் மேரீ லாடூருக்கு. ஆனால் இங்கோ இது சகஜமாயிருந்தது. இவ்விடத்தில் காணப்பட்ட

இயற்கைக் காட்சிகள், தோட்டங்கள், ஜொலிக்கும் சப்பாத்திப் புதர்கள், பகட்டாக அலங்கரிக்கப்பட்ட பலிபீடங்கள், வேதனையே உருவான கிறிஸ்துவின் வடிவங்கள், துயரில் ஆழ்ந்து கிடக்கும் கன்னி மேரியின் உருவங்கள், காருண்ய மிக்க மகான்களின் பிரதிமைகள் ஆகிய இவை யாவற் றிலுமே தட்டுப்படுகிற ஆழ்ந்த வண்ணங்களைப் போலவே சர்வசாதாரணமாயிருந்தன இந்த ஆர்ப்பாட்டங்களெல்லாம். மதமென்றால் இத்தகைய அமர்க்களங்கள் இருந்தேயாகவேண்டுமென இங்குள்ள மக்கள் கருதுகிறார்கள் என்பதை அவர் ஏற்கனவே அறிந்து கொண்டிருந்தார்.

லாஸ் ராஞ்சோஸிலிருந்து அக்கோஷ்டியினர், சாம்பல் நிறச் சமவெளியொன்றை விரைவாகக் கடந்து டாவோஸை அடைந்தனர். அங்கே ஆலயத்தினெதிரேயிருந்த பாதிரியாரின் வீட்டில் பெரியதொரு கூட்டம் குழுமியிருந்தது. ஜனங்கள் எல்லோரும் மண்டியிட்ட பின்னரும், பத்துப் பன்னிரண்டு வயதுள்ள ஒரேயொரு பையன் மட்டும் தலையிலிருந்த தொப்பியை அகற்றாமல் வாயைப் பிளந்தவாறு நின்று கொண்டிருந்தான். மண்டியிட்டுக் குனிந்திருந்த பெண்மக்கள் சிலரின் தலைக்குமேலே கையை நீட்டி அப்பையனுடைய குல்லாயைப் பற்றியிழுத்தார் பாதிரி மார்டினெஸ். பிறகு அவனது தாடையில் ஓங்கி அறைந்தார். அவர் அவ்வாறு செய்ததை பூஜ்யர் லாடூர் ஆட்சேபித்தபோது, அந்த சுதேசிப் பாதிரியார் தைரியமாகச் சொன்னார்: "அவன் என்னுடைய சொந்த மகன்தான் பிஷப்; அவனுக்கு மரியாதை கற்றுக் கொடுக்கவேண்டியது அவசியமில்லையா?"

"ஓஹோ, இந்த ரீதியில்தான் இங்கே நாடகம் நடக் கப்போகிறது போலிருக்கிறது!" என்று எண்ணிக் கொண்டார் பூஜ்யர் லாடூர். 'சரி, இதற்கு நாம் மசியக் கூடாது' என்று அவர் தீர்மானித்தபோது அவருடைய பயின்று பண்பட்ட முகம் லவலேசமும் மாறுதலைக் காட்டவில்லை. வீட்டுக்குள் புகுந்ததும் இருவரும் நேராக படிப்பறைக்குச் சென்றனர். அங்கே தரைமீது ஒரு இளைஞன் அயர்ந்த நித்திரையில் ஆழ்ந்திருந்தான். மிகவும் பருமனாக இருந்த அந்த வாலிபன், தலைக்கு உயரமாக ஒரு புத்தகத்தை வைத்துக்கொண்டு மல்லாந்து படுத்துக் கிடந்தான்; அவன் மூச்சு விடுந்தோறும் அவனுடைய

பருத்த தேகம் விம்மித் தணிந்ததானது பார்த்தவர்களைப் பிரமிக்கச் செய்தது. பிரான்ஸிஸ்கன்கள் அணியும் பழுப்புநிற அங்கியைத் தரித்திருந்தான் அவன். அவனுடைய தலை மயிர் குட்டையாக வெட்டப்பட்டிருந்தது. அவன் தூங்கும் கோலத்தைக் கண்டதும், பாதிரி மார்டினெஸ் வாய்விட்டுச் சிரித்தவண்ணம் அவனுடைய இடுப்பில் பலமாக உதைத்தார். திடுக்கிட்டுக் குழப்பத்துடன் எழுந்த அவன் அண்மையிலிருந்த கதவு வழியே கூடத்துக்கு ஓடிவிட்டான்.

“ஏய். இங்கே வா, இரவில் கடுமையாக வேலைசெய்யும் இளைஞர்கள்தான் பகலில் தூங்க விரும்புவார்கள். மெழுகு வர்த்தி தீருமளவு நேற்றிரவு படித்தாயா, என்ன? சரி வா, வேத சாஸ்திரத்தில் உனக்கு ஒரு பரீட்சை வைக்கிறேன்” என்றார் பாதிரியார். உடனே, முற்றத்துக்கு அப்பாலிருந்த ஜன்னல்களிலிருந்து களுக்கெனப் பெண்களின் சிரிப்பொலி எழுந்தது; அந்த முற்றத்தில் உலர்த்தப்பட்டிருந்த ஒரு துணியின் பின்னேதான் அந்த இளைஞன் ஒளிந்திருந்தான். பாதிரியாரின் அழைப்பைக் கேட்டதும் தனது உயரமான, பருத்த தேகத்தை வளைத்து, ஈரத் துணிகள் இரண்டிற் கிடையே ஓடி மறைந்தான் அவன்.

“அவன் என்னுடைய மாணவனான ட்ரினிடாட். அர்ரோயோ ஹோண்டோவிலுள்ள என் பழைய நண்பர் பூஜ்யர் லூஸெரோவின் மருமான் அவன். சந்நியாசியான அவனைப் பாதிரியாக்க நாங்கள் விரும்புகிறோம். டூராங் கோவிலுள்ள வித்தியாலயத்துக்கு அவனை அனுப்பினோம். ஆனால் அவன் எப்போதும் வீட்டு ஞாபகமாகவே இருந்த காரணத்தாலோ அல்லது முட்டாளாக இருந்ததாலோ, ஒன்றையுமே கற்றுக்கொள்ளவில்லை. ஆகவே, இங்கே நானே அவனுக்குக் கல்வி கற்பிக்கிறேன். ஒரு நாள் அவனைப் பாதிரியாக்கிவிடத்தான் போகிறோம்.”

அந்த வீட்டைத் தமது சொந்த வீடு போலவே பாவிக் கும்படி லாடூரை மார்டினெஸ் கேட்டுக் கொண்டார். ஆனால் அவ்வாறு கருத லாடூருக்கு விருப்பமில்லை. ராணீக் யம் மிக்கவரான அவரால் தாங்கமுடியாத அளவு ஒழுங்கின்மை மலிந்திருந்தது அங்கே. பாதிரியாரின் படிப்பு மேஜைமீது மூக்குத்தூள் சிந்தியிருந்தது. பின்னே தொங்க விடப்பட்டிருந்த சிலுவையை மறைக்கும் அளவுக்கு அந்த மேஜைமீது புத்தகங்கள் குவிந்திருந்தன. வீடு பூராவிலுமே

நாற்காலிகளிலும், மேஜைகளிலும் புத்தகங்கள் தாறுமாறாக இறைந்து கிடந்தன. வசந்த காலத்து மணற்புயல்கள் கொண்டுவந்து தூவிய புழுதி, தரைகளின்மீதும், புத்தகங்கள் மீதும் கனமாகப் படிந்திருந்தது. ஒவ்வொரு மூலையிலும் பூஜ்யர் மார்டினெஸின் கால்ஜோடுகளும், தொப்பிகளும் கிடந்தன; அவருடைய கோட்டுகளும், பாதிரி உடுப்புகளுமோ முளைகளில் மட்டுமன்றி, நாற்காலி மேஜை முதலிய வற்றிலிருந்தும் தொங்கவிடப்பட்டிருந்தன. ஆயினும் அங்கே சிறுவர்களும் பெரியவர்களுமான வேலைக்காரிகளுக்குப் பஞ்சம் இருந்ததாகத் தெரியவில்லை. அதோடு, மிருதுவான செழித்த ரோமத்துடன் கூடிய மஞ்சள் நிறப் பூனைகளும் அவ்வீட்டில் ஏராளமாக இருந்தன. பிரத்தியேக வகை யைச் சேர்ந்த அந்தப் பூனைகள். ஜன்னல் விட்டங்களிலும், தாழ்வாரத்தையொட்டியிருந்த கிணற்றின் கைப்பிடிச் சுவர்களிலும் படுத்துத் தூங்கின; அவற்றில் தைரியம் மிக்கவை, நேராக சாப்பாட்டு மேஜைக்கே வந்துவிட்டன. தனது தட்டிலிருந்து உணவையெடுத்து அலட்சியமாகப் போட்டுக்கொண்டேயிருந்தார் அவற்றின் எஜமானர்.

முன்னர் தரையில் படுத்துறங்கிய அந்தத் தொந்தி விழுந்த வாலிபனை இரவுச் சாப்பாட்டின்போது பிஷப் புக்கு அவர் அறிமுகப்படுத்தினார். தன்னிடம் அவன் படித்துக்கொண்டிருந்தான் என்பதை மீண்டுமொருமுறை சொன்ன அவர், தன்னுடைய காரியதரிசியாகவும் அவன் கருதப்பட்டு வந்தான் என்பதைத் தெரிவித்தார். அத்துடன், முக்கால்வாசி நேரம் அவன் சமையலறையையே வட்டமிட்டு, அங்கு வேலையிலீடுபட்டிருக்கும் பெண்களுக்குத் தொந்தரவு கொடுத்துக்கொண்டிருப்பானென்றும் கூறினார்.

இந்த விவரங்களெல்லாம் அந்த இளைஞனுக்கெதிரிலேயே சொல்லப்பட்டன. ஆனால் அவற்றைக் கேட்ட அவன் சிறிதுகூடக் கலங்கியதாகத் தெரியவில்லை. அவனுடைய முழுக் கவனத்தையும், வதக்கிய ஆட்டிறைச்சி ஈர்த்துக்கொண்டிருந்தது; அவன் முன்னே தட்டு வைக்கப்பட்டதுதான் தாமதம், ஏதோ கொள்ளை போகிறது போன்ற அவசரத்துடன் இறைச்சியை விழுங்க முனைந்து விட்டான் அவன்! ஏழை உறவினன் அல்லது வேலைக் காரனைப் போலவே ட்ரினிடாட் நடத்தப்பட்டுவந்தான் என்பதைப் பிஷப் பின்னர் கண்டுகொண்டார். குற்றேவல்கள்

செய்வது, பாதிரியாரின் ஜோடுகளை எடுத்துவருவது, அடுப்புக்கு விறகு கொண்டுவருவது, குதிரைக்குச் சேணம் பூட்டுவது போன்ற கீழ்த்தரமான வேலைகளுக்கே அவன் பயன்படுத்தப்பட்டான். அவனை நிமிர்ந்து பார்க்கவே பொறுக்காத அளவுக்கு அவனுடைய தோற்றத்தைக் கண்டு அருவருப்பு அடைந்தார் பூஜ்யர் லாடூர். அவனுடைய கொழுத்த முகத்தில் சொட்டிய அசட்டுக்களை அவருக்கு மிக்க எரிச்சலூட்டியது; மிருதுவான பாலாடைக் கட்டிகளைப் போல் எண்ணெய் வழியும் பழுப்புநிற முகம் அது! குழந்தையின் குஞ்சுக் கால்களைப் போல், அவனுடைய கடைவாயில் சதை மடிப்புகள் விழுந்திருந்தன. மூக்குக் கண்ணாடியின் எஃகு விளிம்பு, அவனது மூக்கின்மீது ஆழப்பதிந்திருந்தது. சாப்பாட்டின்போது ஒரு வார்த்தைகூட அவன் பேசவில்லை. மறுபடி உணவையே காணமாட்டோம் என்று பயந்தவன் போல மளமளவென விழுங்கினான். தட்டை விட்டு எப்போதாவது தலையை நிமிர்த்தினால், பரிமாறிக்கொண்டிருக்கும் பெண்ணையே விழுங்கிவிடுபவன் போல நோக்கினான். அவளோ அவன்மீது அலட்சியம் கலந்த வெறுப்பையே கக்கினாள். ஏதாவதொரு வகைச் சிற்றின்ப வேட்கையினால் சதா அலைக்கழிக்கப்படுபவன் என்ற எண்ணமே அவனைப் பார்ப்பவர் மனத்தில் தோனறியது.

தன் பாதிரி உடை வீணாகிவிடாமலிருக்கக் கழுத்தில் ஒரு துணிக்குட்டையைக் கட்டியிருந்த பாதிரி மார்டினெஸ், உணவையும், மதுவையும் வஞ்சனையில்லாமல் உட்கொண்டார். சமையல்காரிகள் அநேகம் பேர் இருந்தும், சாப்பாடு நன்றாக இல்லாததைக் கவனித்தார் பிஷப். ஆனால் எல் பாஸோ டெல் நோர்டேயிலிருந்து வந்திருந்த ஒயின் மட்டும் வெகு நேர்த்தியாக இருந்தது.

பாதிரிப் பணியில் ஈடுபட்டிருப்பவர்கள் பிரம்மசரியம் அனுஷ்டிக்கவேண்டியது அவசியமான நியமமெனக் கருதுகிறீர்களா என்று உணவருந்தும்போது பிஷப்பை வெளிப்படையாகவே கேட்டார் மார்டினெஸ்.

இந்தப் பிரச்னைதான் பல நூற்றாண்டுகளுக்கு முன் னேயே நன்கு அலசி ஆராயப்பட்டு முடிவு செய்யப்பட்டு விட்டதே என்று சுருக்கமாகப் பதிலுரைத்தார், பூஜ்யர் லாடூர்.

“எந்த விஷயத்துக்கும் எக்காலத்துக்குமாக இறுதி முடிவு என்பது கிடையவே கிடையாது” என்று ஆக்ரோஷத்துடன் மொழிந்த மார்டினெஸ் தொடர்ந்து சொன்னார்: “பிரெஞ்சுப் பாதிரிகளுக்கு வேண்டுமானால் பிரம்மசரியம் சரியாயிருக் கலாம். ஆனால் எங்களுக்கு அப்படி அல்ல. இயற்கைக்கு விரோதமாக நடந்து கொள்ளாமலிருப்பதே நலம் என்று மகான் அகஸ்டைன் அவர்களே கூறுகிறார். புலனடக்கம் அனுஷ்டித்தது குறித்துப் பின்னர் தமது முதுமைப் பருவத் தில் அவர் அங்கலாய்த்தார் என்பதற்கு அநேக சான்றுகளை நான் காண்கிறேன்.”

இத்தகைய முடிவுக்கு அவர் வரக் காரணமாயிருந்த வாக்கியங்களை அறிய ஆவலாயிருப்பதாகத் தெரிவித்தார் பிஷப். அதோடு, அர்ச். அகஸ்டைனுடைய புத்தகங்களைத் தாமும் நன்றாகப் படித்தவர்தான் என்பதையும் எடுத்துரைத்தார்.

“உண்மையை அடித்துச் சொல்லும் அந்தப் பகுதிகளை நான் எழுதிவைத்திருக்கிறேன். நீங்கள் போவதற்கு முன்னால் அதைத் தேடியெடுத்துத் தருகிறேன். முன்னதாகவே முடிவு கட்டிவிட்ட மனத்துடனேயே அதை நீங்கள் படித்திருக்கிறீர்கள் போலிருக்கிறது. பிரம்மசரியம் அனுஷ்டிக்கும் பாதிரிகள் தங்கள் புலனறிவையே இழந்து விடுகிறார்கள். தானும் பாவம் செய்திருந்தாலொழிய எந்தப் பாதிரியும் பச்சாதாபத்தையும், பாவ மன்னிப்பையும் அனுபவித்துணர முடியாது. காமம் என்பது மிகவும் சர்வசாதாரணமான ஒரு தூண்டுதல். ஆகவே அதைப்பற்றி ஏதோ சிறிதளவாவது பாதிரிகள் அறிந்துகொள்வது நல்லது. உண்ணாவிரதங்களாலும், பிரார்த்தனைகளாலும் ஆன்மாவை அடக்கியாண்டுவிட முடியாது. துஷ்கிருத்தியங்களைச் செய்து அது அடியோடு தகர்ந்த பின்னர்தான் பாவ மன்னிப்பை உணர்ந்துய்து, ஆண்டவனின் அருளைப் பெறும் நிலைக்கு உயரமுடியும். இல்லாவிடில் மதமென்பது வெறும் வாய்வேதாந்தமாகிவிடும்.”

“இவ்விஷயத்தைப் பற்றிப் பின்னால் விரிவாகப் பேசு வோம். என்னைப் பொறுத்த வரையில், இந்தப் பழக்கங்களை என்னுடைய ஆதிக்க மண்டலம் பூராவிலும் கூடிய சீக்கிரத்தில் சீர்திருத்தவே உத்தேசித்திருக்கிறேன். பீடத்தின் சேவைக்குத் தன்னை அர்ப்பணித்துக்கொண்ட

எந்தப் பாதிரியும் தான் மேற்கொண்ட பிரமாணங்களைக் கடைப்பிடிக்காமல் இருக்கும் நிலை இன்னும் சிறிது காலத்துக்குத்தான் நீடிக்கும்" என்று அமைதியாகச் சொன்னார் பிஷப்.

வெம்பிச் சிவந்த அந்தப் பாதிரியார் இதைக் கேட்டு நகைத்தார். பிறகு, தன் தோள் மீது ஏறி உட்கார்ந்திருந்த பெரிய பூனையொன்றை உதறியெறிந்துவிட்டுத் தொடர்ந்து கூறினார்: "அந்த வேலைக்குத்தான் உங்களுக்கு நேரம் சரியாயிருக்கும், பிஷப் அவர்களே! இது விஷயத்தில் உங்களை முந்திக்கொண்டுள்ள இயற்கையுடன் நீங்கள் போட்டி போட்டாக வேண்டும். அது எப்படியாயினும், எங்களுடைய சுதேசிப் பாதிரிகள் உங்களுடைய இயேசு சங்கப் பாதிரிகளைவிட பக்தி மிகுந்தவர்கள். ஜீவனற்ற ஐரோப்பிய கிறிஸ்தவ சமுதாயத்தின் விஸ்தரிப்பல்ல இங்குள்ள மதம்; இது உயிர்த் துடிப்பு உடையது. எங்களுடைய மண்ணிலேயே பிறந்து வளர்ந்தது. எனவே இதன் வேர்க்கால்களே தனி. போப் பாண்டவரைத் தந்தையாகவே கருதி மரியாதை செலுத்துகிறோம்; எனினும் ரோமாபுரியின் அதிகாரம் இங்கே செல்லாது. மதப் பிரசார ஸ்தாபனத்திலிருந்து உதவியேதும் நாங்கள் கோரவில்லை! அதன் குறுக்கீட்டையும் நாங்கள் வெறுக்கிறோம். பிரான்ஸிஸ்கப் பாதிரிகள் இங்கே ஸ்தாபித்த மதம் நசிந்துவிட்டது. இப்போதிருப்பது இரண்டாம் முறை யாக வளர்ந்திருப்பது. சுத்த சுதேசிச் சரக்கே இது. இன்றைய உலகத்தில் உள்ளவர்களிலெல்லாம் மிகுந்த பக்திமான்கள் எங்கள் மக்களேயாகும். ஐரோப்பிய சம்பிரதாயங்களைக் கொண்டு அவர்களுடைய மத நம்பிக்கையைப் பிளப்பீர்களேயானால், நாஸ்திகர்களாகவும், தீய ஒழுக்கமுடையவர்களாகவும் அவர்கள் மாறிவிடுவது உறுதி."

இந்தச் சொல்மாரியைக் கேட்ட பிஷப், அங்குள்ள மக்களின் மதத்தைப் பறிப்பதற்காகத் தாம் வரவில்லை என்று சாந்தமாகப் பதில் மொழிந்தார். ஆனால் சில பாதிரிகள் தங்கள் வாழ்க்கை முறைகளை மாற்றிக் கொள்ளாமல் இருப்பார்களேயானால், அவர்களுடைய அதிகாரத்தைப் பறித்துவிட வேண்டிய நிர்ப்பந்தம் தமக்கு ஏற்பட்டுவிடக் கூடும் என்பதையும் அவர் கூறத் தவறவில்லை.

கோப்பையில் மதுவை நிரப்பியபின், கொஞ்சமேனும் கலங்காமலேயே மார்டினெஸ் தொடர்ந்தார்: "என்னுடைய

மத வட்டத்தை உங்களால் பறித்துவிட முடியாது, பிஷப் அவர்களே! முடியுமானால் முயன்று பாருங்கள்! சொந்தமாக நானே ஒரு ஆலயத்தை ஸ்தாபித்துவிடுவேன். அப்போது உங்களுக்கு அடங்கி நடக்கும் பிரெஞ்சுப் பாதிரி மட்டுமே தான் இங்கே டாவோஸில் இருப்பார். ஆனால் இங்குள்ள ஜனங்களோ எனக்குத்தான் அடங்கி நடப்பார்கள்!"

இவ்வாறு சொல்லிவிட்டுச் சாப்பாட்டு மேஜையை விட்டு எழுந்த அவர், கணப்பினருகில் சென்று முதுகுப் புறத்தை அதற்குக் காட்டிச் சூடு செய்தவராக நின்றார்; கால் சராய்களை உஷ்ணப்படுத்தும் பொருட்டு, பாதிரி உடையை இடுப்பருகில் மேலே உயர்த்தியிருந்தார். "பிஷப் அவர்களே, நீங்கள் இன்னமும் இளைஞரே!" என்று தனது பெரிய தலையைப் பின்னோக்கித் தள்ளி, நன்கு புகையேறிய உத்தரக்கழிகளைப் பார்த்தவாறே மேலும் கூறினார். "இந்தியர்களையோ, மெக்ஸிகர்களையோ பற்றி உங்களுக்கு எதுவுமே தெரியாது. ஐரோப்பிய நாகரிகத்தை இங்கே புகுத்தி எங்களது பழைய வழிமுறைகளை மாற்றவோ, இந்தியர்களின் ரகசிய நடனங்களில் குறுக்கிடவோ அல்லது பெனிடென்டேக்களின் ரத்த பலிச் சடங்குகளை ஒழித்துக்கட்டவோ நீங்கள் முயலுவீர்களேயானால், சீக்கிரமே செத்துவிடுவீர்கள் என்று இப்போதே கூறுகிறேன். சீர்திருத்தங்களைச் செய்ய ஆரம் பிப்பதற்கு முன்னால், எங்களுடைய சுதேசிப் பண்பாடுகளை ஆராய வேண்டுமென்பதே உங்களுக்கு என் புத்திமதி. பிரெஞ் சுக்காரரே! நீங்கள் காட்டுமிராண்டிகளான இரு குரூரமான வகுப்பினரிடையே வந்து சிக்கிக்கொண்டிருக்கிறீர்கள். செய்யத் தகாத கொடும் செயல்கள் என்று உங்கள் மதப் பிரிவினால் தடை செய்யப்பட்டிருக்கும் யாவும் இந்திய மதத்தின் ஒரு பகுதியாகவே விளங்குகின்றன. பிரெஞ்சு நாகரிகத்தை நீங்கள் திணிக்க முடியாது இங்கே!"

இத்தருணத்தில் மாணவன் ட்ரினிடாட் இருக்கையை விட்டு எழுந்திருந்தான். உபசாரமான வணக்கமொன்றை பிஷப்பை நோக்கி வீசிவிட்டு, மெதுவாக அடிமேலடி வைத்துச் சமையலறையை நோக்கிச் சென்றான். அவனுடைய பழுப்பு அங்கி கதவுக்கு அப்பால் மறைந்ததும், மார்டினெஸின் பக்கம் திடீரென்று திரும்பினார் பிஷப்.

"மார்டினெஸ், இளைஞர்கள் முன்னிலையில் இவ்வாறு வாயில் வந்தபடி பேசுவது அனுசிதம் என்று கருதுகிறேன்.

குறிப்பாக, பாதிரிப் பணி ஏற்பதற்காகப் படித்துவரும் ஒரு வாலிபனுக்கெதிரே இத்தகைய முறை தவறான பேச்சுக்கள் கூடவே கூடாது. மேலும், இப்பேர்ப்பட்ட பையனைப் பாதிரியாக்குவதற்கு ஏன் ஆக்கம் அளிக்க வேண்டும் என்பதும் புரியவில்லை எனக்கு. என்னுடைய மண்டலத்தில் பாதிரி உத்தியோகம் பார்க்க அவனை ஒருநாளும் அனுமதிக்கமாட் டேன்."

மஞ்சள் நிறமான தனது நீண்ட பற்கள் வெளியே தெரியும்படியாக பாதிரி மார்டினெஸ் சிரித்தார். அந்தச் சிரிப் பினால் அவர் முகத்தில் விகாரமே சொட்டியது; அளவுக்கு மீறிப் பெருத்திருந்த அந்தப் பற்களில் கீழ்த்தர உணர்ச்சி சந்தேகமறப் புலனாகியது. "ஓ, ட்ரினிடாட் அர்ரோயோ ஹோண்டோவுக்குப் போய்விடுவான்! அங்கே விரைவில் வயோதிகராகிவரும் தன்னுடைய மாமனின் கீழே பிரதிகுரு வாகிவிடுவான் அவன். ரொம்பவும் பக்தி சிரத்தை கொண்ட பையன் தான். 'வேதனை வாரத்தின் போது நீங்கள் அவனைப் பார்க்கவேண்டும். அபிகுயு வரையில் போய், முற்றிலும் வேறு மனிதனாகவே அவன் மாறிவிடுகிறான். கனம் மிகுந்த சிலுவைகளை உயரமான மலைகளுக்கு அப்போது எடுத்துச் செல்கிறான். மற்ற எவரையும் விட அதிகமான கசையடியையும் அவன் தான் வாங்குகிறான். அவன் இங்கு திரும்பிவந்ததும், இங்குள்ள பெண்கள் அவன் முதுகை நிறைத்திருக்கும் சப்பாத்தி முட்களை கோழிக்குஞ்சு இறகுகளைப் பிய்ப்பதுபோல, ஒவ் வொன்றாக எடுக்க வேண்டியிருக்கிறது."

களைப்படைந்திருந்த பூஜ்யர் லாடூர், இரவுச் சாப்பாடு முடிந்த சற்று நேரத்திற்கெல்லாம் தமது அறைக்குச் சென்று விட்டார். படுக்கையைப் பரிசோதித்த அவர், அது சுத்தமாயும், சௌகரியமாயும் இருந்ததைக் கண்டார். ஆனால் சுற்றுப் புறங்களைப் பற்றித்தான் அவ்வளவாக நல்ல அபிப்பிராயம் இல்லை. அவருக்கு. இந்த வீட்டின் சூழ்நிலையே அவருக்குப் பிடிக்கவில்லை. படுத்துக் கொண்டதும், தாழ்வாரத்தின் மறுபுறத்திலிருந்து எழுந்த தட்டுகள் கழுவப்படும் ஓசையும், பெண்களின் சிரிப்பொலியும் வெகுநேரம்வரை அவரைத் தூங்கவிடவில்லை. அந்தச் சப்தம் நின்றதும், அருகிலிருந்த ஏதோவொரு அறையில் பூஜ்யர் மார்டினெஸ் குறட்டை விடத் தொடங்கி விட்டார். தாழ்வாரத்தை நோக்கியிருந்த தனது

அறைக் கதவை அவர் மூடாமல் இருந்திருக்க வேண்டும்; இல்லாவிடில், அங்கிருந்த கனமான சுவர்களைத் தாண்டி எந்தச் சப்தமும் வந்திருக்க முடியாது. ஆக்ரோஷம் கொண்ட காளையைப் போலக் குறட்டை விட்டார் பூஜ்யர் மார்டினெஸ். அதைச் சகிக்க முடியாத பிஷப், எழுந்து சென்று பாதிரியின் அறைக் கதவைக் கண்டுபிடித்து மூடிவிட்டு வருவ தெனத் தீர்மானித்தார். அவ்வாறே எழுந்திருந்து, மெழுகு வத்தியைக் கொளுத்தினார். பின்னர் அரை மனசுடன் தனது அறைக்கதவைத் திறந்தார். இரவுக்காற்று அறைக்குள் வீசியது. ஒரு சிறிய கருநிழல் சுவரிலிருந்து தரையில் பறந்து விழுந்து ஓடியது; சுண்டெலியாக இருக்கலாம். இல்லையில்லை, யாரோ ஒரு பெண்பிள்ளை இந்த அறையில் அலங்காரம் செய்து கொள்ளும்போது அசட்டையாக மூலையில் விட்டெறிந்திருந்த மயிர்க் கற்றைதான் அவ்வாறு பறந்து விழுந்தது! இதைக் கண்ட பிஷப் மிகவும் எரிச்சலடைந்தார்.

* * *

பெரிய ஆராதனை, மறுநாள் காலை பதினோரு மணிக்கு நடப்பதாகக் குறிக்கப்பட்டிருந்தது. பிஷப்பின் தலைமையில், மார்டினெஸ் பாதிரி அதை நடத்திவைப்பதாக ஏற்பாடு. டாவோஸின் ஆலயத்தைக் காண அவருக்கு நிரம்பத் திருப்தியாயிருந்தது. ஆலயக் கட்டடம் சுத்தமாகவும், பழுதின்றியும் விளங்கியது. பிரார்த்தனைக் கூட்டமும் பெரிதாக பக்தி நிரம்பியவர்கள் கொண்டதாக இருந்தது. பலிபீடத்தின்மீது காணப்பட்ட மென்மையான பின்னல் துணியும், வெண்மையான லினன் துணியும், மினுமினுக்கும் பித்தளையும், பக்தி மிகுந்த பலிபீடச் சங்கமொன்று இருந்ததைத் தெளிவாகப் புலப்படுத்தின. ஆராதனைப் பாட்டை மார்டினெஸைப்போல அதற்குமுன் வேறெவரும் ஆழம் பதியும்படிப் பாடிக் கேட்டதில்லை பிஷப். கம்பீரத் தொனியுடன் கூடிய அழகிய குரல் அது; ஆழமான உணர்ச்சி கேணியிலிருந்து அமுததாரையாக வார்த்தார் அவர். பிரார்த்தனையின் எந்தப் பகுதியும் அலட்சியப் படுத்தப்படவில்லை; ஒவ்வொரு சொற்றொடரும், சைகையும் முழுமை பெற்றுத் திகழ்ந்தன. பாட்டில் ஸாயுஜ் யக் கட்டம் வந்தபோது, அந்தக் கறுப்புப் பாதிரி தனது சக்தி பூராவையும் அதில் ஈடுபடுத்தியதாகத் தோன்றியது. அவரது

பருமனான தேகமும், அதன் ரத்தம் முழுவதுமே அந்த உச்சஸ்தாயியில் ஒன்றின. சரியாக வழிகாட்டப்பட்டிருந்தால் இந்த மெக்ஸிகப் பாதிரி மகாபுருஷராகியிருப்பார் என்று பிஷப்பினால் நினைக்காமலிருக்க முடியவில்லை. பிறரைத் தன்வசம் இழுக்கும் தன்மை வாய்ந்தவராக இருந்தார் அந்தப் பாதிரி; மனசைக் குழப்பும் மர்மமானதொரு காந்த சக்தி பொதிந்திருந்தது அவரிடம்.

உறுதிச் சடங்குப் பிரார்த்தனை முடிந்ததும், குதிரைகளைக் கொண்டுவரச்செய்தார் மார்டினெஸ். பிறகு தனது பண்ணைகளையும், கால் நடைகளையும் பிஷப்புக்குக் காட்டுவ தற்காகப் புறப்பட்டார். டாவோஸுக்கும், இந்தியர்களின் கிராமத்துக்கும் இடையில் செழிப்பான அடிவார நிலங்களிலிருந்த தன் பண்ணைகள் பூராவையும் அவருக்குச் சுற்றிக் காண்பித்தார்; தூக்கிலிடப்பட்ட அந்த ஏழு இந்தியர்களிடமிருந்து மார்டினெஸின் உடைமையாக மாறிய பண்ணைகள்தான் அவை என்பது லாடூருக்கு நன்றாகத் தெரியும். அவர்கள் குதிரைமீது சென்று கொண்டிருக்கும்போது, கவர்னர் பெண்டும், இன்னும் சிலரும் கோரமாகக் கொலை செய்யப்பட்ட சம்பவத்தைப் பற்றி அலட்சியமாகப் பிரஸ்தாபித்தார் மார்டினெஸ். நியூமெக்ஸிகோவில் நடக்கும் எந்தக் கலவரத்துக்கும் ஆரம்பஸ்தானம் டாவோஸ்தான் என்றும் பீற்றிக் கொண்டார்.

சூரியன் மறையச் சற்று நேரம் இருக்கும் தருணத்தில் கிராமத்தின் மேற்கே இருவரும் குதிரைகளை நிறுத்தினர். பிஷப் இதுவரை பார்த்திருந்த மற்ற கிராமங்களிலிருந்து முற்றிலும் வேறுபட்டது அது. இரண்டு பெரிய கூம்புரு வான சமுதாய விடுதிகள் அங்கே இருந்தன; சாயங்கால சூரியனின் ஒளியில் தங்கம் போல் தகதகத்த அவற்றின் பின்னணியில் வெளிர் நீல மலைகள் காட்சி அளித்தன. வெண்ணிற நெட்டங்கி தரித்த பொன்னிற மனிதர்கள் பயிர் படிக்கட்டுகள் போன்ற கூரைகளுக்கு மேலே வந்து, சிலைகளைப் போல அசையாமல் அப்படியே நின்றனர்; மலைமீது ஒளி மாறிவருவதை அவர்கள் கவனித்துக்கொண்டு நின்றனர் என்பது தெளிவாகத் தெரிந்தது. பயபக்தியான மௌனம் விரவியிருந்தது. அந்த இடத்தில், தங்கமயமான புழுதியை எழுப்பிக்கொண்டு வீடு

அன்புப்பிடியில் இருவர் ɸ 165

நோக்கி வந்துகொண்டிருந்த வெள்ளாடுகளின் கூவலைத் தவிர வேறொரு சப்தமும் இல்லை அங்கே.

அந்த இரு விடுதிகளிலும் இந்த வகுப்பினர் ஆயிரம் வரு டங்களுக்கு மேலாகவே தொடர்ந்து வசித்துவருவதாகப் பாதிரி கூறினார். அவர்களை ஒரு உயர்ந்த ஜாதி இந்தியர்களென்றும், அழகும் கண்ணியமும் வாய்ந்த தோற்றமுடையவர்களென்றும், மான்தோல் கோட்டுகளையும், ஐரோப்பியரைப் போல் கால் சராய்களையும் அணிந்தவர்களென்றும் இப் பகுதிக்கு வந்த முதல் ஐரோப்பியரான கொரனாடோ கோஷ்டியார் வர்ணித்திருப்பதாகத் தெரிவித்தார்.

பின்னாலிருந்த மலையையும் அவர் சுட்டிக்காட்டி, பழங்காலத்தில் அதிலும், அதன் அருவிகளிலும் தான் மதச் சடங்குகள் நடத்தப்பட்டனவென்றும், இந்தியர்களின் சந்தடியற்ற வாழ்க்கையின் இருப்பிடமாகவும், அவர்களுடைய ரகசியங்களின் மறைவிடமாகவும் பல நூற்றாண்டுகளாக அது இருந்து வந்திருக்கிறது என்றும் சொன்னார்.

“அதன் உள்ளே எங்கோ ஓரிடத்தில்தான் போபேயின் குடைவறை இருக்கிறது என்பது நிச்சயம். ஆனால் வெள்ளைக்காரர் யாரும் அதைப் பார்க்க முடியாது. 1680ஆம் வருடத்தில் நிகழ்ந்த கிளர்ச்சிக்கான திட்டத்தைத் தீட்டிக் கொண்டிருந்தபோது நான்காண்டு காலம் சூரிய ஒளியைக் கூடப் பார்க்காவண்ணம் போபே ஒளிந்து கிடந்த நிலவறையைத் குறிப்பிடுகிறேன். அந்தக் கிளர்ச்சியைப் பற்றிய எல்லா விஷயங்களும் உங்களுக்குத் தெரியுமல்லவா?”

“உயிர்த் தியாகிகள் சரித்திரத்திலிருந்து ஏதோ கொஞ் சம் தெரியும். ஆனால் அந்தக் கிளர்ச்சி டாவோஸில்தான் தொடங்கியது என்பது இதுவரை எனக்குத் தெரியாது.”

“நியூமெக்ஸிகோவில் நிகழும் எல்லாக் கலகங்களுக்கும் ஜனனஸ்தானம் டாவோஸ்தான் என்று சற்றுமுன்னர் நான் கூறவில்லையா?” என்று பெருமை தொனிக்கச் சொன்னார் பாதிரியார். “ஸான்ஜுவான் இந்தியனாகப் பிறந்தார் போபே; ஆனால் அவ்வாறே நெப்போலியனும் ஒரு கார்ஸிகனாகத் தானே பிறந்தார்? டாவோஸிலிருந்தே காரியங்களை நடத்தி வந்தார் போபே!”

எழுதப்பட்ட சரித்திரம் ஏதுமே கிடையாத தனது நாட்டைப்பற்றி நன்கு அறிந்திருந்தார் பாதிரி மார்டினெஸ். புதிய உலகின் உயிர்த் தியாகிகள் வரலாறுக்கு நீண்டதொரு அத்தியாயத்தைச் சேர்ந்த 1680ஆம் வருடத்திய மகத்தான இந்தியக் கிளர்ச்சி பற்றித் தான் கேள்விப்பட்டதை சிறப்புற அவர் வர்ணித்தார். அப்போது எல்லா ஸ்பானியர்களும் கொல்லப்பட்டோ அல்லது நாட்டை விட்டு விரட்டப்பட்டோ போயினர்; எல் பாஸோ டெல்நோர்டேக்கு வடக்கிலிருந்த ஐரோப்பியன் எவனும் உயிரோடு விட்டு வைக்கப்படவில்லை என்பதை எடுத்துரைத்தார்.

* * *

அன்றிரவு சாப்பாட்டுக்குப் பிறகு பொடி போட்டுக் கொண்டு அமர்ந்திருந்த மார்டினெஸைத் துருவித் துருவிக் கேள்வி கேட்டு அவரது வாழ்க்கைச் சரிதையைப் பற்றிக் கொஞ்சம் அறிந்து கொண்டார் லாடூர்.

டாவோஸுக்கு மேற்கே ஒரு நீலமலை தனித்து நிற்கிறது. மூளியான உச்சியுடன் கூடிய கூம்புருவான அம்மலையின் அடி வாரத்திலிருந்த அபிகுயுவில்தான் மார்டினெஸ் பிறந்தார். அப்பிரதேசத்திலிருந்த மிகப் பழமையான மெக்ஸிகக் குடியேற்றப் பகுதிகளில் ஒன்று அது. சுற்றிலும் ஆழ்ந்த கண வாய்களும், கரடுமுரடான மலையணிகளும் நிறைந்திருந்ததால், அநேகமாக வெளியுலகத் தொடர்பேயின்றி அப்பகுதி இருக்க நேரிட்டது; தனிமையாயிருந்தபடியால், அந்தக் கிராம மக்கள் சுபாவத்திலேயே சிடுமூஞ்சிகளாகவும், தீவிரமான மதப்பற்று உடையவர்களாகவும் இருந்தனர். 'வேதனை வார'த்தின் போது சிலுவைகளைத் தூக்கிச் செல்வதும், ரத்தம் வரும்படியாகக் கசையடிகள் பெறுவதும் அவர்களது மத வெறிக்குச் சான்றுகள்.

அன்டோனியா ஜோஸ் மார்டினெஸ் அங்கேதான் வளர்ந்தார். எழுதவோ படிக்கவோ அவர் கற்றுக்கொள்ளவே இல்லை. இருபதாம் வயதில் திருமணம் புரிந்துகொண்டு, இருபத்தி மூன்றாம் வயதுக்குள்ளாகவே மனைவியையும், குழந்தையையும் இழந்தார் அவர். விவாகத்திற்குப் பிறகு அப்பிரதேசத்திலிருந்த பாதிரியாரிடம் படிக்கக் கற்றுக்கொண்டார். மனைவி இறந்த பின்னர், பாதிரித்

தொழிலுக்குப் படிப்பதென்று நிச்சயித்தார். தனது உடைகளையும், வீட்டிலிருந்த சாமான்களையும் விற்றதில் கிடைத்த சிறு தொகையுடன், பழைய மெக்ஸிகோவிலிருந்த டுராங்கோவை நோக்கி குதிரையிலேறிப் புறப்பட்டார். அங்கிருந்த ஆலயத்தைச் சார்ந்த கல்விக்கூடத்தில் சேர்ந்து, உழைத்துப் படிக்க ஆரம்பித்தார்.

யௌவன தசையை அடைந்து வெகுநாள் கழிந்த பின்பே படிக்கக் கற்றுக்கொண்ட எவனும் கடுமையான கல்விப் பயிற்சியின்போது எவ்வளவு கஷ்டப்பட்டிருப்பான் என்பதை பிஷப்பினால் ஊகிக்க முடிந்தது. மத ஸ்தாபகர்களின் நூல் களில் மட்டுமல்லாமல், லத்தீன், ஸ்பானிஷ் இலக்கியங்களையும் மார்டினெஸ் நன்கு கற்றிருந்தார் என்பதை பிஷப் கண்டார். ஆறாண்டுகள் கல்விக் கூடத்தில் பயின்றபின், சொந்த ஊரான அபிகுயுவில் இருந்த மாதாகோயிலின் பாதிரியாராக மார்டினெஸ் திரும்பி வந்தார். அந்தப் பழைய கிராமத்தின் பேரில் அவருக்கு அசாத்தியப் பற்றுதல். தம் வாழ்நாளில் பாதிப் பகுதியை டாவோஸிலேயே கழித்துவிட்ட அவர், அவ் வப்போது குதிரையிலேறி அபிகுயுக்குச் சென்று வருவார். அவர் பிறந்த அவ்விடத்திலிருந்த மஞ்சள் நிற மண்ணின் வாசனைதான் அவரது ஆன்மாவுக்கு உரமூட்டியதோ என்னவோ! அமெரிக்கர்களை அவர் வெறுத்தார் என்பதில் ஆச்சரியமொன்றுமில்லை. அமெரிக்கர்களின் குடியேற்றம் அவரைப் போன்ற மனிதர்களுக்கு முடிவு கட்டிவிடும். பழைய பரம்பரையோடு, அதைச் சேர்ந்த அவரது காலமும் முடிவுற வேண்டியதுதானே?

டாவோஸிலிருந்து புறப்பட்ட பிஷப் லாடூர், தாம் செல்லவேண்டிய வழியைவிட்டு விலகி, கிட் கார்ஸனின் பண்ணை வீட்டைப் பார்த்து வரச் சென்றார். கார்ஸன் அப்போது அங்கே இல்லை. ஆடுகள் வாங்கச் சென்றிருக்கிறார் என்பது அவருக்குத் தெரிந்ததுதான். ஆயினும் ஸ்ரீமதி கார் ஸனைச் சந்தித்து, ஏழை மாக்டலேனாவிடம் அன்பு காட்டிய தற்காகத் திரும்பவும் அவளுக்கு நன்றி செலுத்த விரும்பினார் அவர். அதோ அந்தப் பெண், ஸான்டா ஃபேயிலிருந்த பள்ளியில், பிட்சுணிகளுடன் நடத்திவந்த சந்தோஷமும் பக்தியும் கொண்ட வாழ்க்கையைப் பற்றியும் தெரிவிக்க ஆசைப்பட்டார்.

மெக்ஸிக வீடுகள் எல்லாவற்றிலும் சர்வசகஜமான விருந்தோம்பும் வழக்கம் கார்ஸன் வீட்டிலும் காணப்பட்டது. அதன்படி சற்றும் கூச்சமின்றியும், அதே சமயத்தில் அடக்கத்துடனும் அவரை வரவேற்று உபசரித்தாள் ஸ்ரீமதி கார்ஸன். மெலிந்த உடலுடன் உயரமாக இருந்தாள் அவள். அவளுடைய தோள்கள் தழைந்தும், தலைமயிரைப் போலவே கண்களும் பிரகாசமான கறுப்பு நிறத்துடனும் இருந்தன. படிக்கத் தெரியாமலிருந்தபோதிலும், அவளுடைய முகமும், சம்பாஷணையும் அவள் அறிவுள்ளவள் என்பதைப் பறைசாற்றின. பிஷப் கருத்துப்படி, அவள் அழகாக இருந்தாள்; அவர் எப்போதுமே போற்றிய கட்டுப்பாடான வாழ்க்கை அவளது முகத்தில் பிரதிபலித்தது. அத்துடன் சந்தோஷமான சுபாவமும், பிறரை மகிழ்விக்கும் ஹாஸ்ய உணர்ச்சியும் உடையவளாக இருந்தாள். அவளுடன் மனம் விட்டுப் பேசுவது எளிதாக இருந்தது. பாதிரி மார்டினெஸின் வீட்டில் சௌகரியமாக இருந்ததல்லவா என்று அவள் வினவினாள். ஆனால் அவள் கேட்ட விதத்திலேயே, அவ்வாறு இருந்திருக்குமென்பதை அவள் நம்பவில்லை என்பது ஸ்பஷ்டமாகத் தெரிந்தது! ட்ரினிடாட் லூஸெரோ அங்கே இருந்தது தனக்கு எரிச்சலூட்டியது என்பதை பிஷப் ஒப்புக் கொண்டதும், அவள் லேசாகச் சிரித்தாள்.

தோளைச் சிலிர்த்துக்கொண்டே, "அவன் பூஜ்யர் லூஸெரோவின் மகனென்று சிலர் சொல்கிறார்கள்; ஆனால் நான் அவ்வாறு நினைக்கவில்லை. பாதிரி மார்டினெஸின் பிள்ளைகளில் ஒருவனாக அவன் இருக்கலாமென்பது தான் என்னுடைய அனுமானம். அபிகுயுவில் போன வருடம் வேதனை வாரத்தின்போது அவனுக்கு என்ன நேர்ந்தது என்று கேள்விப்பட்டீர்களா? கர்த்தரைப் போலத் தானும் ஆக முயற்சி செய்த அவன், தன்னைச் சிலுவையில் அறைந்து கொண்டான்! ஆனால் ஆணிகளைக் கொண்டு அல்ல! சிலுவையொன்றின்மீது கயிறுகளால் கட்டப்பட்டு இரவு பூராவும் தொங்குவதென்ற நோக்கத்துடன் கிடந்தான். அபிகுயுவில் சில சமயங்களில் அவ்வாறு செய்கிறார்கள். மிக மிகப் பழமையில் ஊறிய இடம் அது. ஆனால் அவனது உடல் மிகவும் பளுவாக இருந்த காரணத்தால், கட்டப்பட்டுச் சில மணி நேரமானதும், சிலுவை அவனையும் சேர்த்து இழுத்துக்கொண்டு கீழே விழுந்துவிட்டது. அவனுக்கு அதனால் நிரம்பவும் அவமானமாய்ப் போய்விட்டது. பிறகு

ஒரு கம்பத்தில் தன்னைப் பிணைத்துக்கொண்டு, நமது கர்த்தர் ஏற்ற அதே எண்ணிக்கையுள்ள கசையடிகளை அதாவது மகான் பிரிட்ஜெட்டுக்குத் தெரிவித்தபடி, ஆறாயிரம் அடிகளைத் தானும் தாங்குவதாக அறிவித்தான் அவன். ஆனால் நூறு அடிகள் வாங்குவதற்குள்ளாகவே மூர்ச்சையடைந்து விட்டான். சப்பாத்தி முட்களுடன் கூடிய சாட்டைகளால் அவனை அடித்தார்கள்; அதன் காரணமாக அவன் முதுகு ஒரே விஷமயமாகிவிட்டது. உடம்பு தேறுவதற்கு வெகு நாள் பிடித்தது. அபிகுயுக்கு அவன் வருவதை விரும்பவில்லை என்று இவ்வருடம் சொல்லியனுப்பிவிட்டனர். ஆகவே 'புனித வார'த்தை அவன் இங்கேயே அனுஷ்டிக்க நேர்ந்தது. இதனால் அவனை அனைவரும் கேலி செய்தனர்."

இந்தமாதிரி சித்திரவதைப் பழக்கத்துக்கு முற்றுப்புள்ளி வைக்க முடியும் என்று அவள் நினைக்கிறாளா என்பதை ஒளிவு மறைவின்றிக் கூறுமாறு ஸ்ரீமதி கார்ஸனைக் கேட்டுக்கொண்டார் பூஜ்யர் லாடூர். புன்னகை செய்து கொண்டே தலையை ஆட்டினாள் அவள்: "நீங்கள் அதைச் செய்ய முயலமாட்டீர்களென நம்புவதாக அடிக்கடி என் கணவரிடம் நான் சொல்லுவதுண்டு. ஜனங்களை உங்களுக்கெதிராகத் தூண்டிவிடுவதுதான் நீங்கள் காணும் பலனாக இருக்கும். வயதானவர்களுக்கு அவர்களுடைய பழைய சம்பிரதாயங்கள் தேவைதான்! இள வயதினரோ காலத்தை அனுசரித்து நடந்து கொள்வர்."

பிஷப் விடைபெற்றுக் கொண்டிருந்தபோது, மாக்டலேனாவுக்குத் தனது அன்பளிப்பாக பின்னல் வேலை செய்த ஒரு அழகிய துணியை அவரது சேணப் பையில் வைத்தாள் அவள்.

"அவள் இதைத் தன்னுடைய உபயோகத்துக்கு வைத்துக்கொள்வது சந்தேகமே. ஆனால் மாடத்துக் கன்னிமாருக்கு அளிப்பதற்காக, இது கிடைப்பது குறித்துச் சந்தோஷிக்கக்கூடும். அவள் கணவனான அந்தக் கொடியவன் அவளுக்கு ஒன்றையுமே விட்டுச்செல்லவில்லை. அவன் தூக்கிலிடப்பட்ட பின் விற்கப்படக் கூடியவையாயிருந்த பொருள்கள் அவனது துப்பாக்கி, கழுதை ஆகிய இரண்டு மட்டும்தான். ஆகவேதான், கேவலம் அவர்களுடைய கோவேறுக் கழுதைகளை அபகரித்துக்கொள்வதற்காக,

அந்த இரு பாதிரியார்களையும் கொலை செய்யக்கூடத் துணிந்துவிட்டான் அவன். தவிர, அவர்களுடைய மதத்தின் பேரிலிருந்த வெறுப்பும் காரணமாக இருக்கலாம். மோராவிலிருந்த பாதிரியாரைக் கொல்லப்போவதாக அடிக்கடி அவன் பயமுறுத்தினான் என்று மாக்டலேனா சொல்லியிருக்கிறாள்."

* * *

ஸான்டா ஃபேயில் பூஜ்யர் வெய்லாண்ட் தமது வரவுக் காகக் காத்திருப்பதைக் கண்டார் பிஷப். ஈஸ்டர் விழாவிற்குப் பிறகு இருவரும் ஒருவரையொருவர் பார்க்கவேயில்லை; எனவே பேசப்பட வேண்டிய விஷயங்கள் நிறைய இருந்தன. பிஷப்பின் ஆட்சியில் காணப்பட்ட சுறுசுறுப்பும், திறமையும் ரோமாபுரியில் ஏற்கனவே உணரப்பட்டுவிட்டன. பிர சார அதிகாரியான கார்டினல் ஃபிரான்ஸோனியிடமிருந்து சமீபத்தில் அவருக்கு ஒரு கடிதம் வந்திருந்தது. ஸான்டாஃ பேயிலிருந்த பிரதி குரு பீடத்தின் அந்தஸ்தை அத்தியட்ச குரு ஆட்சிபீடமாக முறைப்படி உயர்த்தியிருப்பதாக அக்கடிதத்தில் அறிவிக்கப்பட்டிருந்தது. நீண்ட காலதாமதத்திற்குப் பின்னர் வந்த அதே தபாலில், கார்டினலிடமிருந்து ஒரு அழைப்பும் வந்திருந்தது; வரும் ஆண்டில் வாடிகனில் நடக்கவிருக்கும் முக்கியமான கூட்டங்களில் லாடூர் பிரசன்னமாகியிருக்க வேண்டுமென்று அந்த அழைப்புக் கடிதத்தில் அவசர வேண்டுகோள் விடுக்கப்பட்டிருந்தது. இவையெல்லாவற்றையும் அதனதன் கிரமப்படி விவாதிக்கவிருந்த போதிலும், ஆல்பு கெர்க்கிலிருந்து இந்தச் சமயத்தில் பூஜ்யர் வெய்லாண்ட் வந்ததற்கு முக்கிய காரணம், பிஷப் எவ்வாறு டாவோஸில் வரவேற்கப்பட்டார் என்பதை அறிந்துகொள்ள வேண்டு மென்னும் தீவிரமான ஆவல் என்பதில் சந்தேகமேயில்லை.

அன்று மாலை, பழைய பாதிரி வஸ்திரங்களை அணிந்தவர் களாக இருவரும் படிப்பறையில் வீற்றிருந்தனர். இருவருக்கு மிடையே மேஜையின்மீது மெழுகுவர்த்திகள் எரிந்து கொண்டிருந்தன. நெடுநேரம்வரை இருவரும் பேசிக் கொண்டிருந்தனர்.

"டாவோஸில் இருந்துவரும் வினோதமான நிலையை மாற்ற தற்போதைக்கு ஒன்றும் செய்வதாக உத்தேசம்

இல்லை எனக்கு. இப்போது குறுக்கிடுவது உசிதமாகாது. அங்குள்ள மதபீடம் வலிமை வாய்ந்தது. மக்களும் பக்தி மிகுந்தவர்கள். அந்தப் பாதிரியாரின் நடத்தை எவ்வாறு இருந்த போதிலும், பலம் பொருந்திய ஸ்தாபனமொன்றை அவர் உருவாக்கியுள்ளார். ஜனங்களும் அவரிடம் தீவிரமான விசுவாசம் கொண்டுள்ளார்கள்'' என்றார் பூஜ்யர் லாடூர்.

"ஆயினும் அவரைக் கட்டுப்பாடு செய்யக்கூடும் என்று கருதுகிறீர்களல்லவா?"

"கட்டுப்பாட்டைப் பற்றிய பேச்சுக்கே இடமில்லை! அவர் வெகுகாலமாக ஒரு குட்டிச் சர்வாதிகாரியாகவே இருந்துவந்திருக்கிறார். என்னைப் போன்ற பிரெஞ்சு பிஷப்பை எதிர்த்து நிற்கும் அவரை, அவருடைய ஜனங்கள் ஆதரிப்பார்களென்பது நிச்சயம். அங்கே எனக்குப் பிடிக்காத எது நடந்தாலும் இப்போதைக்கு அதைக் கவனியாமல் இருந்துவிடப் போகிறேன்.''

பதட்டத்துடன் குறுக்கிட்டார் பூஜ்யர் வெய்லாண்ட். "ஆனால் ஜீன், அந்த மனிதருடைய வாழ்க்கை சுத்த கேலிக்கூத்தல்லவா! அதைப்பற்றிப் பேச்சு நடக்காத இடமேயில்லை. சில வாரங்களுக்கு முன்னால் தான் மெக்ஸிகப் பெண்ணொருத்தியின் பரிதாபகரமான கதையைக் கேட்டேன். கோஸ் டெல்லா பள்ளத்தாக்கை ஒரு சமயம் இந்தியர்கள் சூறையாடியபோது, அங்கிருந்து அவள் தூக்கிச் செல்லப்பட்டுவிட்டாள். அப்போது அவளுக்கு வயது எட்டுதான் ஆகியிருந்தது. திரும்பக் கண்டுபிடிக்கப்பட்டு மீட்கப்படும்போதோ பதினைந்து வயதாகிவிட்டது. அந்த ஏழு வருட காலத்திலும் பல அற்புத சம்பவங்களை நிகழ்த்தித் தனது கற்பைக் காத்துக் கொண்டாள் பக்தி மிகுந்த அச்சிறுமி. நமது குவாடலுபே அன்னையின் ஆலயத்திலிருந்து பெற்ற பதக்கமொன்றைத் தன் கழுத்தைச் சுற்றிக் கட்டியிருந்தாள். தனக்குக் கற்பிக்கப்பட்ட பிரார்த்தனைகளையெல்லாம் சொன்னாள் அவள். அவளுடைய கற்புக்கு அநேக தடவைகள் ஆபத்து வரவிருந்தது. ஆயினும் ஒவ்வொரு முறையும் எதிர்பாராத ஏதோ ஒன்று நிகழ்ந்து, அவளுடைய கற்புக்குப் பங்கம் வராமல் காப்பாற்றியது. பிறகு அவள் கண்டுபிடிக்கப்பட்டு அர்ரோயோ ஹோண்டோவிலிருந்த சில உறவினர்களிடம் சேர்க்கப்பட்டாள். பக்தி மிகுந்த அவள், சந்நியாசினியாக

விரும்பினாள். இந்த மார்டினெஸ் அவளைக் கெடுத்தபின் தனது சேகவன் ஒருவனுக்கு மணம் செய்து வைத்துவிட்டார். அவருடைய பண்ணையொன்றில் தான் இப்போது அவள் வசித்து வருகிறாள்."

"ஆம் கிறிஸ்தோபல்கூட அந்தக் கதையைச் சொன்னார்" என்று தோளைக் குலுக்கிக்கொண்டே கூறினார் பிஷப். "ஆனால் பாதிரி மார்டினெஸ் இதுபோல் காமவெறி பிடித்து இன்னும் அதிக நாள் அலைய முடியாது; அவருக்கு வயதாகிக் கொண்டே வருகிறது. அதன் பாதிரியாரைத் தண்டிப்பதற் காக, டாவோஸ் பகுதியையே இழந்துவிட நான் சித்தமா யில்லை, நண்பரே! அவருடைய இடத்தில் நியமிக்கும்படியாக இன்னொரு பலமிக்க பாதிரி எவரும் என்னிடம் கிடையாது. அங்கே நீங்கள் ஒருவர்தான் நிலைமையை வெற்றிகரமாகச் சமாளிக்கமுடியும். ஆனால் நீங்களோ ஆல்புகெர்க்கில் இருந்து வருகிறீர்கள். இன்னும் ஒருவருட காலத்திற்கெல்லாம், நான் ரோமாபுரியில் இருப்பேன். டாவோஸ் பகுதியை ஏற்றுக் கொள்ளத் தகுந்தவரான ஒரு ஸ்பானிஷ் பாதிரியை அங்கே பெறலாமென நம்புகிறேன். ஸ்பானிஷ்காரருக்கு மட்டும் தான் டாவோஸில் வரவேற்பு கிடைக்குமென்று தோன்று கிறது எனக்கு"

"நீங்கள் கூறுவது நிஜம்தான், சந்தேகமில்லை. எந்த விஷயத்தைப் பற்றியும் முடிவுக்கு வருவதில் நான் எப்போதுமே நிரம்பவும் அவசரப்படுபவன். நீங்கள் ஐரோப்பாவில் இருக்கும்போது உங்களுக்குப் பிரதியாக நான் ஆட்சி புரிவது அலங்கோலமாகவேயிருக்கும். என் மனசுக்குப் பிடித்த ஆல்பு கெர்க்கை விட்டுவிட்டு ஸான்டா ஃபேக்கு நான் அப்போது வரும்படியாக இருக்கும், இல்லையா?"

"நிச்சயமாக! ஆல்புகெர்க் மக்கள் சிறிதுகாலம் உங்களை இழக்க வேண்யிடிருந்தால், பிற்பாடு இன்னும் பிரியத்துடன் உங்களை நேசிக்க அதுவே ஏதுவாயிருக்கும். நம்முடைய சொந்தக் கல்விக்கூடத்திலிருந்து திடச்சித்தமுள்ள இன்னும் சில ஆர்வ இளைஞர்களை அழைத்து வரலாமென எண்ணியிருக்கிறேன். அவர்களில் ஒருவரைத்தான் ஆல்புகெர்க்கில் பாதிரியாராக நியமிக்க வேண்டியிருக்குமென நினைக்கிறேன். நீங்கள் அங்கே

அதிக காலம் இருந்துவிட்டீர்கள். என்னுடனேயே நீங்கள் இருக்கவேண்டுமென விரும்புகிறேன். ஜோஸப். இப் போது இருக்குமிடத்திலேயே இருந்தோமானால், எதைப் பற்றியாவது விவாதிப்பதெனின் நம்மில் ஒருவர் எழுபது மைல்களல்லவா பிரயாணம் செய்யவேண்டியிருக்கிறது!"

பூஜ்யர் வெய்லாண்ட் பெருமுச்செறிந்தார். "ஆம், இவ்வாறு நடக்குமென்று நானும் ஊகித்தேன். ஸாண்டுஸ்கி யிலிருந்து செய்தது போல ஆல்புகெர்க்கிலிருந்தும் என்னை இழுத்துவிடுவீர்கள் என்பது தெரியும். நான் அங்கே போன சமயத்தில் எல்லோரும் எனக்கு விரோதிகளாக இருந்தார்கள்; இப்போது அங்குள்ள ஒவ்வொரு வரும் எனது நண்பர். ஆகவே, போகும் சமயம் வந்து விட்டது!" மூக்குக் கண்ணாடி யைக் கழற்றி மடித்து உறையிலிட்டார் பூஜ்யர் வெய் லாண்ட் அவ்வாறு அவர் செய்வதென்றால், தூங்கச் செல்லத் தீர்மானித்துவிட்டார் என்று அர்த்தம்! "ஆக, இப்போதிலிருந்து ஓராண்டில் ரோமாபுரியில் நீங்கள் இருப்பீர்கள். நல்லது. ஆல்பு கெர்க்கில் எனது ஜனங்களிடையே இருப்பதில் எனக்குச் சந்தோஷமே, அதை மறைக்க நான் விரும்பவில்லை. எனினும் க்ளெர்மாண்டைப் பற்றி நினைக்கும்போது உங்க ளைக் கண்டு நான் பொறாமைப்படாமல் இருக்கமுடியாது. என்னுடைய சொந்த நாட்டிலுள்ள மலைகளைப் பார்க்க ஆவலாயிருக்கிறது எனக்கு. குறைந்தபட்சம் எனது குடும்பத்தினரையாவது போய்ப்பார்த்து அவர்களைப் பற்றிய செய்தி கொண்டு வாருங்கள். இந்த மூன்று வருடங்களாக பிலோமினாவும், அவள் கீழிருக்கும் சந்நியாசினிகளும் எனக்காகத் தயாரித்து வரும் பாதிரி உடைகளையும் வரும்போது கொண்டுவாருங்கள். அவற்றைப் பெறுவதில் பெருமகிழ்ச்சி கொள்வேன் நான்." எழுந்திருந்து மெழுகுவர்த்திகளிலொன்றைக் கையிலெடுத்துக் கொண்டு மேலும் சொன்னார், "ஜீன், நீங்கள் க்ளெர் மாண்டை விட்டுப் புறப்படும்போது எனக்காகச் சில செஸ்ட் நட் கொட்டைகளையும் மறக்காமல் பையில் போட்டுக் கொண்டு வாருங்கள்!"

2

லோபி லூஸெரோ

பிப்ரவரி மாதத்தில் குதிரை மீதேறி, ஸான்டா ஃபே பாதை வழியே திரும்பவும் செல்லத் தொடங்கினார் பிஷப் லாடூர். ஆனால் இம்முறை அவரது பிரயாணத்தின் இலக்கு ரோமாபுரி. கிட்டத்தட்ட ஓராண்டு காலம் அவர் அங்கேயே இருந்தார்; திரும்பி வந்தபோது தம்முடன் நான்கு இளம் பாதிரிகளையும், ஒரு ஸ்பானிஷ் பாதிரியையும் அழைத்துவந்தார். அவர் பயின்ற மான்ட் ஃபெர்ராண்ட் மதக் கல்விச்சாலையைச் சேர்ந்தவர்கள் அந்த இளைஞர்கள். டாலட்ரிட் என்ற அந்த ஸ்பானிஷ் பாதிரியையோ, ரோமாபுரியில் கண்ட துரோ டாவோஸுக்கு அனுப்பி வைத்துவிட்டார். பிஷப்பினுடைய தூண்டுதலின் பேரில், பாதிரி மார்டினெஸ் தனது பதவியை முறைப்படி துறந்தார்; புண்ணிய காலங்களில் ஆராதனை நடத்தும் உரிமை மட்டும் அவருக்கு அளிக்கப்பட்டது. இந்த உரிமையோடு நிறுத்திக்கொள்ளாமல், கல்யாணங்கள், சாவுச் சடங்குகள் முதலியவற்றை நடத்தி வைப்ப திலும், அப்பகுதியைச் சேர்ந்த மக்களின்மீது அதிகாரம் செலுத்துவதிலும் அவர் தொடர்ந்து ஈடுபட்டுவந்தார். எனவே கூடிய விரைவிலேயே அவருக்கும், பூஜ்யர் டாலட்ரிட்டுக்கும் இடையே வெளிப்படையாகச் சண்டை மூண்டு விட்டது.

அவ்விருவரது தகராறுகளையும் தீர்க்கமுடியாமற் போகவே, புதுப் பாதிரியாரை பிஷப் ஆதரித்தார். இதையடுத்து பூஜ்யர் மார்டினெஸும், அர்ரோயோ ஹோண்டோவின் பாதிரியான அவருடைய நண்பர் பூஜ்யர் லூஸெரோவும் கலகக்கொடி உயர்த்தினர்; பிஷப்புக்குப் பணியமுடியாதென்று திட்டவட்டமாகத் தெரிவித்துவிட்டு,

தாங்களே சொந்தத்தில் ஒரு மதஸ்தாபனத்தையும் தோற்றுவித்தனர். மெக்ஸிகோவின் பழைய புனித கத்தோலிக்க மதம் என்று அதைப் பிரகடனப்படுத்தினர். பிஷப்பின் ஆட்சிக்குட்பட்டதோ, அமெரிக்கர்களின் ஸ்தாபனம் என்று கூறினர். இரண்டு நகரங்களிலும் இருந்த ஜனங்களில் பெரும் பகுதியினர், மார்டினெஸின் சமயத்தில் சேர்ந்துவிட்டனர்; ஆயினும் நிரம்பவும் குழப்பமடைந்த பக்தி மிக்க சில மெக்ஸிகர்கள் மட்டும் அந்த இரு ஆலயங்களின் ஆராதனையிலும் பங் கெடுத்துக் கொண்டனர். மனதைக் கவரும்படியாக நீண்ட தொரு பிரகடனத்தை அச்சிட்டிருந்தார் பூஜ்யர் மார்டினெஸ். (அவருடைய பகுதி மக்களில் வெகு சிலரே அதைப் படிக்க முடியும்.) தனது புதிய மதப் பிரிவுக்குச் சரித்திர பூர்வமான ஆதாரம் கொடுத்திருந்தார் அதில். அதோடு, பாதிரியாயிருப்பவர் பிரம்மசரியம் அனுஷ்டிக்க வேண்டும் என்பது கட்டாயமில்லையென்றும் குறிப்பிட்டிருந்தார்! அவர் பூஜ்யர் லூஸெரோ ஆகிய இருவருக்குமே வயது அதிகமாகி விட்டபடியால், ட்ரினிடாடைத் தவிர அவர்களுடைய புதிய ஸ்தாபனத்தில் வேறெவருக்குமே இந்தக் குறிப்பிட்ட சலு கையினால் அனுகூலம் இருந்திருக்க முடியாது, பிரிந்துபோன பின் அந்த இரு கிழப் பாதிரிகளும் முதன்முதல் செய்த புண்ணிய காரியங்களில், பூஜ்யர் லூஸெரோவின் மருமானான ட்ரினிடாடை பாதிரியாக நியமித்ததும் ஒன்றாகும். டாவோ ஸூக்கும், அர்ரோயோ ஹோண்டோவுக்குமிடையே அடிக் கடி அலைய நேர்ந்த அவன், அவ்விருவருக்குமே உதவியாள னாகப் பணியாற்றினான்.

பிரிவினையால் ஏற்பட்ட அந்தப் புது மதம் வேறு எதைச் சாதித்ததோ இல்லையோ, அதன் தலைமைப் பீடத்தை அலங்கரித்த அவ்விரு கலகக்காரப் பாதிரியார்களுக்கும் வாலிப உணர்ச்சிகளைத் திரும்ப அளித்தது. அத்துடன், வம்புப் பேச்சுக்கு அவர்களிருவரும் எப்போதும் வெகுவாக இடமளித்து வந்திருப்பினும், இப்போது அவர்களிடம் பொதுஜன சிரத்தைக்குப் புத்துயிர் அளித்தது. ஒன்றையொன்று அடுத்த மாவட்டங்களின் பாதிரிகளாக அவ்விருவரும் இளமையிலிருந்தே இருந்து வந்தனர். அதற்கேற்ப அவர்களிடையே நிலவிய உறவும் அவ்வப்போது மாறுபட்டுவந்திருந்தது. ஒருவருக்கொருவர்

ஆப்த சிநேகிதர்களாக அவர்கள் இருந்ததுண்டு. அதே மாதிரி ஒருவரோடொருவர் போட்டி போட்டதும் உண்டு. பரம விரோதிகளாகவும்கூட அவர்கள் இருந்திருக்கின்றனர். ஆயினும் அவர்களிடையே மூண்ட எந்தப் பூசலும் அவர்களை அதிக காலம் பிரித்துவைத்ததில்லை.

அதிகார மோகம் ஒன்றைத் தவிர, மற்றபடி வயதான மாரினோ லூஸெரோவுக்கும் மார்டினெஸுக்கும் குணத்தில் எள்ளளவும் ஒற்றுமையில்லை. சிறு வயதிலிருந்தே லோபி யாக இருந்து வந்தவர் லூஸெரோ. மிகவும் பணக்காரர் என்று கருதப்பட்டபோதிலும்கூட அர்ரோயோ ஹோண்டோவில் கேவலமான, பரம தரித்திரமான வாழ்க்கையையே நடத்தி வந்தார். கழுதைலாயமளவு எளிமை வாய்ந்தது தனது குடில் என்று அவர் பெருமையடித்துக்கொள்வது வழக்கம்! படுக்கை,சிலுவை,மொச்சை சமைக்கும் சட்டி ஆகியவைதான் அவருடைய சாமான்களெல்லாம். ஒரேயொரு மெலிந்த பொதிக் கழுதையைத் தவிர வேறு கால்நடை எதையும் அவர் வைத்துக் கொள்ளவில்லை. அந்தக் கழுதை மீதேறி, மார்டினெஸுடன் சண்டையிடுவதற்காகவோ அல்லது பசியோடு இருக்கும் சமயத்தில் அவரளிக்கும் விருந்தைப் புசிப்பதற்காகவோ டாவோஸுக்குச் செல்வார். அவருடை ॥। அகாராதிப்படி எல்லா நாட்களுமே விரத நாட்களான வெள்ளிக்கிழமைகள்தான்! அண்டையில் வசிக்கும் ஸ்த்ரீகளில் யாராவது ஒருத்தி அவர்மீது இரக்கப்பட்டு, ஒரு கோழிக்குஞ்சைச் சமைத்துக்கொணர்ந்து போட்டாலொழிய அவர் அரைப்பட்டினிதான் கிடப்பார் அனுதினமும். ஆயி னும் அவருடைய குடிமக்களுக்கு அவரைப் பிடித்திருந்தது, பணம்பிடுங்கி தானெனினும் அவர் கொடுங்கோலரல்ல. தனது சொந்த ஊரைக் காட்டிலும், அர்ரோயோஸெகோ, க்வெஸ்டா போன்ற மற்றவிடங்களிலிருந்தே அதிகப் பணம் பறித்தார் அவர். சிக்கனம் என்பது மெக்ஸிகர்களிடையே காணப்படாத ஒரு அபூர்வ குணம்; ஆகவே அதை யாரிட மாவது காணும்போது அவர்களுக்கு வேடிக்கையாக இருக் கும். எதையுமே அவர் விலைக்கு வாங்கமாட்டார் என்பதையும், பெண்மக்கள் தூர எறிந்துவிட்ட பழையதுடைப்பங்களைக் கூட அவர் பொறுக்கி வைத்துக்கொள்வாரென்பதையும் அவருடைய ஜனங்கள் மிகப் பிரியத்துடன் சொல்வார்கள். தவிர, பழசாகி விட்டதென்று பாதிரி மார்டினெஸ் திரஸ்க

ரித்து விட்ட உடைகளையும், அவை தமக்கு மிகப் பெரிதாக இருந்தபோதிலும், தரித்துக் கொள்வாரென்றும் அவர்கள் கூறுவர். ஒருதடவை பாதிரி மார்டினெஸுடன் கடுமையாகச் சண்டையிட்டுவிட்டார்; தன் வீட்டில் படித்து வந்த ஒரு மெக்ஸிகச் சந்நியாசிக்கு மழைக்காலத்தில் அணியும் பொருட்டு தனது பழைய உடைகளை மார்டினெஸ் கொடுத்து விட்டதுதான் அதற்குக் காரணம்!

இரு பாதிரிகளும் ஒருவரைப்பற்றியொருவர் சிறிதும் வரைமுறையின்றிப் பேசுவது வழக்கம். மார்டினெஸ் தான் கூறும் கதைகளிலெல்லாம், லூஸெரோவைப் பற்றியவைதான் சிறந்தவை. அதேபோல, லூஸெரோவின் சிறந்த கதைகளும் மார்டினெஸைப் பற்றியவைதான்.

கல்யாண விருந்துகளில் கலந்துகொள்ளும் இளைஞர்களைப் பார்த்து லூஸெரோ கூறுவார்: “ஜோஸ் மார்டினெஸுடையதைவிட என்னுடைய வழி எப்படி இன்னும் சிறந்ததென்பதை நீங்களே பாருங்கள். அவருடைய மூக்கும், முகவாயும் முத்தமிடத் தொடங்கிவிட்டன. ஆகவே இனி ‘பாவாடை’யினால் அவருக்குப் பயனில்லை. ஆனால் நானோ இன்னமும்கூட ஏதாவது டாலரைப் பார்த்துவிட்டால் நேராக எழுந்து நிற்க முடியும், கையில் புதிய காசு இருந்தால், அதைப்போல எனக்கு வேறெதுவும் சந்தோஷத்தை அளிக்கமுடியாது. ஆனால் மார்டி னெஸோ அழகான பெண் ணொருத்தியைப் பார்த்துவிட்டாராகில், வருந்துவதைத் தவிர வேறென்ன செய்யக்கூடும் அவரால்?”

வயது காலத்தில் தீவிரமாக வளர்வதும், உள்ளத்திற்கு மகிழ்ச்சி தருவதுமான ஒரே குணம் பேராசைதான் என்று அவர்களுக்குக் கூறுவார் லூஸெரோ. பெண்களிடம் மார்டினெஸுக்கு எவ்வளவு பித்தோ, பணத்திடம் அவ்வளவு ஆசை லூஸெரோவுக்கு! மற்ற விஷயங்களில் எப்படியாயினும் இந்த வெவ்வேறான இன்ப வேட்டையில் அவர்களுக்குள் ஒரு போதும் போட்டியிருந்ததில்லை, அபிஷேகம் செய்யப்பட்ட பின்பு, தனது மாமனிடம் சென்று வசிக்கத் தொடங்கிய ட்ரினிடாட் மீது, மார்டினெஸுடன் இருந்ததால் ஆடம்பரப் பழக்கங்கள் படிந்துவிட்டதாகக் குற்றம்சாட்டினார் பூஜ்யர் லூஸெரோ. தன் சொத்து முழுவதையும் அவன் தீனிதின்றே தீர்த்துக் கட்டிவிட முயல்வதாகவும் குறை கூறினார். அர்ரோயோ

ஹோண்டோ மத வட்டத்தை ட்ரினிடாட் எப்படி சுரண்டிக் கொழுத்துவந்தான் என்பதை மார்டினெஸோ வெகு உற்சாகத்துடன் விவரிப்பார்.

இந்தக் கலகக்காரர்களின் நடவடிக்கைகளை இனி பொறுத்துக் கொள்ளமுடியாது என்ற நிலைமை ஏற்பட்டவுடன் பூஜ்யர் வெய்லாண்டை டாவோஸுக்கு அனுப்பினார் பிஷப். மூன்று வாரங்களுக்குள் தங்கள் போட்டி மதத்தை விட்டொழிக்குமாறு அவ்விரு பாதிரிகளுக்கும் எச்சரிக்கை விடுப்பதே அந்த விஜயத்தின் நோக்கம். எப்போதும் தன்னை சிரமசாத்தியமான காரியங்களுக்கே அனுப்பிவருவதாகப் புகார் செய்துவந்த பூஜ்யர் வெய்லாண்ட் அதிலிருந்து நான் காவது ஞாயிறன்று, பிஷப்பின் உத்தரவுக் கடிதத்தைப் பய பக்தியுடன் படித்தார்: பூஜ்யர் மார்டினெஸுக்கு அளிக்கப்பட்டு வந்த உரிமைகளும், விசேஷச் சலுகைகளும் ரத்துசெய்யப்பட்டுவிட்டதாக அதில் அறிவிக்கப்பட்டிருந்தது. அதே தினம் பிற்பகலில், அங்கிருந்து பதினெட்டு மைலுக்கு அப்பாலிருந்த அர்ரோயோ ஹோண்டோவுக்கும் அவர் சென்று, பூஜ்யர் லூஸெரோவை மதப்பிரஷ்டம் செய்வதாக அறிவிக்கப்பட்டிருந்த அதே போன்ற கடிதத்தை அங்கு படித்தார்.

* * *

பிரிந்துபோன மதத்தின் தலைவராகவே தொடர்ந்து இருந்துவந்தார் பூஜ்யர் மார்டினெஸ். பிறகு கொஞ்ச நாட்கள் நோயுற்றிருந்து அவர் இறந்து போனார். புது மத ஆசா ரப்படியே பூஜ்யர் லூஸெரோ அவரைப் புதைத்தார். இதன் பின்னர் வெகு சீக்கிரத்திலேயே பூஜ்யர் லூஸெரோவும் வியா தியில் வீழ்ந்துவிட்டார். ஆனால் அப்போதும்கூட அவர்கள் புரிந்த ஒரு சாகஸச் செயல், கிராமப்புறங்களில் ஒரு கதையா கவே ஆகிவிட்டது; நடு இரவில் கொள்ளைக்காரன் ஒருவனு டன் போரிட்டு அவனைக்கொன்றதுதான் அந்தத் தீரச்செயல்.

திருட்டுக் குற்றத்திற்காக வண்டித்தொடரொன்றிலிருந்து வெளியேற்றப்பட்ட ஒரு நாடோடி டாவோஸில் சிரமப்பட்டுப் பிழைப்பு நடத்திவந்தான். பூஜ்யர் லூஸெரோ ஒளித்துவைத்திருக்கும் அளவற்ற செல்வத்தைப் பற்றி அங்கே அவன் கேள்வியுற்றான். ஆகவே கிழப்பாதிரியாரைக் கொள்ளையடிக்கும் எண்ணத்துடன் அர்ரோயோ

ஹோண்டோவுக்கு வந்தான். பூஜ்யர் லூஸெரோ எப்போதுமே அயர்ந்து தூங்குபவரல்ல. நடு இரவில் காலடி ஓசையைக் கேட்ட அவர், தனது படுக்கைக்கு அடியில் மறைத்து வைத்திருந்த சூரிக்கத்தியை எடுத்துக் கொண்டு திருடன் மீது பாய்ந்தார். இருட்டிலேயே இருவரும் சண்டையிடத் தொடங்கினர். அத்திருடன் இளைஞனாகவும், ஆயுத பாணியாகவும் இருந்த போதிலும், கிழப் பாதிரியார் அவனை எப்படியோ குத்திக் கொன்றுவிட்டார். பிறகு ரத்தக்கறை படிந்த உடலுடன், ஊரை எழுப்புவதற்கு வெளியே ஓடினார். பாதிரியாரின் அறை கசாப்புக் கடையைப் போலக் காட்சியளித்ததை அண்டை அயலிலுள்ளவர்கள் பார்த்தனர். தான் தோண்டிய துவாரத்தினருகே விழுந்து இறந்து கிடந்தான் திருடன். கிழவரின் சாகஸத்தைக் கண்டு மூக்கில் விரல் வைக்காதவரில்லை.

ஆனால் அன்றைய இரவு பெற்ற அதிர்ச்சியிலிருந்து லூஸெரோ மீளவேயில்லை. வரவர அவரது தேக நிலை மோசமாகிக் கொண்டுவருவதைக் கண்ணுற்ற அவருடைய ஜனங்கள், டாவோஸிலிருந்து குதிரை வைத்தியரொருவரை வரவழைத்தனர். அமெரிக்கரான அந்த மிருக வைத்தியர், குதிரைகளை மட்டுமன்றி மனிதர்களின் நோய்களையும் குணப்படுத்துவதில் வல்லவர். ஆனால் பூஜ்யர் லூஸெரோவைப் பரிசோதித்த அவர், தன்னால் ஒன்றும் செய்ய இயலாது என்று கூறிவிட்டார். அவரது உடலினுள்ளே வீக்கமோ அல்லது புற்றுநோயோ இருக்கக்கூடுமென்றார் அவர்.

தான் செய்த காரியங்களை நினைத்து வருந்தியவராக இறந்து போனார் லூஸெரோ. அவர் மதப்பிரஷ்டம் செய்யப்பட்டிருப்பதாக முன்னம் அறிவித்த பூஜ்யர் வெய்லாண் டேதான் திரும்பவும் அவரைப் பழைய மதத்தில் சேர்த்து வைத்தார். பிஷப்பின் காரியமாக டாவோஸுக்கு அச்சமயம் அவர் வந்திருந்தார். கிட்கார்ஸன் தம்பதியுடன் தங்கியிருந்தார். கடும் புயல் மழை அடித்த ஒரு நாள் மாலை அவர்கள் மூவரும் உணவருந்த உட்கார்ந்தனர். அப்போது, குதிரை மீதேறிவந்த ஒருவன் அந்த வீட்டு வாயிலில் இறங்கினான். அவனை வரவேற்பதற்காக வாயிற்புறம் சென்றார் கார் ஸன். பிறகு அவனை உள்ளே அழைத்து வந்தார். வந்தவன் வேறு யாருமில்லை,

ட்ரினிடாட் லூஸெரோதான்! உள்ளே வந்த அவன் மேலே போர்த்தியிருந்த ரப்பர் கோட்டைக் கழற் றினான். அதன் உள்ளே அர்ரோயோ ஹோண்டோவில் செய்யப்பட்ட ஒரு நீளமான பாதிரி அங்கியைத் தரித்திருந்தான். அதோடு, அவனது கழுத்தைச் சுற்றிச் சிலுவையொன்று கட்டப்பட்டிருந்தது. அந்த அறையையே நிறைத்து நின்ற அவன், ஸ்ரீமதி கார்ஸனுக்குச் சம்பிரதாய முறையில் குனிந்து வணக்கம் செலுத்திய பின்னர், தனக்குத் தெரிந்த அரைகுறை ஆங்கில மொழியில் மெதுவாக, கட்டைக் குரலில் பூஜ்யர் வெய்லாண்டைப் பார்த்துச் சொன்னான்.

“பாதிரி லூஸெரோவின் ஒரே மருமகன் நான். ரொம்பவும் நோய்வாய்ப்பட்டு இறக்கும் தறுவாயிலிருக்கிறார் என் மாமா. ரத்தம்கூடக் கக்கினார்.” இதைக் கூறிவிட்டு, கண்களைக் கீழே தாழ்த்திக்கொண்டான் அவன்.

“உன் சொந்த பாஷையிலேயே பேசு, அப்பா” என்று சொன்னார் பூஜ்யர் வெய்லாண்ட். “உனக்குத் தெரிந்த ஆங்கிலத்தைவிட ஸ்பானிஷ் மொழியை அதிகம் அறிவேன் நான். உனது மாமாவின் நிலைமை பற்றிக் கூறவேண்டியதைக் கூறு இப்போது.”

அதன்பேரில் தனது மாமனின் உடல்நிலைபற்றி ஏதேதோ கூறினான் ட்ரினிடாட். முன்பு ஆங்கிலத்தில் சொன்ன “ரத்தத்தைக் கக்கினார் அவர்” என்ற சொற்றொடரைத் திரும்பத் திரும்பச் சொன்னான். அதில் அவன் ஏதோ கவர்ச்சி கண்டான் போலிருக்கிறது! நோயாளியான தன் மாமன், பூஜ்யர் வெய்லாண்டைப் பார்க்க விரும்புவதாகவும், அங்கே வந்து திரும்பவும் தன்னை மதத்தில் சேர்த்துக்கொள்ளுமாறு அவர் வேண்டியதாகவும் தெரிவித்தான் ட்ரினிடாட்.

ஹோண்டோ செல்லும் பாதை மழையால் மிகவும் அரிக்கப்பட்டு இருக்குமாதலாலும், இருட்டில் அதன் வழியே செல்வது ஆபத்தானபடியாலும், காலைவரை காத்திருக்குமாறு பிரதி குருவைக் கேட்டுக்கொண்டார் கார்ஸன். ஆனால் சாலை மோசமாக இருக்குமேயானால், தான் நடந்தே சென்றுவிடப்போவதாக பூஜ்யர் வெய்லாண்ட் பதிலளித்தார். ஸ்ரீமதி கார்ஸனிடம் மன்னிப்புக் கேட்டுக்கொண்டு, தனது சவாரி உடுப்பை அணியவும், சேணப்பைகளை எடுத்துவரவும் தனது அறைக்குச் சென்றார். சாப்பிடுமாறு

அழைக்கப்பட்ட ட்ரினிடாட், பூஜ்யர் வெய்லாண்ட் காலி செய்த இடத்தில் அமர்ந்து திருப்தியாகப் புசித்தான். அவரது கழுதை மீது கார்ஸன் சேணத்தைப் பூட்டியதும், ட்ரினிடாட் வழி காட்ட, வெய்லாண்ட் புறப்பட்டார்.

அர்ரோயோ ஹோண்டோவுக்குச் செல்ல அவருக்கு வழி தெரியாது என்பதில்லை. உண்மையில் அது அவர் மனசுக்கு கந்ததோர் இடம். அங்கு செல்வதற்கு ஏதாவது ஒரு வியா ஜத்தைத் தேடுவதில் அவருக்கு எப்போதுமே மகிழ்ச்சி, கோடைகாலத்திலும், வசந்தத்தின் துவக்கத்திலும் எவ்வளவு தடவைகள் அங்கே சென்றிருக்கிறார்! பசுமை இன்னும் மாறி விடாமல், சுற்றுப்புறம் பூராவும் இளஞ்சிவப்பாகவும், நீலமாவும், மஞ்சளாகவும், வண்ணப் படத்தைப் போலக் காட்சி தரும் அந்நாட்களில் அவர் பன்முறை அங்கே சென்றிருக்கிறார்.

* * *

தூரத்தேயிருந்த மலைகளின் அடிவாரம் வரையில் தொடர்ச்சியாகப் புதர் மண்டிக்கிடந்த சம்வெளி வழியே ஹோண்டோவை அடையவேண்டும். சிறிது தூரம் சென்றதும், திடீரென்று ஒரு கணவாயின் முகட்டில் நிற்பதை உணர்வோம். கீழே இருநூறு அடிக்கும் மேல் ஆழமான பள்ளம். இருபுறங்களிலும் செங்குத்தான சரிவுகள்; கற்பாறையில் ஆனவையல்ல அவை; வெறும் மணற்சுவர்களே. கணவாய் ஓரத்தில் குதிரையை நிறுத்திவிட்டுக் கவனித்தால் பசுமையான வயல்களும், தோட்டங்களும், பச்சைவெட்டுக் கல்லால் நிர்மாணிக்கப்பட்ட செந்நிறக் கிராமமொன்றும் கீழே அந்தத் தாழ்ந்த சமவெளியில் புலப்படும். அங்கே அங்குமிங்கும் அலைந்து திரியும் மனிதர்களையும், கழுதைகளையும் காணும் போது ஒரு பாலர் பட்டணமாகவே தோன்றும். அந்த பாதா ளக் கிராமத்தின் நடுவில் ஒரு ஓடை. உயரமான மலைகளில் உற்பத்தியாவது அது. வெகு உயரத்தில் அதன் உற்பத்தி ஸ்தானம் இருந்தபடியால் மூடிய மரத்தொட்டியொன்றை சரிவின் பக்கவாட்டில் அந்த மெக்ஸிகர்கள் வைத்து, சில நூறடிகளுக்கப்பால் கணவாய்க் கரையின் உச்சியிலிருந்த ஒரு பள்ளத்துக்கு நீரைக் கொண்டு சென்றிருந்தனர். தடுக்கப்பட்ட தண்ணீர் ஏதோ உயிருள்ள வஸ்துவைப்போல வெளிச்சத்தில் துள்ளிச் சிதறுவதைக் கவனிப்பதற்காக அடிக்கடி அங்கே நின்றிருக்கிறார்

வெய்லாண்ட். அந்த இடத்தில்தான் ஹோண்டோவை நோக்கிச் சரியும் செங்குத்தான பாதை துவங்கியது.

ஆனால் இருட்டிய பின் ஹோண்டோவுக்குள் பூஜ்யர் வெய்லாண்ட் செல்வது இதுதான் முதல் தடவை. கண்டென் டோவை இத்தகைய கடுமையான சோதனைக்கு உட்படுத்தக் கூடாது என்று பாதையோரத்தில் நின்றபடியே தீர்மானித் துக்கொண்டார் அவர். “என் கழுதை கண்டென்டோ எப்படியும் அங்கு சென்றுவிடக்கூடுமாயினும், நான் அவ்வாறு செல்ல அதைவிடப் போவதில்லை” என்று ட்ரினிடாவைப் பார்த்துக் கூறிவிட்டுக் கழுதையினின்றும் கீழே இறங்கினார். பிறகு, வளைந்து வளைந்து இறங்கும் அந்தப் பாதை வழியே நடந்தே செல்லத் தொடங்கினார்.

பூஜ்யர் லூஸெரோவின் வீட்டை நடுநிசிக்குள்ளாகவே அடைந்துவிட்டனர் இருவரும். நகரத்தின் ஜனத்தொகையில் பாதி அங்கே குழுமியிருந்தாற் போலிருந்தது; ஏதோ திருவிழாவைப் போல வீடு பூராவும் விளக்குகள் ஒளி வீசிக்கொண்டிருந்தன. நோயாளியின் அறையில் மெக்ஸிகப் பெண்மணிகள் நிறைந்திருந்தனர்; கறுப்புச் சால்வைகளைப் போர்த்தித் தரையில் அமர்ந்தவர்களாய், மெழுகுவர்த்திகளைக் கொளுத்தி எதிரே வைத்துப் பிரார்த்தனை புரிந்து கொண்டிருந்தனர். அவர்களனைவரும், அடியெடுத்துவைக்க முடியாதபடி அவ்வளவு வத்திகள் நிறைந்திருந்தன, அவ்வறையில்.

அங்கு கூடியிருந்த பெண்மக்களில் தனக்குத் தெரிந்த கன் ஸெப்ஷன் கான்ஸேல்ஸ் என்பவளை ஜாடைகாட்டி அழைத்து, அவ்வாறு அவர்கள் செய்து கொண்டிருப்பதேன் என்று பூஜ்யர் வெய்லாண்ட் வினவினார். இறந்து கொண்டிருந்த பாதிரியார் தான் அவ்வாறு செய்யச் சொன்னார் என்று ரகசியமாகக் கூறினாள் அவள். பார்வை வர வர மங்கிக்கொண்டே வந்ததால், மேலும் மேலும் தீபங்களைக் கொண்டுவருமாறு லூஸெரோ சொல்லிக்கொண்டே இருந்தார். ஆனால் நன்றாயிருந்த நாளிலோ, மெழுகுவர்த்திகளை மிக மிகச் செட்டாக அவர் உபயோகித்து வந்தார் என்றும், மாலை நேரங்களில் பெரும்பாலும் பைன் மரக் குச்சியைக் கொளுத்தி வைத்துக்கொண்டே காலம் தள்ளி விட்டாரென்றும் சொல்லிப் பெருமூச்செறிந்தாள் கான்ஸேல்ஸ்.

மூலையிலிருந்த படுக்கைமீது, முனகிக்கொண்டும் புரண்டு கொண்டும் படுத்துக்கிடந்தார் பூஜ்யர் லூஸெரோ. ஒருவன் அவருடைய பாதங்களைத் தேய்த்துக் கொண்டிருந்தான்: இன்னொருவன், துணிகளைச் சுடுதண்ணீரில் நனைத்துப் பிழிந்து, வலியைக் குறைப்பதற்காக அவர் வயிற்றின்மீது அவைகளை வைத்தான். வலி பொறுக்கமுடியாமல் படுக்கை விரிப்புகளை அவர் கடித்துப் பிய்த்துக்கொண்டிருந்ததாகத் தெரிவித்தாள் கான்ஸேல்ஸ். சிறந்த விரிப்புகளாகப் பார்த்துத்தான் கொணர்ந்ததாகவும், ஆனால் இப்போதோ அவை தலைமாட்டுப் பக்கத்தில் வெறும் கந்தலாகப் போய்விட்டதாகவும் அவள் மேலும் சொன்னாள்.

பூஜ்யர் வெய்லாண்ட் படுக்கையை நெருங்கிக்கூறினார்: "பெண்மணிகளே, சற்று அப்பால் செல்லுங்கள். சுவரோரமாகச் சென்று உட்காருங்கள். உங்கள் மெழுகுவர்த்திகளின் வெளிச்சம் என் கண்ணைப் பொட்டையாக்கிவிடும் போலிருக்கிறது."

ஆனால் மெழுகுவர்த்தி தண்டுகளைத் தரையிலிருந்து எடுத்துக்கொண்டு அவர்கள் எழுந்திருக்க முற்பட்டபோது நோயாளி கூவினார்: "வேண்டாம், வேண்டாம், விளக்குகளை எடுத்துச் சென்றுவிடாதீர்கள். யாராவது திருடன் வந்து விடுவான்; எனக்கு அப்புறம் ஒன்றுமே மிஞ்சாது."

தோள்களைக் குலுக்கிவிட்டு, கண்டிக்கும் தோரணையில் பூஜ்யர் வெய்லாண்டைப் பார்த்த பிறகு, மறுபடி தரையில் அமர்ந்துவிட்டனர் அந்த ஸ்த்ரீகள்.

பாதிரி லூஸெரோ வெறும் எலும்புக்கூடாக மாறி விட்டிருந்தார். கன்னங்கள் ஒட்டிப்போயிருந்தன. வளைவான அவரது நாசி, களிமண் நிறத்துக்குக் கறுத்துப்போயிருந்தது. கடுமையான காய்ச்சலினால் கண்கள் பயங்கரமாக மாறியிருந்தன. அவநம்பிக்கை தொனிக்கும் அந்தப் பெரிய கறுத்த ஒளிர் விழிகள் பூஜ்யர் வெய்லாண்டைச் சுட்டெரித்துவிடுவது போலப் பார்த்தன. இவ்வுலகிலிருந்து அவர் விடைபெறப் போகும் அந்த இரவில் அவரைப் பார்க்கும் போது மெக்ஸிகர் என்பதைவிட ஸ்பானிஷ்காரர் என்றே கூறும்படியாகத் தோன்றியது. ஆச்சரியப்படத்தக்க விதத்தில் வெய்லாண்டின் கையைக் கெட்டியாகப் பிடித்துக் கொண்ட லூஸெரோ, தனது பாதங்களைத் தேய்த்துக் கொண்டிருந்த மனிதனது மார்பில் ஓங்கி உதைத்தார்.

“என் பாதங்களுக்குப் பணிவிடை செய்தது போதும். இந்த ஈரத் துணிகளையும் அப்பால் எடுத்துப் போங்கள், பிரதி குரு வந்துவிட்டபடியால் இப்போது ஒரு விஷயத்தைச் சொல்லப் போகிறேன். நீங்களனைவரும் அதைக் கேட்க வேண்டுமென விரும்புகிறேன். “லூஸெரோவின் குரல் எப்போதுமே கீச்சென்று உச்சஸ்தாயியில் முழங்கும். குதிரை பேசுவதைப் போலவே இருக்கும் அவரது குரல் என்று அப்பகுதி மக்கள் சொல்வது வழக்கம். “பிரதி குரு அவர்களே, பாதிரி மார்டினெஸை ஞாபகம் இருக்கிறதா உங்களுக்கு? கட்டாயம் நினைவிருக்கும்! ஏனெனில் எங்கள் இருவரையும் ஒரே மாதிரியாகத்தானே தாக்கினீர்கள்? அது போகட்டும், இப்போது இதைக் கேளுங்கள்.”

மார்டினெஸ் இறப்பதற்கு முன்னால் ஒரு குறிப்பிட்ட தொகையைத் தம்மிடம் கொடுத்ததாகவும், அபிகுயுவில் உள்ள அவரது சொந்த ஆலயத்தில், அவருடைய ஆன்மா சாந்தியடையும் பொருட்டுப் பிரார்த்தனைகளை நடத்த அந்தப் பணத்தை உபயோகிக்குமாறும் அவர் தன்னைக் கேட்டுக் கொண்டதாயும் கூறினார் லூஸெரோ. வாக்குறுதி அளித்த பிரகாரம் அதைத் தாம் செலவழிக்காமல், இந்த அறையிலேயே, அதோ இருக்கும் சுவரில் தொங்கும் பெரிய சிலுவைக்குக் கீழேயுள்ள மண் தரையில் புதைத்து வைத்திருப்பதாகவும் அவர் சொன்னார்.

இந்த சந்தர்ப்பத்தில், அங்கு கூடியிருந்த ஸ்த்ரீகளை எழுந்திருந்து போகுமாறு மீண்டும் சைகை செய்தார் வெய்லாண்ட். ஆனால் மெழுகுவர்த்திகளை அவர்கள் கையிலெடுத்துக் கொண்டதுதான் தாமதம், பூஜ்யர் லூஸெரோ எழுந்து உட்கார்ந்து கத்தினார். “அப்படியே, இருந்த இடத்திலேயே இருங்கள்! அந்நியர் ஒருவருடன் என்னை விட்டு விட்டு நீங்களெல்லாம் ஓடிவிடப் போகிறீர்களா, என்ன? உங்களிடத்தில் போலவே அவரிடமும் எனக்கு நம்பிக்கையில்லை. ஐயோ! சாவுக்கப்புறமும் தனது உடைமைகளை மனிதன் காத்துக்கொள்ள கடவுள் ஏன் வழிசெய்யாமல் போனாரோ? வயதாகிவிட்டபோதிலும், உயிரோடு மட்டும் இருந்தால், எனது கத்தியின் உதவி கொண்டு என் உடைமைகளை நான் காப்பாற்றிக்கொள்ள முடியும். ஆனால் செத்த பிறகோ!”

லூஸெரோவை கான்ஸேல்ஸ் ஆச்வாசப்படுத்தினாள். தலையணைகளின் மீது சாய்ந்து கொள்ளுமாறு

வற்புறுத்தினாள். தாங்கள் என்ன செய்ய வேண்டுமென அவர் விரும்புகிறார் என்றும் கேட்டாள். மார்டினெஸ் நம்பிக்கையுடன் தன் வசம் ஒப்படைத்த அந்தப் பணத்தை அபிகுயுக்கு அனுப்பி, சாகுமுன் அவர் விரும்பியபடியே அதைச் செலவிட ஏற்பாடு செய்யவேண்டு மெனச் சொன்னார் லூஸெரோ. சிலுவையின் கீழேயும், தான் படுத்துக்கொண்டிருந்த படுக்கையின் அடியிலிருந்த தரையின் கீழேயும், தான் சேமித்து வைத்த செல்வத்தை அவர்கள் காணலாமென்றும் அவர் கூறினார். அந்தச் சேமிப்பில் மூன்றிலொரு பகுதி ட்ரினிடாடைச் சேரவேண்டும்; மீதிப் பணம் அவர் ஆன்மா சாந்தியடைவ தற்காகப் பிரார்த்தனைகளை நடத்துவதற்குச் செலவழிக்கப் படவேண்டும். அவ்விதம் செய்யப்படும் பிரார்த்தனைகள் ஸான்டா ஃபேயிலுள்ள பழைய ஆலயமான ஸான் மிகுவேல் மாதா கோயிலில் நடத்தப்படவேண்டும். இவைதான் அவரது கடைசி விருப்பங்கள்.

அவை யாவும் சிறிதும் குறைவின்றி நிறைவேற்றி வைக்கப்படுமென உறுதிமொழி அளித்தார் வெய்லாண்ட். இந்த உலகத்தின் கவலைகளையெல்லாம் உதறியெறிந்து, தெய்வீக சம்ஸ்காரத்தைப் பெறுவதற்கு மனசைத் தயார் செய்து கொள்ள இதுவே தருணமென்று மேலும் சொன்னார்.

“எல்லாம் அததற்குரிய காலத்தில் நடைபெறும். ஆயினும் அவ்வளவு சுலபமாக இவ்வுலக பந்தங்களை எவனும் துறந்துவிட முடியுமா என்ன? கன்ஸெப்ஷன் கான்ஸேல்ஸ் எங்கேயிருக்கிறாள்? இங்கே வா, மகளே! நான் இந்த அறையிலிருக்கும்போதே, என் தேகம் விறைத்துப் போவதற்கு முன்பே, தரையின் கீழிருந்து பணத்தை எடுக்க ஏற்பாடு செய். பிறகு இந்த ஸ்த்ரீகள் எல்லோரது முன்னிலையிலும் அது எண்ணப்பட்டு, எவ்வளவென்று எழுதி வைக்கப்படவேண்டும்.” இவ்வாறு சொன்னதும். ஏதோ புதிய நம்பிக்கையால் உந்தப்பட்டவராக அந்த நோயாளிக் கிழவர் திடீரென எழுந்து உட்கார்ந்தார். “கிறிஸ்தோபல்! ஆம், அவர் தான் சரியான ஆசாமி! பணத்தை எண்ணி எழுதி வைப்பதற்கு கிறிஸ்தோபல் கார்ஸன் இங்கிருந்தாக வேண்டும். நேர்மையான மனிதர் அவர், ட்ரினிடாட்! ஏய் முட்டாள், கிறிஸ்தோபலை ஏன் நீ அழைத்துவரவில்லை?”

பூஜ்யர் வெய்லாண்டுக்கு அவமானமாக இருந்தது. "பூஜ்யர் லூ ஸெரோ அவர்களே, நீங்கள் இவ்வாறு கவலைப்படுவதை விட்டு சொர்க்கத்தின் பக்கம் உங்கள் எண்ணங்களைத் திருப்பாலிடில், சம்ஸ்காரத்தைச் செய்ய நான் மறுத்துவிடுவேன். உங்களுடைய தற்போதைய மன நிலையில் அதைச் செய்வது பாவகாரியமாகிவிடும்."

அதை ஒப்புக்கொள்ளும் பாவனையாக கைகளைக் குவித்து கண்களை மூடினார் கிழப்பாதிரியார். குருவஸ்திரத்தையும், நெட்டங்கியையும் உடுத்திக் கொள்வதற்காக பூஜ்யர் வெய்லாண்ட் அடுத்திருந்த அறைக்குள் சென்றார். அந்த நேரத்தில் படுக்கைக்கருகேயிருந்த ஒரு சிறிய மேஜைமீது தனக்குச் சொந்தமான வெள்ளைக்குட்டையொன்றை விரித்தாள் கன்ஸெப்ஷன் கான்ஸேல்ஸ். பிறகு, அதன் மேலே இரு மெழுகுவர்த்திகளையும், பாதிரியார் கை கழுவுவதற்காக ஒரு கோப்பை தண்ணீரையும் வைத்தாள். உடைகளை அணிந்துகொண்டு புண்ணிய தீர்த்தம் கொண்ட தட்டுடன் திரும்பிவந்தார் பூஜ்யர். வெய்லாண்ட், பின்னர் படுக்கையின்மீதும், அங்கு கூடியிருந்தோர்மீதும் பிரார்த்தனைச் சுலோகத்தைக் கூறிக்கொண்டே அந்தப் புண்ணிய ஜலத்தைத் தெளிக்கத் தொடங்கினார். எரிந்து கொண்டிருந்த மெழுகுவர்த்திகளைத் தரையில் அப்படியே விட்டுவிட்டு, ஸ்த்ரீகளெல்லோரும் அப்பால் சென்றுவிட்டனர். பூஜ்யர் லூஸெரோ பாப மன்னிப்புக் கோரினார். தான் போட்டியாக ஆரம்பித்த மதப்பிரிவைத் துறந்ததுடன் தனது செய்கைக்கு வருத்தமும் தெரிவித்தார். அதன் பின்னர், தெய்வீக சம்ஸ்காரத்தைப் பெற்றுக்கொண்டார்.

மிகவும் மன உளைச்சலடைந்திருந்த பாதிரிக்கிழவரை அந்தச் சடங்கு தேற்றிவிட்டது. அது முடிந்ததும், கைகளை மார்பின்மீது மடித்து வைத்துக்கொண்டு அமைதியாகப் படுத்தார் அவர். பெண்களனைவரும் திரும்பி வந்து உட்கார்ந்து, பழையபடியே பிரார்த்தனைப் பாடல்களை முணு முணுக்கலாயினர். ஜன்னல் அடைப்புகளின்மேல் மழைச் சரங்கள் மோதின. அந்த ஆழமான பள்ளத்தாக்கின் வழியே தழைந்து வீசிய காற்று, கம்பீரத்தொனியொன்றை எழுப்பி யது. அங்கு கூடியிருந்தவர்களில் சிலர் அலுப்பினால் சோர்ந்து தூங்கத் தொடங்கிவிட்டனர். ஆனால்

அவர்களில் யாரும் வீட்டுக்குப் போக ஆசைப்படவில்லை. மரணப்படுக்கையருகே அமர்ந்திருப்பது என்பது கடினமானதொரு காரியமல்ல அவர்களுக்கு. உண்மையில் அதை ஒரு சலுகையென்றே அவர்கள் நினைப்பர். இறந்து கொண்டிருப்பவர் பாதிரியாக இருந்துவிட்டாலோ அது கிடைத்தற்கரிய பேறுதான் அவர்களுக்கு!

அந்த நாளில், ஐரோப்பிய நாடுகளில்கூட, சாவுக்குப் புனிதமானதொரு சமூக முக்கியத்துவம் அளிக்கப்பட்டு வந்தது. ஏதோ சில தேக உறுப்புகள் வேலை செய்வதை நிறுத்திவிடும் ஓர் தருணம்தான் மரணம் என்று கருதப்பட வில்லை அப்போது. அதற்கு மாறாக, அது ஓர் நாடகத்தின் உச்ச கட்டமாக, ஆன்மாவொன்று மறு உலகில் நுழையும் தருணமாக, கற்பனைக்கெட்டாத ஓரிடத்துள் அந்த ஆன்மா முழு உணர்வுடன் புகும் ஓர் சமயமாகவே நினைக்கப்பட்டு வந்தது. சாவின் வசப்பட்டிருப்பவர்கள் தாங்கள் மாத்திரம் பார்க்க இயலும் ஏதோவொன்றைப் பற்றிக் கூறுவர் என்ற நம்பிக்கை மரணாவஸ்தையைக் காண வருபவர்களுக்கு இருந்தது; அவர்களது வாய் பேச முடியாமற்போனாலும் முகமாவது பேசும் என்றும், இவ்வுலகத்துக்கு அப்பாலிருந்து ஒளியோ நிழலோ அவர்கள் தேகத்தின்மீது வீசும் என்றும் அவர்கள் நம்பினர். நெப்போலியன், பைரன் பிரபு போன்ற பெரிய மனிதர்களின் “இறுதிச்சொற்கள்” பரிசுப் புத்தகங்களாக அப்போதெல்லாம் அச்சடிக்கப்பட்டு வெளிவந்தன; எனவே சாதாரண ஆணும் பெண்ணும் மரண சமயத்தில் முணு முணுக்கும் வார்த்தைகளைக்கூட அயலாரும், உறவினர்களும் உன்னிப்பாகக் கேட்டுப் போற்றிக் காப்பாற்றி வந்தனர். அந்தக் கடைசி வார்த்தைகள் எவ்வளவு முக்கியமற்றவையாயிருந்த போதிலும், அவற்றுக்குத் தெய்வ வாக்குக்குரிய மதிப்பு கொடுக்கப்பட்டுவந்தது; அதே பாதையில் செல்லப்போகும் மற்றவர்கள் அவ்வார்த்தைகளை ஆய்ந்தோய்ந்து பார்ப்பது வழக்கமாகயிருந்தது.

சுவரில் தொங்கிய சிலுவையின் முன்னே மண்டியிட்டு ட்ரினிடாட் தொழ ஆரம்பித்ததானது அந்தச் சாவு அறையில் நிலவியிருந்த அமைதியைத் திடீரென்று குலைத்து விட்டது. தூங்கிக்கொண்டிருந்தாரென்று எல்லோரும் நினைத்த அவனது மாமா “திருடன்! திருடன்! உதவுங்கள்

உதவுங்கள்!" என்று அடித்துப் புடைத்துக்கொண்டு அலறத் தொடங்கினார், ட்ரினிடாட் சட்டென்று பின்வாங்கிவிட்டான், ஆயினும் அதற்குப் பிறகு கிழவர் ஒரு கண்ணைத் திறந்தபடியே படுத்துக் கிடந்தார்; ஆகவே ஒருவரும் சிலுவையருகே செல்லத் துணியவில்லை.

விடிவதற்கு சுமார் ஒரு மணி நேரம் இருக்கும் சமயத்தில் பாதிரியார் மூச்சுவிட மிகவும் சிரமப்பட்டதால் அங்கிருந்த இருவர் தலையணைகளைத் தூக்கிப் பிடித்து அவரைத் தாங்கிக் கொண்டனர். அவரது முகம் மாறிவருவதாக அங்கிருந்த பெண்மக்கள் கிசுகிசுத்தனர். பிறகு மெழுகுவர்த்திகளை இன்னும் அருகில் கொண்டுவந்து வைத்து, படுக்கைக்குப் பக்கத்தில் மண்டியிட்டனர். அவர் கண்களில் ஜீவ ஒளியோ, பார்வையோ இன்னமும் மங்கவில்லை, தலையை ஒருபுறம் சாய்த்துக்கொண்டு, சிறிதும் கண்ணைக் கொட்டாமல் மெழுகுவர்த்திச் சுடரையே உன்னிப்பாகக் கவனித்துக் கொண்டு படுத்திருந்தார் அவர். அப்போது அவருடைய அங்கங்களில் களைகட்டியது. பற்களைப் பன்முறை அவரது உதடுகள் மூடிமூடித் திறந்தன. மூச்சையடக்கிக்கொண்டு அனைவரும் பாதிரியையே கவனித்துக் கொண்டிருந்தனர். இறப்பதற்கு முன்னால் அவர் ஏதாயினும் பேசுவார் என்று அவர்கள் உறுதியாக நம்பினர். அவரும் அவர்களுடைய நம்பிக்கையை வீணாக்கவில்லை. கபடமான புன்சிரிப்பு போன்ற வலிப்பு தோன்றியது கிழவருடைய முகத்தில்; வாய்க்குள் மூச்சு முட்டியது. கடைசித் தடவையாக, குதிரை போலவே பேசினார்!

"உன் வாலைத் தின்னு மார்டினெஸ், நீயே தின்னு' என்றார் அவர். இதைச் சொன்னவுடனேயே இசிவு ஏற்பட்டு இறந்து போனார் கிழவர்.

இறக்கும் தறுவாயில், மறு உலகத்தில் அவதிப்படும் மார்டினெஸைத் தனது மாமா கண்டதாக, பொழுது விடிந்தவுடன் எல்லோரிடமும் கூறிக்கொண்டே போனான் ட்ரினிடாட். மெக்ஸிகப் பெண்மணிகளும் அவனது கூற்றை ஊர்ஜிதம் செய்தனர். அன்றிரவு கிழவரின் மரணப்படுக்கையருகே இருந்த கிறிஸ்தவர்கள் உயிரோடிருந்த வரையில் இந்தக் கதை அர்ரோயோ ஹோண்டோவில் விடாமல் சொல்லப்பட்டு வந்தது.

* * *

பாதிரியாரின் கடைசி விருப்பப்படி அவர் வீட்டின் தரை பெயர்க்கப்பட்டதைக் காண தூரத்தேயுள்ள டாவோஸ், ஸான்டாக்ரூஸ், மோரா முதலிய இடங்களிலிருந்தெல்லாம் மக்கள் வந்து குழுமினர். தங்க, வெள்ளி நாணயங்கள் நிரம்பிய முயல் தோல் பைகள் வெளியே எடுக்கப்பட்டதை அவர்களெல்லோரும் பார்த்தனர். ஸ்பானிஷ், பிரெஞ்சு, அமெரிக்க ஆங்கில நாணயங்களனைத்தும் அவற்றிலிருந்தன! அவைகளில் சில மிகவும் பழையவை. முடிவில், அந்த நாணயங்களெல்லாம் அரசாங்க நாணயச்சாலைக்கு அனுப்பப்பட்டுப் பரிசீலிக்கப்பட்டபோது, அமெரிக்க நாணய முறைப்படி கிட்டத்தட்ட இருபதாயிரம் டாலர் மதிக்கப் பெற்றன. பாதாளத்தில் அமைந்திருந்த நாட்டுப்புற ஆலயமொன்றின் தலைவரான கிழப் பாதிரியொருவர் இவ்வளவு பெரிய தொகையைச் சிறுகச் சிறுக சேர்த்துவைக்க முடிந்தது ஆச்சரியமான விஷயம்தான்!

ஆறாம் பாகம்

ஸ்ரீமதி இஸபெல்லா

I

அன்பர் அன்டோனியோ

மிகவும் தீவிரமான இகலோக ஆசையொன்று இருந்தது பிஷப் லாடூருக்கு; இயற்கையிலேயே அழகான சுற்றுப்புறக் காட்சிகளைக் கொண்ட ஸான்டா ஃபேக்கு ஏற்ற மாதிரியாக ஒரு கதீட்ரலை நிர்மாணிக்க வேண்டும் என்பதுதான் அது. இந்த ஆசையைப் பற்றிச் சிந்திக்கச் சிந்திக்க, இத்தகைய கட்டிடம் தம்முடையதாகவும், தமது குறிக்கோளுடைய தொடர்ச் சியாகவும் இருக்கலாம் என்று அவர் எண்ணலானார்; தாம் மறைந்துவிட்டாலும், தமது ஆசைக் கனவுகளின் உருவ கமாக அது நிலைத்து நிற்கும் என்று நினைத்தார் அவர். எனவே ஆட்சியின் ஆரம்ப நாட்களிலிருந்தே. தமது அல்ப வருவாயிலிருந்து இந்தக் கோயில் நிதிக்காக ஏதோ கொஞ்சம் ஒதுக்கி வைக்கத் தொடங்கினார். இதில் சில பணக்கார மெக்ஸிகப் பண்ணைக்காரர்களும் உதவி செய்தனர். ஆனால் அவர்களில் எவரும் அன்டோனியோ ஆலிவாரெஸ் அளவு உதவி அளிக்கவில்லை.

சகோதரர்களும், ஒன்றுவிட்ட சகோதரர்களும் ஏராளமாக இருந்த ஒரு குடும்பத்தைச் சேர்ந்தவர் அன்டோனியோ. அக்குடும்பத்திலேயே மிகுந்த புத்திசாலித்தனமும், செல்வச் செழிப்பும் வாய்ந்தவர் அவர்தான். அந்தக் காலத்திவ்

அவ் வட்டாரத்தில் இருந்தவர்களில் நிறைந்த அனுபவம் கொண்டவரும் அவரே; சுருங்கச் சொன்னால், 'உலகம் தெரிந்தவர்' அவர். வாழ்க்கையின் பெரும் பகுதியை நியூ ஆர்லீன்ஸிலும், எல்பாஸோ டெல் நோர்டேயிலும் அவர் கழித்திருந்தார். பிஷப் லாடூர் பதவியேற்று ஸான்டாஃபேக்கு வந்து சில வருடங்களானபின் தான், அங்கே திரும்பி வந்து அவர் வசிக்கலானார். தன்னுடன்கூடத் தனது அமெரிக்க மனைவியையும், ஒரு வண்டித்தொடர் நிறைய மரச்சாமான்களையும் கொண்டு வந்திருந்தார். கடைசிக்காலத்தைக் கழிக்கும் எண்ணத்துடன் ஊருக்குக் கிழக்கே தான் பிறந்து வளர்ந்த பழைய பண்ணை வீட்டில் அவர் குடியேறினார். அப்போது அவருக்கு அறுபது வயதாயிருந்தது. வாலிபப் பருவத்திலேயே முதல் மனைவியை இழந்துவிட்ட அவர், நியூ ஆர்லீன்ஸுக்குச் சென்ற பிறகு மறுமணம் புரிந்து கொண்டார். லூயிஸியானாவில் உறவினரி டையே வளர்ந்து வந்த கெண்டுக்கியைச் சேர்ந்த ஒரு பெண் தான் அவருடைய இரண்டாவது தாரம். அழகாகவும், நாக ரிகமாகவும் இருந்த அவள், பிரெஞ்சு கன்னிமாடமொன்றில் கல்விப் பயிற்சி பெற்றிருந்தாள்: தன் கணவரை ஐரோப்பிய பாணியில் பழக்க மிகவும் முயற்சி எடுத்துக்கொண்டிருந்தாள் அவள். ஆனால் அவருடைய நாகரிகமான உடையும், நடத் தையும், ஊதாரித்தனமான வாழ்க்கையும், அவருடைய சகோதரர்களிடத்திலும், அவர்களுடைய சிநேகிதர்களிடத்திலும் வெறுப்பு கலந்த பொறாமையைத் தூண்டிவிட்டிருந்தன.

அந்த இரண்டாவது மனைவியான இஸபெல்லா பக்தி சிரத்தையுள்ள கத்தோலிக்கப் பெண்மணி. ஆகவே அவர்களுடைய வீட்டில் பிரெஞ்சுப் பாதிரிகள் எப்போதுமே நன்கு வரவேற்கப்பட்டு, மிகுந்த அன்புடன் உபசரிக்கப்பட்டனர். பெரிய முற்றமும், வாசற்படியும், சித்திர வேலைப்பாடுடன் கூடிய விட்டங்களும், உத்தரங்களும், மீனெலும்பாலான நேர்த்தியான மச்சுகளும், சுகமான கணப்புகளும் கொண்ட அந்தப் பச்சைவெட்டுக்கல் வீட்டை அழகியதொரு இடமாக மாற்றியமைத்திருந்தாள் ஸ்ரீமதி ஆலிவாரெஸ். நிரம்பவும் இளமையாக இல்லாவிடினும், பார்ப்பதற்கு அவள் அழகா கவே இருந்தாள். மெலிந்த தோற்றம், உணர்ச்சி வசப்படும் சுபாவம், உடலில் ஒரு பரபரப்பு, பலதரப்பட்ட கால நிலையிலும் பேணிக்

காப்பாற்றப்பட்ட நேர்த்தியான பொன்னிற மேனி, அழகிய கேசம் சற்றே நரைகண்டிருந்த அது, கணக்கற்ற தடவைகள் வளைத்துச் சுருட்டிவிடப்பட்டிருந்தது. பிரெஞ்சு பாஷையை நன்றாகப் பேசிய அவளால் ஸ்பானிஷ் மொழியைத் தட்டுத் தடுமாறியே பேச முடிந்தது. வீணை வாசிக்கவும், நன்றாகப் பாடவும் தெரிந்தது அவளுக்கு.

சேவகர்கள், இந்தியர்கள், கடின சுபாவமுள்ள எல்லைப்புற மக்கள் ஆகியோரிடையிலேயே எப்போதும் வசிக்க நேர்ந்த பூஜ்யர் லாடூருக்கும், வெய்லாண்டுக்கும் தங்கள் சொந்த பாஷையில் ஒரு கற்றறிந்த பெண்மணியுடன் பேசுவதற்கு வாய்ப்பு கிட்டியதானது பேரதிர்ஷ்டமென்றே சொல்ல வேண்டும். தூய திரைகள் தொங்கவிடப்பட்ட ஜன்னல்களும் தட்டுகள், பெல்ஜியக் கண்ணாடிகள் கொண்ட அலமாரிகளும், பழைய கண்ணாடிகளும், பூச்சித்திர வேலைகளும், ஸோபாக்களும் அலங்கரித்த அந்த வீட்டு அறைகளில் உடலுக்கிதமான கணப்புகளினருகே அமர்ந்து பேசுவதென்பது கிடைத்தற்கரிய ஒன்றுதான். வெளியுலக நிகழ்ச்சிகளில் ஆர்வம் காட்டும் ஒரு தம்பதியுடன் சிறந்த உணவையும், மதுவையும் அருந்தி, இனிய சங்கீதத்தைக் கேட்டு மாலை நேரத்தைக் கழிப்பதென்பது இன்பமானதோர் அனுபவமே. வலுவற்றதாயினும் இனிய குரல் படைத்தவர் பூஜ்யர் வெய் லாண்ட்: இது அவரது குணாதிசயங்களில் மற்றுமொரு முரண்பாடு! அவருடன் சேர்ந்து பழைய பிரெஞ்சுப் பாடல்களைப் பாட விரும்பினாள் ஸ்ரீமதி ஆலிவாரெஸ். அவள் சிறிது கர்வமுள்ளவள் என்பது ஒப்புக்கொள்ளப் படத்தான் வேண்டும். அவள் பாடுவதாக இருந்தால், பிடிவாதமாக மூன்று பாஷைகளிலும் பாடுவாள். அவற்றோடு தன் கணவருக்குப் பிடித்தமான 'லா பலோமா' 'லா கொலோண்ட்ரினா', 'மை நெல்லிவாஸ் எ லேடி' ஆகிய மூன்று பாட்டுகளையும் ஒரு போதும் அவள் பாடாதிருப்பதில்லை!

தொப்பைவிழுந்துவிட்ட, பருத்தமனிதர், அன்டோனியோ. தலையில் சற்று வழுக்கை வேறு காணப்பட்டது. நிறுத்தி மெதுவாகப் பேசும் சுபாவமுடையவர் அவர். ஆயினும் அவருடைய கண்கள் துறுதுறுவென்றிருந்தன; மௌனமாக இருக்கும்போதெல்லாம், அவற்றில் மஞ்சள் சுடர் தெறித்தது. சாப்பாட்டுக்குப் பிறகு தனது பொன்னிற விரல்களிடையே

அன்புப்பிடியில் இருவர் ♦ 193

சுருட்டைப் பிடித்தவராகப் பெரியதொரு நாற்காலியில் சாய்ந்த வண்ணம் தன் மனைவி வீணை வாசிப்பதை அவர் ரசிக்கும் விதம் காணக் கண்கொள்ளாக் காட்சியாயிருக்கும்.

அவர் மனைவியைப் பற்றிய வம்புப் பேச்சு ஸான்டா ஃபேயில் இருந்துவந்தது உண்மைதான். தனது அழகிய மேனியையும், கணவர் தன்பால் செலுத்திய மாறா அன்பையும் இத்தனை வருடங்களாக அவள் காப்பாற்றி வந்ததுதான் அதற்குக் காரணம். அவள் நிரம்பவும் இளவயதினளைப் போல் ஆடையுடுத்தினாளென்று அமெரிக்கர்களும், ஆலிவாரெஸ் சகோதரர்களும் குறைகூறியது ஒருக்கால் உண்மையாகவும் இருக்கலாம்! அதோடு, நியூ ஆர்லீன்ஸிலும், எல்பாஸோ டெல் நோர்டேயிலும் அவளுக்குக் காதலர்கள் உண்டு என் றும் அவர்கள் கூறினர். பாஞ் ஜோ வாத்தியத்தை வாசிப்ப தற்காக நியூ ஆர்லீன்ஸிலிருந்து அவர்கள் அழைத்துவந்து வைத்திருந்த ஒரு பையனை அவள் காதலிக்கிறாள் என்று சொல்லுமளவுக்குக்கூடத் துணிந்து விட்டார்கள் அவளு டைய புக்ககத்து மருமான்கள். அவர்களிருவருமே இசையை விரும்புவர்கள்; பாப்லோ என்ற பெயருள்ள அந்தப் பையனோ தனது வாத்தியத்தை வாசிப்பதில் பெரிய நிபுணன் மற்றும் பல்வேறு விதமான வதந்திகள் சமையலறை வழியாக வெளி வந்து உலாவின. இவ்வூரில் அவள் ஒருபோதும் அணிந்து கொள்ள முடியாத அளவு மிக நேர்த்தியான உடைகளை இஸபெல்லா ஓர் அறை பூராவும் நிறைத்துவைத்திருந்தாள்; புரு ஷனின் சட்டைப்பைகளிலிருந்து தங்கத்தைத் திருடித் தன் அறையின் தரைக்கடியில் புதைத்து வைத்திருந்தாள்; கணவனின் அன்பை அதிகரிக்க அவருக்கு காதலூட்டும் பானங்களும், மூலிகை சேர்ந்த தேநீரும் அவள் கொடுத்துவந்தாள் என் றெல்லாம் கூறப்பட்டது இம்மாதிரியான வதந்திகள் பரவி வந்தன என்பதால் அவளுடைய ஊழியர்கள் விசுவாசமற்ற வர்கள் என்று அர்த்தமல்ல; உண்மையில் தங்களுடைய எஜ மானியைப் பற்றிப் பெருமை கொண்டவர்களே அவர்கள்!

செய்தித்தாள்களை ஆலிவாரெஸ் படிப்பதுண்டு. அவருக்கு வந்து சேரும்போது, பல வாரத்துக்கு முந்திய பத்திரி கைகளாக அவை ஆகிவிட்டபோதிலும், அதைப் பற்றி அவர் கவலைப்படுவதில்லை, சிகரெட்டுகளைவிட சுருட்டுகளையே அதிகம் விரும்பினார் அவர். விஸ்கியைவிட

பிரெஞ்சு ஒயினிடத்தில்தான் அவருக்குப் பிரியம் மிகுதி. இத்தகைய குணவிசேஷங்களைக்கொண்ட அவருக்கும், அவருடைய இளைய சகோதரர்களுக்குமிடையே மலைக்கும் மடுவுக்குமான வித்தியாசமே இருந்தது. பழைய நண்பரான மான்யுவெல் சாவெஸ்ஸுக்கு அடுத்தபடியாக, ஸான்டா ஃபேயிலிருந்த அந்த இரண்டு பிரஞ்சுப் பாதிரிகளுடன் சேர்ந்திருப்பதைத்தான் மிகவும் விரும்பினார் அவர்; அதை வெளிப்படையாகவே காட்டிக்கொண்டார். நண்பர்களைச் சீராட்டிப் பாராட்டும் தன்மையுடையவர் அவர். எனவே பிஷப் புதிதாகப் பயிரிட்டிருந்த பழத் தோட்டத்தை வளர்ப்பது பற்றி அவருக்கு ஆலோசனை கூறவோ அல்லது பூஜ்யர் ஜோஸப்பிற்காக செர்ரிப் பழ பிராந்திப் புட்டியொன்றைக் கொடுத்துவிட்டுப் போவதற்காகவோ அவர் பிஷப்பின் வீட்டுக்கு வருவார். எஞ்சிய வாழ்நாள் பூராவும் பிஷப்புக்கு மிகுந்த திருப்தி தந்த வெள்ளிக் கிண்ணத்தையும், கிண்டியையும், அலங்காரச் சாதனங்களையும் அவருக்குப் பரிசாக அளித்தவர் ஆலிவாரெஸ்ஸே. ஸான்டா ஃபேயிலிருந்த மெக்ஸிகர்களிடையே சிறந்த வெள்ளித் தட்டார்கள் இருந்தனர். நண்பருக்கு அளிப்பதற் காகத் தனது சொந்த அலங்காரச் சாதனத்தையே மாதிரியா கக் கொண்டு, வெள்ளியில் அதே போன்ற ஒன்றை அந்தத் தட்டார்களைக் கொண்டு செய்து தந்தார் ஆலிவாரெஸ். வாய்க்கு ருசியான பதார்த்தங்களை பூஜ்யர் வெய்லாண்டுக்கும், கண்ணுக்கினியனவற்றை பூஜ்யர் லாடூருக்கும் அளிப்பதைத் தன் கணவர் பழக்கமாகக் கொண்டிருப்பதாக ஒரு சமயம் இஸபெல்லாவே கிண்டலாகக் கூறியதுண்டு.

இத் தம்பதிக்கு ஐனெஸ் என்ற பெயர் கொண்ட ஒரேயொரு மகள்தான் இருந்தாள். பருவமடைந்துவிட்ட போதிலும் இன்னும் மணமாகவில்லை அவளுக்கு. உண்மையில், அவள் ஒருபோதும் விவாகம் செய்து கொள்ளமாட்டாள் என்றே பொதுவாக எண்ணப்பட்டு வந்தது. நிஜமாகவே சந்நியாசினியாக ஆகிவிடவில்லையெனினும் அப்படிப்பட்ட வாழ்க்கையையே நடத்திவந்தாள் அவள். மிகவும் எளிய நடையுடை பாவனைகள் உடைய அவள், இது விஷயத்தில் தன் தாய்க்கு நேர்மாறாக இருந்தாள். ஆனால் அவள் சாரீரம் மட்டிலும் வெகு இனிது. நியூ ஆர்லீன்ஸில் ஆலய கான கோஷ்டியில் பாடிவந்ததோடு அங்கே ஒரு

கன்னி மாடத்தில் சங்கீதமும் கற்பித்து வந்தாள் அவள். ஸான்டா ஃபேக்கு அவர்கள் வந்து குடியேறிய பிறகு தன் தாய் தந்தையரைப் பார்க்க ஒரேயொரு தடவைதான் அவள் வந்திருந்தாள்; கோலாகலமான அந்த வீட்டில் சோகம் படிந்த ஓர் உருவமாகவே அவள் காட்சியளித்தாள். இஸபெல்லாவுக்குத் தன் மகள்மீது அத்தியந்தப் பிரேமை. ஆகவே அவளுக்கு அதிருப்தி தரும் காரியங்களைச் செய்ய அஞ்சுவாள். ஐனெஸ் அங்கே இருந்தவரையில், அவளுடைய தாயார் சாதாரணமாகவே உடை உடுத்திக்கொள்வாள்; வலது காதின்மேல் தொங்கிய சிறிய கேசச் சுருள்களைப் பின்னுக்குத் தள்ளிச் செருகிவிடுவாள். அந்த இரு பெண்மணிகளும் சேர்ந்து நாள் முழுதும் ஆலயத்துக்குச் சென்றுகொண்டேயிருப்பர்.

கதீட்ரல் கட்டுவதென்னும் பிஷப்பின் உத்தேசத்தில் தீவிர சிரத்தை காட்டினார் அன்டோனியா ஆலிவாரெஸ். அவ்வாறு பூஜ்யர் லாடூர் அதைக் கட்டவேண்டுமென்று நெஞ்சார விரும்பியதே அதற்கு முக்கிய காரணம். எந்த சிநேகிதராயினும் அவர் உள்ளத்து ஆசைகள் உருப்பெறுவதில் உதவ விரும்பும் பண்பு படைத்தவர் ஆலிவாரெஸ். தனது சொந்த ஊரிடத்தில் அவருக்கு அளவற்ற பற்றுதல் இருந்தது அதற்கு இன்னொரு காரணம்; அவர் வெளி இடங்களில் பிரயாணம் செய்த காலத்தில் அழகிய ஆலயங்களைப் பார்த்திருந்தார். அந்த மாதிரி ஸான்டா ஃபேயிலும் ஒரு கோயில் எழவேண்டு மென அவருக்கு உள்ளூர விருப்பம். கணப்பருகிலமர்ந்து பூஜ்யர் லாடூரும் அவரும் அதைப் பற்றிப் பல இரவுகள் பேசியிருக்கின்றனர். கட்டவேண்டிய இடம், கட்டிடத்தின் மாதிரி, உபயோகிக்கப்போகும் கற்கள், கட்டுவதற்காகக்கூடிய செலவு, அதைச் சேகரிப்பதிலுள்ள எண்ணற்ற சிரமங்கள் ஆகியவை பற்றி அவர்கள் விவாதிப்பர், அவ்விடத்தின் பிஷப் பாக அவர் நியமனமானதிலிருந்த பத்தாவது வருடமான 1860ஆம் ஆண்டில் கட்டிட வேலையை ஆரம்பித்துவிடலாமென லாடூர் நம்பியிருந்தார். ஓரிரவு, மறக்க முடியாத வகையில் புத்தாண்டு விருந்து அளித்தார் ஆலிவாரெஸ்: அப்போது, பூஜ்யர் லாடூர் தனது நோக்கத்தை ஈடேற்றுவதில் உதவும் பொருட்டு, போதுமான தொகையைப் புது வருடம் பூர்த்தியாகு முன்பே கதீட்ரல் நிதிக்கு அளிக்கத் தீர்மானித்திருப்பதாக விருந்தினர்கள் முன்னிலையில் அவர் அறிவித்தார்.

ஞாபகத்திலிருக்கக்கூடிய வைபவமாக ஆனதற்கு இந்தப் பிரதிக்ஞை மட்டுமின்றி பிரிவுபசார விருந்தாகவும் அது இருந்தது இன்னொரு காரணம். பழைய நண்பர்களாகிவிட்ட ஸான்டா ஃபே வட்டார ராணுவ அதிகாரிகளை அவ்விருந் துக்கு அழைத்து உபசரித்தாள் இஸபெல்லா. அவர்களில் இருவருக்கு மாற்றல் உத்தரவு வந்திருந்தது. மக்களபிமானம் பெற்றவரான பிரதான அதிகாரி, வாஷிங்டனுக்குத் திரும்ப அழைக்கப்பட்டிருந்தார். குதிரைப் படை அதிகாரியான ஐரிஷ் கத்தோலிக்க வாலிபர் இன்னும் மேற்கே மாற்றப்பட்டிருந்தார். சமீபத்தில்தான் மணமாகிய அவரிடம் பூஜ்யர் லாடூருக்கு மிகுந்த அன்பு உண்டு (அடுத்த புத்தாண்டு தினம் வருவதற்குள், அரிஸோனா சமவெளியில் இந்தியர்களுடன் நடந்த போராட்டத்தில் அவர் கொல்லப்பட்டுவிட்டார்).

ஆனால் வருங்காலம் பற்றிய நினைவு அந்த இரவில் யாரையும் வருத்தவில்லை. வீடு முழுவதும் விளக்கொளியும், இசையொலியும் நிரம்பியிருந்தன. தங்களுடைய இனத்தை விட்டு வெளிப்போந்து வெகு தூரத்தில் வசிப்பவர்களும், கரடுமுரடான வாழ்க்கைப் பாதையில் செல்பவர்களும், ஆனந்தமடையும் பொருட்டு ஒருபோதும் ஒன்று கூடாதவர்களுமான அவர்கள் அந்த எல்லைப்புற ஜனங்களின் எளிய விருந்தோம்பலில் திளைத்துக்கொண்டிருந்தார்கள். ஸ்ரீமதி ஆலிவாரெஸிடம் மிகவும் மதிப்பு வைத்திருந்த கிட் கார்ஸன் அந்த இரவு அங்கே பிரசன்னமாகியிருப்பதற்காக இரண்டு நாட்கள் பிரயாணம் செய்து வந்திருந்தார். ஸெயின்ட் லூயியில் கன்னி மாடப் பள்ளியொன்றிலிருந்து சமீபத்தில் வீடு திரும்பியிருந்த தனது கலப்பு ஜாதி மகளையும் தன்கூட அவர் அழைத்துவந்திருந்தார். வெள்ளி நிற நூலைக்கொண்டு பூவேலை செய்யப்பட்ட ஓர் நேர்த்தியான முயல்தோல் கோட்டு, பழுப்பு நிற வெல்வெட் கைக் கவசங்கள், கழுத்துப்பட்டை ஆகியவற்றை இச்சந்தர்ப்பத்தில் அணிந்திருந்தார் அவர். கோட்டையிலிருந்த அதிகாரிகள் தங்கள் ராணுவ உடுப்பில் வந்திருந்தனர். விருந்தளித்த ஆலிவாரெஸ்ஸோ வழக்கம் போல மேலங்கிக் கோட்டைத் தரித்திருந்தார். அவருடைய மனைவி நியூ ஆர்லீன்ஸிலிருந்து கொண்டுவந்திருந்த பிரெஞ்சு உடையை அணிந்து கொண்டிருந்தாள்; அது முழுவதும் ரோஜா மலர் மாலைகளைப் போல் பட்டினால்

சித்திரப் பின்னல் வேலை செய்யப்பட்டிருந்தது. ராணுவ அதிகாரிகளின் மனைவியரெல்லாம், தங்களது பட்டுச் செருப்புகள் சேற்றில் படாமலிருப்பதற்காக ஒரு பட்டாள வண்டியில் வந்தனர். அரிதாக அணியும் தமது ஊதா நெட்டங்கியை பிஷப் தரித்திருந்தார்; பூஜ்யர் வெய்லாண்டோ, புதியதோர் குருவஸ்திரத்தை உடுத்தியிருந்தார். ரியோமிலுள்ள அவரது சகோதரி பிலோமினாவின் அன்புக் கரங்களால் தயாரிக்கப்பட்டது அது.

தனது சகோதரியையும், மற்ற சந்நியாசினிகளையும், தன்னுடைய குருவஸ்திரங்களையும், மற்ற உடைகளையும் தயாரிக்க பூஜ்யர் வெய்லாண்ட் உபயோகித்துக்கொண்டதை நினைக்கும்போது சற்றுச் சங்கடமாக இருக்கும் லாடூருக்கு. ஆனால் சென்ற தடவை அவர் பிரான்ஸுக்குப் போன போதோ, இந்த விஷயத்தை முற்றிலும் புதியதொரு கோணத் திலிருந்து அவர் காண நேரிட்டது. அன்னை பிலோமினாவின் கன்னிமாடத்துக்கு அவர் விஜயம் செய்தபோது இளவயதின ளான சந்நியாசினி ஒருத்தி, தூரத்தேயிருந்த மிஷன்களுக்காக வேலை செய்வதென்பது இவ்வாறு ஒதுங்கி வாழும் தங்களுக்கு ஒரு ஆதர்சப் பணியாக உள்ளது என்பதை அவரிடம் எடுத் துரைத்தாள். தானிருக்கும் நாடு, அங்கிருந்த இந்தியர்கள், பக்தி மிக்க மெக்ஸிகப் பெண்மணிகள், பழங்காலத்து ஸ்பானிஷ் உயிர்த் தியாகிகள் ஆகியோரைப் பற்றித் தன் சகோதரிக்கு பூஜ்யர் வெய்லாண்ட் எழுதிய நீண்ட கடிதங்கள் தங்களுக்கு அரிய பொக்கிஷமாக இருக்கிறது என்றும் சொன்னாள் அவள். இந்தக் கடிதங்களை மாலை வேளைகளில் பிலோமினா உரக்கப் படிப்பாளாம். பிறகு, வெளிப்பக்கம் நீட்டிக் கொண்டிருந்த ஜன்னலண்டை பூஜ்யர் லாடூரை அவள் அழைத்துச் சென்றாள். அங்கிருந்து அந்தக் குறுகிய தெருவை உற்று நோக்கினாள். சற்று தூரத்தில் மதிற்சுவர் கோண வடிவாகத் திரும்பியதால் அதற்குமேல் ஒன்றையும் அங்கிருந்து பார்க்க முடியவில்லை. "தன் சகோதரரிடமிருந்துவரும் அத்தகைய கடி தங்களிலொன்றை அன்னையார் எங்களுக்குப் படித்துக்காட்டியதும், நான் இங்கே வந்து நின்று, ஒரேயொரு விளக்கேயுள்ள இச்சிறிய தெருவை உற்றுநோக்குவேன். அதோ இருக்கும் திருப்பத்துக்கு அப்பால் நியூமெக்ஸிகோ இருப்பது போலத் தோன்றும். செந்நிறப் பாலைநிறங்கள், நீல மலைகள், பெரிய

சமவெளிகள், காட்டெருமைக் கூட்டங்கள், எங்களுடைய மிக ஆழமான கணவாய்களை விடப் பெரிதான மலைப் பள்ளங்கள் முதலியவை பற்றி அவர் எழுதியவையெல்லாம் இங்கே இருக்கின்றனவென்று நினைத்துக்கொள்வேன். நியூ மெக்ஸிகோவிலேயே இருப்பது போன்ற உணர்ச்சி தோன்றும் என் உள்ளத்தில்; மார்பு படபடக்கும். அந்த எண்ணம் ஒரேயொரு கணம்தான் நிலைத்திருக்கும். அதற்குள், தூங்குவதற்கான மணி அடித்து என் கனவுகளைக் கலைத்துவிடும்" என்று அவள் விவரித்ததைக் கேட்டதும், அந்தச் சகோதரிகள் பூஜ்யர் வெய்லாண்டுக்காக வேலை செய்வது அவர்களுக்கு நல்லதுதான் என்று நினைத்துக்கொண்டே அங்கிருந்து கிளம்பினார் பிஷப்.

இன்றிரவு பூஜ்யர் வெய்லாண்ட் அணிந்துள்ள உடைகளின் பளபளப்பைக் குறித்து ஸ்ரீமதி ஆலிவாரெஸ் புகழ்ச்சியாய்ச் சொல்லிக் கொண்டிருந்தபோது, என்ன காரணத்தாலோ அந்த சந்நியாசினியுடன் அவளது தனியறை ஜன்னலருகில் தாம் முன்பு நின்று பேசியது பிஷப் லாடூருக்கு நினைவு வந்தது; அவளுடைய வெளுத்த முகத்தையும், சுடர் விழியையும் எண்ணிப் பார்த்த அவர் பெருமூச்செறிந்தார்.

* * *

விருந்து முடிந்து வந்த பானங்களும் அருந்தப்பட்டு விட்ட பின்னர், பாப்லோ என்னும் அந்தப் பையன் அங்கே அழைக்கப்பட்டான்; கூடியிருந்த கனவான்கள் புகை பிடித்துக்கொண்டிருக்கும் நேரத்தில் அவன் தனது வாத்தியமான பாஞ்ஜோவை வாசிக்கவேண்டுமென்று ஏற்பாடு செய்யப்பட்டிருந்தது. பூஜ்யர் லாடூருக்கு பாஞ்ஜோ எப்போதுமே ஓர் அந்நிய வாத்தியம். காட்டுமிராண்டித்தனமான இசைக் கருவி அது என்பது அவரது கருத்து. ஆனால் அந்த விசித்திர மஞ்சள் நிறச் சிறுவன் அதை வாசித்தபோது அதன் கம்பித் தந்திகளில் ஒருவித மென்மையும் குழைவும் இழையோடின. அதோடு ஒருவித வெறியும் சேர்ந்திருந்தது. அந்த மனிதர்கள் எல்லோரும் ஏதோவொரு வழியில் உணர்ந்து நாடிவந்த காட்டுமிராண்டிப் பகுதிகளின் கவர்ச்சியும் அதில் தொனித் தது. சாரணர் கார்ஸன், சேனைத் தலைவர்கள், மெக்ஸிகப் பண்ணைக்காரர்கள், பாதிரிகள் ஆகிய அங்கிருந்த

அனைவரும் சுருட்டுப் புகை மண்டலத்துக்கிடையே மௌனமாக அமர்ந்து அந்த பாஞ்ஜோ வாத்தியக்காரனின் குனிந்த தலையையும், வளைந்த தோள்களையும் கவனித்துக் கொண்டிருந்தனர்; சில சமயங்களில் உருவத்தையே இழந்து மேலும் கீழுமாக வெகு வேகமாக அசைந்து கொண்டிருக்கும் ஏதோவொரு வஸ்து வைப் போலவும், ஒரு சிறு மணற்புயல் திட்டைப் போலவும் காட்சியளித்த அவனது மஞ்சள் நிறக் கை ஏறி இறங்குவதையும் கண் கொட்டாது பார்த்துக்கொண்டிருந்தனர்.

இவ்வாறு லயித்துக் கிடக்கும் அவர்களைப் பார்த்த பூஜ்யர் லாடூர் அங்கிருந்த ஒவ்வொருவருக்கும் ஒரு சொந்த சரிதம் உண்டு என்பதையும், அதோடு அவர்கள் ஒன்றி விட்டனர் என்பதையும் எண்ணிப் பார்க்கலானார். கவலை தோய்ந்ததும், தீர்க்க திருஷ்டி படைத்ததுமான கார்ஸனுடைய கருநீலக் கண்கள் இருக்கின்றனவே, அவை ஒரு சாரணன் அல்லது வழி கண்டுபிடிப்போனுடையதாக அல்லாமல் வேறு யாருடைய தாக இருக்கமுடியும்? அங்கிருந்த அனைவரிலும் அழகிய தோற்றம் படைத்தவர் மான்யுவெல் சாவெஸ். நேர்த்தியான முறையில் தயாரிக்கப்பட்ட வெல்வெட் உடையுடுத்தி, வெகு சொகுஸாகக் காணப்பட்டார் அவர். ஊடே அவரது அங்க அமைப்புகளில் ஒரு அலட்சிய பாவமும் இருந்தது. அறையில் குறுக்கே நெடுக்கே அவர் செல்வதைப் பார்க்கும்போதும் சரி, சாப்பாட்டின்போது அவர் பக்கத்தில் அமர்ந்திருக்கும் போதும் சரி, அவரது ‘தொட்டாற் சுருங்கி’த் தோற்றத் துக்குள்ளே புதைந்து கிடக்கும் மின்சாரத் தன்மையை உணரா திருக்க முடியாது; ஏதோ மனக்கிலேசத்தின் காரணமாக எழுந்த கொடூரத்தையும், ஆபத்தான காரியங்களில் பிரியத் தையும் பார்த்த மாத்திரத்திலேயே அவரிடம் காணலாம்.

1160ஆம் ஆண்டில் மூர்களிடமிருந்து சாவெஸ் நகரை விடுவித்த இரு காஸ்டிலிய வீரர்களின் வழித்தோன்றல் தாம் என்று பெருமையடித்துக்கொண்டார் சாவெஸ். பெகோஸிலும், ஸான் மேடியோ மலைப் பிராந்தியத்திலும் அவருக்குப் பண்ணைகள் இருந்தன. ஸான்டா ஃபேயில் ஒரு வீடும் இருந்தது அவருக்கு. அதிலிருந்த அழகிய மரங்களுக்கும், தோட்டங்களுக்கும் பின்னே அவர் மறைந்து வாழ்ந்தார். தனது நாட்டின் எழில் நிறைந்த காட்சிகளிடம்

அவருக்கு வெறியெனத்தக்க பற்றுதல்; அவற்றை உணர்ந்து அனுபவிக்காத அமெரிக்கர்களைக் கண்டால் அவருக்கு வெறுப்பு. இந்தியருடன் போரிடுவதில் வல்லவர் என்று பெயர் பெற்றிருந்த கார்ஸனிடம் அவருக்குப் பொறாமை; கார்ஸன் தன் ஆயுள் முழுவதும் காணக்கூடியவைகளைவிட அதிகமான இந்தியச் சண்டைகளை, இருபது வயது ஆவதற்குள்ளேயே தாம் பார்த்திருப்பதாகச் சொல்வார். துப்பாக்கி சுடுவதில் கார்ஸனுக்கு சரியான போட்டிக்காரர் அவர். வில்லையும் அம்பையும் உபயோகிப்பதிலோ அவருக்கு நிகர் யாருமில்லை; ஒரு போதும் அதில் அவர் முறியடிக்கப்பட்டதே கிடையாது. சாவெஸ் எய்யுமளவு தூரத்துக்கு எந்த இந்தியனும் இது வரை அம்பைப் பிரயோகித்ததில்லை. ஒவ்வொரு வருடமும் இந்தியர்கள் கூட்டங் கூட்டமாக ஸான்டா ஃபேக்கு வந்து அவருடன் பந்தயம் வைத்து அம்பு விடுவார்கள். அவருடைய வீட்டிலும், லாயங்களிலும் அவர் பெற்ற பரிசுப் பொருள்கள் ஏராளமாகக் கிடந்தன. இந்தியர்களுடைய குதிரைகளையோ, வெள்ளியையோ, கம்பளிகளையோ அல்லது அவர்கள் மேலே போட்டுக்கொண்டிருக்கும் வேறு எதையுமோ போட்டி போட்டுப் பறித்துக்கொள்வதில் அவருக்கு அலாதி ஆனந்தம். இந்திய ஆயுதங்களைப் பிரயோகிப்பதில் தமக்கிருந்த சாமர்த்தியத்தைக் குறித்து அவருக்கு ஒரே பெருமை. கடினமான பயிற்சிக்குப் பின்னரே அவருக்கு அது கிட்டியது.

பதினாறு வயது வாலிபராக இருந்தபோது மெக்ஸிக இளைஞர்களின் கூட்டமொன்றுடன் சேர்ந்து நவஜோக்களை வேட் யாடச் சென்றார் சாவெஸ். அந்த நாளில், இந் நாடு அமெரிக் கர்களின் வசமாவதற்கு முன்னர், நவஜோக்களை வேட்டை யாடுவதற்கு வியாஜம் ஒன்றும் தேவையாயிருக்கவில்லை; அது ஒரு விளையாட்டான பொழுதுபோக்காகவே இருந்துவந்தது. மெக்ஸிகர்கள் கூட்டமாகச் சேர்ந்து மேற்கு நோக்கி நவஜோ நாட்டுக்குச் செல்வார்கள்; சில ஆட்டு மந்தைகளைச் சூறையாடுவார்கள். திரும்பி வரும்போது ஆடுகளுடன், குதிரைகளையும் கொண்டு வருவர். அத்துடன், நவஜோக்களில் பலரைச் சிறைப்பிடித்துக் கொண்டும் வருவர். அவ்வாறு கொண்டு வரப்படும் ஒவ்வொரு கைதிக்காகவும் மெக்ஸிக அரசாங்கத்திலிருந்து நிறைய வெகுமதி வேறு

கிடைக்கும். இத்தகைய கொள்ளைக் கூட்டத்துடன் சேர்ந்து சூறையாடுவதற்கும், வீரச்செயல் புரிவதற்கும்தான் சிறுவனாயிருந்தபோது சாவெஸ் செல்வது வழக்கம்.

ஒரு சமயம் இந்தியர் எவரையும் காணாத இளம் மெக்ஸி கர்கள் தாங்கள் உத்தேசித்ததைவிட அதிக தூரம் முன்னேறிச் சென்றனர். நாடோடிகளான நவஜோக் கூட்டத்தாரனைவரும் மதச் சடங்குகளுக்காக டிசெல்லி பள்ளத்தில் கூடியிருக் கும் சமயம் அது என்பது அவர்களுக்குத் தெரியாது. கண் மூடித்தனமாகத் தொடர்ந்து சென்ற இந்த இளம் மெக்ஸி கர்கள் கடைசியில் இந்தியர்கள் ஏராளமாகக் குழுமியிருந்த மர்மமும் பயங்கரமும் நிறைந்த அந்த மலைக்கணவாயின் ஓரத்துக்கே வந்துவிட்டனர். உடனேயே அவர்கள் நாற்புறமும் சுற்றிவளைக்கப்பட்டுவிட்டனர்: திரும்பிச் செல்ல வழி யில்லை. அக்கணவாயைக் கவிந்திருந்த வெற்றுப் பாறைகளின் மீது சண்டை நடக்கத் தொடங்கிவிட்டது. மான்யுவெலின் மூத்த சகோதரனான ஜோஸ் சாவெஸ்தான் அக்கூட்டத்தின் தலைவன்; கொல்லப்பட்டு வீழ்ந்தவர்களில் அவனும் ஒருவன். ஐம்பது பேரடங்கிய அந்த மெக்ஸிகப் படை முழுவதுமே நாசம் செய்யப்பட்டுவிட்டது; ஐம்பத்தோராவது ஆளான மான்யுவெல் மட்டும் பிழைத்துக்கொண்டார். ஏழு அம்புக் காயங்களுடனும், உடலைத் துளைத்துச் சென்றிருந்த கணையுடனும் பிணக்குவியலினிடையே கிடந்த அவரை, இறந்துவிட்டாரெனத் தவறாக எண்ணி அந்த இந்தியர்கள் விட்டுச் சென்றுவிட்டனர்.

அன்றிரவு நவஜோக்கள், தாங்கள் பெற்ற வெற்றியைக் கொண்டாடிக் களித்துக்கொண்டிருந்தபோது, எதிரிகளின் பார்வையிலிருந்து பெருங்குன்றங்கள் தன்னை மறைக்கும் வரை பாறைகளினிடையே ஊர்ந்து சென்றான் சிறுவன் மான்யுவெல். பிறகு எழுந்திருந்து கிழக்கே நோக்கி நடக்கலானான். அது கோடைக்காலமாதலால் அந்தச் செம்மணற்கல் வட்டாரத்தில் வழக்கம்போல உஷ்ணம் வெகுகடுமையாயிருந்தது. உடலில் ஏற்பட்டிருந்த காயங்கள் எரிச்சலெடுக்க ஆரம்பித்துவிட்டன. ஆயினும் இளவாலிபத்தின் அபாரமான சகிப்புச் சக்தி அவருக்கிருந்தது. ஒரு சொட்டுக்கூடத் தண்ணீரைக் காணாமல் இரண்டு நாட்கள் இரவு பகலாக நடந்தார் அவர். அறுபது மைல்

தூரம் சமவெளிகளையும் மலைகளையும் கடந்து பிற்பாடு டிபயன்ஸ் கோட்டை கட்டப்பட்ட இடமான பிரஸித்த நீரூற்றை அடைந்தார். தாகத்தைத் தணித் துக்கொண்டு, காயங்களைக் கழுவிய பின்னர் அங்கேயே உறங்கினார். இந்தியர்களுடன் சண்டை நடந்த அன்று காலையிலிருந்து உணவருந்தவேயில்லை அவர். ஊற்றுக்கருகே சில பெரிய சப்பாத்திச் செடிகள் முளைத்துக் கிடப்பதைப் பார்த்தார். வேட்டைக் கத்தியால் அவற்றின் மீதிருந்த முட்களைச் சீவியெறிந்துவிட்டு, உள்ளிருந்த சாறு நிறைந்த கதுப்புகளைக் கொண்டு வயிற்றை நிரப்பினார்.

இன்னும் மனிதப்பூண்டையே காணாதவராக அங்கிருந்து தட்டுத்தடுமாறி நடந்து லாகுனாவுக்கு வடக்கேயிருந்த ஸான் மேடியோ மலையை அடைந்தார். அங்கேயிருந்த பள்ளத்தாக் கில் மெக்ஸிக ஆட்டிடையர்களின் முகாமொன்றை அடைந்ததும் அவர் மூர்ச்சையடைந்து விழுந்துவிட்டார். மரக்கன்றுகளையும், தங்களது கம்பளிக் கோட்டுகளையும் கொண்டு அந்த இடையர்கள் ஒரு படுக்கை தயாரித்து அவரை அதில் போட்டு செபோல்லேடா கிராமத்துக்குத் தூக்கிச் சென்றனர்; அங்கு பல நாட்கள் மயக்க நிலையிலேயே அவர் இருந்தார். அநேக ஆண்டுகளுக்குப் பிறகு தனவந்தரானதும் இரு பெரிய ஓக் மரங்களின் கீழே அவர் முன்பு நினைவிழந்து விழுந்த இடமான ஸான்மேடியோ மலையடிவாரத்திலிருந்த அழகிய பள்ளத்தாக்கை அவர் விலைக்கு வாங்கினார். அந்த இரு மரங்களுக்கும் இடையில் ஒரு வீட்டைக் கட்டி நேர்த்தியானதொரு பண்ணையையும் உருவாக்கினார்.

அமெரிக்க ஆட்சியை ஒருபோதும் ஒப்புக்கொள்ளாத சாவெஸ், ஸான்டா ஃபேயில் தனிமையிலேயே வசித்தார். இந்தியர்களின் தாக்குதல் ஏதாவது கிட்டேயோ அல்லது தூரத்திலேயோ நடந்து கொண்டிருக்கிறது என்ற தகவல் கிடைக்க வேண்டியதுதான் தாமதம், இன்னும் சில தலைகளைக் கொய்வதற்குப் புறப்பட்டுவிடுவார். புதிதாக வந்திருந்த பிஷப், இந்தியர்களிடமும் அமெரிக்கர்களிடமும் நேசத்துடன் இருந்ததால் அவரை சாவெஸ் நம்பவில்லை. அதைத் தவிர மார்டினெஸின் ஆதரவாளர்களில் ஒருவர் சாவெஸ். ஸ்ரீமதி ஆலிவாரெஸ்ஸுக்கு மரியாதை காட்டும் முகமாகவே அவர் இன்றிரவு இங்கு வந்திருந்தார்:

அமெரிக்க ராணுவ வீரர்களுடன் மாலை வேளையைக் கழிப்பதென்பது அவருக்குப் பிடிக்கக் கூடிய விஷயமா?

* * *

பாஞ்ஜோ வாத்தியக்காரன் களைத்துச் சலித்து விட்டான். சற்றுத் தணிவான சங்கீதத்தைக் கொஞ்ச நேரம் கேட்க ஆவலாயிருப்பதாகத் தெரிவித்துவிட்டு ஸ்ரீமதி ஆலிவாரெஸ்ஸை யாழினருகே இட்டுச் சென்றார் பூஜ்யர் வெய்லாண்ட். இசைக் கருவியுடன் இணைந்திருக்கையில் பார்க்கும் போது அவள் வெகு அழகாக இருந்தாள். அவள் உட்கார்ந்திருந்த பாணி, அவளது சற்றே சாய்ந்த சிட்டுக் குருவித் தலைக்கும், சிறிய பாதங்களுக்கும், வெள்ளைக் கரங்களுக்கும் பொருத்தமாக இருந்தது.

'லா பாலோமா' என்ற பாட்டை நேசமிக்க தன் கணவருக்காக அவள் பாடுவதை பிஷப் அப்போதுதான் கடைசித் தடவையாகக் கேட்டார். அவருடைய பருத்த முகம் தூங்குவதுபோலத் தோன்றினாலும் ஆலிவாரெஸ்ஸின் கண்கள் அவளை நோக்கிப் புன்னகை புரிந்தன.

* * *

எழுபதாவது ஞாயிற்றுக்கிழமையன்று இறந்து போனார் ஆலிவாரெஸ். இரவு சாப்பாட்டுக்குப் பிறகு மெழுகுவர்த்தி தீபங்களைக்கொளுத்திக்கொண்டிருந்தபோது கணப்பினருகே விழுந்து உயிரை விட்டார். பிஷப்பை அழைத்துவருவதற்காக 'பாஞ்ஜோ' பையன் விரட்டப்பட்டான். நடு இரவு ஆவதற்குள்ளாகவே, மதுவினாலும், பரபரப்பினாலும் போதை ஏறியிருந்த ஆலிவாரெஸ் சகோதரர்கள் குதிரையேறி ஸான் டாஃபேயை விட்டுப் புறப்பட்டனர்; ஆல்புகெர்க் சென்று அமெரிக்க வழக்கறிஞர் ஒருவரை அமர்த்துவதுதான் அவர் களது நோக்கம்.

2

சீமாட்டி

அன்டோனியோ ஆலிவாரெஸ்ஸின் சவச்சடங்கைப்போல ஆசாரமும், விமரிசையும் கொண்ட ஒன்றை ஸான்டா ஃபே கண்டதேயில்லை. ஆனால் அச்சமயத்தில் பூஜ்யர் வெய்லாண்ட் அங்கே இல்லை. தெற்கே தொலை தூரத்துக்குப் பயணம் போயிருந்தார்; சில வாரங்கள் கழித்தே அவர் திரும்பிவந்தார். சவாரி ஜோடுகளைக்கூட அவர் கழற்றவில்லை; அதற்குள் அவளுடைய வக்கீலைப் பார்ப்பதற்காக பூஜ்யர் லாடூரின் படிப்பறைக்கு அழைக்கப்பட்டு விட்டார்.

தனது விவகாரங்களைக் கவனிப்பதற்காக பாய்டு ஓரீலி என்ற ஐரிஷ் கத்தோலிக்க இளைஞரை அமர்த்தி இருந்தார் ஆலிவாரெஸ்; புதிய பிரதேசமான நியூமெக்ஸிகோவில் வக்கீல் தொழில் செய்வதற்காக பாஸ்டனிலிருந்து வந்தவர் அவர். அக்காலத்தில் ஸான்டாஃபேயில் எஃகுப் பெட்டிகள் கிடையா தாயினும் ஓரீலி தனது பத்திரப் பேழைக்குள் ஆலிவாரெஸ்ஸின் உயிலை வைத்திருந்தார். சுருக்கமாகவும், தெளிவாகவும் இருந்தது அப்பத்திரத்திலிருந்த விஷயம்: அன்டோனியோவின் சொத்து அமெரிக்க நாணய விகிதப்படி சுமார் இரண்டு லக்ஷம் டாலர் மதிப்புள்ளதாயிருந்தது (அக்காலத்தில் அது கணிசமான ஐசுவரியம்தான்!). அதிலிருந்து கிடைக் கக்கூடிய வரும்படியை “எனது மனைவி இஸபெல்லா ஆலிவா ரெஸூம், அவளது பெண்ணான ஐநெஸ் ஆலிவாரெஸ்ஸூம் அவரவர் ஆயுள் பூராவும் அனுபவிக்க வேண்டியது.” அவர்களுக்குப் பிறகு அந்தச் சொத்து, கத்தோலிக்க மத பீடத்துக்கும், அதன் பிரசாரக் குழுவுக்கும் சேரவேண்டு மெனக் குறிப்பிடப்பட்டிருந்தது.

கதீட்ரல் நிதிக்கு உதவு வதற்கான குறிப்பு, துரதிர்ஷ்டவசமாக அந்த உயிலுடன் சேர்க்கப்படவேயில்லை.

ஆல்புகெர்க்கிலிருந்த பிரதான சட்ட ஆலோசக ஸ்தா பனத்தை அமர்த்திக்கொண்டு, அவ்வுயில் குறித்து ஆலிவா ரெஸ் சகோதரர்கள் தாவா செய்வதாக பூஜ்யர் வெய்லாண்டிடம் தெரிவித்தார் அந்த இளம் வக்கீல். ஸ்ரீமதி ஆலிவாரெஸ்ஸின் மகளாக இருக்கமுடியாத அளவு வயதானவள் குமாரி ஐநெஸ் என்பதுதான் அவர்களது முக்கிய வாதம் என்றார். இளம் வயதில் அன்டோனியா கண்டபடி காதல் புரிந்தவரென்றும், அப்போது ஏதோவொரு தாற்காலிகக்காதலிக்குப் பிறந்தவளே ஐநெஸ் என்றும், இஸபெல்லா அவளைத் தத்தெடுத்துக் கொண்டாள் என்றும் அவர்கள் வழக்காடினர். ஆலிவாரெஸ் தம்பதியின் கல்யாணப் பத்திரத்தின் கையெழுத்திட்ட பிரதியொன்றை அனுப்புமாறு நியூ ஆர்லீன்ஸுக்குச் சொல்லியனுப்பியிருந்தார் ஓரீலி: அதோடு ஐநெஸின் ஜனனப் பதிவுப் பத்திரத்தையும் தருவிக்க ஏற்பாடு செய்திருந்தார். ஆனால் இஸபெல்லா பிறந்த இடமான கெண்டுக்கியில் ஜனனக் குறிப்புகள் வைத்துக்கொள்ளப்பட்டதில்லை; எனவே அவளுடைய வயதை நிரூபிக்கக்கூடிய அத்தாட்சி ஏதும் இல்லை. அவளைத் தன்னுடைய உண்மை வயதை ஒப்புக் கொள்ளுமாறும் செய்ய முடியவில்லை. நாற்பதாவது பிரா யத்தைச் சமீபத்தில்தான் கடந்தவள் அவள் என்றே ஸான்டா ஃபேயில் பொதுவாக நம்பப்பட்டு வந்தது. அது உண்மை யாக இருப்பின், ஐநெஸ் பிறந்தபோது அவளுக்கு ஆறு அல் லது எட்டு வயதுக்கு மேல் ஆகியிருக்க முடியாது. வாஸ்த வத்திலோ அப் பெண்மணி ஐம்பது வயதைத் தாண்டிவிட்ட வள்; ஆனால் நீதிமன்றத்தில் இதை ஒப்புக் கொள்ளும்படி ஓரீலி தூண்டியபோது, செவி சாய்க்கவே மறுத்து விட்டாள் அவள். ஆகவே அவளிடம் தங்களுக்கிருந்த செல்வாக்கை உபயோகித்து இதற்கிணங்கும்படி செய்யுமாறு பிஷப்பினிடமும் பிரதி குருவினிடமும் வக்கீல் மன்றாடினார்.

இத்தகைய தர்மசங்கடமானதொரு விஷயத்தில் தலையிட பிஷப்புக்கு விருப்பமில்லை. ஆனால் பூஜ்யர் வெய்லாண்டோ, அந்த இரு ஸ்த்ரீகளைக் காப்பதோடு சொத்தின்மீது மதப் பிர சாரக் குழுவுக்கிருந்த உரிமைகளையும் நிலைநாட்டுவது

தங்க ளது முழு முதற் கடமையாகுமென்பதை உணர்ந்தார். மேற் கொண்டு மனசைக் குழப்பிக் கொள்ளாமல் தனது பழைய போர்வையை எடுத்து குரு வஸ்திரத்தின்மீது போர்த்திக் கொண்டார். பிறகு நகரத்திற்குக் கிழக்கேயுள்ள குன்றுகளின் மீதமைந்திருந்த ஆலிவாரெஸ்ஸின் வீட்டை நோக்கி, மூவரும் புறப்பட்டுச் சென்றனர்.

* * *

புத்தாண்டு விருந்து நடந்த அந்த இரவுக்குப் பிறகு அந்த வீட்டுப் பக்கமே பூஜ்யர் வெய்லாண்ட் செல்லவில்லை. இதற்குள்ளாகவே கவனிப்பின்றி அவ்விடம் உருமாறிப் போய்விட்டிருந்தது கண்டு அவர் பெருமூச்சு விட்டார். இரும் புக் கொக்கி போய்விட்டதால் அங்கிருந்த பெரிய திட்டி வாசற்கதவைக் கழிகொண்டு திறக்கவேண்டியிருந்தது. நடை பாதை முழுவதிலும் கந்தல் துணிகளும், இறைச்சி எலும்புகளும் இறைந்து கிடந்தன. நாய்கள் கொண்டுவந்து போட்டிருந்த அவற்றை அகற்றுவார் யாருமில்லை அங்கே, முன் வாசல் மண்டபத்தில் தொங்க விடப்பட்டிருந்த பெரிய கிளிக் கூண்டு ஒரே அசிங்கமாயிருந்தது; அதிலிருந்த பறவைகள் கிறீச்சிட்டுக்கொண்டிருந்தன. வெளிவாயிற்படிக்கருகிலிருந்த மணியை ஓரீலி அடித்ததும், பாப்லோ என்ற அந்த பாஞ்ஜோ வாசிக்கும் பையன் அவர்களை உள்ளே அனுமதிக்க பரட்டைத் தலையுடனும், அழுக்குச் சட்டையுடனும் ஓடோடி வந்தான். அவன் அவர்களை இட்டுச் சென்ற நீண்ட அறை காலியாக, குளிர்ந்து கிடந்தது; கணப்பருகில் புகை படிந்து கறுப்பேறியிருந்தது; அதிலிருந்த சாம்பல் அகற்றப்படாமல் அப்படியே குவிந்திருந்தது. நாற்காலிகள்மீதும், ஜன்னல் படிகளிலும் செம்மண் புழுதி திட்டாகப் படிந்திருந்தது. ஜன்னல் கண்ணாடிகளில் அழுக்கேறி, கண்ணீர்த் திவலைகள் பட்டதுபோல் புள்ளிகள் விழுந்திருந்தன. எழுதும் மேஜை மீதோ காலிப் புட்டிகளும், பிசுக்கேறிய கண்ணாடிக் கோப்பைகளும், சுருட்டுத் துண்டுகளும் கிடந்தன. ஒரு மூலையில் பச்சை நிற உறையால் மூடப்பட்ட யாழ் சாத்திவைக்கப்பட்டிருந்தது.

பாதிரியார்களை உட்காரும்படி கூறினான் பாப்லோ. தன் எஜமானி படுக்கையிலிருப்பதாகவும், சமையல்காரி கையைச் சுட்டுக்கொண்டுவிட்டாளென்றும், மற்ற பணிப்பெண்கள்

சுத்த சோம்பேறிகள் என்றும் அவன் சொன்னான். பிறகு விறகைக் கொணர்ந்து, கணப்பை மூட்டினான்.

சிறிது நேரத்திற்கெல்லாம் இஸபெல்லா உள்ளே வந்தாள். துக்க உடைகள் தரித்துக்கொண்டிருந்த அவளது முகம் அந்தக் கறுப்புப் பின்னணியில் மிகவும் வெளிறியிருந்தது; அவள் கண்களோ சிவந்திருந்தன. கழுத்துக்கும் காதுக்கும் அருகில் தொங்கிய சுருள் கேசங்களும் மங்கிப்போய் சாம்பல் நிறத்தில் காட்சி அளித்தன.

பூஜ்யர் வெய்லாண்ட் அவளுக்கு முகமன் கூறி ஆறுதலாகச் சில வார்த்தைகள் சொன்னார். பிறகு, அந்த வாலிப வக்கீல் தங்களை எதிர்நோக்கியிருந்த கஷ்டங்களை மெதுவாகத் திரும்பவும் எடுத்துக்கூறினார்; ஆலிவாரெஸ் குடும்பத்தின் வழக்கை முறியடிக்கத் தாங்கள் செய்ய வேண்டியது என்ன என்பதையும் சொன்னார் அவர். தனது சிறிய கைக்குட்டை யால் கண்களையும் மூக்கையும் துடைத்துக் கொண்டே அடக் கமாக உட்கார்ந்திருந்தாள் இஸபெல்லா. அவர் கூறியதில் ஒரு வார்த்தையைக்கூட அவள் புரிந்துகொள்ள முயன்ற தாகத் தெரியவில்லை.

பொறுமையை விரைவிலேயே இழந்துவிட்ட பூஜ்யர் வெய்லாண்ட், விதவையின் அருகில் நெருங்கி, சுறுசுறுப்புடன் பேசவும் துவங்கினார். "இதோ பார் குழந்தாய், உன் கண வரின் சகோதரர்கள் அவருடைய விருப்பங்களை உதாசீனம் செய்யத் தீர்மானித்துவிட்டனர். உன்னையும், உனது மகளையும், முடிவில் நம் மதத்தையும் ஏய்த்துவிடக் கங்கணம் கட்டி விட்டனர். சிறுபிள்ளைத்தனமான வறட்டு ஜம்பத்துக்கு இது சமயமல்ல. உனது கணவரின் விருப்பத்துக்கு எதிரான இந்த அக்கிரமத்தைத் தடுப்பதற்கு, குமாரி ஐநெஸின் தாயா ராயிருக்கக் கூடிய அளவு வயது உனக்கிருக்கிறது என்று நீதிமன்றத்தைத் திருப்தி செய்தாகவேண்டும். துணிச்சலாக உன் உண்மை வயதைக் கூறிவிடவேண்டும். ஐம்பத்திமூன்று தானே அது?"

பயத்தினால் வெளுத்து ஸோபாவின் ஒரு மூலையில் குன்றிப் போய் உட்கார்ந்துவிட்டாள் இஸபெல்லா. உற்றுப் பார்த்துக் கொண்டேயிருந்த அவளது நீல விழிகளில் சிறிது சிறிதாக ஒளி தோன்றிப் பெருகியது.

"ஐம்பத்திமூன்றா?" என்று பயமும் ஆச்சரியமும் கலந்த குரலில் கூவினாள் அவள். "இதைவிட அநியாயமான

கூற்றை நான் கேட்டதே கிடையாது! போன பிறந்த நாளின்போது எனக்கு நாற்பத்தி இரண்டு வயதுதான் ஆகியிருந்தது. டிசம்பர் மாதம் நான்காம் தேதி அது. அன்டோனியோமட்டும் இன்று இங்கிருப்பாரேயானால், நான் சொல்வது உண்மையென்பதை உறுதிப்படுத்துவார். மேலும், இவ்வாறு என்னைத் தூஷிப்பதற்கும், நான் செய்யவேண்டியதைப் பற்றிப் பேசுவதற்கும் உங்களை அவர் அனுமதித்திருக்கவும் மாட்டார் பூஜ்யர் வெய்லாண்ட் அவர்களே! அவர் யாரையும் என்னுடன் அவ்வாறு பேச விட்டதேயில்லை!" கைக்குட்டையினால் முகத்தை மூடிக்கொண்டு தேம்பத் தொடங்கினாள் அவள்.

கடுமையாகப் பேசிய பிரதி குருவைத் தடுத்து நிறுத்தி விட்டு, இஸபெல்லாவினிடம் இரக்கம் மேலிட்டவராக, அவளருகில் சோபாவில் அமர்ந்து மெதுவாகக் கூறலானார் பிஷப்: "நண்பர்கள் முன்னிலையிலும், இந்த உலகத்தின் முன்னிலையிலும் உங்களுக்கு நாற்பத்திஇரண்டு வயது தான். ஆனால் உங்களுடைய உள்ளத்தையும், முகத்தையும் காணும்போது உண்மையில் அதைவிடக் குறைந்த வயதே ஆகிறதென்று சொல்லவேண்டும். ஆனால் சட்டத்தின் சந்நிதியிலோ, மதத்தின் முன்னிலையிலோ நீங்கள் கூறும் கணக்கு சரியாயிருக்கவேண்டும். நீதிமன்றத்தில் கொடுக்கப்படும் ஒரு சாதாரண வாக்குமூலம், உங்களுடைய நண்பர்களிடையே உங்கள் வயதைக் கூட்டிவிடாது; அதன் காரணமாக உங்கள் முகத்திலும் சுருக்கமேதும் விழுந்துவிடப் போவதில்லை. தோற்றமளவேதான் எந்தப் பெண்மணிக்கும் வயது என்பது நீங்கள் அறிந்ததே!"

"பிஷப் லாடூர் அவர்களே! உங்களுடைய இனிய வார்த்தைகளுக்கு நன்றி." கண்ணீரினால் பிரகாசித்த நேத்திரங்களால் அவரைப் பார்த்துக்கொண்டே அசைந்து கொடுத்தாள் அந்தச் சீமாட்டி. "ஆனால், நான் மறுபடி தலை நிமிர்ந்து நடக்க முடியாதே! ஆலிவாரெஸ் சகோதரர்களே அந்தச் செல்வத்தையெல்லாம் எடுத்துக்கொள்ளட்டும். எனக்கு வேண்டியதில்லை அது."

பாய்ந்தெழுந்தார் பூஜ்யர் வெய்லாண்ட். பார்வையின் கடுமையாலேயே அவளுடைய குனிந்த தலைக்குள் பகுத்தறி வைச் செலுத்திவிடுவதுபோல அவளை உறுத்துப் பார்த்தார். "நான்கு லட்சம் பெஸோக்கள் பறிபோய்விடும்,

இஸபெல்லா!" என்று கத்தினார். "நீயும் உன்னுடைய மகளும் உங்கள் எஞ்சிய வாழ்நாள் பூராவிலும் அதைக் கொண்டு சுக சௌகரியத்துடன் இருக்கலாம். அதைவிட்டு, உன் மகளைப் பிச்சைக்காரியாக்கவா போகிறாய்? நீ இவ்வாறு பிடிவாதமாய் இருந்தால், ஆலிவாரெஸ் சகோதரர்கள் எல்லாவற்றையும் அடித்துக்கொண்டு போய் விடுவர்."

"ஐநெஸ் விஷயத்தில் அதை நான் தவிர்க்க முடியாது. எப்படியும் கன்னிமாடத்தில் சேர்ந்து விடுவதென்றே அவள் உறுதியாக இருக்கிறாள். என்னைப் பொறுத்தமட்டிலோ அப் பணத்தைப் பற்றி யாதொரு விதமான அக்கறையும் கிடையாது."

தண்ணென்றிருந்த அவளது கரத்தைப் பற்றினார் பூஜ்யர் வெய்லாண்ட். "உனது பொறுப்பில் நமது மத ஸ்தாபனத்துக்கு விட்டுச் செல்லப்பட்டிருக்கும் பணத்தை அது அடைய முடியாமல் ஏய்த்துவிட உனக்கு உரிமையிருக்கிறதா? இவ்வாறு இரண்டகம் செய்வதால் உனக்கு ஏற்படக் கூடிய விளைவுகளைப் பற்றிச் சிந்தித்தாயா?"

தன் பிரதி குருவைக் கடுமையாக விழித்துப் பார்த்தார் பூஜ்யர் லாடூர். "சும்மாயிரும்" என்றார் அவர் அமைதியாக. பூஜ்யர் வெய்லாண்ட் விட்டுவிட்ட அவளுடைய சிறிய கையைப் பிடித்துக்கொண்டு, அதன் மீது குனிந்தவராய் மரியாதையுடன் முத்தமிட்டார். "நாம் இதற்குமேல் வற்புறுத்து வது கூடாது. ஸ்ரீமதி ஆலிவாரெஸ்ஸுக்கும், அவருடைய மனச் சாட்சிக்குமே இவ்விஷயத்தை விட்டுவிட வேண்டும். மகளே, இந்த வீண் கௌரவத்தைத் தியாகம் செய்வதால் உனது ஆன் மாவுக்கு அமைதி ஏற்படுமென்பதை உணருவாயென நம்பு கிறேன். இதன் லோகாயத அம்சத்தைக் கருதினாலும் கூட, வறுமையைத் தாங்குவது கடினமென்பதைத் தெரிந்துகொள்வாய். ஆலிவாரெஸ் சகோதரர்களிடம் கையேந்தியே நீ காலம் கழிக்கவேண்டியிருக்கும். அத்தகைய நிலைமை ஏற்படக்கூடாதென்பதே என் விருப்பம். இவ்விஷயத்தில் எனக்கு சுயநல உணர்ச்சியும் இல்லாமலில்லை. எப்போதும் போலவே நீ ரஞ்சகமாக இருந்து, இங்குள்ள எங்களுக்காக வாழ்க்கையில் சிறிதளவு உல்லாசத்தை அளிக்க வேண்டுமென்பதே என் அவா. எங்களுக்கு அது அதிகம் இல்லை இப்போது."

இஸபெல்லா அழுகையை நிறுத்தினாள். தலையை நிமிர்த்திக் கண்களைத் துடைத்துக்கொண்டே உட்கார்ந்திருந்தாள்.

திடீரென்று பிஷப்பின் குருவஸ்திரத்தில் இருந்த பித்தான்களிலொன்றைத் தன் நடுங்கும் விரல்களால் திருக ஆரம்பித்தாள்.

"பூஜ்யரே, ஐனெஸின் தாயாராயிருப்பதென்றால் எனக்கு குறைந்த பட்சமாக எவ்வளவு வயது இருக்க வேண்டும்?" என்று கூச்சத்துடன் கேட்டாள்.

பிஷப்பினால் அதைத் தீர்மானிக்கமுடியவில்லை. முகம் சிவந்துவிட்டது அவருக்கு. சற்றுத் தயங்கியபின் தனது நேர்த்தியான கையை விரித்து ஓரீலியைப் பார்த்துச் சைகை செய்தார்.

அந்த இளைஞர் மரியாதையுடன் கூறினார்: "குறைந்த பட்சம் ஐம்பத்திஇரண்டு வயது ஆகியிருக்கவேண்டும், ஸ்ரீமதி ஆலிவாரெஸ்! நீங்கள் அதை ஒப்புக் கொண்டு அதிலிருந்து பிறழாமல் மட்டும் இருந்துவிட்டீர்களேயானால் நமது வழக்கு ஜெயித்துவிடும் என்று நிச்சயமாகச் சொல்வேன்."

"நல்லது, மிஸ்டர் ஓரீலி." தலையைக் குனிந்து வணங்கினாள் அவள். வந்திருந்தவர்கள் எழுந்தபோது, தரையில் கிடந்த புழுதி படிந்த விரிப்புகளைப் பார்த்தபடியே உட்கார்ந்திருந்தாள். "எல்லோருக்கும் எதிரில் ஒப்புக்கொள்வேன்" என்று தனக்குத்தானே கூறிக்கொள்வதுபோல முணுமுணுத்தாள்.

அவர்கள் வீடு நோக்கி நடந்துகொண்டிருந்தனர். தன் னைப் பொறுத்தவரை, ஒரு வெள்ளைக்காரப் பெண்மணியின் அசட்டுக் கௌரவத்தைக் காட்டிலும் ஒரு இந்தியக் கிராமம் முழுவதின் மூட நம்பிக்கைகளையும் எதிர்த்து நிற்பதே தர மெனத் தாம் கருதுவதாக பூஜ்யர் வெய்லாண்ட் கூறினார்.

"இதுபோன்ற நிகழ்ச்சியில் இன்னொரு முறை பங்கெடுத்துக்கொள்வதைவிட, வேறு எது வேண்டுமானாலும் செய்ய நானும் தயார்" என்று முகத்தைச் சுளித்துக்கொண்டே சொன்னார் பிஷப். "இதைவிடக் கொடூரமான காரியம் எதிலும் நான் உதவி செய்ததாக எனக்கு நினைப்பில்லை."

* * *

ஆலிவாரெஸ் சகோதரர்களின் கட்சியைத் தோற்கடித்து வழக்கை ஜெயித்தார் பாய்ட் ஓரீலி. விசாரணையின்போது

நீதிமன்றத்துக்கு பிஷப் செல்லவேயில்லை. ஆனால் பூஜ்யர் வெய்லாண்ட் போயிருந்தார். அங்கே, நாற்றம் பிடித்த கூட்டத்தினிடையே அவர் நின்று கவனித்தார் (கோர்ட் அறையில் நாற்காலிகள் இல்லை). பயத்தினால் ஏற்பட்ட கடுமை தொனிக்க அந்த இளம் வக்கீல் தனது கட்சிக்காரியை நோக்கி விரலைச் சுட்டி, "ஸ்ரீமதி ஆலிவாரெஸ்! உங்களுக்கு ஐம்பத்திஇரண்டு வயதாகிறதென்பது உண்மைதானே?" என்று கேட்டபோது பாதிரியாரின் கால்கள் நடுங்கின.

ஸ்ரீமதி ஆலிவாரெஸ் ஏகமாகத் துக்க உடை தரித்திருந்தாள். கருத்த முக்காட்டு மடிப்புகளிடையே அவளது முகம், நிழலோடிய வெள்ளைக் கீற்றைப் போலக் காட்சியளித்தது.

"ஆம், ஐயா." அவளது பதில் அந்த மெல்லிழைக் கறுப்பு ஆடையினூடே அதிசன்னமாகக் கேட்டது.

வழக்கில் தீர்ப்பு சொல்லப்பட்ட அன்று இரவு, அவளைப் பாராட்டுவதற்காக அன்டோனியோவின் பழைய நண்பர்கள் பலருடன் மான்யுவெல் சாவெஸ் வந்தார். அவர்கள் அவ்வீட்டுக்குச் செல்லப்போகும் விஷயம் நகரில் பரவிவிடவே வெகு நாளாக விருந்தாளிகள் யாரும் அனுமதிக்கப்படாமலிருந்த அந்த இடத்துக்குச் செல்லக்கூடிய துணிவு அநேகருக்கு ஏற்பட்டுவிட்டது. ஆகவே, அங்கு அன்று மாலையில் கணிசமான கூட்டமொன்று கூடியது. அவர்களில் ராணுவஸ்தர்கள் சிலரும், ஆலிவாரெஸ் சகோதரர்களின் பரம்பரை விரோதிகள் பலரும் இருந்தனர்.

திரும்பவும் அந்த நீண்ட தாழ்வாரம் முழுவதும் ஜனங்கள் நிரம்பியிருந்ததைக் கண்ட சமையற்காரிக்கு உற்சாகம் பிறந்துவிட்டது; அவசரம் அவசரமாகச் சாப்பாடு தயாரித் தாள் அவள். வெள்ளைச் சொக்காயும், வெல்வெட் அரைக் கோட்டும் அணிந்துகொண்ட பாப்லோ, காலஞ் சென்ற தன் எஜமானர் சேகரித்து வைத்திருந்த விஸ்கி ரகங்களில் சிறந்த வற்றையும், திராட்சை, ஷாம்பேன் மதுவகைகளையும் நில வறையிலிருந்து மேலே எடுத்துச் செல்லவாரம்பித்தான் (பளிச்சிடும் ஒயின் மதுவினிடம் மெக்ஸிகர்களுக்கு மிகுந்த ஆசை. சில வருடங்களுக்கு முன்னால் தான் ஸான்டாஃபே பேயிலிருந்த மெக்ஸிக ராணுவ அதிகாரிகளிடம் ஏதோ ராஜ்யத் தகராறில்

சிக்கிக்கொண்டுவிட்ட அமெரிக்க வியாபாரியொருவர், ஒரு பெரிய வண்டி நிறைய ஷாம்பேன் ஒயினைப் பரிசாக அளித்து அவர்களுடைய நம்பிக்கையையும், நேசத்தையும் திரும்பச் சம்பாதித்துக்கொண்டார். மொத்தம் மூவாயிரத்தி முன்னூற்றிரண்டு புட்டிகளை அளித்து, இக்கட்டிலிருந்து தப்பினார் அவர்).

இந்த விருந்தோம்பும் தன்மை திடீரெனத் திரும்பவும் தோன்றிவிட்டது அந்த வீட்டில்; முன்னதாக ஆயத்தம் ஏது மேயில்லை. ஒயின் கோப்பைகளில் புழுதி நிரம்பிக் கிடந்தது; அப்போதுதான் கழற்றிய சொக்காயைக் கொண்டு அதைத் துடைத்தான் பாப்லோ. பிறகு, யாரிடமிருந்தும் உத்தரவு பெறாமல் ஒரு தட்டு நிறையக் கோப்பைகளை எடுத்துக் கொண்டு இங்குமங்கும் அலைய ஆரம்பித்தான். சுவர்ப்பீடத் துக்கருகில் நின்று கொண்டு பிற்பாடு அக்கோப்பைகளைப் பல தடவை நிரப்பினான். இஸபெல்லாகூடச் சிறிதளவு ஷாம் பேன் பருகினாள். ஜார்ஜியாவைச் சேர்ந்த இளம் காப்டனுடன் சேர்ந்து ஒரு கோப்பை அருந்திய பின்னர், அவர்களுடைய வீட்டுக்கு அடுத்தாற்போல் வசித்தவரும், தன் கணவரின் உண்மை நண்பருமான ஃபெர்டினாண்டு ஸான்செஸுடன் சேர்ந்து இன்னொரு கோப்பை மதுவைப் பருகாமலிருக்க முடியவில்லை அவளால். வேலைக்காரர்கள், விருந்தாளிகள் ஆகிய எல்லோருமே களிப்பில் ஆழ்ந்திருந்தனர்; மழையில் நனைந்த தோட்டம் போல எல்லாமே பளிச்சென விளங்கின.

தானாகச் சேர்ந்த இந்த நண்பர்களின் கூட்டத்தைப்பற்றி ஒன்றுமே கேள்விப்படாத பூஜ்யர் லாடூரும், பூஜ்யர் வெய் லாண்டும் தைரியமிக்க அந்த விதவையைப் பார்த்து வருவ தற்காக எட்டு மணிக்குப் புறப்பட்டனர். வாசல் முற்றத்தில் அவர்கள் கால் வைத்ததும், உள்ளேயிருந்து வந்த சங்கீத ஒலியையும், நீண்ட வரிசையான ஜன்னல்களிலிருந்து வெளியே வீசிய வெளிச்சத்தையும் கண்டு ஆச்சரியப்பட்டனர். கதவைத் தட்டுவதற்காக நிற்காமல், இருவரும் தாழ்வாரத்திற்குள் நுழைந்தனர். அங்கே நிறைய மெழுகுவர்த்திகள் எரிந்து கொண்டிருந்தன. உயரமான கனவான்கள், நீண்ட கோட்டுகள் அணிந்து நின்றிருந்தனர். ஓரீலியும், கோட்டையிலிருந்து வந்திருந்த அதிகாரிகள் கோஷ்டியினரும் சுவர்ப் பீடத்தைச்

சூழ்ந்து நின்றனர்; ஷாம்பேன் மதுவை அவர்களுடைய கோப்பைகளில் ஊற்றிக்கொண்டிருந்தான் பாப்லோ. அறையின் மறுகோடியிலிருந்து யாழின் ஓங்கிய நாதமும், இஸபெல்லாவின் குரலும் இசைந்து கேட்டன.

"பரிகசிக்கும் பறவை பாடுவதைக் கேள்,

பரிகசிக்கும் பறவை பாடுவதைக் கேள்!"

என்று பாடிக்கொண்டிருந்தாள் அவள்.

பாட்டு முடியுமட்டும் அறை வாயிற்படியிலேயே இருபாதிரிகளும் நின்றனர்; பிறகு, அவர்களுக்குத் தங்களது மரியாதையைத் தெரிவிப்பதற்காக அருகில் நெருங்கினர். துக்க விதிகள் அனுமதித்த தூய வெள்ளை நிற உடை உடுத்தியிருந்தாள் அவள்; மஞ்சளான கேசச் சுருள்கள் பழையபடியே குலுங்கிக் கொண்டிருந்தன; வலது காதுக்குப் பின்னால் மூன்றும், நெற்றிமீது இரண்டும், கழுத்தின் பின்புறத்தில் ஒரு சிறிய வரிசையுமாக அந்தச் சுருள்கள் தொங்கின. இரண்டு பாதிரிகளும் தன்னை நோக்கி வருவதைக் கண்ட அவள் எழுந்திருந்தாள். அவர்களை நோக்கித் தனது இரு கைகளையும் நீட்டினாள். அவளுடைய கண்கள் பிரகாசமாக இருந்தன. தனது ஆத்மீகத் தந்தைகளிடம் அவளுக்கு ஏற்பட்டிருந்த அன்பு அவளது முகத்தில் தெளிவாய்த் தெரிந்தது. ஆனால் அவள் முதன் முதல் கூறிய முகமன் வார்த்தையோ, விளையாட்டாகக் கண்டிப்பது போலிருந்தது. அங்கங்கே பேசிக்கொண்டு கும்ப லாக நின்றிருந்தவர்களின் கசமுசப்பையும் மீறி, உரக்கக் கேட்டது அவளது குரல்.

"என் வயதைப்பற்றிக் கோர்ட்டில் கோட்டைப் புளுகைக் கூறவைத்ததற்காக உங்களை ஒருபோதும் மன்னிக்கமாட்டேன், வெய்லாண்ட்! உங்களையும்கூடத்தான் லாடூர் அவர்களே!"

சிரிப்புக்கும் கரகோஷத்துக்குமிடையே அவ்விரு பாதிரிகளும் தலை வணங்கினர்.

ஏழாம் பாகம்

மத மாவட்டம்

I

மேரி அன்னையின் மாதம்

வெளியுலக நிகழ்ச்சிகள் பிஷப் லாடூரின் வேலைக்குச் சில சமயங்களில் உதவியாகவும், அடிக்கடி இடையூறாகவும் இருந்து வந்தன.

அவர் ஸான்டா ஃபேக்கு வந்து மூன்று வருடமாவதற்கு முன், தற்போது தெற்கு நியூ மெக்ஸிகோவாகவும், அரிஸோனாவாகவும் விளங்கும் பெரிய பிரதேசத்தை மெக்ஸிகோவிடமிருந்து அமெரிக்க ஐக்கிய நாட்டு அரசாங்கம் விலைக்கு வாங்கியது. இந்தப் புதுப் பிரதேசத்தையும் அவருடைய மத மாவட்டத்துடன் சேர்த்திருப்பதாக ரோமாபுரியிலிருந்த மேலதிகாரிகள் பூஜ்யர் லாடூருக்குத் தெரிவித்தனர். ஆனால் அதிலடங்கிய குரு ஸ்தானங்களை தேசத்தின் எல்லைக்கோடுகள் பல இடங்களில் பிளவுபடுத்தியதால், சிஹுவாஹுவாவிலும், ஸோனோராவிலுமிருந்த மெக்ஸிக பிஷப்புகளுடன் கூடி ஆலோசித்து அந்த ஆலயங்களின் ஆட்சியெல்லைகளை நிர்ணயிக்குமாறு அவருக்குக் கட்டளையும் இட்டிருந்தனர். இத்தகைய ஆலோசனைக் கூட்டங்கள் நடத்துவதற்குக் கிட்டத்தட்ட நான்காயிரம் மைல்கள் பிரயாணம் செய்யவேண்டியிருக்கும்.

இப்பிரச்னை சில வருடகாலம் தீராமலே இருந்தது; இது விஷயமாகப் பெருமளவில் கடிதப் போக்குவரத்தும்

நிகழ்ந்தது. கடைசியாக, மெக்ஸிக பிஷப்புகளுடன் பேசி எல்லைகளை வரை யறுப்பதற்காக 1858ஆம் ஆண்டில் பூஜ்யர் வெய்லாண்ட் அனுப்பப்பட்டார். இலையுதிர் காலத்தில் பிரயாணத்தைத் தொடங்கிய அவர், மாரிக்காலம் முழுவதையும் சாலையிலேயே கழித்தார். எல்பாஸோ டெல் நோர்டேயிலிருந்து மேற்காக டக்ஸனுக்கும், அங்கிருந்து ஸான்டா மாக்டலினாவுக்கும், குவாய்மாஸுக்கும் சென்றார்; அங்கிருந்து பஸிபிக் சமுத்தி ரத்தில் சிறிது பிரயாணம் செய்த பின் சொந்த ஊரை நோக் கித் திரும்பினார்.

குளிரிலும் வெயிலிலும் அடிபட்டதாலும், அசுத்த நீரைப் பருகியதாலும் திரும்பி வருகையில் அவருக்கு மலேரியாக் காய்ச்சல் வந்துவிட்டது; அதன் காரணமாக, அரிஸோ னாவில் ஒரு சப்பாத்திக் காட்டில் கடுமையான ஜுரத்துடன் கிடந்தார். இந்தியனொருவன் அவர் நோயுற்றிருக்கும் செய் தியை ஸான்டாஃபேக்குக் கொணர்ந்தான். அதைக் கேட்ட தும் பூஜ்யர் லாடூரும், ஜாஸின்டோவும் நியூமெக்ஸிகோ முழுவதையும், அரிஸோனாவில் பாதியையும் கடந்து பூஜ்யர் வெய்லாண்ட் இருக்குமிடம் சேர்ந்தனர். ஆங்காங்கே தங்கி அவரை மெதுவாக ஸான்டா ஃபேக்குக் கொண்டுவந்து சேர்த்தனர்.

பிஷப்பின் வீட்டில் இரண்டு மாதங்கள் படுத்த படுக்கை யாய்க் கிடந்தார் அவர். பிஷப்பும் அவரும் ஒரே சமயத்தில் சேர்ந்து இருந்த முதல் வசந்த காலம் இதுதான். ஸான்டா ஃபே வந்ததற்குக் கொஞ்ச காலத்துக்குப் பின்னர் அவர்கள் நிர்மாணித்த தோட்டத்தின் அழகை சேர்ந்து அனுபவிக்க இப்போது தான் வாய்ப்புக் கிடைத்தது அவர்களுக்கு.

மேரி அன்னைக்குரித்தான மே மாதம் அது. காய்கறிப் பாத்திகளில் பிஷப்பும், தோட்டக்காரனும் வேலை செய்வ தைப் பார்த்தவாறே தோட்டத்தில் ஒரு திராட்சைக்கொடிப் பந்தலின் கீழே ராணுவக் கட்டிலொன்றில் கம்பளிகளைப் போர்த்திக் கொண்டு படுத்திருந்தார் பூஜ்யர் வெய்லாண்ட். ஆப்பிள் மரங்கள் புஷ்பித்திருந்தன; செர்ரி மரங்களிலோ மலர்ச்சி நின்றுவிட்டது. காற்றும், பூமியும் வசந்தத்தின் இதமான வீச்சில் ஒன்றுடனொன்று ஒன்றியிருந்தன. நிலத்தை சூரிய வெளிச்சம் ஊடுருவியது; சூரிய ஒளியிலோ செம்புழுதி நிறைந்திருந்தது. காற்றில் மண் வாசனை; காலடியிலிருந்த புல்லிலோ நீல வானத்தின் பிரதிபிம்பம்.

* * *

ஆறு வருடங்களுக்கு முன்னால் அமைக்கப்பட்டது இத் தோட்டம். நம் ஜோதி அன்னையின் கல்விச் சாலையை ஸ்தாபிப்பதற்காக லோரெட்டோ சகோதரிகளை ஸெயின்ட் லூயியிலிருந்து அவர் அழைத்துக்கொண்டு வந்தபோது, இந்தப் பழமரக் கன்றுகளையும் வண்டிகளில் வைத்துக்கொணர்ந்தார் பிஷப். பள்ளிக்கூடம் இப்போது நன்றாக வளர்ந்துவிட்டது; அதனால் சமூகத்துக்கு நன்மையே என்பதை கத்தோலிக்கர்கள் மட்டுமன்றி பிராடஸ்டண்டுகளும் ஒப்புக்கொண்டனர்: மரங்களும் வளர்ந்து பலனளிக்க ஆரம்பித்துவிட்டன. அவற்றிலிருந்து வெட்டிச் சென்று பயிராக்கப்பட்ட கிளைகள், அநேக மெக்ஸிகத் தோட்டங்களில் ஏற்கனவே காய்க் கத் தொடங்கி விட்டன. பால்டிமோருக்கு முதல் தடவை யாக பிஷப் சென்றிருந்த சமயத்தில், தங்களது வீட்டை நிர் வகித்து வந்த ஃபேரக்டோஸா என்ற மெக்ஸிகப் பெண்மணிக்கு தனது பற்பல உத்தியோக அலுவல்களுக்கு மத்தியில் சமையல் வேலையைச் சொல்லிக் கொடுத்திருந்தார் பூஜ்யர் வெய்லாண்ட். பின்னர் ஃபேரக்டோஸாவின் கணவனான ட்ரான்க் விலினோவை வேலைக்கெடுத்துக் கொண்டு, அவனை ஒரு தோட்டக்காரனாக பிஷப் லாடூர் பழக்கினார். வருங்காலத்தில் செய்யவேண்டியவைகளை அவர்கள் தைரியமாகத் திட்டமிட்டனர். பிஷப்பின் வீட்டுக்கும், கல்விக் கூடத்துக்கும் மத்தியிலிருந்த நிலத்தில் ஒரு விஸ்தாரமான பழத்தோட்டத்தையும் காய்கறித் தோட்டத்தையும் ஏற்படுத்தினர். அது முதற் கொண்டு செடிகளை நடுவதும், நறுக்குவதுமாக அதிலேயே வேலை செய்துவந்தார் பிஷப். அவருக்கிருந்த ஒரேயொரு பொழுதுபோக்கு அதுதான்.

பிஷப் வீட்டு முற்றத்தையும், கல்விச் சாலையையும் வரிசையான இளம் பாப்லர் கன்றுகள் இணைத்தன. தென்புறத்திலும், மண்சுவரோரமாகவும் அவர்கள் அங்கு வருவதற்கு முன்பிருந்தே வளர்ந்து கொண்டிருந்த ஒற்றை மர வரிசை இருந்தது. முறுக்கிய அடி மரங்களுடன் கூடிய ஒருவகைப் புளிய மரங்கள் அவை; பேணுவாரில்லாமல் அந்தக் கட்டாந்தரையில் சூரியனின் கடும் வீச்சுக்கும் கழுதைகளுக்கும் தாமே ஈடு கொடுத்துப் போராடி அவை உரம் பெற்றிருந்தன. காலத்தினால் பதமாகி மெருகேறிப்

பழைய கம்பங்களைப் போலவே அவை காணப்பட்டன. நுண்ணிய இலைக்கொத்துகளையும், மலர்களையும் தோற்றுவிக்கும் அற்புதமான சக்தி அவற்றுக்கு எப்படியோ இன்னமும் இருந்தது.

மற்ற மரங்களைக் காட்டிலும் அந்த டாமரிஸ்க் மரங்கள் மீது ஒரு விசேஷ அன்பு உண்டாகியிருந்தது பூஜ்யர் வெய் லாண்டுக்கு. அவருடைய பிரயாணங்களின் போதெல்லாம் அவை வழித்துணையாக இருந்து வந்திருக்கின்றன. நியூமெக் ஸிகோவிலும், அரிஸோனாவிலும் பாலை நிலங்களின் வழியே செல்கையில் எந்த மெக்ஸிக வீட்டை அவர் கண்டாலும் அங்கே தவறாது டாமரிஸ்க் மரமும் இருக்கும்; அவ்வீட்டுக் கழுதை அதன் அடிமரத்தில்தான் கட்டப்பட்டிருக்கும். கோழிக் குஞ்சுகள் அதன் கீழே மண்ணைக் கிளறும்; நாய்கள் அதன் நிழலில்தான் படுத்துறங்கும். தோய்க்கப்பட்ட துணிகள் உலர்த்தப்படுவதும் அதன் கிளைகளில்தான். பச்சை வெட்டுக் கற்களாலான கிராமத்தின் வடிவத்துக்கும் நிறத்துக்கும் ஏற்றது அந்த டாமரிஸ்க் மரம்தான் என்று பூஜ்யர் லாடூர் அடிக்கடி கூறுவார். அம்மரத்தை அலங்கரித்து நிற்கும் மலர்களின் நிறத்துக்கும், செம்மண் சுவர்களின் வர்ணத்துக்கும் அதிக வித்தியாசமில்லை. அதன் நார் நாரான அடிப் பாகம், தங்கமும் இளஞ்சிவப்பும் கலந்த நிறத்தில் காட்சி யளித்தது. இம்மாதிரியான விஷயங்களில் பிஷப்புக்கு இருந்த ஈடுபாட்டை மதித்து நடந்தார் பூஜ்யர் வெய்லாண்ட். ஆனால் இவர் அதை நேசித்ததன் காரணமோ முற்றிலுமே வேறானது; மெக்ஸிக மக்கள் விரும்பி வளர்த்த மரமாகி, ஒவ்வொரு வீட்டிலும் ஒவ்வொரு குடும்பத்துடனும் அது ஒருங்கிணைந்துவிட்டதுதான் அவரது பிரியத்துக்குக் காரணம்.

பூஜ்யர் வெய்லாண்டுக்கு இது ஆனந்தமான பருவம், வருடக்கணக்காக இந்த மாதத்தை அவரால் சரிவர அனுஷ்டிக்க முடியவில்லை. இத்தனைக்கும், சிறுவனாக இருந்தபோது இந்த மாதத்தைத்தான் வருடத்தின் புண்ணிய மாதமாக அவர் வரித்திருந்தார்; அருளொளி வீசும் அன்னை மேரியை வழிபடுவதில் அதைக் கழிப்பார். பாதிரிப் பணியை ஆரம்பித்த புதிதிலும், இப்பருவசமயத்தில் அவர் நிஷ்டையி லாழ்ந்துவிடுவது வழக்கம். ஆனால் இங்கேயோ அதற்கு நேர மேயில்லை. சென்ற ஆண்டில்,

மே மாதத்தின் போதுதான் ஹோபி இந்தியர்கள் வசிக்கும் பகுதியை நோக்கி நாளொன்றுக்கு முப்பது மைல் வீதம் அவர் சென்றுகொண்டிருந்தார். போகும் வழியிலெல்லாம் திருமணங்கள், ஞானஸ்நானங்களைச் செய்துவைப்பதும், பாவ ஒப்புதல்களைக் கேட்பதுமாக அவரது நேரம் கழிந்து போயிற்று; இந்த மாதிரி அன்றாட அலுவல்களால் அவருடைய பிரார்த்தனைகள் இடையறாது தடைப்பட்டு வந்தன.

ஆனால் இந்த வருடம், நோயினால் பீடிக்கப்பட்டிருந்த காரணத்தினால், அன்னை மேரியின் மாதத்தைப் பூராவாக அவளுக்கே அர்ப்பணிக்கும்படியான சந்தர்ப்பம் ஏற்பட்டது அவருக்கு; விழித்திருக்கும் நேரத்திலெல்லாம் சதா அவளது புனித நினைவுதான். அவள் பாதுகாத்து வருகிறாள் என்ற உணர்வுடன் இரவில் தூங்கச் செல்வார். காலையில் எழுந்திருக்கும்போது, மேரியும் மே மாதமுமாகச் சேர்ந்திருப்பதால் சூழ்நிலையில் ஒரு விசேஷமான இனிமை கமழ்வதைக் கண்ணைத் திறக்கும் முன்னமேயே கண்டு கொள்வார்! வளர்ப்புத்தாய் கடைத்தேற்றுவாளாக! பாதிரித் தொழிலையொட்டிய சந்தர்ப்ப சாமர்த்தியங்களும், உள்ளத்தை ஒடுக்கும் கவலைகளும் சிறிதுமின்றி ஆத்மார்த்த விஷயமாகவே மதத்தைக் கருதி பக்தி செலுத்தத் திரும்பவும் அவரால் முடிந்தது. எனவே அன்னை அளித்த அம்மாதத்தில் பழையபடி தம்மை அர்ப்பணித்துக் கொண்டார்.

* * *

வெகு நாளைக்கு முந்தி நடந்த ஒரு விஷயம் நினைவுக்கு வந்தவராகப் புன்னகை செய்தார் அவர். அப்போது அவர் இளைஞர். புய்டிமோமிலுள்ள ஸெண்டர் என்னுமிடத்தில் பாதிரியாக இருந்துவந்தார். தெய்வக்கன்னியைக் குறித்து மே மாதம் முழுவதும் விசேஷப் பிரார்த்தனை நடத்த வேண்டுமென்று ஒரு முறை திட்டமிட்டார். ஆனால் அவருக்குத் தலைமை அதிகாரியாகவிருந்த கிழப்பாதிரியாரோ அந்தத் திட்டத்தை மறுதலித்து அவருடைய நம்பிக்கைகளையெல்லாம் கலைத்துவிட்டார். அந்தக் கிழப்பாதிரியார் பிரெஞ்சுப் புரட்சியைத் தொடர்ந்து ஏற்பட்ட பயங்கர ஆட்சியில் ஊறி வந்தவர்; மதகுருக்கள் துன்புறுத்தப்பட்ட அக்காலத்தில் கடுமையான துறவற வழியில் பயிற்றுவிக்கப்பட்டவர் அவர். ஜான்ஸென்

கோட்பாடும் அவரைச் சிறிது கவர்ந்திருந்தது. அவருடைய திட்டுகளைப் பொறுமையுடன் சகித்துக்கொண்ட வராக இளம் பாதிரியாரான வெய்லாண்ட், வருத்தத்துடன் தனது அறைக்கேகினார். அங்கே தனது ஜபமாலையைக் எடுத்துக்கொண்டார். “என் நம்பிக்கைகளின் உறைவிடமான மேரி அன்னையே! என்னுடைய ஆசைகளுக்காகவல்லாமல், உன்னுடைய பெருமைக்காகவேணும் இது காரணமாக இருப் பின், எனக்கு இந்த வரத்தை அருள்வாயாக” என்று நாள் முழுவதும் பிரார்த்தனையில் ஈடுபட்டார். அதே நாளன்று மாலையில் அக்கிழப்பாதிரியார் அவரைக் கூப்பிட்டனுப்பி, காலையில் பிடிவாதமாகச் செவிசாய்க்க மறுத்த வேண்டுகோளை வெய்லாண்ட் கேட்காமலேயே அனுமதித்தார். தனது சொந்த ஊரான ரியோமில் கன்னிமாடமொன்றில் மாணவியாக இருந்த தன் சகோதரி பிலோமினாவுக்கு இவ்விஷ யத்தையெல்லாம் எவ்வளவு சந்தோஷமாக எழுதினார் வெய் லாண்ட்! பிரார்த்தனைப் பீடத்துக்கு அணிவிக்க கொஞ்சம் செயற்கைப் புஷ்பங்களைத் தயாரிக்குமாறும் அக்கடிதத்தில் அவளைக் கேட்டுக் கொண்டார். அவளும்தான் எவ்வளவு சிறப்பாக அக்கோரிக்கையை நிறைவேற்றினாள்! அவருடைய மே மாதப் பிரார்த்தனைக் கூட்டங்களுக்கு ஏராளமான பேர் குறிப்பாக அந்த குரு ஸ்தானத்தைச் சேர்ந்த இளைஞர்கள், முன்னைவிட அதிக பக்தியுடன் வந்திருந்தார்கள் என்பதில் அவரைப் போலவே அவளுக்கும் மிக்க மகிழ்ச்சி பூஜ்யர் வெய்லாண்டினுடைய குடும்பம் மிகவும் நெருக்கமாக இணைந்த ஒன்று. குழந்தைகளாக இருந்தபோதே தாயை இழந்துவிட்டதானது அக்குடும்பத்தைச் சேர்ந்த சகோதர சகோதரிகளுக்கிடையில் இன்னும் நெருங்கிய பிணைப்பை ஏற்படுத்தியிருந்தது. அவர்களிலும் விசேஷமாக பிலோமினா என்ற இச்சகோதரியுடன் தனது எல்லா நம்பிக்கை, அபிலாஷைகளையும், அவற்றுடன் தனது ஆழ்ந்த மத அனுபவங்களையும் அவர் பகிர்ந்து கொண்டிருந்தார்.

அது முதலாகவே, அவருடைய வாழ்க்கையின் எல்லா முக்கிய சம்பவங்களும் புண்ணிய மாதமான மே மாதத்தில்தான் நிகழ்ந்திருக்கின்றன. பாவமும், மாசும் நிறைந்த இந்த உலகம் ‘அவதார அறிவிப்பு விழா’ வைக் கொண்டாடும் தோரணையில் அந்த மாதத்தில்தான் வெண்ணுருக்கொண்டு விளங்கியது; தவிர, உண்மையில்

கிறிஸ்துவின் மணமகளாக இருக்கக்கூடிய ரீதியில் போதிய அளவு அழகு பெற்றும் துலங்கியது. மே மாதத்தில்தான் அவருடைய வாழ்க்கையிலேயே மிகவும் கடினமான காரியத்தைச் செய்யவேண்டிய துர்ப்பாக்கியம் ஏற்பட்டது அவருக்கு: சொந்த நாட்டைவிட்டு, தந்தையையும் தங்கையையும் துறந்து (எவ்வளவு வருத்தமான சூழ்நிலை நிலவியது அப்போது!) பாதிரி வேலை செய்வதற்காக, புது உலகத்தை நோக்கி அவர் பிரயாணம் தொடங்கியது அந்த மாதத்தில்தான். அது ஒரு பிரிவே அல்ல; உண்மையில் வேறொரு பெரிய கடமைக்காகக் குடும்பத்தின்பாலுள்ள பொறுப்பை உதறியெறிந்து வீட்டை வீட்டுத் தப்பியோடிய நிகழ்ச்சியே அது. இப்போது அதை நினைத்து அவர் புன்னகை புரியக்கூடுமென்றாலும் அவ்வமயம் அது ஒரு பயங்கரமான அனுபவமாகவே இருந்தது. அதோ, அங்கே காரெட் செடிகளைப் பிரித்து நட்டுக்கொண்டிருக்கும் பிஷப் புக்கு அது ஞாபகமிருக்கும். பூஜ்யர் லாடூரின்பால், அந் நேரத்தில் அவருக்கிருந்த மதிப்பு காரணமாகவே, பூஜ்யர் வெய் லாண்ட் ஸான்டா ஃபேயிலுள்ள இத்தோட்டத்தில் இப் போது இருந்தார். அவருடைய அன்புக்கிசைந்த ஊரான ஸாண்டுஸ்கியை விட்டுப் பிரிந்திருக்கவே மாட்டார் அவர்; புதி தாக நியமிக்கப்பட்ட பிஷப், தனது கஷ்டங்களைப் பகிர்ந்து கொள்ளுமாறு கேட்டபோது, "ஆஹா, இப்போது மனக் கலக்கத்தினால் அல்லற்படுவது அவர்தான்! பாரிஸ் செல்லும் வண்டிக்காக சாலையோரத்தில் அன்றொரு நாள் நாங்களிரு வரும் காத்திருந்தபோது, என் மனக்கோட்டை இடிந்து தூளான நிலையில் எனக்கு அவர் உதவி செய்து காப்பாற்றி யது போல அவருக்கு நான் இப்போது உதவுவேன்!" என்று மட்டும் வெய்லாண்ட் எண்ணாதிருந்திருந்தால் ஸாண்டுஸ் கியை விட்டுக் கிளம்பியிருக்கவே மாட்டார்.

* * *

மனத் திரையில் படிந்திருந்த அந்நிகழ்ச்சி தெளிவாக ஞாபகத்துக்கு வரவே, கண்களில் கசிந்திருந்த நீரைத் துடைத் துக்கொண்டார் வெய்லாண்ட் (எல்லா நோயாளிகளையும் போலவே விரைவில் நெகிழ்ந்துவிட்டது அவரது உள்ளம்). மூக்குக்கண்ணாடியைத் துடைத்துவிட்டு, பிஷப்பைக் கூவி யழைத்தார்.

“பூஜ்யர் லாடூர் அவர்களே, உங்கள் முதுகிற்குச் சற்று ஓய்வு கொடுங்களேன். வெகு நேரமாகக் குனிந்த நிலையிலேயே இருந்து வருகிறீர்களே!”

கொடிப் பந்தலின் ஓரத்தில் கிடந்த தள்ளுவண்டியில் வந்து உட்கார்ந்து கொண்டார் பிஷப்.

“ஜோஸப்! நீங்கள் விரைவில் குணமடையவேண்டுமென இனிமேல் பிரார்த்திக்கக்கூடாதென்று தீர்மானித்திருக்கிறேன்; கூப்பிடு தூரத்தில் எனது பிரதி குருவை இருத்திக் கொள்வதற்கு ஒரே வழி, அவரை உடல் நலமின்றியே வைத்திருப்பது தான்!”

பூஜ்யர் வெய்லாண்ட் குறுநகை புரிந்தார்:

“பிஷப் அவர்களே, நீங்கள் மட்டும் ஸான்டா ஃபேயில் அதிக காலம் தங்கிவிடுகிறீர்களா, என்ன?”

“எது எப்படியாயினும் வரும் கோடையின்போது நான் இங்கேயேதான் இருப்பேன். அப்போது உங்களையும் என் கூடவே வைத்துக்கொள்ளலாமெனவும் நம்புகிறேன். இந்த வருடம் நீங்கள் என்னுடைய தாமரை மலர்களைக் காண வேண்டுமென்பது என் ஆசை: இன்று பிற்பகலில் எனது ஏரிக்கு ட்ரான்க்விலினோ நீர் பாய்ச்சப் போகிறான்.”

‘ஏரி’ என்று அவர் குறிப்பிட்டது அவருடைய தோட்டத்தின் நடுவிலிருந்த சிறிய குட்டையைத்தான். எல்லா மெக்ஸி கர்களையும் போலவே தண்ணீர் விஷயத்தில் கெட்டிக்கார னான ட்ரான்க்விலினோ, அருகாமையில் ஓடிக்கொண்டிருந்த ஸான்டா ஃபே ஓடையிலிருந்து அந்தக் குட்டைக்குள் நீர் செல்ல வகை செய்திருந்தான்.

“சென்ற கோடையில் நீங்கள் இங்கே இல்லாமல் போய் விட்டீர்களே! அந்தச் சிறிய ஏரியில் அப்போது நூற்றுக்கு மேற்பட்ட தாமரைப் பூக்கள் மலர்ந்திருந்தன. ரோமா புரிக்கு முன்பு சென்றிருந்தபோது, என் பிரயாணப் பையில் வைத்துக் கொண்டுவந்த ஐந்து தாமரைத் தண்டுகளிலிருந்து முளைத்து வளர்ந்தவைதான் அவை” என்று தொடர்ந்து சொன்னார் பிஷப்.

“அவை வழக்கமாக எப்போது புஷ்பிக்கும்?”

“ஜூன் மாதத்திலேயே மலர ஆரம்பித்துவிடுமென்றாலும், ஜூலையில்தான் அவை பூத்துக் குலுங்கும்.”

“அப்படியானால் அவை புஷ்பிப்பதை நீங்கள் சற்றுத் துரிதப்படுத்த வேண்டும். ஏனெனில் உங்கள் அனுமதியுடன் ஜூலையில் நான் புறப்பட்டு சென்றுவிட உத்தேசித்திருக்கிறேன்.”

‘‘அவ்வளவு சீக்கிரத்திலா? எதற்காகப் புறப்படுகிறீர்கள்?”

கம்பளிகளுக்கு அடியில் சஞ்சலத்துடன் இங்குமங்கும் அசைந்தார் பூஜ்யர் வெய்லாண்ட்.

“வழி தவறிவிட்ட கத்தோலிக்கர்களைத் தேடிப்பிடிப் பதற்காகத்தான், ஜீன்! டக்ஸன் சமீபம் உங்களாட்சியின் கீழ் புதிதாக வந்துள்ள பிரதேசத்தில் பாழ்பட்டு நிற்கும் கத் தோலிக்கர்களைப் புனருத்தாரணம் செய்வதற்குத்தான் புறப் படப்போகிறேன். பாதிரியார் எவரையுமே ஒருபோதும் காணாத நூற்றுக்கணக்கான ஏழைக் குடும்பங்கள் அங்கே இருக்கின்றன. இத்தடவை ஒவ்வொரு சிறு கிராமத்துக்கும் சென்று வீடு வீடாகப் போய்வர விரும்புகிறேன், பக்தியும், நம்பிக்கையும் அவர்களிடம் நிறைய உள்ளன; ஆனால் மிக மிகக் தவறான மூட நம்பிக்கைகளைச் சுற்றியே அவை படருகின்றன. பிரார்த்தனைகளை எல்லாம் தப்பாகச் சொல்கிறார்கள். அவர்களுக்கோ படிக்கத் தெரியாது; சொல்லிக் கொடுப்பவரும் இல்லாததால் அவர்கள் அதை எவ்வாறு சரிவரத் தெரிந்துகொள்ள முடியும்? வளரும் சக்தி நிறைய உள்ள வித்துக்களைப் போன்றவர்கள் அவர்கள். ஆனால் வளரச் செய்வதற்கான தண்ணீர் வசதிதான் இல்லை. ஒரு முறை அதிசாதாரணமாகத் தொடர்பு கொண்டாலே போதும், நம்முடைய மதத்தின் ஜீவாம்சமாக ஆகிவிடுவார்கள் அவர்கள். மெக்ஸிகர்களைப் போன்றவர்களை நினைவில் கொண்டுதான் ‘சிறிய குழந்தைகளைப் போல நீங்கள் ஆகா விட்டால்......’ என்று நம் கர்த்தர் கூறினாரென அவர்களுடன் பழகப் பழக எனக்கு நன்கு புலனாகிறது. இந்த உலக விஷயங்களில் சாமர்த்தியம் இல்லாதவர்களை, அதாவது லாப மடைவதிலோ, முன்னேறுவதிலோ மனசைச் செலுத்தாத ஜனங்களைக் குறித்துத்தான் கர்த்தர் எண்ணிக்கொண்டிருந்தார். நம் நாட்டிலுள்ள கிராம மக்களைப்போல் சிக்கன புத் தியுடையவர்களல்ல இந்த ஏழைக் கிறிஸ்தவர்கள். சொத்தின்மீது அவர்களுக்குப் பக்தி கிடையாது; உலகாயத விஷயங்களைப் பற்றிய உணர்வும் கிடையாது அவர்களுக்கு.

சில மணி நேரம் ஒரு கிராமத்தில் தங்கி சம்ஸ்காரங்களைச் செய்து வைக்கிறேன், பாவ ஒப்புதல்களைக் கேட்கிறேன். ஒவ்வொரு வீட்டிலும் ஜபமாலையையோ அல்லது மத சம்பந்தமான சித்திரத்தையோ அடையாளச் சின்னமாக விட்டுச் செல்கிறேன். அளவிடமுடியாத சந்தோஷத்தை அளித்துவிட்டதாகவும், அசட்டையினால் ஆண்டவனை அடைய முடியாமல் தடுக்கப்பட்டிருந்த நம்பிக்கை மிகுந்த ஆன்மாக்களை விடுவித்துவிட்டதாகவும் எண்ணிக்கொண்டு அங்கிருந்து கிளம்பிவிடுகிறேன்...''

வெய்லாண்ட் தொடர்ந்து கூறினார்:

“மதம் மாறிய பிமா வகுப்பு இந்தியனொருவனை ஒரு சமயம் டக்ஸன் அருகில் நான் சந்திக்க நேர்ந்தது; எதையோ காண்பிக்க விரும்புவதாகச் சொல்லி பாலைவனத்தினுள் என்னை அவன் அழைத்துச் சென்றான். அம்மாதிரியான விஷ யங்களில் அதிகப் பழக்கமில்லாதவனாயிருந்தால், அந்தப் பயங்கரமான இடத்தைக் கண்டதுமே சந்தேகமும், உயிரைப் பற்றிய பயமும் ஏற்பட்டிருக்கும். கரும்பாறையால் ஆன அச் சுறுத்தும் கணவாயொன்றுக்குள் நாங்களிருவரும் இறங்கினோம்; அங்கே ஒரு குகையின் அடிவாரத்தில் ஆராதனைக்கு வேண்டிய உபகரணங்களான தங்கக்கலயம், உடைகள், குப்பிகள் ஆகியவற்றை அவன் எனக்குக் காண்பித்தான். எப்போதோ பல தலைமுறைகளுக்கு முன்னால், அபாஷே இந்தியர்களால் அங்கிருந்த மிஷன் தாக்கப்பட்டபோது, இந்தப் புனிதமான பொருள்களை அவனது மூதாதையர் அங்கு ஒளித்து வைத்தனராம். இந்த ரகசியம் அவன் குடும்பத்தில் வழிவழியாகக் காப்பாற்றப்பட்டு வந்திருந்தது! அவருக்குச் சொந்தமானதை ஆண்டவனிடம் சேர்ப்பிக்க அங்கே வந்த முதல் பாதிரி நான்தான்! நீதிக்கதையில் வரும் நிகழ்ச்சி போன்றது அது எனக்கு. மதம் என்பது அந்த பயங்கரமான எல்லைப் பிரதேசத்தில் புதையுண்ட செல்வத்தைப்போல் உள்ளது. அவர்கள் அதைப் பாதுகாத்து வருவது உண்மைதான். எனினும் தங்களது ஆன்மாவைக் கடைத்தேறச் செய்ய அதை எவ் வாறு பயன்படுத்துவதென்பது அவர்களுக்குத் தெரியவில்லை. கட்டுண்டுகிடக்கும் அந்த ஆன்மாக்களை விடுவிக்கத் தேவைப்படுவதெல்லாம் ஒரு சொல்லோ, பிரார்த்தனையோ ஆராதனையோதான். அந்த

தெய்வப்பணியைச் செய்ய வேண்டுமென்று ஆவல் மிக உண்டு எனக்கு என்பதை ஒப்புக் கொள்கிறேன். நாமிழந்த இக்குழந்தைகளை ஆண்டவனிடம் திரும்பச் சேர்ப்பிப்பவன் நானாகத்தானிருக்க வேண்டுமென விரும்புகிறேன். என் வாழ்க்கையிலேயே அதிக ஆனந்தத்தை அளிக்கக் கூடியது அதுவே!"

இந்த வேண்டுகோளுக்கு உடனேயே பதிலளித்து விடவில்லை பிஷப். கடைசியில் விசாரத்துடன் அவர் சொன்னார்: "வெய்லாண்ட், நீங்கள் இங்கே எனக்குத் தேவைப்படுகிறீர்கள் என்பதை உணரவேண்டும். எனக்கிருக்கும் கடமைகளை தன்னந்தனியனாக நான் நிறைவேற்றிவிட முடியாது!"

"அங்குள்ள ஜனங்களுக்குத் தேவைப்படுகிற அளவு உங்களுக்கு நான் அவசியமல்ல." மேலே மூடியிருந்த போர்வைகளை உதறிவிட்டுப் பாதிரி உடையுடன் எழுந்து உட்கார்ந்து தரையின்மீது கால்களை ஊன்றினார் பூஜ்யர் வெய்லாண்ட். "மான்ட் ஃபெர்ராண்டிலுள்ள நமது பிரெஞ் சுப் பாதிரியார்களில் எவர் வேண்டுமாயினும் உங்களுக்கு இங்கே உதவியாயிருக்கலாம். அறிவு பலத்தினால் செய்யக்கூடிய வேலை தான் இங்கே உள்ளது. ஆனால் அங்கோ இதயத்துக்குத்தான் வேலை. ஒரு குறிப்பிட்ட முறையில் அனுதாபம் காட்டிச் செய்யப்பட வேண்டிய வேலையே அது. நமது புதிய பாதிரிகள் எவரும் என்னைப்போல் அவர்களுடைய எளிய சுபாவங்களைப் புரிந்து கொண்டவர்களல்ல. நான் அநேகமாக ஒரு மெக்ஸிகனாகவே மாறிவிட்டேன்! மிளகாய் கலந்த அவர்கள் பணியாரத்தையும், ஆட்டிறைச்சியையும் விரும்பிப் புசிக்கக் கற்றுக்கொண்டு விட்டேன். அவர்களுடைய முட்டாள்தனமான பழக்கங்கள் என்னை இப்போதெல்லாம் கோபப்படுத்துவதேயில்லை. அவர்களுடைய குறைகளையும் நான் நேசிக்கத் தொடங்கி விட்டேன். நான் அவர்களுடைய மனிதனே!"

"ஆம் ஆம், அதைப்பற்றிச் சந்தேகமேயில்லை! ஆனால் தற்போதைக்கு நீங்கள் கட்டாயம் படுக்கையிலிருந்தேயாக வேண்டும்."

முகம் சிவந்து உணர்ச்சி வசப்பட்டவராய்க் காணப்பட்ட பூஜ்யர் வெய்லாண்ட், தலையணைகளின்மீது சாய்ந்து

கொண்டார். தோட்டத்தில் டாமரிஸ்க் மரவரிசை இருந்த வரையில் பிஷப் சென்று திரும்பினார். நிமிர்ந்த நன்னடையும் நேர்கொண்ட பார்வையுமாய், உறுதியாக, மெதுவாக அவர் நடந்ததானது அந்த இடத்தில் அவரே ராஜா என்பதைத் தெளிவுற எடுத்துக்காட்டியது. ஒரு கடுமையான போராட்டம் அவர் மனதினுள் நிகழ்ந்து கொண்டிருந்தது என்பதை அவரை அப்போது பார்த்தவர் எவரும் ஊகித்திருக்கமுடியாது. பூஜ்யர் லாடூர் தன் உள்ளத்தில் போற்றி வளர்த்திருந்த ஒரு அருமையான திட்டத்தை பூஜ்யர் வெய்லாண்டின் உருக்கமான வேண்டுகோள் குலைத்துவிட்டது; அதன் விளை வாக, கசப்பான ஏமாற்றம் ஏற்பட்டுவிட்டது அவருக்கு. செய்யக் கூடியது ஒன்றேயொன்றுதான் இருந்தது; டாமரிஸ்க் மரங்களை அடைவதற்குள் அவர் அதைச் செய்தும் விட்டார். அந்த விஷயத்தை மனசிலிருந்து துறந்துவிட்டதற்கறிகுறியாக, வெளிர் ஊதா நிறத்திலிருந்த காய்ந்த மலர்க்கொத்து ஒன்றைச் செடியிலிருந்து ஒடித்து எடுத்தார் பிஷப். பிறகு பழையபடியே கம்பீரமாகத் திரும்பி ராணுவக் கட்டிலண்டை வந்து நின்று புன்னகை புரிந்தார்.

“உங்கள் இச்சைப்படிதான் இந்த விஷயத்தில் நீங்கள் நடந்துகொள்ள வேண்டும் வெய்லாண்ட். அதை நான் எவ்விதத்திலும் தடுக்கப்போவதில்லை. ஆயினும் உடம்பைச் சற்று கவனித்துக்கொள்ள வேண்டுமென்று மட்டும் கூறுவேன். பூரண குணம் பெற்றதும், எது மிகவும் முக்கியமானதாக உங்களுக்குப் படுகிறதோ அந்தக் கடமையைச் செய்ய நீங்கள் முனையலாம்.”

இருவரும் சற்று நேரம் மௌனமாக இருந்தனர். சூரிய வெளிச்சம் தாக்காமலிருக்கத் தம் கண்களை மூடிக் கொண்டார் பூஜ்யர் வெய்லாண்ட். பூஜ்யர் லாடூரோ சிந்தனையிலீடுபட்டவராய் டாமரிஸ்க் மலரின் இதழ்களை தம்மென்மையான விரல்களால் நடுக்கமுடன் பிய்த்தபடி நின்றிருந்தார். அவருடைய கைகளில் ஒரு நூதனமான அதிகார முத்திரை புலப்பட்டது பாதிரிமாரின் கைகளில் வழக்கமாகக் காணப்படும் சாந்தம் அவற்றில் இல்லை. எப்போது பார்த்தாலும் எதையோ தேடிக் கொண்டிருப்பதுபோலும், உறுதியான தீர்மானங்கள் செய்து கொண்டிருப்பது போலுமே காணப்பட்டன அக்கரங்கள்.

* * *

படபடவென்று சிறகுகள் அடித்துக்கொள்ளும் அரவம் அவ்விரு நண்பர்களையும் நினைவு மயக்கத்திலிருந்து எழுப்பி யது. வெண்ணிறப் புறாக் கூட்டமொன்று அவர்கள் தலைக்கு மேலே 'விர்'ரென்று பறந்து தோட்டத்தின் கோடியை எட் டியது. அங்கே பள்ளிக்கூடத் திடலுக்குச் செல்லும் கதவின் வழியே ஒரு ஸ்த்ரீ அப்போதுதான் வெளியே வந்துகொண்டிருந்தாள். அது யாருமில்லை, மாக்டலேனாதான். புறாக்களுக்கு உணவூட்டவும், பூப்பறிக்கவும் தினமும் அங்கே அவள் வருவது வழக்கம். பள்ளிக்கூடத்தைச் சேர்ந்த ஆலயத்தின் பலி பீடத்தை இந்த மாதம் முழுவதும் அலங்கரிக்கும் பொறுப்பை சகோதரிகள் அவளுக்களித்தனர். எனவே, பிஷப்பின் தோட் டத்திலிருந்த ஆப்பிள் மலர்களையும், ஒருவகை மஞ்சள் நிறப் புஷ்பங்களையும் கொய்வதற்கு அவள் அன்றாடம் வருவாள். பளபளக்கும் இறக்கைகள் சுற்றிலும் வீசிப் பறக்க அவள் முன்னே வந்தாள். மண்வெட்டியைக் கீழே போட்டுவிட்டு அவளைக் கவனித்தபடியே நின்றான் ட்ரான்க்விலினோ. ஒரு சமயம் சூரிய ஒளி அந்தப் புறாக் கூட்டம் பூராவையுமே பார்வையிலிருந்து திடீரென்று மறைத்துவிட்டது; நீரில் உப்பு கரைவதுபோல் அந்த ஒளி வெள்ளத்தில் அவை மூழ்கிப் போய்விட் டன. மறுகணம் அவை அனைத்தும் கறுப்பும், வெள்ளியுமாகப் புலனாயின. மாக்டலேனாவின் கைகளின்மீதும் உட்கார்ந்துகொண்டு அவற்றிலிருந்ததைக் கொத்தி உண்டன. ரொட்டித் துண்டு ஒன்றை அவள் தனது உதடுகளினிடையே கவ்விக்கொண்டாள்; உடனே இரு புறாக்கள் இறக்கைகளை அடித்துக்கொண்டு அவள் முகத்தின் எதிரே பறந்து ரொட்டியைக் கொத்த ஆரம்பித்தன. அழகிய தோற்றமுடையவளாக மாறிவிட்டாள் அவள்; வாளிப்பான உடலுடன்கூட, பொன் பழுப்புக் கன்னங்களின் கீழே ஆழ்ந்த சிவப்பு நிறமும் ஊறியிருந்தது அவளிடம்.

"கொடுமை, துராசை காரணமாக எல்லாவித ஈனச் செயல்களும் புரியப்பட்டு வந்த ஓரிடத்திலிருந்து அவளைக் காப்பாற்றிக்கொண்டு வந்தோம் என்பதை அவளை இப்போது பார்க்கும் யாரும் ஊகிக்கவே மாட்டார்கள்" என்று மெதுவாகச் சொன்னார் பூஜ்யர் வெய்லாண்ட்.

“கிறிஸ்தவ சமயத் தின் ஆரம்ப நாளிலிருந்து இன்றுவரை செய்ய முடியாத வற்றை இங்கேதான் செய்யக்கூடும்.”

“அவளுக்கு இருபத்திஏழோ அல்லது எட்டோதான் வயது ஆகிறது. அவள் மறுபடி கல்யாணம் செய்து கொண்டாலென்ன என்றே நினைக்கிறேன்” என்று யோசனையுடன் கூறினார் பிஷப். “திருப்தி அடைந்திருப்பவள் போலக் காணப் படினும், சில சமயங்களில் அவள் கண்களில் துக்கக் கறை படிந்திருப்பதையும் கண்டிருக்கிறேன். நாம் முதன் முதலில் அவளைப் பார்த்தபோது அவள் கண்களில் தெரிந்த பயங்கரமான பார்வை நினைவிருக்கிறதா உங்களுக்கு?”

“என்னால் அதை மறக்க முடியுமா என்ன? ஆனால் இப் போதோ அவளுடைய தேக அமைப்புகூட மாறிவிட்டதே. அப்போது உருவமற்ற, கூச்சமிக்க ஒரு பிராணியாயிருந்தாள். அவளை ஒரு அரைச்சமர்த்து என்றே எண்ணினேன் நான். இல்லையில்லை, இந்த உலகத்தின் துன்பப் புயல்களை அவள் வேண்டிய மட்டும் அனுபவித்துவிட்டாள். இங்கே இப்போதுதான் பத்திரமாகவும், சந்தோஷமாகவும் இருக்கிறாள்.” பூஜ்யர் வெய்லாண்ட் எழுந்து உட்கார்ந்து அவளைக் கூப்பிட்டார். “மாக்டலேனா! மாக்டலேனா! இங்கே வந்து எங்களுடன் சிறிது நேரம் பேசிவிட்டுப் போ. தங்களைத் தவிர வேறெவரையும் காணாத நாங்களிருவரும் தனிமையுணர்ச்சியால் தவிக்கிறோம்.”

2

டிஸம்பர் இரவு

கோடைக்கால மத்தியிலிருந்து அரிஸோனாவிலேயே தங்கியிருந்தார் பூஜ்யர் வெய்லாண்ட்; இப்போது நடப் பதோ டிஸம்பர் மாதம். பிஷப் லாடூரோவெனில் கடுகடுப்பும், சந்தேகமும் கொண்டதோர் மனநிலையில் இருந்தார்; சிறு வயதிலிருந்தே அவ்வப்போது இத்தகைய மனநிலை அவருக்கு ஏற்படுவதுண்டு. அம்மாதிரி சந்தர்ப்பங்களிலெல்லாம் அவர் எங்கிருந்த போதிலும் சரி தாம் அந்நியரென்று அவருள்ளத்தில் தோன்றிவிடுவது வழக்கம்.

எனினும் கடிதப் போக்குவரத்தை அவர் எப்போதும் போலவே கவனித்து வந்தார், தம் கீழிருந்த பாதிரி ஸ்தானங்களை மேற்பார்வையிட்டார். பாதிரிகளில்லா ஆலயங்களில் தொழுகை நடத்தினார். சகோதரியரின் பள்ளிக்கூடத்தில் மேற்கொண்டு கட்டிடம் நிறுவப்படுவதைக் கண்காணித்தார். ஆனால் இவை எதிலும் அவர் மனம் ஒன்றவேயில்லை.

கிறிஸ்துமஸ் விழாவிற்கு இன்னும் சுமார் மூன்று வாரங்களிருந்தபோது ஓரிரவு படுக்கையில் படுத்துக் கிடந்தார் பிஷப். தோல்வியுணர்ச்சி உள்ளத்தை அழுத்தவே, அவருக்கு உறக்கம் பிடிக்கவேயில்லை. அவர் செய்த பிரார்த்தனைகளெல்லாம் வெற்று வார்த்தைகளாகி, மனத்தில் புத்துணர்ச்சி உண்டாக்காது போயின. அவருடைய ஆன்மாவோ வெற்றுவெளியைப்போல் ஆகிவிட்டது; தன் கீழுள்ள பாதிரிகளுக்கோ அல்லது தன் ஜனங்களுக்கோ கொடுக்கக்கூடியது அவருள் ஒன்றுமில்லை. மணல் வீட்டைப்போல அவருடைய காரியங்களெல்லாம்

அஸ்திவாரமற்றவையாகவே தோன்றின. அவருடைய பெரிய ஆதீனம் இன்னமும் கிறிஸ்தவ மதம் அதிகம் பரவாத நாடாகத்தான் இருந்துவந்தது. எப்போதையும் போல் பயமும் இருளும் நிறைந்த தங்களது வழியிலேயே இந்தியர்கள் சென்றனர்; கெட்ட சகுனங்களையும் மூடநம்பிக்கைகளையுமே இன்னமும் விடாது பின்பற்றினர். மெக்ஸிகர்களோ, தங்கள் மதத்தை விளையாட்டுப் பொருளாகவே கருதினர்.

இரவு செல்லச் செல்ல, முட்புதரைப்போல அந்தப் படுக்கை பிஷப்பை உறுத்தவாரம்பித்துவிட்டது. அவரால் அதற்குமேல் பொறுத்துக்கொள்ள முடியவில்லை. இருட்டில் எழுந்திருந்து ஜன்னல் வழியே உற்று நோக்கினார். பனி பெய்து கொண்டிருப்பதையும், பூமியில் லேசாக பனித்துளிகள் மூடிக்கொண்டிருப்பதையும் காண அவருக்கு ஆச்சரியமாக இருந்தது. மேகத்திரையிடப்பட்டிருந்த சந்திரன், மங்கலான ஒளியை விண்ணுலகின்மீது வீசிக்கொண்டிருந்தான். அந்த வெள்ளி மயமான பின்னணியில் ஆலயத்தின் கோபுரங்கள் கறுத்து, நிமிர்ந்து நின்றன. கோவிலுக்குள் சென்று பிரார்த்தனை புரிய வேண்டுமென்ற ஆவல் பூஜ்யர் லாடூரிடம் தோன்றியது. ஆனால் அவ்வாறு செய்யாமல் போர்வைகளினுள் சுருட்டி மடக்கிக்கொண்டு மீண்டும் படுத்துவிட்டார் அவர். பின்னர் ஆலயத்தில் பரவியிருக்கக் கூடிய குளிரே தம்மை அஞ்சி முடங்க வைக்கிறது என்பதை உணர்ந்தவராய்த் தம்மைத்தாமே கடிந்து கொண்டு, மறுபடி அவர் எழுந்திருந்தார். வேகமாக உடையை அணிந்து, வெளிமுற்றத்துக்கு வந்தார். பூஜ்யர் வெய்லாண்டிடம் உள்ள தன் ஜோடியான பழைய பாதிரிக் கோட்டைப் போட்டுக் கொண்டிருந்தார் அவர்.

இளைஞர்களாயிருந்த காலத்தில் அவர்களிருவரும் பாரிஸ் நகரத்தில் அந்நிய மிஷன்களுக்கான பயிற்சிக் கூடத்தில் தங்கியிருந்தபோது வாங்கிய துணியைக் கொண்டு தயாரிக்கப்பட்டவை அக்கோட்டுகள்; புது உலகமான அமெரிக்காவுக்குச் செல்லும் நோக்கத்துடன் அவர்கள் இருவரும் அப்போது ஆயத்தம் செய்து கொண்டிருந்தனர். ஒஹியோவிலிருந்த ஜெர்மானியத் தையற்காரன் ஒருவன் அந்தத் துணியை சவாரி உடைகளாகச் செய்து, நரியின் உரோமத்தைக் கொண்டு உள்ளுறை தைத்திருந்தான். அனேக

ஆண்டுகளுக்குப் பிறகு தமது ஆட்சி ஸ்தானத்தைத் தேடி பூஜ்யர் லாடூர் நீண்ட பிரயாணம் புறப்படவிருந்தபோது, அதே தையற்காரன், அந்தப் பழைய கோட்டுகளைச் செப்பனிட்டு, அவர் செல்லவிருந்த நாட்டின் மித சீதோஷ்ணத்திற்கு ஏற்றவாறு அணில் தோலைக் கொண்டு மீண்டும் உள்ளூறையிட்டிருந்தான். நம்பகமான அந்த உடையைத் தரித்து, கையில் பெரிய இரும்புச் சாவியை எடுத்துக் கொண்டவராக வெளி முற்றத்தைக் கடந்து கோவில் களஞ்சியத்தினுள் நுழைந்த பிஷப்பின் மனத்திரையில் இவையும், இன்னும் அநேக நினைவுகளும் வட்டமிட்டன.

* * *

அந்த வாசல் முற்றம் பனியினால் வெளுத்திருந்தது. ஆவிப் படலத்தினிடையே சந்திரனது மங்கிய ஒளியில் சுவர்கள், கட்டிடங்களின் நிழல்கள் தெளிவாகத் தெரிந்தன. அப்போது களஞ்சியத்தின் கதவருகே ஓர் உருவம் குனிந்து கொண்டிருந்ததை அவர் கண்டார். அது ஒரு பெண்ணின் உருவந்தான் என்பது அவருக்குப் புலனாயிற்று. விக்கி விக்கி அழுதுகொண்டிருந்த அவளைத் தூக்கி நிறுத்தி உள்ளே அழைத்துச் சென்றார் பிஷப். மெழுகுவர்த்தியைக் கொளுத்தியவுடன், அவள் யாரென்பதும், அவள் அங்கு வந்ததன் நோக்கமென்னவென்பதும் அவருக்கு நன்றாக விளங்கி விட்டது.

ஓர் வயதான மெக்ஸிக ஸ்த்ரீ அவள். ஸாடா என்ற பெயர் கொண்ட அவள், அமெரிக்கக் குடும்பமொன்றில் அடிமையாக இருந்தாள். அக்குடும்பத்தினர் பிராடஸ்டன்ட் பிரிவைச் சார்ந்தவர்கள். ரோமன் கத்தோலிக்கப் பிரிவைக் கடுமையாக எதிர்ப்பவர்கள்; ஆகவே ஆராதனைகளுக்குச் செல்லவோ அல்லது பாதிரிகள் அவளை வந்து காணவோ அவர்கள் அனுமதிப்பதேயில்லை. வீட்டில் உஷாராக அவளைக் கண்காணித்து வந்தனர். ஆனால் மாரிக் காலத்தில் வீட்டின் சூடான அறைகள் அக்குடும்பத்தினருக்குத் தேவையாயிருந்ததால், அவளை ஒரு மரக்குச்சில் தூங்குமாறு பணித்தனர். இன்றிரவு, குளிர் காரணமாகத் தூக்கம் பிடிக்காமல் இந்தத் தீரமான காரியத்தைச் செய்வதற்கு அவள் துணிந்துவிட்டாள். லாயக் கதவு வழியே வெளியேறி ஒரு சந்துப்பாதை மூலமாக ஆண்டவனின் இல்லத்திற்குப்

பிரார்த்தனை புரிய வந்திருந்தாள் அவள். ஆலயத்தின் முன்கதவுகள் மூடப்பட்டிருந்ததைக் கண்ணுற்றதும், பிஷப்பின் தோட்டத்திற்குச் சென்று அங்கிருந்து பின்புறமுள்ள கோயிற் களஞ்சியத்துக்கு வந்து சேர்ந்தாள். ஆனால் அவளது துரதிர்ஷ்டம், அதன் கதவுகளும் சாத்தப்பட்டிருந்தன!

அவள் பேசும்போது மெழுகுவர்த்தியைக் கையில் பிடித் துக்கொண்டு அவளது முகத்தையே கவனித்தவாறு நின்றார் பிஷப். மாநிறமான சேவக முகம்; வாழ்க்கையில் அனுபவித்த துன்பங்களினாலும், கவலைகளினாலும் ஒட்டிப் போய் நீண்டிருந்தது அது. பரிசுத்தமான நல்ல குணம் அவளுடைய முகத்தில் ஒளிர்ந்ததைப் போல் வேறெந்த முகத்திலும் பார்த்ததாகத் தோன்றவில்லை அவருக்கு. ஜோடுகளுக்கடியில் அவளுடைய எஜமானி உபயோகித்துப் புறக்கணித்துவிட்ட கிழிந்த ஜோடுகள்தான் அவை! காலுறைகள் ஏதும் அவள் அணியாமலிருப்பதைப் பார்த்தார். நைந்துபோன கறுப்புப் போர்வையின் கீழே, ஏகமாக ஒட்டுப்போட்டிருந்த மெல்லிய பருத்தி நூலாடையைத் தவிர வேறு எதையும் காணோம். நடுநடுங்கிய உடலை நிதானப்படுத்த முனைந்து கொண்டிருந்த அவளது பற்கள் கிட்டிக்கொண்டன. தனது தோள்களின்மீது கிடந்த கம்பளிக் கோட்டை எடுத்து அவள்மீது போர்த்தினார் பிஷப். இவ்வாறு அவர் செய்தது அவளுக்கு அச்ச மூட்டி விட்டது. 'வேண்டாம் பாதிரியாரே! வேண்டாம்!' என்று முனகிக்கொண்டே அந்தக் கோட்டிற்குள் கூனிக்குறுகிக் கொண்டாள் அவள்.

"உனது பாதிரியாருக்கு நீ கீழ்ப்படிய வேண்டும், மகளே! இதைப் போர்த்திக் கொள். பிறகு ஆலயத்தினுள் செல்வோம்."

உயரமான பலிபீடத்திற்கு முன்னேயிருந்த மூலஸ்தான விளக்கின் செஞ்சுடரைத் தவிர ஆலய முழுவதிலும் ஒரே கும்மிருட்டாக இருந்தது. ஒரு கையில் மெழுகுவர்த்தியும், மற் றொன்றால் அவளது கையையும் பிடித்துக் கொண்டு, கீத கோஷ்டி ஸ்தானத்தின் வழியே அவளை அன்னை மேரியின் ஜபாலயத்திற்கு பிஷப் அழைத்துச் சென்றார். அங்கே சென்றதும், அன்னையின் முன்னே இருந்த மெழுகுவர்த்திகளை ஏற்ற ஆரம்பித்தார்

உடனே, கீழே மண்டியிட்டுத் தரையை முத்தமிட்டாள் ஸாடா. புனித அன்னையின் பாதங்களையும், அவ்வுருவம் வைக்கப்பட்டிருந்த பீடத்தையும், அழுது கொண்டே முத்தமிட்டாள்; ஆனால் அவளது முகம் மாறியவிதத்திலிருந்தும், அதில் தோன்றி மறைந்த அழகிய சலனங்களிலிருந்தும், அவள் ஆனந்தக் கண்ணீர்தான் விடுகிறாள் என்பதை நன்றாய் அறிந்து கொண்டார் பிஷப்.

"பலிபீடத்திலுள்ள புனிதமான பொருள்களை நான் பார்த்து பத்தொன்பது ஆண்டுகள் ஆகின்றன பூஜ்யரே! பத்தொன்பது ஆண்டுகள் ஆகின்றன!"

"சென்றதெல்லாம் போகட்டும் ஸாடா. புண்ணியப் பொருள்களை உன் உள்ளத்தில் வைத்துக் காப்பாற்றி வந்திருக்கிறாயே, அதுவே போதும். இப்போது இருவரும் சேர்ந்து பிரார்த்திப்போம், வா!"

பிஷப் அவள் பக்கத்தில் முழந்தாளிட்டார். இருவரும் "கன்னிகளுக்கு அரசியே, புனித மேரி அன்னையே!" என்று தொழ ஆரம்பித்தனர்.

* * *

இந்த வயதான அடிமை ஸ்த்ரீயைப் பற்றிப் பன்முறை பிஷப்பினிடம் கூறியிருந்தார் பூஜ்யர் வெய்லாண்ட். அம்மத வட்டாரத்திலிருந்த பக்திவாய்ந்த ஸ்த்ரீகள் அவளுடைய பரிதாப நிலையைப் பற்றிப் பல தடவைகள் ரகசியமாகப் பேசியிருக்கின்றனர். அவளுடைய எஜமானர்களான ஸ்மித் தம்பதி, ஜார்ஜியா ராஜ்யத்தைச் சேர்ந்தவர்கள். அவர்கள் ஒரு காலத்தில் எல்பாஸோ டெல் நார்டேயில் வசித்தனர். தங்கள் சொந்த ராஜ்யத்துக்குச் திரும்பிச் செல்லும்போது அவளையும் கூட அழைத்துச் சென்றுவிட்டனர். அங்கு இந்தக் குடும்பத்தில் சமீபகாலத்தில் ஏதோ அவமானகரமான விஷயம் நடந்து விட்டது. ஆகவே அவர்கள் தங்களிடமிருந்த நீக்ரோ அடிமைகளையெல்லாம் விற்றுவிட்டு ஜார்ஜியாவை விட்டு ஓடவேண்டியதாயிற்று. ஆனால் அந்த மெக்ஸிக ஸ்த்ரீயை மட்டும் அவர்களால் விற்க முடியவில்லை. ஏனெனில், அவள் மீது அவர்களுக்கு சட்டபூர்வமான உரிமைச் சாஸனமேதும் கிடையாது; எந்த வகையிலும் சேராத நிலை அவளது. இப்போது ஒரு மெக்ஸிகப் பகுதிக்குத் திரும்பி விட்டதால், தங்களுடைய

வேலைக்காரி தப்பியோடித் தன் இனத்தவரி டையே தஞ்சம் புகுந்து விடுவாளென ஸ்மித் தம்பதி அஞ்சி னர்; ஆகவே அவளை ஜாக்கிரதையாகக் கண்காணித்து வந்த னர். தங்கள் வீட்டின் தாழ்வாரத்தைத் தாண்டி அவளை வெளியே செல்ல அவர்கள் அனுமதிப்பதில்லை; எஜமானியு டன் சந்தைக்குச் செல்லக்கூட அவளுக்குச் சுதந்தரமில்லை!

பலிபீடச் சங்கத்தைச் சேர்ந்த இரு பெண்மணிகள் தைரியமாக அவ்வீட்டிற்குச் சென்று துணி துவைத்துக் கொண்டிருந்த ஸாடாவுடன் பேசினர்; ஆனால் வீட்டு எஜமானி அவர்களை மிகவும் மரியாதைக்குறைவாகப் பேசி விரட்டி விட்டாள். பூரணமாக உடை அணியாமலே வெளிமுற்றத்துக்கு ஸ்ரீமதி ஸ்மித் ஓடிவந்து, அவர்களுக்கு அங்கு ஏதேனும் வேலை இருந்தால் முன்வாயில் கதவு வழியாகத்தான் வரவேண்டுமேயன்றி, லாயத்தின் வழியே சந்தடியின்றி நுழைந்து ஒரு சாது ஸ்த்ரீயைப் பயமுறுத்தக்கூடாதென்று கூவினாள். ஆராதனைக்கு வருமாறு ஸாடாவை அழைக்கவே தாங்கள் அங்கு வந்ததாக அவ்விரு பெண்மணிகளும் கூறியதும், ஒரு தடவை பாதிரிகளின் பிடியிலிருந்து நிரம்ப சிரமத்துடன் அந்த எளிய ஸ்த்ரீயை விடுவித்ததாகவும், அவள் மறுபடியும் அதில் சிக்கி விடாதவாறு தான் பார்த்துக்கொள்ளப் போவதாகவும் அவள் கத்தினாள்.

அவ்வாறு அவ்விருவரும் அவமதிக்கப்பட்ட பிறகும்கூட அண்டையில் வசித்த பக்தி மிகுந்த மற்றொரு பெண்மணி அவ்வீட்டு லாயத்தின் சந்துப்புறக் கதவு வழியே ஸாடாவு டன் பேச முற்பட்டாள். ஆனால் அப்போது, கழுதை மேலிருந்த விறகை இறக்கிக் கொண்டிருந்த அந்தக் கிழ வேலைக்காரியோ தன் உதட்டின் மீது விரலை வைத்து ஜாடை காட்டி அவளைப் போய்விடுமாறு சொன்னாள்; சுற்றுமுற்றும் மருட்சியுடன் நோக்கினாள். அதைக்கண்ட அந்த ஸ்த்ரீ வெளியார் எவருடனாவது ஸாடா பேசுவதைப் பார்த்தால் அவர்கள் அவளைக் கொடுமைப்படுத்துவரென்று நினைத்து வேகமாக வெளியேறிவிட்டாள். உடனே பூஜ்யர் வெய்லாண்டிடம் சென்று இவ்விஷயத்தைக் கூறினாள் அவள். அவரும் பிஷப்பிடம் சென்று, மதத்தினால் ஏற்படக்கூடிய மன நிம்மதியை அவ்வடிமை ஸ்த்ரீ பெற ஏதாவது வழி செய்யவேண்டுமென்று கூறினார்.

ஆனால் அதற்குரிய காலம் இன்னும் வரவில்லையென பதிலுரைத்தார் பிஷப்; தற்போதைக்கு அவளுடைய எஜமானர்களை விரோதித்துக்கொள்வது அனுசிதமானது என்றார்.

கீழ்ஜாதி பிராடெஸ்டண்டுகளின் சிறு குழுவொன்றுக்கு ஸ்மித் குடும்பத்தினர் தலைவர்களாயிருந்துவந்தனர். சமயம் வாய்த்தபோதெல்லாம் கத்தோலிக்கர்களுக்கு அவர்கள் தொந்தரவு கொடுத்துவந்தனர். திருவிழா நாடகங்களின் போது ஆலயவாயிலருகே நின்றுகொண்டு பரிகாசம் செய்வதும், உரக்கச் சிரிப்பதும் அவர்களது வழக்கம். சந்நியாசிகள் தெருவில் போகும்போது கேவலமாகப் பேசினர். 'கார்ப்ஸ் கிரைஸ்டி' ஞாயிறன்று ஊர்வலம் செல்லும்போதும் கேலி செய்வர், அவதூறாகப் பேசுவர்: ஸ்மித் குடும்பத்தில் ஐந்து பிள்ளைகள் இருந்தனர். தீய பழக்கங்களும், நச்சு நாவும் படைத்தவர்கள் அவர்கள். இன்னும் குழந்தைகளாகவே இருந்த கடைசிப் பிள்ளைகள் இருவரும்கூட, கெடுமதி கொண்டவர்களாகவே இருந்தனர். பிஷப்பின் தோட்டத்திலிருந்து பியர் பழங்களைத் திருடுவதற்கோ, பாதிரிகளைத் தூஷணையாகப் பேசுவதற்கோ கெட்ட சகாக்களுடன் சேர்ந்துவரும் அவ்விரு பையன்களையும் ட்ரான்க்விலினோ அடிக்கடி விரட்டியடித்திருக்கிறான்.

* * *

பிரார்த்தனை முடிந்து எழுந்ததும், பாடல்களை இவ்வளவு நன்றாக அவள் நினைவில் வைத்திருப்பதைக் கண்டு சந்தோஷ மடைவதாகச் சொன்னார் பிஷப்.

"பாதிரியார் அவர்களே, நான் எங்கே தூங்கினாலும், புனித அன்னையைக் குறித்து ஒவ்வொரு இரவும் ஜபம் செய்யத் தவறுவதில்லை" என்று உணர்ச்சியுடன் கூறிக்கொண்டே அவருடைய முகத்தை நிமிர்ந்து நோக்கி. காய்த்துப்போன தனது கரங்களை மார்பின்மீது அமுக்கிக் கொண்டாள் அக் கிழவி.

ஜபமாலை கொண்டுவந்திருக்கிறாளா என்று அவர் வினவியதும், அவளுக்குக் குழப்பமாகப் போய்விட்டது. ஆடையின் கீழே, இடுப்பில் ஒரு கயிற்றைக் கொண்டு அதைக் கட்டி வைத்திருந்தாள். அங்கு இருந்தால்தான் ஒருவர்

கண்ணிலும் படாமல் பத்திரமாக இருக்கும் என்பது அவள் எண்ணம்!

அவளைப் பார்த்து ஆறுதலாகச் சில வார்த்தைகள் கூறி னார் பிஷப். "ஞாபகம் வைத்துக்கொள், ஸாடா! வரும் வருடத்திலும், கிறிஸ்துமஸுக்கு முன்பு வரும் ஒன்பது நாள் விழாவின்போதும், ஆராதனைச் சடங்கு நடத்தும்போதும் சரி, உனக்காகப் பிரார்த்திக்கத் தவற மாட்டேன். பலிபீடத் தின் முன்னே பிரார்த்தனை புரியும்போது எனது சொந்தச் சகோதரிகளையும், மருமகள்களையும் போலவே உன்னையும் ஞாபகத்தில் வைத்திருப்பேன், கவலைப்படாதே!"

ஆழ்ந்த மதானுபவ வசப்பட்டு, பவித்திரமானதோர் ஆனந்தத்தில் திளைத்தாள் அக்கிழவி. அந்த மங்கிய டிசம்பர் இரவில் தாம் கண்ட புனிதமான அந்தக் காட்சியைப் போல் அதற்குமுன் தாம் கண்டதேயில்லை எனப் பின்னர் வெய்லாண்டிடம் கூறினார் பிஷப். சொத்து சுதந்தரமேதுமில்லாத அவ ளுக்கு பலிபீடத்திலிருந்த பொருள்கள் எவ்வளவு மதிப்பு வாய்ந்தவையாயிருந்தன என்பதை அவள் அருகில் மண்டியிட்டுப் பிரார்த்தித்தபோது அவரால் உணர முடிந்தது. அங்கிருந்த மெழுகுத் திரிகளும், கன்னி மேரியின் வடிவமும், மகான்களின் திருவுருவங்களும், அவதியிலிருந்த அவமானத்தை அகற்றி வேதனையையும், ஏழ்மையையும் கர்த்தருடன் தொடர்புச் சாதனமாக்கும் சிலுவையும் இருந்தன அங்கே. ஏகப்பட்ட கஷ்டத்தைத் தாங்கிவந்த அந்த அடிமை ஸ்த்ரீயினருகே முழந்தாளிட்டபோது, வாலிபப் பருவத்தில் உய்ந்துணர்ந்த புனிதமான மர்மங்களெல்லாம் திரும்பவும் அவருக்குப் புலனாகின. கொடுமை மிக்கவர்கள் இவ்வுலகத்திலிருந்த போதிலும், பரிவு மிக்க பெண்மணி ஒருத்தி சொர்க்கத்திலிருக்கிறாள் என்பதை அறிவதால் அவளுக்கு ஏற்படும் மகிழ்ச்சியையும் அவரால் உணர இயன்றது. அடிபட்டுப் பாடுபட்டு இவ்வுலகின் சுடுசரங்களையெல்லாம் அனுபவித்தறிந்த முதியோருக்கு குழந்தைகளைக் காட்டிலும் ஒரு பெண்ணின் பரிவு அதிகம் தேவையாகும்; தெய்விகத் தன்மை வாய்ந்த பெண்மணிதான் மற்றொருத்தி படக்கூடிய கஷ்டத்தை எல்லாம் உணர முடியும்!

சகலவித காருண்ய உணர்ச்சிகளுக்கும் தலையூற்றை அன்றிரவு அன்னை மேரியின் சன்னிதானத்தில் பாதிரியார்

கண்டு கொண்டார். அந்த அளவு அத்யாத்ம உணர்ச்சி அதற்கு முன்பு அபூர்வமாகத்தான் அவருக்கு ஏற்பட்டதுண்டு. பெண்ணுக்குப் பிறந்த எந்த மனிதனும் முற்றிலும் துறந்து விடமுடியாத இரக்க உணர்ச்சி அது. இறந்து கொண்டிருக்கும் போர் வீரனைக் குறித்தும், சித்திரவதை செய்யப்படும் தியாகியின் பேரிலும் தோன்றும் அதே உணர்ச்சிதான் தூக்கு மேடைமீது நிற்கும் கொலைக்காரனிடத்தும் தோன்றுகிறது.

அன்னை மேரியையொட்டிய இந்த அருமையான சித்தாந்தம், பாதிரியாரின் இதயத்தை ஊடுருவியது.

"மேரி அன்னையின் புனித இதயமே!" என்று அவள் அவர் பக்கத்தில் மெள்ளச் சொன்னாள். அன்னையின் நாமமே அவளுக்கு உணவாகவும், உடையாகவும், உறுதுணையாகவும், தாயாகவும் இருந்துவந்ததை அவரால் அப்போது நன்கு உணரமுடிந்தது. அவள் உள்ளத்தில் தோன்றிய அற்புத ஒளியைத் தம் இதயத்தினுள் கிரகித்துக்கொண்டார்; அவள் திருஷ்டியைத் தாமும் பெற்றார். அவளுடைய லௌகிக ஏழ்மையைப் போலவே தமது ஆத்மீக ஏழ்மையும் நம்பிக்கை ரேகையற்றது என்பதைக் கண்டார். ஆண்டை அடிமையும், சித்திரவதைகளும் நிறைந்த கொடூரமான இவ்வுலகிற்கு முதன்முதலில் சொர்க்க ராஜ்யம் வந்தபோது, அதை இங்கே கொண்டு வந்தவர் சொன்னார்: "உங்களில் எவர்க்கு அசக்தி அதிகமோ, அவர்கள்தான் சொர்க்க ராஜ்யத்தில் முதலிடம் பெறுபவர்." இந்த ஆலயம் ஸாடாவின் சொந்தவீடாகும்; அதில் தாம் ஒரு பணியாளே எனப் பிஷப் எண்ணலானார்!

கிழவியின் பாவ ஒப்புதலை அவர் செவிமடுத்தார்; அவள் தலையின்மீது தமது இரு கைகளையும் வைத்து அவளை ஆசீர்வதித்தார். ஆலயத்தின் மத்திய பாகத்தின் வழியே அவர் அவளை வெளியே இட்டுச் சென்றபோது, அவரது கோட்டைத் தன் தோள்களிலிருந்து அவள் கழற்ற முற்பட்டாள். அவ்வாறு செய்யாமல் பிஷப் அவளைத் தடுத்தார்; அவளே அதை வைத்துக்கொண்டு, இரவில் அணிந்து தூங்குமாறும் கூறினார். ஆனால் அவளோ அதை அவசர அவசரமாகக் கழற்றி விட்டாள்; தான் அதை வைத்துக் கொள்ளலாமென்ற எண்ணமே அவளைப் பயமுறுத்துவது போலிருந்தது. "வேண்டாம், பூஜ்யரே, வேண்டாம்! அவர்கள் இதை நான் அணிந்திருப்பதைப்

பார்த்துவிட்டார்களானால்...!" தன்னைக் கொடுமைப்படுத்துபவர்களைக் குறித்து இதற்குமேல் அவள் குற்றஞ் சாட்டவில்லை. ஆனால் அந்தப் பழைய ஆடையைக் கழற்றியதும், அது தன்னிடம் அன்புகாட்டிய ஒரு உயிருள்ள வஸ்து என்று நினைப்பவள் போல அதைத் தடவித் தட்டிக்கொடுத்தாள் கிழவி!

தம் சட்டைப் பையில் அன்னை மேரியின் உருவம் பொறிக்கப்பட்ட சிறிய வெள்ளிப் பதக்கம் வைத்திருந்தது பூஜ்யர் லாடூருக்கு நல்ல வேளையாக நினைவு வந்தது. போப்பாண்டவராலேயே ஆசீர்வதிக்கப்பட்டது அது என்று கூறி, அவளிடம் அதைக் கொடுத்தார் பிஷப். ஒளித்து வைத்துக் காவல் காத்து, தன்னைக் கண்காணிப்பவர்கள் உறங்கும்போது பூஜிக்கக்கூடிய ஒரு பொக்கிஷம் இப்போது கிடைத்துவிட்டது அவளுக்கு. ‘ ஆஹா, படிக்கவோ அல்லது சிந்திக்கவோ தெரியாத ஒருத்திக்கு, அன்பின் ஜடரூபமான ஒரு வடிவம் இதன் மூலம் கிடைக்கிறதல்லவா!' என்று நினைத்துக்கொண்டார் அவர்.

பெரிய சாவியைப் பூட்டினுள் நுழைத்துத் திருப்பியதும், மரக்கீல்களில் கதவு மெதுவாக அசைந்து திறந்தது. வெளியே நிலவியிருந்த அமைதி, அவர் உள்ளத்தே குடிகொண்டிருந்த அமைதியுடன் ஒன்றியிருந்தது. பனி பெய்வது நின்று விட்டது: வானவளைவைப் போர்த்திருந்த மேகக் குவியல்கள் இப்போது ஸாங்கர் டிக்ரிஸ்டோ மலைகளுக்கு மேலே மிருதுவான வெள்ளைப் பனிப்படலம் போலக் காணப்பட்டன. நீலவானில் முழுமதி கம்பீரமாகத் தனித்து நின்று, தண்ணொளி வீசிக்கொண்டிருந்தது. ஆலயத்தின் வாயிலில் சிந்தனையிலாழ்ந்த வராய் நின்றிருந்தார் பிஷப்; பனிதோய்ந்த பூமியின்மீது ஸாடா விட்டுச் சென்ற காலடிச் சுவடுகளிலேயே அவர் பார்வை பதிந்திருந்தது.

3

நவஜோநாட்டில் வசந்தம்

மாரிக்காலம் முழுவதும் அரிஸோனாவிலேயே தங்கி விட்டார் பூஜ்யர் வெய்லாண்ட். வசந்த காலம் துவங்குவதற் கான அறிகுறி தென்பட்டதுதான் தாமதம், பிஷப்பும் ஜாஸின்டோவும் பெய்டட் டெஸர்ட் என்ற வண்ணப் பாலைப் பகுதியையும், ஹோபி இனத்தவர் வசிக்கும் கிராமங்களையும் நோக்கி நியூமெக்ஸிகோ வழியே நீண்ட பிரயாணம் செய்யப் புறப்பட்டுவிட்டனர். ஓராய்பியை அவர்கள் கடந்ததும் தெற்கு நோக்கிப் பல நாட்கள் பிரயாணம் செய்தனர்; சமீ பத்தில் மகனை இழந்த செய்தியை ஸான்டாஃ பேயிலிருந்த பிஷப்புக்குச் சொல்லியனுப்பிய நவஜோ நண்பரொருவரைப் பார்க்கவே பிஷப் சென்று கொண்டிருந்தார்.

யூஸாபியோவை வெகுநாளாகவே பூஜ்யர் லாடூருக்குத் தெரியும்; தமது புது ஆட்சிஸ்தானத்துக்கு வந்து சேர்ந்த சிறிது காலத்திற்குள்ளேயே அவரைச் சந்தித்துவிட்டார். தனது ஜனங்களுக்கும், ஹோபி மக்களுக்குமிடையே ஓயாது ஒழியாது நடந்துவந்த சண்டையை அடக்குவதில் ஸான்டா ஃபேயிலிருந்த ராணுவ அதிகாரிகளுக்கு அப்போது அந்த நவஜோ உதவி செய்து கொண்டிருந்தார். அதில் தொடங்கி பிஷப்புக்கும் அந்த இந்தியத் தலைவருக்குமிடையே பரஸ்பரம் மரியாதை அதிகரித்துவந்தது. பிஷப்பைக் கொண்டு ஞானஸ்நானம் செய்விப்பதற்காகத் தன் மகனைத் தொலைதூரத்திலிருந்து ஸான்டா ஃபேக்குக் கொண்டு வந்தார் யூஸாபியோ. அன்புக்குரிய அந்த ஒரேமகன் தான் சென்ற மாரிக்காலத்தில் இறந்துவிட்டான்.

பூஜ்யர் லாடூரைவிட பத்து வயது இளையவராயினும், நவஜோ மக்களிடையே செல்வாக்கு மிக்கவர்களில்

ஒருவர் யூஸாபியோ; அதோடு, ஆடுகளும் குதிரைகளும் அவரிடம் ஏராளமாக இருந்தன. ஸான்டா ஃபேயிலும், ஆல்புகெர்க்கிலும், அவருடைய அறிவுக்கும் அதிகாரத்திற்கும் எல்லோரும் மதிப்புக் காட்டினர்; நேர்த்தியான அவரது ஆகிருதியைக் கண்டு வியந்தனர். பொதுவாகவே உயரமானவர்கள் நவஜோக்கள்; அவரோ அசாதாரணமான உயரம் படைத் திருந்தார். அவருடைய முகம், ரோமாபுரியின் குடியரசு நாட்களிலிருந்த படைத்தலைவர்களுடையதைப்போல இருந்தது. நிரம்பவும் அழகாகவே அவர் எப்போதும் உடை தரித்தார். மணிச்சரங்களும், இறகினால் செய்யப்பட்ட பூ வேலைப் பாடுகளும், வெள்ளிப்பட்டிழைகயும் கொண்ட வெல்வெட், முயல் தோலில் தயாரிக்கப்பட்ட உடைகளை அணிந்திருந்தார் அவர். சிறந்த ரகத்தைச் சேர்ந்த கம்பளிப் போர்வை போட்டிருந்தார். அவரது கைகளில் வெள்ளிக் கங்கணங்கள். மார்பிலோ நீலக்கற்கள், சிப்பிகள், பவழங்கள் கோக்கப்பட்ட மிகப் பழைய அணிவடங்கள் தொங்கின.

உறவினர்களுடனும், தன்னைச் சார்ந்தவர்களுடனும் கொலராடோ சிகுவிடோவிலிருந்த குடில்களில் வசித்து வந்தார் யூஸாபியோ. அவருடைய பெரிய கால்நடை மந்தைகளை மேற்கிலும், தெற்கிலும், வடக்கிலும் சுற்றத்தார் மேய்த்து வந்தனர்.

* * *

கடும் மணற்புயல் வீசிக்கொண்டிருந்த தருணத்தில் பூஜ்யர் லாடூரும் ஜாஸின்டோவும் குடிசை போன்ற கூடா ரங்கள் நிறைந்த அந்த இடத்திற்கு வந்து சேர்ந்தனர்; பனிப் புயலின்போது எழும் பனித்துகள்களைப்போலவே சண்டமாரு தத்தால் கிளப்பப்பட்ட புழுதி அவர்களையும் அவர்களது கழுதைகளையும் சுற்றிச் சுழன்றடித்தது: யூஸாபியோ தனது வீட்டைவிட்டு வெளியே வந்து, ஏஞ் ஜெலிகாவின் கடிவாளத் தைப் பிடித்துக்கொண்டார். வாயைத் திறந்து அவர் ஏதுமே பேசவில்லை முதலில். பூஜ்யர் லாடூரின் வெண்கரத்தைத் தனது நேர்த்தியான கறுப்புக் கரத்தால் பிடித்தபடியே மௌனமாக நின்றார்; துக்கமும், விரக்தியும் தமது ஆழ்ந்த கழுகுக் கண்களில் பிரதிபலிக்க, பிஷப்பின் முகத்தை உற்றுப் பார்த்தார். “என் நண்பர் வந்துவிட்டார்” என்று மெதுவா கச் சொல்லும்போது

அவரது உறுதியான அங்கங்களில் ஓர் உணர்ச்சி அலை சிலிர்த்தோடியது.

அவர் கூறியது அவ்வளவேதான்; ஆனால் அதிலேயே எல்லாம் அடங்கிவிட்டது. வரவேற்பு, நம்பிக்கை, பாராட்டு ஆகிய எல்லாமே அந்தச் சில சொற்களில் பரிமளித்தன.

அக்குடியேற்றப் பகுதியினின்றும் சற்று அப்பால் தள்ளியிருந்த தனிமையான குடிலொன்று பிஷப் தங்குவதற்குக் கொடுக்கப்பட்டது. தன்னிடமிருந்த சிறந்த தோல்களினாலும், கம்பளங்களினாலும் விரைவாக அக் கூடாரத்தை அலங்கரித் தார் யூஸாபியோ; சில நாட்கள் அங்கேயே தங்கி இளைப் பாறிச் செல்லவேண்டுமென்று தன் விருந்தாளியைக் கேட்டுக் கொண்டார். கழுதைகள் களைத்துவிட்டனவென்றும், பாதிரியாரும் ஆயாசமடைந்திருப்பதாகவும், ஸாண்டா ஃபேக்கு நீள்வழி செல்ல வேண்டுமென்பதையும் அந்த இந்தியர் எடுத்துச் சொன்னார்.

அவருக்கு வந்தனம் தெரிவித்த பிஷப், அங்கு தாம் மூன்று நாட்கள் தங்கப் போவதாகப் பதிலளித்தார். ஆத்ம சிந்தனைக்கான அவசியம் தமக்கு ஏற்பட்டிருக்கிறதென்றும் கூறினார். தாயகத்தைவிட்டுப் புறப்பட்டதிலிருந்தே அன்றாட விவகாரங்கள் தம் மனசைக் கவ்விக்கொண்டுவிட்டதாயும், சிந்தனையைச் சிதறவிடாது ஒன்றுகூட்ட இதுவே ஏற்ற இடமெனத் தோன்றுவதாயும் உரைத்தார். இப்பருவத்தில் நிறையத் தண்ணீர் ஓடக்கூடியதான ஆறு, வஸந்தகாலப் பேய்க்காற்றில் நாள் முழுவதும் சுழன்றடித்த உதிரிமணலால் உண்டான மேடுகளைச் சுற்றி வளைத்துச் சென்றது. பிஷப் தங்கியிருந்த குடிலின் ஓரமாகவும் மண் குவிந்து, களிமண் பூசிய மரச்சிம்புகளாலான சுவர்களிலுள்ள இடுக்குகள் வழியே உள்ளே சிந்தியது.

ஆற்றின் பக்கத்தில் உயரமான, இலைகளற்ற இலவ மரங்கள் கொண்ட தோப்பு ஒன்று இருந்தது. மிகத் தொன்மை வாய்ந்த அம்மரங்கள், ஏகப்பருமனாக வளர்ந்திருந்தன; கடந்துபோன யுகத்தைச் சார்ந்தவை அவை என்று கூறுமளவுக்குப் பெருத்த உருவத்துடன் காணப்பட்டன. ஒன்றுக்கொன்று தள்ளிச் சாய்ந்து வளர்ந்திருந்த அந்த மரங்கள், ஓயாது வீசிய காற்றில் தழைந்தாட நேர்ந்ததாலும்,

தண்ணீர்த் தட்டுப்பாடு காரணமாகவும் விசித்திரமான முறையில் வளைந்திருந்தன. நாற்பது அல்லது ஐம்பது அடிக்கு மேலே திரும்பவும் நேராக நிமிர்ந்து ஓங்கியிருந்தன அவை. ஒரு சில, இரண்டாகப் பிளவுபட்டுப் பூமியைத் தொடுமளவு வளைந்திருந்தன. மற்றும் சிலவற்றின் அடிமரமே வில்போல் அமைந்திருந்தது. மேலும் சில நெளிந்த பனைமரம் போல் உச்சியில் இலை அடர்த்தியுடன் காணப்பட்டன. எல்லா மரங்களுமே ஜீவிய தசையில் இருப்பினும், செத்து உளுத்த பழைய மரங்கள் போலவே தோன்றின; மிகக் கொஞ்ச இலைகளையே உடையனவாக இருந்தன அவை. அவற்றின் உயரத்துக்கும் பருமனுக்கும் அந்த இலைகள் அற்பமே.

விருந்தினரை நவஜோக்கள் உபசரிக்கும் விதமே அலாதியானது; சதா குறுக்கிட்டுத் தொல்லை கொடுக்கமாட்டார்கள். அதற்கேற்ப யூஸாபியோவும் பிஷப் அங்கு வந்திருந்தது குறித்துத் தனக்கு பரம சந்தோஷம் என்று தெரிவித்ததோடு நிறுத்திக்கொண்டு, அவர் இஷ்டப்படியே இருக்க விட்டுவிட்டார். இடையறாது வீசிய மணற்புயலினிடையே அந்த மூன்று தினங்களையும் பிஷப் கழித்தார்: சுவர்கள் படுதாக்கள் போன்று எழும்பிச் சுழன்ற மணலால் தடுக்கப்பட்டவராய், அந்தச் சிறிய இந்திய கிராமத்திலிருந்தவர்களோடுகூட அவர் தொடர்புகொள்ள முடியவில்லை. வீட்டில் உட்கார்ந்து அந்த மணற்புயலோசையைக் கேட்பார்; இல்லையேல், இந்தியப் போர்வையொன்றினால் வாயையும், மூக்கையும் மூடிக்கொண்டு, அந்தப் பழம்பெரும் மரங்களிடையே சுற்றித் திரிவார். டக்ஸனிலிருந்து பூஜ்யர் வெய்லாண்டைத் திரும்ப அழைப்பது சரியா என்பது குறித்தே இங்கு வந்ததிலிருந்து அவருக்குச் சிந்தனை. இருநூறாண்டுகளாகக் கவனிப் பாரற்று இருந்திருப்பினும் இந்தக் கண்டத்திலேயே அழகு மிக்கதெனத் தாம் கருதும் அர்ச்ஸேவியர் டெல்பாக் ஆலயத் தைப் புனருத்தாரணம் செய்வதில் ஈடுபட்டுத் தாம் மிகுந்த திருப்தியுடனிருப்பதாக அவ்வப்போது டக்ஸனிலிருந்து வந்த வழிப்போக்கர் மூலம் அனுப்பிய கடிதங்களில் பிரதி குரு தெரிவித்திருந்தார்.

பூஜ்யர் வெய்லாண்ட் அங்கு போனதிலிருந்து பிஷப்பின் வேலைச்சுமை நாளுக்கு நாள் அதிகரித்து

வந்தது. ஆவர்ணிலிருந்து வந்திருந்த புதிய பாதிரிகள் நல்லவர்களாயினும், அவரது விருப்பங்களைச் சலிக்காமல் விசுவாசமுடன் நிறை வேற்ற முற்பட்டனராயினும், இந்நாட்டுக்கு அவர்கள் புதியவர்கள்தானே? எனவே எந்த முடிவும் செய்யத் தயங்கி, சகல சிக்கல்களையும் பிஷப்புக்கே விட்டு விட்டார்கள். வெய்லாண்டோ சுதேசிகளிடம் பழகுவதில் விசேஷ சாமர்த்தியம் படைத்தவர்; அவர்களின் குறைபாடுகள் குறித்து அனுதாபம் கொண்டவர். ஆகவே பிரதி குரு மிகமிகத் தேவைப்பட்டார் பிஷப்புக்கு. இருவரும் சேர்ந்திருக்கும் போதெல்லாம் வெய்லாண்டின் நம்பிக்கை கலந்த முரட்டுத் தனத்தை அடக்கியொடுக்க லாடூர் யத்தனித்தாரெனினும், தனித்திருக்கையிலோ அந்தத் தன்மையே அவருக்கு அதிகம் வேண்டியிருந்தது. வெய்லாண்டின் கூட்டுறவும் அவருக்கு அவசியமாக இருந்தது. அதை ஒளிப்பானேன்?

* * *

புய்டி:டோமில் அருகருகேயுள்ள இடங்களில்தான் லாடூரும் வெய்லாண்டும் பிறந்தவர்கள் எனினும் பால்யப் பருவத்தில் ஒருவரையொருவர் அவர்கள் அறியார். படிப்பாளிகளும், உத்தியோகஸ்தர்களும் நிறைந்ததொரு பழங்குடியின் வழித்தோன்றல் லாடூர்: வெய்லாண்டோ அதைவிடத் தாழ்குடியான கிராமவாசிகள் வமசத்தில் உதித்தவர். மேலும், தூயகாற்றும், சவலைக் குழந்தைக்கு இதமான சீதோஷ்ணமும் படைத்த வால்விக் மலையிலுள்ள தனது பாட்டனாரின் பண்ணையிலேயே தனது இளமைப் பிராயத்தில் பெரும் பகுதியைக் கழித்தவர் வெய்லாண்ட். மாண்ட் ஃபெர்ராண்டில் பாதிரிப் பயிற்சிக்கூடத்தில் சேரும்வரை அவர்களிருவரும் சந்தித்ததேயில்லை.

அங்கு தமது இரண்டாவது ஆண்டு துவக்கத்தில் ஒரு நாள் புதிய மாணவர்களை ஸ்வாரஸ்யமுடன் நோக்கிய வண்ணம் விளையாட்டு மைதானத்தில் நின்றுகொண்டிருந்தார் லாடூர். அம்மாணவர்களில் ஒருவன் விசித்திரமாக இருப்பதைக் கண்டார்; அவனுக்குப் பத்தொன்பது வயதாயினும் அதற்குத் தகுந்த வளர்த்தியில்லை. சோகை பிடித்த அவனிடம் நாஸுக்கேதுமிருக்கவில்லை. அவனது முகவாயில் ஒரு பாலுண்ணி. மெழுகு நிறத் தலைமயிருடன் ஜெர்மானியனைப் போலவே தோன்றினான் அவன்.

லாடூரின் பார்வை உறுத் தியதை உணர்ந்தவனாக, தன்னை அவர் அழைத்ததைப் போல அவரிடம் உடனே வந்தான். தன் நாட்டுப்புறத் தோற்றம் பற்றி அவனுக்குத் தெரிந்ததாகவே தோன்றவில்லை; சற்றும் கூச்சமின்றி தனது புதிய சூழ்நிலையில் மிகுந்த சிரத்தை காட்டினான். லாடூரின் பெயரை வினவினான்; அவருக்கு எந்த ஊர், தகப்பனாரின் தொழில் என்ன என்பதையெல்லாம் கேட்டான். பின்னர் அதிசாதாரண முறையிலேயே சொன்னான்:

“என் தகப்பனார், ரொட்டி சுடுபவர். கயோமிலேயே அத் தொழிலில் அவருக்கு ஈடு கிடையாது. உண்மையில், அதில் அவர் மிகுந்த திறமை படைத்தவரே!”

லாடூருக்கு இது வேடிக்கையாயிருப்பினும், தம்மிடம் நம்பிக்கை வைத்துச் சொன்னதற்காக மரியாதையுடன் சிலாகித்தார். தனது சகோதரன், அத்தை, கெட்டிக்காரத் தங்கைளான ஃபிலோமினா ஆகியோரையெல்லாம் பற்றிச் சொல்லிக்கொண்டே போனான் அந்த விசித்திர வாலிபன். பயிற்சிக் கூடத்துக்கு லாடூர் வந்து எவ்வளவு காலமாகிறது என்று இறுதியில் விசாரித்தான்.

“பாதிரியாக வேண்டும் என்று எப்போதுமே உங்களுக்கு ஆர்வமிருந்ததுண்டோ? எனக்கும் அப்படித்தான்; ஆயினும் ராணுவத்தில் சேரவிருந்தவன், மயிரிழையில் தப்பினேன்” என்றான்.

முந்திய வருடத்தில் ஆல் ஜியர்ஸ் சரணடைந்ததும் கிளெர் மாண்டில் ராணுவ அணிவகுப்பொன்று நடந்தது. ராணுவ வாத்திய கோஷ்டிகளும், பிரெஞ்சுப் படைகளின் பெருமை பற்றிய ஆவேசப் பேச்சுகளும் அப்போது ஏகமாக முழங்கின. அதனால் மயங்கிய இளைஞன் வெய்லாண்ட் படையில் சேரக் கையெழுத்திட்டான். தனது தேச பக்தி உணர்ச்சிகள், தந்தையின் அதிருப்தி, இறுதியில் தானே மனம் திருந்தி வருந்தியது முதலியவற்றை எல்லாம் பூஜ்யர் லாடூரிடம் விரிவாக எடுத்துரைத்தான். அவன் பாதிரியாகவேண்டு மென்பது தாயின் விருப்பமாம். அவனது பதின்மூன்றாவது வயதில் அவள் இறந்ததிலிருந்து, அவளது விருப்பத்தை நிறை வேற்றித் தெய்வீக அன்னையின் புனித சேவைக்கே தன் வாழ்வை அர்ப்பணிக்க அவன் ஆசைப்பட்டான். எனினும் அந்த ராணுவ அணிவகுப்பு

தினத்தன்றோ பிரான்ஸுக்குப் பணிபுரிய வேண்டுமென்ற ஒரே விருப்பத்தைத் தவிர மற்ற வற்றையெல்லாம் அவன் மறந்துவிட்டான்!

இந்த இடத்தில் திடீரென நிறுத்தினார் வெய்லாண்ட். விரைவில் ஒரு கடிதம் எழுதியாக வேண்டுமெனக் கூறி, தனது நெட்டங்கியைத் தூக்கிப் பிடித்துக்கொண்டு அங்கிருந்து விரைந்தோடினார். அவர் போவதைப் பார்த்தவாறு நின்ற லாடூர், இந்தப் புதியப் பையனைத் தம் பொறுப்பாகக் கொள்ள முடிவு செய்தார். அந்த ரொட்டிக்காரனின் பிள்ளையிடம் ஏதோ ஒரு சக்தி இருந்தது; அதுதான் அவர்களுடைய சந்திப்புக்கு ஒரு தனிக் கவர்ச்சியை அளித்திருக்க வேண்டும். அதை மீண்டும் அனுபவித்துணர லாடூர் தீர்மானித்தார். அந்த முதல் சந்திப்பிலேயே விகாரமான அந்தத் துருதுரு பையனைத் தம் நண்பராக வரித்துவிட்டார். பார்த்த மாத்தி ரத்திலேயே அது நடந்தேறிவிட்டது. இத்தனைக்கும் லாடூரின் சுபாவத்தில் நிதானம் அதிகம்; குற்றம் காணும் தன்மையும் உண்டு. அவரைத் திருப்தி செய்வது கடினம். பிஞ்சில் பழுத் தவரின் மனோபாவம் உடையவர் அவர்.

அந்தப் பயிற்சிக்கூடத்தில் இருந்த காலத்தில் தம் நண் பரைப் படிப்பு விஷயத்தில் எளிதாக மிஞ்சினார் லாடூர்: ஆனால் மதார்வத்திலோ தம்மை மிஞ்சுபவர் வெய்லாண்ட் என்பதையும் அவர் உணர்ந்தார். பாதிரிகளான பின் முதலில் ஆங்கிலத்திலும், பின்னர் ஸ்பானிஷ் மொழியிலும் லாடூரை விடத் துரிதமாகக் கற்றுக்கொண்டார் வெய்லாண்ட். ஆரம்பத்தில் தப்பும் தவறுமாகத்தான் அவற்றில் அவர் பேசினார் என்பது உண்மையே; ஆயினும் இலக்கணம் பற்றியோ, சொற்சிறப்பு குறித்தோ அவர் அனாவசியமாக அலட்டிக் கொள்ளவில்லை. பணியாட்களிடம் அவர்கள் பாஷையிலேயே பேசத் தயாராயிருந்தார் அவர்.

பூஜ்யர் வெய்லாண்டுடன் சேர்ந்து பணிபுரிய ஆரம்பித்து இப்போது இருபத்தைந்து வருடங்களாகி விட்டபோதிலும் அவருடைய சுபாவத்திலிருந்த முரண்பாடுகளை இன்ன மும் பிஷப்பினால் ஏற்க முடியவில்லை. இருந்தால் இருந்து விட்டுப் போகிறது என்றே இருந்தார்; ஆனால் வெய்லாண்டிடமிருந்து பிரிந்து வெகு நாளாகி விடவே, அந்த முரண்பாடுகளே கூடத் தமக்குப் பிடித்தம்தான்

என்பதை இப்போது உணர்ந்தார். இவ்வுலக விஷயங்கள் பலவற்றினிடம் பற்றுதல் மிகக் கொண்டவரெனினும் தாமறிந்த உண்மைப் பக்திமான்களில் தலையாய ஒருவர் என்பதை, பிஷப் கண்டு கொண்டார். நல்ல சாப்பாடு, குடி வகைகளில் வெய்லாண் டுக்குப் பிடித்தமுண்டாயினும், மதம்விதிக்கும் உபவாசங்கள் அனைத்தையும் கனகடுமையாக அனுஷ்டிப்பவர் அவர்; நெடுந் தொலைவுப் பிரயாணத்தின் போதெல்லாம் உணவுக் கஷ்டம் குறித்துப் பேச்சுமூச்சே காட்டமாட்டார். நல்ல மதுவிடம் அவருக்கிருந்த அளவு மோகம் வேறு எவரிடமாவது இருந்திருக்குமாயின் நிச்சயம் அது ஒரு குறைபாடே; ஆனால் சோனியான அவருக்கோ, திடீர் திடீரெனக் கிளம்பும் காரிய, கற்பனாவேகத்தில் உதார் கொடுக்க அம்மாதிரி துரிதமாகத் தூண்டும் சரக்குகள் தேவையிருப்பதாகவே தோன்றியது. நேர்த்தியான சாப்பாடும், ஒரு புட்டி கிளாரட்டும் தம் கண் முன்னாலேயே அவரிடம் ஆத்மீகச் சக்தியைப் புகுத்தி வரு வதை பிஷப் பன்முறை கண்டிக்கிறார். மற்றவர்களை அயரச் செய்து ஓய்வு தேடவைக்கும் சிறிய விருந்துகளிலிருந்து பூஜ் யர் வெய்லாண்டோ புத்துணர்ச்சி பெற்றெழுந்து பத்துப் பனிரெண்டு மணி நேரம் குன்றாத ஆர்வத்துடன் முனைந்து வேலை செய்து அற்புதச் சாதனைகள் புரிந்திருப்பதையும் அவர் பார்த்திருக்கிறார்,

மதவட்டம், கதீட்ரல் நிதி, தூரத்தேயுள்ள மிஷன்கள் முதலானவற்றுக்காகத் தமது பிரதி குரு விடாப்பிடியாக யாசகம் கேட்பது அநேக முறை பிஷப்புக்குத் தர்ம சங்கடமாய இருந்ததுண்டு. ஆனால் தனக்காக ஒரு காசுகூடக் கேட்காத அளவு கண்ணியம் உடையவர் பூஜ்யர் வெய்லாண்ட். தமது கழுதையான கண்டெண்டோ தவிர இவ்வுலகில் அவருக்கு வேறு உடைமை கிடையாது. ரியோமிலுள்ள தமது சகோதரியிடமிருந்து பகட்டான உடைகள் அவருக்கு வந்ததாயினும், அன்றாடம் அவர் உடுப்பது முரட்டுத் துணிகளே. பிஷப்பினிடமோ குறைந்த பட்சம் பெரியதொரு புத்தகசாலையாவது இருந்தது. அவர் வீட்டிலும் வசதிக் குறைவில்லை. யூஸாபியோவும், இதர இந்திய நண்பர்களும் உவந்தளித்த அழகழகான தோல் போர்வைகளும் இருந்தன. ஊசி, பின்னல் வேலைகளில் தேர்ந்தவர்களான மெக்ஸிகப் பெண்மணிகள் நேர்த்தியான லினன் துணியில் அவருக்கு ஆடைகளும், படுக்கை விரிப்புகள் போன்றவற்றையும்

பரிசளித்திருந்தார்கள். ஆலிவாரெஸ் போன்ற பணக்காரச் சீடர்கள் அளித்த வெள்ளித் தட்டுகள் முதலானவையும் அவரிடம் உண்டு. ஆனால் பூஜ்யர் வெய்லாண்டோ கிறிஸ்தவ மத ஸ்தாபகர்களைப் போலவே சொந்த உடைமைகள் ஏதும் அற்றவராக இருந்தார்.

தனித்து வாழ்ந்து பக்தி செலுத்தவே தனது இளமைப் பருவத்தில் அவர் விரும்பினார்; ஆனால் உண்மையில், மனிதருடன் உறவாடலன்றி அவரால் அதிக காலம் சந்தோஷமாகத் தரித்திருக்கமுடியாது. மேலும், தான் பார்த்த பேரிடமெல்லாம் பற்றுதல் கொள்ளும் பண்புடையவர் அவர். ஓஹியோவில் சேர்ந்து பிரயாணம் செய்ய நேர்ந்தபோதெல்லாம், ஏற்கெனவே நிரம்பி வழியும் வண்டியில் புதிதாக எவரும் முண்டியடித்துக்கொண்டு ஏறும்போது, வெய்லாண்டிடம் திருப்தியும் சிரத்தையும் பிறப்பதை லாடூர் கண்டுள்ளார். அதனால் தமக்கேற்பட்ட எரிச்சலை அவர் மூடி மறைத்தபோதிலும் வெய்லாண்டோ அந்தப் புதுப் பிரயாணியை விரும்பி வரவேற்பது போலவே தோன்றும். ஓஹியோவின் படுமட்டமான வாழ்க்கை நிலை குறித்து வெய்லாண்ட் கவலைப்படுவதேயில்லை. காணச் சகிக்காத வீடுகள், ஆலயங்களும், சரிவரக் கவனிக்கப்படாத பண்ணை, தோட்டங்களும், நகர, கிராமப்புறங்களில் தென்பட்ட ஒழுங்கின்மையும் அசிரத்தையும் லாடூரை இடையறாது மனம் நொடியச் செய்தனவாயினும், வெய்லாண்டின் கண்களிலோ அவை பட்டதாகவே தெரிய வில்லை. அழகு, நளினம் குறித்து அவருக்கு நாட்டமே கிடையாதென்றுதான் எவரும் நினைப்பார். ஆனால் சங்கீதத்திலோ அவருக்கு ஒரே வெறி. ஸாண்டுஸ்கியில் ஒவ்வொரு நாள் மாலை நேரத்திலும் தமது ஜெர்மன் கோஷ்டிகானத் தலைவருடன் இளைஞர்களுக்கு பாடல்களைப் போதிப்பதில் இணையற்ற இன்பம் கண்டவர் அவர். பூஜ்யர் வெய்லாண்டைப் பற்றி எவ்வளவுதான் கூறினாலும், புரியாத புதிரே அவர். மனிதர் என்ற முறையில் தமது குணாதிசயங்களுக்கெல்லாம் மேம்பட்டவர். எவ்வித மனித சமூகத்தில் கொண்டு போய்த் திடீரென நிறுத்தினாலும் சரி, அதற்குத் தனியொரு ஒளியூட்டுவார் அவர். நவாஜோ குடிலாகட்டும் அல்லது பிரபுக்கள், ரோமாபுரி கார்டினல்கள் மத்தியிலும் சரியே, எங்கிருந்தாலும் அவருக்கு ஒன்றுதான்.

ஓஹியோவிலிருந்து முதன் முறையாக வாடிகனுக்கு பூஜ் யர் வெய்லாண்ட் சென்றிருக்கையில் நிகழ்ந்த வேடிக்கையான சம்பவமொன்று பற்றிச் சென்றமுறை ரோமுக்குப் போயிருந்தபோது கேள்விப்பட்டார் பிஷப்; அப்போது போப்பாண்டவராயிருந்த பதினாறாவது கிரிகரியின் காரிய தரிசியாகப் பணியாற்றிய மஜுச்சியின் வாய்மொழியாகவே அதை அவர் கேட்டார்.

ரோமில் மூன்று மாதகாலம் வெய்லாண்ட் தங்கினார். அப்போது அன்றாடம் நாற்பது சதம்தான் செலவழிப்பாராம். ஆனால் அது காரணமாக அங்கு எதையும் அவர் பார்க்காமல் விட்டுவிடவில்லை! போப்பாண்டவருடன் பிரத்யேகப் பேட்டிக்கு ஏற்பாடு செய்யும்படி மஜுச்சியை பன்முறை கேட்டுக் கொண்டார் அவர். மஜுச்சிக்கும் அவரிடம் அலாதிப்பிரியம் ஏற்பட்டிருந்தது; அவரிடம் ஒரு பரபரப்பு, ஜீவத்துடிப்பு, கவர்ச்சி இருந்தது. மேலும், ரோமாபுரியில் குழுமும் பாதிரிகளிடம் சாதாரணமாகப் பார்க்கமுடியாத புத்துணர்ச்சியையும் அவரிடம் கண்டார் மஜுச்சி. எனவே பிரத்யேகப் பேட்டிக்கு ஏற்பாடு செய்தார்; அப்போது வெய்லாண்ட், போப் பாண்டவர் தவிர பிரன்னமாயிருந்த ஒரே நபர் மஜுச்சிதான்.

ஏவலாளன் ஒருவனுடன் பேட்டிக்கு வந்தார் பாதிரியார். ஆசீர்வாதத்துக்கான பொருள்களடங்கிய பெரிய பாத்திரமொன்றை அந்தப் பணியாளன் தூக்கிவருவது வழக்கம். ஆனால் அப்போதோ ஒன்றுக்குப் பதில் இரு பாத்திரங்களை அவன் தூக்கிவந்தான். உபசாரமெல்லாம் முடிந்த பிறகு, தனது மிஷன்கள் பற்றியும் சக பாதிரிகள் பற்றியும் பேசத் துவங்கிவிட்டார் வெய்லாண்ட்; வெகு விரிவாக அவர் வர்ணிக்கவே, குறித்த நேரத்துக்கு மும்மடங்கு அதிகமாகப் பேட்டி நீண்டுவிட்டது. ஐரோப்பிய அரசியலரங்கில் எப் போதுமே தவறான தரப்பில் சேர்ந்து வந்ததுடன், சுதந்தர இத்தாலியையும் எதிர்த்து யதேச்சதிகாரமான முறையில் நடந்து கொண்டபோதிலும் தூரதேசங்களில் கிறிஸ்தவ மதத் தைப் பரப்புவதில் தமது முன்னோர்களை விட அதிக சேவை செய்திருப்பவர் கிரிகரி. எனவே அம்முறையில் தமக்குப் பிடித்தமான ஒரு பாதிரியார் வந்து சேரவும், நேரம் போனதே தெரியாமல் கேட்டுக் கொண்டிருந்தார். தமக்கும், தம் மிஷன்கள், சக

பாதிரிகள், பிஷப்புக்கும் ஆசி கோரினார் வெய் லாண்ட், அதையடுத்து அப்பாத்திரங்களிலிருந்து எண்ணி றந்த சிலுவைகள், ஜபமாலைகள், பிரார்த்தனைப் புத்தகங்கள், பதக்கங்கள் போன்றவற்றை வெளியே எடுத்து, பெட்டிக் கடை போலப் பரப்பினார். வழக்கமானதற்கு அதிகமாகவே அவற்றை ஆசீர்வதிக்கவேண்டுமென மன்றாடினார். காலகெடு கடந்துவிட்டது கண்டு பிரமித்த பணியாளன், பலமுறை வந்து போய்விட்டான்; அப்படியும் பேட்டி நின்றபாடில்லை. இறுதியில், இதர அலுவல்கள் காத்து நிற்கின்றன என்பதை போப்பாண்டவருக்கு மஜுச்சி நினைவூட்ட வேண்டியதா யிற்று. ஏவலாளன் அப்போது அங்கு இல்லையாதலால் இரு பாத்திரங்களையும் வெய்லாண்டே தூக்கிக்கொண்டு, சன்னிதானத்தை வணங்கியவராகப் பின்வாங்கலானார். போப்பாண்டவரோ தமது இருக்கையை விட்டெழுந்து கையை உயர்த்தினார். ஆனால் என்ன ஆச்சரியம்! ஆசி கூறுவதற்குப் பதில் அஞ் சலி செலுத்தி, சாதாரண மக்கள் கூறிக்கொள்வது போல 'தைரியமாகச் செல்லும், அமெரிக்கரே' என்று கூவினார்.

* * *

ஆத்மசிந்தனைக்கு கடந்த காலம் பற்றி எண்ணுவ தற்கு மட்டுமின்றி எதிர்காலம் குறித்துத் திட்டங்கள் தீட்டு வதற்கும் அந்த நவஜோ விடுதி ஏற்ற இடமாக இருப்பதைக் கண்டார் லாடூர். பிரான்ஸிலுள்ள தமது சகோதரருக்கும், பழைய நண்பர்களுக்கும் நீண்ட கடிதங்கள் எழுதினார். நடுக் கடலில் செல்லும் கப்பலிலுள்ள அறைபோலத் தனித்திருந்தது அவ்விடுதி; வாசல் கதவு தவிர அதில் வேறு பிரவேசவழி கிடையாது. அக்கதவோ எப்போதும் திறந்தே கிடந்தது. அதற்கப்பால் மணற் புயலின் விளைவாகக் குழம்பிய மஞ்சள் ஒளி. நாள் பூராவும் சுவரிலிருந்து இடுக்குகள் வழியே மணல் உள்ளே ஊடுருவி தரையில் கோலமிட்டது. மரக்கிளை களாலான கூரைமீது அந்த மணல்மாரியானது பனிக்கட்டிகள் விழுவது போன்ற ஒலியைக் கிளப்பியது. வெறும் மணல் வெளியும், விடாது வீசும் காற்றுமேயுள்ள பூமண்டலத்தின் மத்தியிலே வசிக்கிறோம் என்று எண்ணச் செய்யுமளவுக்குப் பூஞ்சையாக இருந்தது அவ்விடுதி.

4

யூஸாபியோ

அங்கு வந்த மூன்றாம் நாள், திரும்பி வந்துவிடுமாறு ஓர ளவு சம்பிரதாயமான முறையில் தமது பிரதி குருவுக்குக் கடிதம் எழுதிவிட்டு, அந்தப் பாலைவனத்தில் வழக்கம் போல உலாவப் புறப்பட்டுவிட்டார் பிஷப். காற்று குறைந்து துல்லியமாகும் அஸ்தமன நேரம் வரை அங்கேயே சுற்றிக் கொண்டிருந்தார். பின்னர் திரும்பிவருகையில், இலவ மரத் தினாலான பேரிகையொன்று மெல்லத் தட்டப்படும் ஆழ்ந்த ஒலி அவர் காதில் விழுந்தது. யூஸாபியோவின் வீட்டிலிருந்தே அது வருகிறது. அவர் வீடு திரும்பிவிட்டதையே அது குறிக் கிறது என்பதை ஊகித்தார்.

வீட்டுக்கு வந்ததும் அதன் வாசற்படியில் நவஜோ பாஷையில் எதையோ பாடியவண்ணம் அந்த நீண்ட மத்த ளத்தில் யூஸாபியோ மெதுவாகத் தட்டிக்கொண்டிருப்பதைக் கண்டார். அவருக்கு முன்னால் நாலைந்து வயதேயான இரு இந்தியச் சிறுவர்கள் அந்த இசைக்கேற்ப நடனமாடிக்கொண்டிருந்தார். யூஸோபியோவின் மனைவியும் சகோதரியும் இருண்ட இடைகழியில் இருந்தவாறே இதைப் பார்த்துக் கொண்டிருந்தனர்.

புதிய மனிதர் வந்ததை அந்தச் சிறுவர்கள் கவனிக்க வில்லை; கரும்பழுப்பு நிறமான தங்கள் கண்களைப் பாதி மூடிக்கொண்டு, நர்த்தனத்திலேயே லயித்திருந்தனர். அவர்களுடைய தோளும் கைகளும் குழைந்தாடுவதையும், அவர்களது சிறிய பாதங்கள் லயம் தவறாது நடனமிடுவதையும், மனம்போன போக்கில் ஏறி இறங்கிய அந்தச் சங்கீதத்துக் கேற்பச் சற்றும் பயிற்சியின்றியே சுழன்றாடியதையும் பிஷப் கவனித்தார்.

யூஸாபியோவின் முகத்திலும் மதாவேசம் தென்பட்டது. முழங்கால்களுக்கிடையில் மத்தளத்தை இடுக்கிக்கொண்டு குனிந்தவாறு அமர்ந்திருந்தார் அவர்; அவருடைய கறுப்பு மயிரை சிவப்புத் துணியொன்று நெற்றியுடன் சேர்த்துக் கட்டியிருந்தது. மத்தளத்தைக் குச்சியினாலோ சுண்டுவிரலினாலோ அடிக்கும்போது, அவரது கறுப்பு மணிக்கட்டிலிருந்த வெள்ளிக் கங்கணங்கள் டாலடித்தன. பாட்டு முடிந்ததும் எழுந்திருந்து அந்தச் சிறுவர்கள் தனது மருமகன்களென பிஷப்புக்கு அறிமுகம் செய்துவைத்தார். 'கழுகு முகம்', 'மருந்து மலை' என்பவை அவர்களது பெயர்களென்றார். பின்னர் தலையை ஆட்டி அவர்களைப் போகச் சொன்னதும் வீட்டினுள் ஓடி மறைந்துவிட்டனர் அவ்விருவரும். மத்தளத்தை மனைவியிடம் கொடுத்துவிட்டு, பாதிரியாரோடு நடக்கலானார்.

"டக்ஸனிலுள்ள பூஜ்யர் வெய்லாண்டுக்கு ஒரு கடிதம் அனுப்ப விரும்புகிறேன். ஸான்டா ஃபே வரையில் எனக்கு வழிகாட்ட உங்கள் மனிதர் யாரையாவது நீங்கள் கொடுக்க முடியுமானால் அந்தக் கடிதத்துடன் ஜாஸின்டோவை அனுப்ப உத்தேசம்" என்றார் பாதிரியார்.

"உங்களுடன் நானே வருகிறேன்" என்று யூஸாபியோ முன்வந்தார்.

அதற்கிணங்க மறுநாள் காலை தெற்குத் திசையில் ஜாஸின்டோ அனுப்பப்பட்டான்; லாடூரும், யூஸாபியோவும் கிழக்கே நோக்கிப் பயணமாயினர்.

ஸான்டா ஃபேயை அடைய அவர்கள் நானூறு மைல் தூரம் கடக்கவேண்டியிருந்தது. கண்ணை மறைக்கும் மணற்புயலும், கண்ணைப் பறிக்கும் சூரியவொளியும் மாறி மாறி வீசின. வழி நெடுகிலும். கீழே பரவிக் கிடந்த பாலை வெளி எந்த அளவு சாந்தமாக, அலுக்கவைக்கும் முறையில் ஒரே மாதிரியாக இருந்ததோ, அந்த அளவுக்கு வான மண்டலத்தில் மாறுதல்கள் இடையறாது நிகழ்ந்துவந்தன. உலகில் வேறெங்கும் காண முடியாத அளவுக்கு அங்கு வான மண்டலம் வியாபித்திருந்தது. காலடியில் சமவெளி விரிந்து கிடப்பினும் கண்ணில் பட்டதென்னவோ சூறாவளியும் வேகமாக ஓடும் மேகங்களும் நிறைந்த அந்த நீல விதானம்தான். மலைகளும்கூட அதன் கீழ் வெறும்

எறும்புப் புற்றுகள் போலவே தோன்றின. மற்ற இடங்களில் உலகின் கூரையே வானம்; இங்கோ வானத்தின் அடிநிலமே பூமண்டலம்! தொலை தூரத்திற்கப்பால் இருக்க நேருகையில் எவரும் விரும்பக்கூடிய இயற்கைக் காட்சி, நம்மை நீக்கமறக் கவிந்திருக்கும் ஒரே போர்வை வானம்தான், விண்ணுலகம்தான்!

யூஸோ பியோவுடன் பிரயாணம் செய்கையில் சுற்றுப் புறக் காட்சிகளெல்லாம் உயிர்பெற்று அவர் உருவில் வருவது போலவே தோன்றியது. சோதனையையும் கால நிலையையும் களிப்புடனேயே அவர் ஏற்றார். அவர் அதிகம் பேசவில்லை. சாப்பாடும் சொல்பமே. எங்கு படுத்தாலும் தூங்கினார். சதா பரிவு சொட்டும் முகக்களை. ஜாஸின்டோவைப் போலவே ஒருபோதும் பிசகாத நன்னடத்தை. பூக்களைக் கொய்ய அடிக்கடி அவர் நடுவழியில் நின்றுவிடுவது பிஷப்புக்கு ஆச்சரியமூட்டியது. ஒரு நாள் காலை சிவப்புப் புஷ்பக்கொத்து ஒன்றுடன் திரும்பி வந்தார் அவர். குழல் போன்ற நீண்ட வடிவிலான அப் பூவின் இதழ்கள் ஒருபுறம் தளர்ந்து விழுந்து காற்றில் தள்ளாடின. இந்தியர்கள் இதை 'வானவில் புஷ்பம்' என்பார்கள். இவ்வளவு சீக்கிரம் இவை மலருவதில்லை' என்று அந்தக் கொத்தைத் தூக்கிப் பிடித்தவாறு யூஸா பியோ கூறினார்.

இரவில் தாங்கள் தங்க நேர்ந்த பாறை, மரம் அல்லது மணற் குன்றிலிருந்து மறுநாள் காலை புறப்படும்போது, அங்கு தங்கள் சுவடுகளையெல்லாம் ஜாக்கிரதையாக அந்த நவஜோ அழித்தார். கணப்பில் எரிந்த கரிக்குச்சிகள், மீதமான உணவு முதலானவற்றை மண்ணில் புதைத்தார்; கற்களைக் குவித்திருந்தால் கலைத்ததுடன், மண்ணில் தோண்டியிருந்த குழிகளையும் மூடி நிரப்பினார். ஜாஸின் டோவும் இப்படித்தான் செய்தான். எந்தச் சூழ்நிலையில் இருந்தாலும் அதில் தன் பிரசன்னத்தை வலியுறுத்தவோ, மாற்றவோ, தான் வந்து போனதைக் குறிக்க ஏதாவது அடையாளச் சின்னத்தையாவது விட்டுப் போகவே வெள்ளைக்காரர்கள் முற்படுவது போலவே, எதையும் கிஞ்சித்தும் மாற்றாது கடந்து செல்வதும், ஆகாயத்தில் பறவைகளையோ, நீரில் மீன்களையோ போலத் தங்கள் சுவடே தெரியாது நடந்துபோவதும் இந்தியர் பழக்கம் என்பதை இதிலிருந்து லாடூர் ஊகித்துக் கொண்டார்.

* * *

இயற்கைச் சூழ்நிலையோடு ஒன்றுவதே இந்தியர் இயல்பு. பாறைப் படிவங்கள் மீது கட்டப்பட்டிருந்த ஹோபி கிராமங்கள்கூட அந்தப் பாறைகள் போலவே அமைந்து, தூரத்திலிருந்து பார்த்தால் வித்தியாசம் தெரியாமல் இருந்தன. நவஜோக்களின் குடில்களோ அவை இருக்குமிடத்திலுள்ள மணல், நாணலினாலேயே கட்டப்பட்டவை. எந்த இந்தியர் கிராமமும் அதுவரை வீட்டு ஜன்னல்களினால் கண்ணாடி பொருத்தப்பட அனுமதித்ததில்லை. அதில் சூரியனின் பிரதி பிம்பம் அவர்கள் கருத்துப்படி விகாரம், இயற்கைக்கு விரோதம் என்பதோடுகூட அபாயகரமானதும் கூட. மேலும், இந்த இந்தியர்களுக்குப் புதுமையோ மாறுதலோ லவலேசமும் பிடிக்காது. தங்கள் மூதாதையர் நடந்து நடந்து குழி விழுந்த பாறைப் பாதைகளிலேயே செல்வர்; பாறைப் படிவப்பட்டணங்களுக்கு ஏற பழையபடிகளையே பயன்படுத்துவர். பழைய ஊற்றுக்களிலிருந்தேதான் தண்ணீர் எடுப்பர். வெள்ளையரால் கிணறுகள் தோண்டப்பட்ட பின்பும் கூட அந்த ஊற்றுகளை அவர்கள் கைவிடவில்லை!

வெள்ளி வேலையிலும், நவரத்னங்களை இழைப்பதிலும் எல்லையில்லாப் பொறுமை காட்டினர் அந்த இந்தியர்கள். தங்கள் போர்வை, இடுப்புப்பட்டை. விசேஷ உடுப்புகளின்மீது தங்கள் நேரம், திறமையெல்லாம் சொரிந்தனர். ஆனால் இந்த அலங்கார உணர்ச்சி, அவர்களுடைய இயற்கைச் சூழலளவு எட்டவில்லை. இயற்கையை வென்று, ஒழுங்குபடுத்தி புனர்ஜனனத்துக்கும் வகை செய்வதில் ஐரோப்பியருக்கிருந்த ஆசை அவர்களுக்கு அணுவளவும் இல்லை. அதற்கு நேர் எதிரான முறையிலேயே, தங்கள் சூழ்நிலைக்கேற்ப தங்களை மாற்றிக்கொள்வதிலேயே தங்கள் சாமர்த்தியத்தைச் செலவழித்தனர். அசட்டையல்ல, வழிவழியாக வந்த எச்சரிக்கையும், மரியாதையுமே இதற்குக் காரணமென்று பிஷப் கருதினார். அந்தப் பெருநாடு பூராவும் துயிலில் ஆழ்ந்துள்ளது போலவும், அதை எழுப்பாமலே தங்கள் காரியங்களைக் கவனிக்க அவர்கள் விரும்புவது போலவுமே தோன்றியது: இல்லையேல் நிலம், நீர், காற்று ஆகியவையெல்லாம் உயிருள்ள வஸ்துக்கள் போலவும், அவற்றைத் தட்டி எழுப்பி விரோதித்துக்கொள்ள அவர்கள் விரும்பாதது போலவுமே எண்ணச் செய்தது.

வேட்டையிலும்கூட இதே நிதானத்தையே இந்தியர்கள் கடைப்பிடித்தனர்; கண்மூடித்தனமாகக் கொன்று குவிப்பதில்லை அவர்கள். நதிகளையோ, காடுகளையோ மனம்போன போக்கில் சுரண்டுவதில்லை; நீர்ப் பாசனம் செய்யவேண்டுமெனில் தங்களுக்குத் தேவையான தண்ணீரை மட்டுமே எடுத்துக்கொள்வர். நிலத்தையும், அதன் மீதுள்ள யாவற்றையும் மதித்து நடந்தார்கள் அவர்கள்; அதை அபிவிருத்தி செய்யவோ அல்லது மாசுபடுத்தவோ யத்தனிக்கவில்லை.

ஆல்புகர்க்கை பிஷப் லாடூரும், யூஸாபியோவும் நெருங்க நெருங்க, அவர்களுக்கு அவ்வப்போது துணை கிடைத்தது; சமவெளியினூடே வளைந்து நெளியும் நீண்ட பாதைகள் வழியே போய்வந்துகொண்டிருந்த இந்தியர்கள் ஆங்காங்கு சேர்ந்து கொண்டார்கள். வேகமாகச் சென்றாலும் சரி, மெதுவாகப் போனாலும் சரி ஆர்ப்பாட்டமே செய்யவில்லை அவர்கள். தங்கள் பகட்டான போர்வைகளைப் போர்த்திக்கொண்டு கழுதை மீது உட்கார்ந்தோ அதன்கூட நடந்தோ சந்தடியின்றிச் சென்றார்கள். வஸந்தகாலத்தில் புத்துயிர் பெறும் அந்தப் பரந்த நாட்டில் யார் கண்ணிலும் படாமல் சப்தமே எழுப்பாமல் செல்வதுதான் தங்கள் கடமை என்று அவர்கள் எண்ணினாற் போலவே இருந்தது.

லகுனாவுக்கு வடக்கே ஜூனி இனத்தைச் சார்ந்த இரு அஞ்சல்காரர்கள் அவர்களைத் துரிதமாகக் கடந்து சென்றார்கள். ‘இந்தியர் விவகாரம்’ சம்பந்தமாக கிழக்கு நோக்கிப் போய்க் கொண்டிருந்த அவர்கள் யூஸாபியோவைக் கண்டதும் உள்ளங்கைகளை விரித்துக் காட்டி வணங்கிவிட்டு, நிற்காமலே மேற்கொண்டு ஓடினார்கள். இளமான்களின் வேகம் இருந்தது அவர்களிடம். கழுகுப் பாய்ச்சலில் விழும் நிழல் போல அந்த மணற்குன்றுகளிடையே அவர்களது உடல்கள் தோன்றித் தோன்றி மறைந்தன.

எட்டாவது பாகம்

பைக் சிகரத்தில் போன்

I

கதீட்ரல்

ஸான்டா ஃபேக்கு பூஜ்யர் வெய்லாண்ட் வந்து மூன்று வாரமாகிவிட்டது; எனினும் டக்ஸனிலிருந்து தன்னை பிஷப் திரும்ப அழைக்கக் காரணமென்ன என்பது அவருக்கு இன் னும் விளங்கவில்லை. அன்று பிற்பகல் பிஷப் எங்கோ சவாரி செல்லப் போவதால் மத்தியான சாப்பாடு வழக்கத்துக்கு முன்னதாகவே நடக்குமென ஒரு நாள் காலை ப்ரக்டோஸா அவரிடம் வந்து கூறினான். எனவே அரை மணிக்கெல்லாம் பிஷப்புடன் சாப்பிட உட்காந்துவிட்டார் அவர்.

மத்தியான வேளையில் பிஷப் தனியாக உணவருந்துவ தென்பது அரிது. தொலைவிலிருந்து வந்துள்ள பாதிரி, ராணுவ அதிகாரி, அமெரிக்க வியாபாரி, பழைய மெக்ஸிகோ அல்லது கலிபோர்னியாவிலிருந்து வரும் விருந்தாளி போன் றோரை உபசரிக்க அதுதான் அவருக்கு உகந்த பொழுது. வரவேற்பு அறை ஏதும் அவர் வீட்டில் கிடையாது. சாப் பாட்டுக்கூடமே அதற்கும் உதவியது. நீளமான அந்த அறையில், தோட்டத்தையொட்டிய மேற்குக் கோடியிலேயே ஜன்னல்கள் இருந்தபடியால் குளிர்ச்சியாக இருந்தது. மூலை முடுக்கில்லாத அதன் சுவர்கள்மீதும், பீரோவின் கண்ணாடிக் கதவுகள், அதன் உள்ளேயிருந்த வெள்ளி உணவுக்கலங்கள்

மீதும் சூரிய ஒளிபட்டு தகதகத்தது. நியூஆர்லீன்ஸுக்குத் திரும்புமுன் தனது சாமான்களை ஸ்ரீமதி ஆலிவாரெஸ் ஏலம் போட்டபோது அந்தப் பீரோவையும், சாப்பாட்டு மேஜையையும் லாடூர் வாங்கினார். தனது வெள்ளிக் காபிக்கலயங்களையும், மெழுகுவர்த்திப் பீடங்களையும் தனது ஞாபகார்த்தப் பரிசாக அவள் அளித்திருந்தாள். நிழல் பரவிய அந்த அறையில் அவைமட்டுமே அலங்காரப் பொருள்கள்.

வெய்லாண்ட் வருமுன்பேதம் ஆசனத்தில் அமர்ந்திருந்தார் பிஷப். "ஏன் இவ்வளவு சீக்கிரம் சாப்பிடுகிறோமென்பதை ப்ரக்டோஸா சொன்னானல்லவா? இன்று பிற்பகல் சவாரி செல்கிறோம். உங்களுக்கு நான் காட்ட வேண்டியது ஒன்று உள்ளது."

"அப்படியா? சந்தோஷம். நான் சற்றே அமைதியற்றுத் தவிப்பதை நீங்கள் கவனித்திருக்கலாம். கழுதை, குதிரை மீதேறாமல் தொடர்ந்தாற்போல இதுபோன்று இரண்டு வாரம் நான் இருந்ததேயில்லையென்றே நினைக்கிறேன். லாயத்துக்குச் செல்லும் போதெல்லாம் கண்டெண்டோ கண்டனக் கண்கொண்டு பார்க்கிறது. இப்படியேவிட்டால் அதற்கு ஊளைச்சதை விழுந்துவிடும்."

சிறிதே கிண்டலுடன் பிஷப் சிரித்தார். வெய்லாண்டை அவருக்குத் தெரியாதா! பின்னர், விட்டேற்றியாகச் சொன்னார், "ஓஹோ, அப்படியா சேதி? பரவாயில்லை, டக்ஸனிலிருந்து அறுநூறு மைல் வந்தபிறகு சிறிது காலம் அது இளைப்பாறுவதால் ஒன்றும் மோசமாகி விடாது. எனினும் இன்று பிற்பகல் அதன்மீதே சவாரி செய்து வாருங்கள்; நான் ஏஞ்ஜலிகா மீது ஏறிக்கொள்கிறேன்!"

* * *

நண்பகலுக்குச் சற்றுக் கழித்து இரு பாதிரிமாரும் ஸாண்டா ஃபேயிலிருந்து புறப்பட்டு, மேற்கு நோக்கிச் சென்றார்கள். எங்கு போகிறோம் என்பதை பிஷப் சொல்லவில்லை: பிரதி குருவும் அதைக் கேட்கவில்லை. விரைவில் வண்டிப் பாதையிலிருந்து விலகி, மெழுகு மரங்கள் தவிர மற்றபடி வெறுமையாய், ஸாண்டியாஸ் மலைப்பக்கம் சரிந்த வெட்ட வெளி வழியே தெற்குத் திசையில் ஓடிய கொடிப்பாதையில் செல்லலாயினர்.

மாலை சுமார் நான்கு மணிக்கு கிராண்ட் நதிப் பள்ளத் தாக்கையொட்டி உயர்ந்து நின்ற பாறைப் பகுதிக்கு வந்து சேர்ந்தனர். கொடிப்பாதை இங்கு இறங்க ஆரம்பித்து, ஸாண்டியாஸ் மலையைச் சுற்றி வளைந்து அறுபது மைல்களுக் கப்பாலுள்ள ஆல்புகர்க்வரை செல்கிறது. கூம்புருவமும், பினான் மரங்களும் கொண்ட சிறிய குன்றுகள் விசித்திரமான தொரு பச்சை நிறம் படைத்த இப்பாறைப் பகுதியில் நிறைந்திருந்தன. சீதோஷ்ண மாறுபாடுகளால் பாறைகள் வெடித்துச் சிறு துணுக்குகளாகச் சுற்றுப்புறமெங்கும் சிதறிக் கிடந்தன; அவற்றிலும் கடற்பச்சைக்கும் தளிர்ப்பச்சைக்கு மிடையேயுள்ள வினோத நிறம். பாறைப் பகுதியின் மேற்குக் கோடியில், பாதை இறங்கத் துவங்குமிடத்தில் தனித்து நின்ற குன்றுக்குச் சென்றார் லாடூர். நீல நிறத்துடன் மிளிர்ந்த ஸாண்டியாஸ் மலைத்தொடரை நோக்கியிருந்தது இந்த உயர்ந்த குன்று. அருகில் சென்றதும் அதன் மேற்குப்புறத் தில் மண் தோண்டியெடுக்கப்பட்டுக் கரடுமுரடான பாறைச் சுவராகக் காட்சியளித்ததை வெய்லாண்ட் கண்டார். சுற்றியிருந்த குன்றுகளைப் போல் பச்சை பூத்திராமல் பொன் னெனப் பளபளத்த செம்மஞ்சளாக, சூரிய ஒளியில் சுடர் விட்ட தங்க நிறமே போன்று அது தென்பட்டதைப் பார்த்தார். எங்கும் மண் வெட்டிகளும், கடப்பாறைகளும், அப்போதே வெட்டி எடுக்கப்பட்டிருந்த பாறைத் துணுக்குகளும் இறைந்து கிடந்தன.

“இந்தப் பச்சைக் குன்றுகளிடையே இம்மாதிரி மஞ்சள் பாறை இருப்பது விந்தையேயல்லவா?” என்று வினவினார். பிஷப், குனிந்து ஒரு கல்லை எடுத்த வண்ணம். “இப்பகுதியில் எல்லாத் திசைகளிலும் சுற்றித் திரிந்திருக்கிறேன். ஆனால் இதுபோல வேறெதுவும் என் கண்ணில் பட்டதில்லை.” தமது உள்ளங்கையிலிருந்த மஞ்சள் பாறைத் துணுக்கைப் பார்த்தவாறு அவர் நின்றிருந்தார். புனிதப் பொருள்களைக் கையாள்வதில் ஒரு தனி முறையைக் கடைப்பிடிப்பவர் அவர்; அழகுப் பண்டங்கள் விஷயத்திலும் அதே மென்மையை அவர் அனுசரிப்பார். சிறிது நேரம் மௌனமாக இருந்தபின் பொன்னொளி பட்டுப் பளபளத்த அந்த முண்டும் முடிச்சுமான பாறைச் சுவரை நிமிர்ந்து நோக்கி, “இந்தக் குன்றே என் கதீட்ரல்!” என்றார் பிஷப்.

முதலில் அவரையும், பின்னர் அந்தப் பாறையையும் மலங்க மலங்க நோக்கினார் வெய்லாண்ட். “அதற்குப்

போதிய உறுதி படைத்ததா இப்பாறை? நிறம் என்னவோ நன்றாகத்தானிருக்கிறது. ஸெயிண்ட் பீட்டர் ஆலயத் தூண் களின் வர்ணமே இதிலும் உள்ளது!"

கட்டை விரலால் அந்தக் கல்லை வருடியபடியே பிஷப் பதிலளித்தார். "நம் சொந்த ஊரான க்ளெர்மாண்டை நினைவுறுத்துகிறது இது. ஏறக்குறைய அதையே ஒத்திருக்கிறது. இதைப் பார்க்கும்போது, பின்னால் ரோன் நதியின் நாதம் கேட்பது போலவே பிரமை ஏற்படுகிறது எனக்கு."

"ஓஹோ, அவிக்னானிலுள்ள பழைய போப்பாண்டவர் மாளிகையையா சொல்லுகிறீர்கள்? நீங்கள் சொல்வது சரியே! ஆமாம், அதைப் போன்றேதான் உள்ளது. இந்த நேரத்தில் இதைப்போலவேதான் இருக்கும் அம்மாளிகையும்!"

இன்னும் அந்தக் கற்சுவரையே பார்த்தவாறு ஒரு பாறைமீது பிஷப் உட்கார்ந்தார். "இவ்விதக் கல்லைத்தான் எப்போதும் நான் தேடிவந்தேன்; தற்செயலாகவே இது என் கண்ணில் பட்டது. மரணத்தறுவாயிலிருந்த ஜீஸஸ் பாதிரியாரைப் பார்த்துவிட்டு இஸ்லெடாவிலிருந்து திரும்பி வந்து கொண்டிருந்தேன்; இந்த வழியாக அதற்குமுன் நான் வந்ததேயில்லை; பழைய பாதையில் ஸாண்டோ டொமிங்கோ வரை வந்ததும் கடுமழையில் அது அரித்தோடியிருப்பதைக் கண்டேன்; இவ்வழியில் சென்று பார்க்கலாமென நிச்சயித்தேன். அப்போது மாலை நேரம். இப்போது போலவே இக்குன்று ஒளிவிட்டது. உடனே இதுதான் என் கதீட்ரலுக்கேற்ற கல் எனத் தீர்மானித்து விட்டேன்!"

"இம்மாதிரி நிகழ்ச்சிகளை யதேச்சையாகச் சம்பவித்தவை என்று கூற முடியாது ஜீன். ஆயினும் கதீட்ரலைக் கட்ட ஆரம்பிக்க இன்னும் வெகுகாலமாகுமே?"

"அதிக நாளாகிவிடாது என்றே நம்புகிறேன். ஆண்டவன் அருள் மட்டும் இருந்தால், நான் சாவதற்கு முன் அதைப் பூர்த்தி செய்துவிடவேண்டும் என்பதே என் விருப்பம். பின்னால் எப்படியாகுமோ! மேலும், அமெரிக்கர்கள் தயவுக்கு அதை விடவும் எனக்கு மனமில்லை. அவர்கள் ஓஹியோ நக ரங்களில் கட்டும் கோரமான ஆலயங்கள் போல இங்கும் நிர்மாணிப்பதற்கு அஸ்திவாரமிடுவதைவிட

இப்போதுள்ள பச்சைவெட்டுக் கற்கோயிலே தரமென்பது என்கருத்து. எளிய தோற்றமுடையதாயினும் நல்லதொரு ஆலயம் நிர்மாணிக்க வேண்டும். இங்கிலாந்திலுள்ள வண்டிக் கொட்டகைகள் போல் பார்க்கச் சகிக்காத முறையில் செங்கல் ஆலயம் எழுப்ப ஒருபோதும் நான் முற்படவே மாட்டேன். நம் நாட்டு ரோமன் பாணியிலான கட்டிடம்தான் இந்நாட்டிற்கு ஏற்றது."

மூக்கைச் சுளித்துக்கொண்டு கண்ணாடியைத் துடைத்தார் வெய்லாண்ட். "பாணிகளையும், சிற்பிகளையும் பற்றிப் பேச ஆரம்பித்து விட்டீர்களல்லவா, இனி வேறு வினையே வேண்டாம்!...ஆமாம், அமெரிக்கர்களல்லாவிடில் வேறு எவரைக்கொண்டு கதீட்ரலைக் கட்டப்போகிறீர்கள்?"

"டூலூஸில் மிகத்திறமை வாய்ந்த சிற்பியொருவர் இருக்கிறார். அவர் எனக்கு வெகு நாளைய நண்பர். சென்ற முறை பிரான்ஸுக்குச் சென்றிருந்தபோது அவரிடம் இது பற்றிப் பேசினேன். நெடுந்தூரம் கப்பலில் வர அஞ்சுவதாலும், குதிரை சவாரி செய்து பழக்கமில்லையாதலாலும் அவரால் வர இயலாது. ஆனால் இந்தப் பணியை ஏற்க அவருடைய மகன் துடிக்கிறான். சிறிய வயதினான அவன் இன்னும் கற்று முடியவில்லை. புத்துலகமான அமெரிக்காவில் ரோமானிய மோஸ்தரில் முதல் ஆலயம் தன்னாலேயே நிர்மாணிக்கப்பட வேண்டும் என்பது அவனது பேரவாவென அவன் தந்தை எழுதியிருக்கிறார். சரியான மாதிரி சிற்பங்களை இதற்குள்ளாக அவன் பரிசீலித்து முடித்திருப்பான்: நமது பழங்கால ஆலயங்கள்தான் பிரான்ஸிலேயே அழகில் சிறந்தவை என்பது அவனது அபிப்பிராயம். நாம் அனைத்தையும் தயார் செய்ததும், பிரான்ஸிலிருந்தே இரு கற்தச்சர்களை அழைத்துக்கொண்டு அவன் இங்கு வருவான். ஸெயின்ட் லூயியிலிருந்து வருவோருக்கு அதிகமாக அந்தத் தச்சர்களுக்கு நாம் கூலி கொடுக்க வேண்டியிராது என்பது நிச்சயம். நான் விரும்பும் கல் கிடைத்துவிட்டபடியால், கதீட்ரல் வேலை தொடங்கிவிட்டதாகவே எனக்குத் தோன்றுகிறது. இங்கிருந்து ஸான்டா ஃபே பதினைந்து மைல் தூரத்தில்தான் உள்ளது; அதை நோக்கிச் சிறுகச் சிறுகத்தான் நிலமட்டம் உயருகிறது. எனவே எதிர்பார்த்ததைவிட எளிதாகவே அங்கு கற்களைக் கொண்டு சேர்த்துவிடலாம்!"

“நிரம்பவும் முன்கூட்டித்தான் திட்டமிடுகிறீர்கள்!” அதிசயமான பாவத்துடன் பிஷப்பை ஏறிட்டு நோக்கினார் வெய் லாண்ட். “ஆம், பிஷப் என்றால் அப்படித்தான் செய்யவேண் டும். ஆனால் என்னைப் பொறுத்தவரையில், உடனடி வேலை தவிர வேறெதுவும் கண்ணிற்படுவதில்லை. ஆயினும் நம் மைச் சுற்றிலும் ஏழ்மை நிரம்பியிருக்கும்போது, இம்மாதிரி நேர்த்தியான கட்டிடங்களை நிர்மாணிப்பதில் நீங்கள் ஈடுபடு வீர்கள் என்று நான் நினைக்கவேயில்லை!”

“ஆனால் அந்தக் கதீட்ரல் நமக்காகவல்லவே, வெய் லாண்ட்? எதிர்காலத்துக்காகவே கட்டுகிறோம். அது சாத்திய மில்லாவிடில், கட்ட ஆரம்பிக்கவே கூடாது. பிரான்ஸின் சிறப்புப் பொக்கிஷமான நமது பயிற்சிக்கூடத்திலிருந்து வந்த ஒருவன், இங்குள்ள பார்க்கவொண்ணாத பல ஆலயங்களைப் போலவே இன்னொன்றைக் கட்டுவது வெட்கக்கேடானதே!”

“நீங்கள் சொல்வது சரிதான். இதுபற்றி இதற்கு முன் நான் நினைத்ததே கிடையாது. ஓஹியோ பாணி ஆலயத்தைத் தவிர இங்கு வேறு எந்த மாதிரியும் இருக்க முடியுமென நான் எண்ணியதேயில்லை. க்ளெர்மாண்ட் கதீட்ரலை நிர்மா ணிப்பதில் உங்கள் மூதாதையரான இரு பிஷப்புகள் உதவின ரென்பதை நான் அறிவேன். காலச் சக்ரம் சுழலாதிருக்குமா? 13ஆவது நூற்றாண்டில் அவர்கள் செய்ததை இப்போது நீங்கள் தொடருகிறீர்கள். எனினும் இது விஷயத்தில் உங்களுக்கு இவ்வளவு ஈடுபாடு உண்டென்பது எனக்கு இதுவரை தெரியாது!”

“பின், கதீட்ரல் என்றால் இலேசானதா, என்ன?” என்று சிரித்தவாறே கேட்டார் லாடூர்.

“இல்லை, இல்லவேயில்லை?” என்று கூறிய வெய்லாண்ட் தமது தோள்களைக் குலுக்கிக்கொண்டு தம் சங்கடத்தைக் காட்டினார். இவ்விவகாரத்தில் தாம் ஒதுங்கி நிற்கப் பார்ப்ப தேன் என்பது அவருக்கே புரியவில்லை.

* * *

அவர்கள் நின்றுகொண்டிருந்த அந்தக் குன்றின் அடி வாரத்தில் நிழல் படியத்தொடங்கிவிட்டது. சுற்றிலும் மஞ் சள் நிறம் மங்கிவிட்டபோதிலும், குன்றின் மேற்பகுதியிலோ சூரியனின் கடைசிக் கதிர்கள் பட்டு தங்கப்பாளம்போல் கண்

ணைப் பறித்தது. ஆழ்ந்த திருப்தியுடன் அதனின்று பார்வை யைத் திருப்பினார் பிஷப். "ஆம், இந்தப் பாறை அதற்கு மிக மிக லாயக்கானதே!" என்று மெதுவாகச் சொல்லிவிட்டு, "சரி, ஊர் திரும்ப நேரமாகி விட்டது. ஒவ்வொரு முறையும் இங்கு வரும்போது இந்தப் பாறைமேல் என் பிரியம் வளர் கிறது. என்னுடைய சொந்த ருசியை, சுயகௌரவம் பிடித்த விருப்பத்தை இம்முறையில் ஆண்டவன் நிறைவேற்றுவார் என்று நான் எதிர்பார்க்கவேயில்லை. உண்மையில், தர்ம காரியத்துக்காகச் செலவிடப் பெருநிதி கிடைப்பதைவிட இந்த மஞ்சள் பாறை கிடைத்ததையே பேரதிர்ஷ்டமென நான் நினைக்கிறேன். கதீட்ரல் கட்ட மனமார நான் விரும்புவதற்குப் பல காரணங்களுண்டு. ஆயினும் எனக்கு உலகப் பற்று மிகுந்துவிட்டதென்று நீங்கள் எண்ணமாட்டீர்களென்றே நம்புகிறேன்!"

நிலவு காய்ந்த அந்த நாணல் காட்டினிடையே அவர்கள் ஊர் திரும்புகையில், அரிசோனாவில் ஆத்மாக்களைக் காப்பாற்றுவதிலிருந்து தாம் திருப்பியழைக்கப்பட்டதேன், ஏழையானதொரு பிஷப் இவ்விதக் கட்டிடம் கட்டுவதில் இவ்வளவு கருத்தைச் செலுத்துவானேன் என்று இன்னமும் அதிசயித்துக்கொண்டே சென்றார் வெய்லாண்ட். கதீட்ரல் வேலை துவக்குவதில் அவருக்கும் ஆசைதான்; ஆனால் அது ரோமானிய முறையில் இருக்க வேண்டுமா அல்லது ஓஹியோவிலுள்ள ஜெர்மன் பாணியிலா என்பது அற்ப விஷயம்தான் என்றே அவருக்குப்பட்டது.

2

லீவன்வொர்த்திலிருந்து லிகிதம்

மஞ்சள் பாறைக்கு பிஷப்பும், பிரதி குருவும் போய் வந்த மறுதினம், ஸான்டா ஃபேக்கு வாராந்தரத் தபால்கள் வந்தன. அவற்றில் பிஷப்புக்கு ஏராளக் கடிதங்கள் இருந்தன; அவற்றைப் படிப்பதிலேயே அவர் அன்று காலைப்பொழுது பூராவையும் கழித்தார். அவற்றில் லீவன் வொர்த் பிஷப்பிடமிருந்து அதிமுக்கியமான கடிதம் ஒன்று என்றும், அது குறித்து அன்று மாலை தாங்களிருவரும் கூடி ஆலோசிக்க வேண்டுமென்றும் மத்தியானச் சாப்பாட்டின்போது வெய்லாண்டினிடம் அவர் தெரிவித்தார்.

கொலராடோவில், வெளியுலகோர் அதிகம் அறியாத மலைப்பிராந்தியத்தில் நடக்கும் நிகழ்ச்சிகளை விவரிக்கும் நீண்ட கடிதம் அது. ஸான்டா ஃபேக்கு வடக்கே சில நூறு மைல் தூரத்தில் தான் இருந்தபோதிலும் பைக் சிகரமென்ற அந்தப் பகுதியுடன் கடிதப் போக்குவரத்து வெகுகம்மி: சொல்லப்போனால் அதைவிட ஐரோப்பாவிலிருந்து ஸான்டா ஃபேக்குச் செய்திகள் துரிதமாக வந்தன! அந்தச் சிகரத் தின் வட்டாரத்தில் கடந்த ஓராண்டுக்குள்ளாக ஏராளத் தங்கப்படிவங்கள் கண்டுபிடிக்கப்பட்டிருந்தன; அதையும்கூட பிரான்ஸிலிருந்து வந்திருந்த கடிதமொன்றிலிருந்தே முதன் முதலில் வெய்லாண்ட் அறிந்தார். அட்லாண்டிக் கடற்கரைக்கு அச்செய்தி பரவி, அங்கிருந்து ஐரோப்பாவுக்குக் கடந்து சென்று, தென்மேற்குத் திசை வழியாக ஸான்டா ஃபேயை எட்டியது. டக்ஸனில் அவர் இருந்தபோது அக்கடிதம் வந்தது. ஆவர்ணிலிருந்த அவர் சகோதரரான மேரியஸ் அதை எழுதியிருந்தார். பக்கத்து நாடான இத்தாலியில் நடந்துகொண்டிருந்த

யுத்தத்தைப் பற்றி அதிகம் சொல்லாமல் தங்கம் தேடிக் கொலராடோவுக்குப் பலர் செல்லுவது பற்றியே பன்னிப்பன்னி அதில் மேரியஸ் கேட்டிருந்தது குறித்து அப்போது அவருக்கு எரிச்சல்கூட மூண்டதுண்டு!

பைக் சிகரப் பிராந்தியத்தில் அடுத்தடுத்து நின்ற அந்த மலைவரிசையைப் பற்றி அவ்வமயம் யாருமே அறியார். வ்யோமிங்கிலிருந்து டாவோஸுக்கு வந்த தோல் வேட்டைக் காரர்கள்கூட அந்த மலையடுக்குப் பக்கம் போனதேயில்லை. சில வருடங்களுக்கு முன்புதான் ப்ரீமாண்ட் என்பவர் அப் பகுதியை ஊடுருவ முயன்று தோற்றுத் திரும்பியிருந்தார்; கழுதைகளையும் கூடக் கொன்று தின்றுவிட்டு அரைப்பட்டினி யாய் டாவோஸில் வந்து விழுந்தது அவரது கோஷ்டி. ஆனால் அதற்கடுத்த ஓராண்டுக்குள் அனைத்தும் அடியோடு மாறி விட்டது. செர்ரிக்ரீக் கரையோரத்தில் ஏகப்பட்ட தங்கம் படிந்திருப்பதை ஒரு சிலர் கண்டனர். அவ்வளவு தான். ஒரு வருடத்துக்கு முன்னால் அனாதையாயிருந்த அவ்வட்டாரத்தில் இப்போது கூட்டம் முட்டியது! மிஸ்ஸூரி நதியிலிருந்து மேற்கு நோக்கி வரிசை வரிசையாக வண்டித் தொடர்கள் வந்த வண்ணமிருந்தன.

* * *

கொலராடோவுக்குச் சென்றுவிட்டு அப்போதுதான் தான் திரும்பியதாக அக்கடிதத்தில் எழுதியிருந்தார் லீவன் வொர்த் நகர பிஷப். பைக் சிகரச் சரிவு நெடுகிலும் கூடாரங்கள் நிறைந்திருப்பதாயும், அருவிப் பாதைகளிலெல்லாம் தங்கம் தேடுவோர் நிரம்பி வழிவதாகவும் குறிப்பிட்டிருந்தார். குடிசைகளிலும், கூடாரங்களிலும் ஆயிரக்கணக்கானோர் வசிப்பதாகவும், டென்வர் நகரம் பூராவிலும் மதுபானக் கடைகளும், சூதாட்ட விடுதிகளும் மலிந்திருப்பதாயும் கூறியிருந்தார். அந்த நாடோடிகளுக்கிடையிலும் நல்லவர்கள் பலர் இருந்தனர்; ஆனால் ஒரு பாதிரிகூட இல்லை என்றும் அங்கலாய்த்திருந்தார். சட்டமோ நியதியோ இல்லாததொரு சூழ்நிலையில், ஆத்மிக வழிகாட்டி எவருமின்றி இளைஞர்கள் தடுமாறுவதாயும், இறுதிச் சடங்குகள் செய்ய யாருமில்லாமல் கிழவர்கள் பலர் மலைக் காய்ச்சலால் மாள்வதாயும் மறுகியிருந்தார்.

ஜனநெருக்கம் மிகுந்த இந்தப் புதிய சமூகத்தை தற் போது பூஜ்யர் லாடூரின் எல்லைக்கு உட்பட்டதாகவே

கொள்ளவேண்டுமென்றும், தெற்கிலும், மேற்கிலும் பல்லாயிரம் சதுர மைல்களைப் புதிதாகச் சேர்த்துக்கொண்டுள்ள அவரது ஆதீனம், வடதிசையில் திடீரென முக்கியத்துவம் பெற்றுவிட்ட இந்தக் கொலராடோ மலைப்பகுதியையும் கட்டிக்காக்கவேண்டுமென்றும் லீவன்வொர்த் பிஷப் மேலும் எழுதியிருந்தார். அதோடு, கூடிய விரைவில் அங்கு ஒரு பாதிரியாரை அனுப்பிவைக்கும்படியும் இறைஞ்சியிருந்தார். திறன் மிக்கவராக, பக்தி மட்டுமின்றி சாமர்த்தியமும், அறிவும் உடையவராக, சகலரக மக்களிடையிலும் சரளமாகப் பழகக்கூடியவராக அந்தப் பாதிரி இருக்கவேண்டுமென்பது அவரது வேண்டுகோள். தம்மோடு படுக்கைக்கான சாதனங்கள், மருந்து, உணவுப் பண்டங்களுடன் கடும்பனிக் காலத்தைத் தாங்கக்கூடிய கம்பளி உடைகளையும் அவர் கொண்டுவரவேண்டும் என்றும், ஏனெனில் டென்வரில் புகையிலை, விஸ்கி தவிர வேறெதுவும் கிடைக்காதென்றும், வேலைக்கு ஆள் இல்லை என்றும் அந்த பிஷப் தெரிவித்திருந்தார். அரைகுறையாகச் சுடப்பட்ட மாவையும், மதுவையும் கொண்டே காலம் கழிக்கின்றனராம் அங்குள்ள சுரங்கத் தொழிலாளர்கள். மலையருவிகளைக்கூட அவர்கள் சுத்தமாக வைத்துக்கொள்வதில்லையாதலால் காய்ச்சல் கண்டு மரிக்கின்றனராம். மொத்தத்தில் அங்கு வாழ்க்கை நிலை வெகுவெகு மோசமே!

* * *

மாலையில், சாப்பாடு முடிந்த பிறகு, தமது படிப்பறையில் இந்தக் கடிதத்தை வெய்லாண்டுக்கு உரக்கப் படித்துக் காட்டினார் பிஷப். "வேலையே இல்லையென்று புகார் செய்கிறீர்களே வெய்லாண்ட், இதோ இருக்கிறது ஒரு சந்தர்ப்பம்!" என்றார், பின்னர்.

கடிதம் படிக்கப்படுகையில் சிறுகச்சிறுக அமைதியற்றவராகி வந்த வெய்லாண்ட், "ஆக, மறுபடியும் நான் ஆங்கிலத் தில் பேச ஆரம்பிக்கவேண்டும் என்கிறீர்கள், அப்படித்தானே? சரி, உங்களுக்கு இஷ்டமானால் நாளையே நான் புறப்படத் தயார்" என்று பதிலளித்தார்.

பிஷப் தலையை ஆட்டினார். "ஊஹூம், அவ்வளவு அவசரம் வேண்டாம்! உங்களை அங்கு வரவேற்று உபசரிக்க மெக்ஸிகர் யாரும் கிடையாது. எனவே

வாழ்க்கைத் தேவைகளைத் திரட்டி எடுத்துச் சென்றாக வேண்டும். உங்களுக்காக ஒரு வண்டி தயாரித்து, வேண்டிய சாமான்களை ஜாக்கிரதையாகப் பொறுக்கிச் சேர்ப்பது அவசியம். ட்ராங்குவிலினோவின் சகோதரனான ஸபீனோவே உங்கள் வண்டியை ஓட்டிவருவான். இதுவரை நீங்கள் ஏற்ற பணிகளிலெல்லாம் இதுவே அதிக சிரமமாக இருக்குமென அஞ்சுகிறேன்!"

இரவு நெடுநேரம் வரையில் அவ்விரு பாதிரிகளும் பேசிக் கொண்டிருந்தனர். வெய்லாண்ட் விட்டுவந்த வேலையைத் தொடர்ந்து செய்ய அரிசோனாவுக்கு ஆள் பொறுக்கவேண் டாமா? தாமறிந்த பிரதேசங்களிளெல்லாம் அந்தப் பாலை வனமும், அதன் மஞ்சள் நிற மக்களுமே வெய்லாண்டின் மன சுக்கு மிகவும் உகந்தவர்கள். ஆயினும் தொடர்பைக் கத்தரித் துக் கொள்வதுதானே அவர் வாழ்க்கை நியதியாகிவிட்டது? எனவே விடைபெற்றுக் கொண்டு, முன்பின் தெரியாத புதிய பகுதிக்கு அவர் சென்றேயாகவேண்டும்!

அன்றிரவு படுக்கப்போகுமுன் தனது ஜோடுகளுக்கு மெழுகிட்டதுடன், தனது பாதங்களில் காய்த்துப்போன இடங்களையும் பழைய கத்தி ஒன்றினால் வெய்லாண்ட் வெட்டியகற்றினார். ட்ரூகாஸ் மலைப்பக்கமுள்ள சிமாயோ என்ற கிராமத்தில் வசிக்கும் மக்கள் தங்கள் ஆலயத்தில் அசுவாரூடராகவுள்ள ஸாண்டியாகோவின் சிலையிடம் ஆழ்ந்த பக்தியுடைய மெக்ஸிகர்கள்தான் சில மாதங்களுக்கு ஒருமுறை அவருக்கு புது ஜோடு தைத்தனுப்புவது வழக்கம்; இரவு நேரத்திலும் அதைக் கழற்றக்கூடாது; குதிரை மீதேறிச் செல்லும்போதுகூடப் போட்டுக்கொண்டு பழசாக்கவேண்டும் என்று அன்புக்கட்டளை இட்டிருந்தார்கள் அவர்கள். கரத் தைப் புனிதப்படுத்துவதுடன் பாதிரிகளின் பாதங்களுக்கும் ஆண்டவன் விசேஷமானதொரு ஆசீர்வாதத்துக்கு வகை செய்திருந்தால் நலமென அங்கு தங்கும்போது அவர்களிடம் வெய்லாண்ட் வேடிக்கையாகக் கூறுவதுண்டு!

* * *

இந்த ஸாண்டியாகோ சிலையையொட்டிச் சில வருஷங்களுக்கு முன் நேர்ந்த சம்பவமொன்று வெய்லாண்டுக்கு நினைவு வந்தது. சிமாயோவைச் சேர்ந்த

கொலைகாரனொருவனைக் காண்பதற்காக ஸான்டா ஃபே சிறைக்கூடத்துக்குச் செல்லும்படி அவர் ஏவப்பட்டிருந்தார். இந்தக் கொலைகாரனுக்கு இருபது வயதுதான்: முகத்திலும் சரி, நடத்தையிலும் சரி மிகச் சாதுவாகவே காணப்பட்டான். ராமோன் ஆர்மா ஜில்லோ என்பது அவன் பெயர். சேவல் சண்டையில் அவனுக்கு வெறி; அதுவே இறுதியில் குழி பறித்து விட்டது. ஒரு சண்டையிலும்கூடத் தோற்றிராத சேவலொன்றை அவன் வளர்த்திருந்தான்; சுற்றுப்புறச் சிறு நகரங்களிலிருந்த கோழிகளின் கழுத்தையெல்லாம் கொத்திப் பிடுங்கியபின் ஸான்டாஃபேயிலிருந்த மற்றொரு பிரஸித்த சேவலுடன் சண்டைக்குவிட அதை ராமோன் கொணர்ந்தான்; அவனுடன் சீமாயோவைச் சேர்ந்த மற்றும் ஐந்தாறு இளைஞர்களும் வந்தனர். தங்கள் பணத்தையெல்லாம் அவன் சேவல் பேரிலேயே கட்டினர். இரு தரப்பிலும் ஏராளப் பணயம் வைக்கப்பட்டது; பார்க்க வருவோரிடமிருந்து வசூலாகும் பணமும் வெற்றி பெறும் சேவலின் சொந்தக்காரனுக்குச் சேரவேண்டுமென ஏற்பாடு. ஆரம்பத்தில் சற்றுப் போக்குக் காட்டியபின் எதிராளியின் ரத்தக் குழாயை ராமோனின் சேவல் இரண் டாகப் பிளந்தது! ஆனால் தோற்ற சேவலின் சொந்தக்கா ரரோ அக்கணமே மேடைக்குள் குதித்து, வென்ற சேவலின் கழுத்தை முறித்துவிட்டார். அதை அவர் கீழே போடுமுன் ராமோனின் கத்தி அவர் இதயத்தில் பாய்ந்தது. இமைப் பொழுதில் இவ்வளவும் நடந்துவிட்டது சேவலும் அந்த ஆளும் ஒரே சமயத்தில் இறந்தார்கள் என்று சாட்சிகள் சொல்லுமளவுக்குக்கூட கண நேரத்தில் இத்தனை விபரீதமும் நேர்ந்தது. ஆனால் சேவலின் கழுத்தை முறித்த அந்த ஆள் மூச்சுவாங்குவதற்கு முன்பாகவே கத்தி பாய்ந்தது என்பதை எல்லோருமே ஏகமனதாகக் கூறினர். துரதிர்ஷ்ட வசமாக, அந்த வழக்கை விசாரித்த அமெரிக்க நீதிபதி, ஒரு முட்டாள்; மெக்ஸிகர்களை வெறுத்த அவர், சேவல் சண்டைக்குச் சமாதி கட்டிவிடலாமென நினைப்பவர். உயிரை வாங்கிவிடுவதாக ராமோன் பன்முறை எச்சரித்தானெனக் கொலையுண்டவனின் நண்பர்கள் கூறியதைச் சாட்சியமாக ஏற்றுக்கொண்டு விட்டார் அவர்.

தூக்குத்தண்டனை நிறைவேற்றப்படுவதற்குச் சில தினங்களுக்கு முன்பு சிறையில் அவனை வெய்லாண்ட் போய்ப் பார்த்தபோது, மான் தோலினால் ஒரு ஜோடி

ஜோடுகளைத் தயாரித்துக் கொண்டிருப்பதைக் கண்டார். பொம்மைக்கே போன்று மிகச் சிறிதாயிருந்தது அந்த ஜதை. தன் ஊரிலுள்ள ஸாண்டியாகோ சிலைக்கே அதைத் தைப்பதாக பாதிரியாரிடம் அவன் கூறினான். தான் தூக்கிலிடப்படுவதைக் காணத் தன் குடும்பம் ஸான்டா ஃபேக்கு வருமென்றும், திரும்புகையில் அந்த ஜோடுகளை அவர்கள் எடுத்துச் செல்வரென்றும், அவற்றைப் பெற்றதும் ஸாண்டியாகோ தனக்காக ஆசி ஏதும் கூறக் கூடுமென்றும் அவன் தெரிவித்தான்.

மெழுகுவர்த்தி வெளிச்சத்தில் தனது ஜோடுகளில் எண் ணெயைத் தேய்த்துக் கொண்டிருந்த வெய்லாண்ட் இதை எண்ணிப் பார்த்ததும் பெருமூச்சு விட்டார். கொலராடோலில் தாம் சந்திக்கப்போகும் குற்றவாளிகள் இந்த மாதிரி இருப்பது துர்லபம் என்றும் தமக்குத்தாமே சொல்லிக் கொண்டார்.

3

அன்னை மேரியே சரணம்!

வெய்லாண்டுக்கு வண்டி தயாரித்து முடிக்க ஒரு மாதம் பிடித்தது. ஏராளப் பொருள்களை ஏற்றிச் செல்வதுடன் வறண்ட அருவிப் படுகைகளேயான பாட்டையில் வளைந்து நெளிந்து செல்லுவதற்கேதுவாக லேசாகவும் இருக்கவேண் டுமாதலால் முற்றிலும் புதிய மோஸ்தரில் அதைத் தயாரிக்க வேண்டியிருந்தது. அது கட்டுப்படுங்கால், தமக்கு வேண்டிய சம்பாரங்களையும், டென்வர் சென்றவுடன் பிளாச்சுகள் அல்லது கித்தானைக் கொண்டு தாம் நிறுவ உத்தேசித்த சிறிய ஆலயத்துக்குத் தேவையானவற்றையும் வெய்லாண்ட் வெகுகவனமுடன் சேகரித்துக் கொண்டிருந்தார். மேலும், பதக்கங்கள், சிலுவைகள், ஜபமாலைகள், வர்ணப்படங்கள், மதப் பிரசார ஏடுகள் கொண்ட அவரது பெட்டிகளையும் அந்த வண்டி சுமந்து சென்றாக வேண்டுமே! அத்தனையும் அங்குள்ளோருக்குத்தான். அவரைப் பொறுத்தவரையிலும் பிரார்த்தனைப் புத்தகம் தவிர வேறெதுவும் தேவையில்லை!

பிஷப் வீட்டின் முற்றத்தில் இந்தப் பண்டங்களை எல் லாம் மீண்டும் மீண்டும் பரிசீலித்தார் வெய்லாண்ட். அதைவிட இது உபயோகமானது என்றெண்ணி, முதலில் தேர்ந்தெடுத்த ஏதேனுமொன்றை நிராகரித்துப் புதிய பொருளைச் சேர்த்தவாறிருந்தார். ஃபரக்டோஸாவையும், மாக்டலேனாவையும் அடிக்கடி உதவிக்கு அழைத்தார்; ஒவ்வொரு பெட்டியாக நிரப்பி மூடப்பட்டதும், அவற்றை மரக்கொட்டகையில் ஃபரக்டோஸா அடுக்கினாள். தனது முன்னறையிலும், சாப்பாட்டுக்கூடத்திலும் இந்தப் பெட்டிகளைப் பார்த்தபோது பிஷப்பின் புருவம் சிணுங்கியதை அவள் கவனித்திருந்ததே, மரக்கொட்டகையை நாடக் காரணம்! படுக்கை, துணிமணிகளெல்லாம்

கன்றுத்தோலாலான பெரிய பைகளில் அடைக்கப்பட்டன. அந்தப் பைகளின் புழக்கம் குறைந்து வந்த போதிலும் அப்போதும் ஏழைகளின் பேழையாகவே அவை இருந்தன.

அவ்வமயம் பிஷப் லாடூருக்கும் வேலை அதிகமிருந்தது. க்ளெர்மாண்டிலிருந்து புதிதாக வந்திருந்த பாதிரியொரு வரை அவர் பயிற்றுவித்துக் கொண்டிருந்தார். தூரத்தேயுள்ள மத வட்டங்களுக்கு அவருடன் சவாரி சென்று, மக்கள் போக்கை உணர்த்த முயன்றார். புதிய பணியொன்றை ஏற்று, புதிய சிரமங்களை உற்சாகமுடன் சமாளிக்க வெய் லாண்ட் துடித்தது குறித்து பிஷப் என்ற முறையில் அவருக் குத் திருப்தியே. ஆயினும் மனிதர் என்ற முறையில், தமது பழைய நண்பர் இவ்வாறு சிறிதுகூட வருந்தாமல் பிரிகிறாரே என்ற மனக்குறைதான் அவருக்கு. ஏதோ ஞான திருஷ்டியால் கண்டவர் போல, இது நிரந்தரப் பிரிவேயாகுமென அவர் அறிந்திருந்தார் போலிருக்கிறது; இனித் தாங்கள் ஒருபோதும் ஒன்று சேர்ந்து வேலை செய்யப்போவதில்லை என்றே எண்ணினார் போலும். எனவே, பிரயாணத்துக்கான ஆயத் தங்கள் அவரை வருத்தவே, மத வட்டங்களுக்குச் செல்வதில் மகிழ்ச்சி கண்டார்.

* * *

ஒரு நாள், ஆல்புகர்க்கிலிருந்து அப்போதுதான் திரும்பியிருந்தார் பிஷப். மிகுந்த உற்சாகத்துடன சாப்பாட்டுக்கூடத்தினுள் வெய்லாண்ட் நுழைந்தார். தமது புது வண்டியில் சவாரி சென்றிருந்ததாகவும் அது திருப்திகரமாக இருப்ப தாகவும் தெரிவித்தார். ஸாபீனோவும் தயாராக இருப்பதால் நாளை மறுநாள் பயணம் புறப்பட உத்தேசித்திருப்பதாகவும் உரைத்தார். தாம் செல்லவிருக்கும் பாதையை மேஜைத் துணி மேலே வரைந்து காட்டியதுடன் தாம் எடுத்துச் செல்லும் சாமான்களையும் விவரித்தார். இதனாலெல்லாம் அலுத்துச் சலித்துப்போன பிஷப்புக்கு, தம் முன் பரப்பப்பட்டிருந்த உணவு வகைகளில் மனம் செல்லவில்லை. ஆனால் வெய் லாண்டோ, புதிய வேலையொன்றினால் ஊக்குவிக்கப்படும் போது அவருக்கு வழக்கமான முறையில் வயிறுபுடைக்கச் சாப்பிட்டார்.

காபி அருந்தியதும் தனது நாற்காலியில் நன்றாகச் சாய்ந்து கொண்டு மலர்ந்த முகத்தவராய்த் தொடர்ந்து பேசினார்: “டக்ஸனிலிருந்து என்னை நீங்கள் திரும்ப

அழைத்தபோது உங்களை அறியாமலே விதியின் கைப்பாவையாக நீங்கள் இயங்கியிருக்கிறீர்கள். என் வாழ்க்கையிலேயே அதிமுக்கியமான பணியை டக்ஸனில் ஆற்றி வந்ததாகவே அது காறும் நான் கருதியிருந்தேன்; காரணமின்றியே அங்கிருந்து என்னை அழைத்தீர்கள். ஏன், எதற்காக என்பது உங்களுக்கும் தெரியவில்லை. நானும் அறியேன்; இருவரும் இருளிலேயே உழன்றோம். ஆனால் ஆண்டவனோ கொலராடோவில் நடப்பதை அறிந்திருந்தார்; பகடைக்காய்போல் நம்மிருவரையும் நகர்த்தினார். அழைப்பு வந்தது. நானும் இங்கே வந்தேன். எல்லாம் ஒரே அதிசயமாய்த்தான் இருக்கிறது!"

தமது வெள்ளிக் காபிக்கோப்பையைக் கீழே வைத்தார் பூஜ்யர் லாடூர். "அதிசயங்கள் நடப்பது உண்மையே வெய்லாண்ட். ஆனால் இதில் அதிசயம் எதையும் நான் காணவில்லை: உங்கள் உறவாடல் எனக்குத் தேவைப்பட்டதால் தான் சொல்லியனுப்பினேன். என்னுடைய சொந்த விருப்பத்தை ஈடேற்றிக்கொள்ள, பிஷப் என்ற முறையில் எனது அதிகாரத்தைப் பிரயோகித்தேன். அது சுயநலந்தான் என்பதை ஒப்புக்கொள்கிறேன்; ஆயினும் அது இயற்கையானதே என்பதை மறுக்க முடியாது. நாமிருவரும் ஒரே தேசத்தைச் சேர்ந்தவர்கள்: இளமைப்பருவத்தை ஒன்றாகக் கழித்தவர்கள் தான். இருப்பினும் நண்பராக நெருங்கி உறவாடிவிட்டு நாமிருவரும் பிரிந்து தனி வழியே செல்வதும்கூட இயற்கையே. இல்லை, இதில் அதிசயமென்று கூற ஏதுமேயில்லை."

கொலராடோவில் ஆத்மாக்களைக் காப்பாற்றுவதற்கான முஸ்தீபுகளைச் செய்வதிலேயே மூழ்கியிருந்தார் பூஜ்யர் வெய்லாண்ட்; எனவே வேறெதையும் அவர் கவனிக்கவேயில்லை. ஆனால் இப்போதோ தன் நடவடிக்கைகளிலிருந்து பிஷப் எப்படி ஒதுங்கி நிற்கிறாரென்பது பளிச்சென அவருக்குப் புலப்பட்டது. தம்மை அனுப்புவது பூஜ்யர் லாடூருக்குக் கடினமானதொரு செய்கை என்பதை அறிந்தார்; அதனால் அவர்மீது தனிமை அமருமென்பதையும் வெய்லாண்ட் உணர்ந்தார்.

'ஆம், எங்களிருவரின் சுபாவத்திலும் எவ்வளவோ வித்தியாசமுண்டு' என்று தம் அறைக்குச் செல்கையில் அவர் எண்ணலானார். அவர் எங்கு சென்றாலும்

நெருங்கிப் பழகிப் புது நண்பர்களைப் பெறுவது வழக்கம்; தாயகம், சொந்தக் குடும்பத்திலிருந்து பிரிவை அவர்கள் ஈடுகட்டினார்கள். ஆனால் எந்த ரகத்தவரிடையிலும் சகஜமாக, மரியாதையுடன் பழகு பவவராயினும், லாடூரினால் புது நண்பர்களைச் சிருஷ்டிக்க இயலாது. பாலகனாயிருக்கும்போதே அவர் அப்படித்தான்; அனைவரிடமும் அன்பு காட்டினாலும் அவரை அறிந்தோர் வெகு சிலரே. அவரைப் போன்ற அசாதாரண யோக்யதைகள் படைத்தவரை மெத்தப்படிப்பும், அழகிய தோற்றமும், ரஸானுபவமும் செல்வாக்கு வகிக்கக்கூடிய ஏதாவதொரு இடத்தில் போடுவதுதான் பொருத்தமாயிருக்கும்; நியூமெக் ஸிகோ போன்ற இடத்தில் இன்னும் முரட்டு ஆசாமியே முதல் பிஷப்பாக இருந்திருக்கலாம். லாடூருக்குப் பின் வருப வர்கள் முற்றிலும் வேறு மாதிரியாயிருப்பது உறுதி. ஆயினும் காரணமில்லாமலா கடவுள் இங்கு அவரை அனுப்பியிருப் பார்? புதிய சகாப்தமும், பிரம்மாண்டமானதொரு புதிய ஆதீனமும் மகாபுருஷர் ஒருவரைக் கொண்டே துவங்கவேண் டுமென்பது அவர் சித்தம் போலும்! லாடூரின் ஷ்யமோ அவர் பற்றிய நினைவோ, அன்றி கதையோ ஏதாகிலும் வருங்காலத்தில் நீடித்து நிலைத்து நிற்கவும் கூடுமென நினைத்தார் வெய்லாண்ட்.

* * *

மறுநாள் பிற்பகல், வெளிமுற்றத்தில் தமது வண்டியில் சாமான்களெல்லாம் ஏற்றப்பட்டுப் புறப்படுவதற்குத் தயாராயிருக்கையில், உள்ளே பிஷப்பின் மேஜைமுன் பூஜ்யர் வெய்லாண்ட் அமர்ந்து, பிரான்ஸுக்குக் கடிதங்கள் எழுதிக் கொண்டிருந்தார். மேரியஸுக்கு ஒரு சிறு கடிதம்; தமது அன்பார்ந்த தங்கையான பிலோமினுக்கோ முற்றிலும் புதிய தோர் இடத்தில் தாம் முனையப் போவதை நீண்டதொரு. கடிதத்தில் சொல்லி, பொன்னாசை பிடித்த மனிதர்களிடையே தம் பணி வெற்றிபெறப் பிரார்த்திக்கக் கோரியிருந்தார். விரலோடு வாயையும் அசைத்துக்கொண்டே வெகு வேகமாக எழுதினார் அவர். அவ்வறைக்குள் பிஷப் நுழைந்ததும் அவர் எழுந்திருந்து, தாம் எழுதிய காகிதங்களைக் கையில் பிடித்த படி நின்றார்.

“உங்கள் வேலையில் குறுக்கிட எனக்கு உத்தேசமில்லை, வெய்லாண்ட். உங்களுடன் கண்டெண்டோவையும்

கொலரா டோவுக்கு கொண்டு போகப் போகிறீர்களா என்று கேட்கவே வந்தேன்!"

பரக்கப்பரக்க விழித்தார் வெய்லாண்ட், "ஆம், அதிலென்ன சந்தேகம்? அதன் மீது ஏறிப்போகத்தான் உத்தேசம். ஆயினும், இங்கு உங்களுக்கு அது தேவையானால்..."

"இல்லவேயில்லை, எனக்கு வேண்டாம். ஆனால் கண்டொண்டோவை இட்டுச் செல்வதென்றால் கூடவே ஏஞ்ஜலிகாவையும் அழைத்துப்போங்கள். இரண்டும் பரஸ்பரம் மிக்க அன்பு பூண்டவை. எவ்வளவு நாள் அவற்றைப் பிரித்து வைப்பது? சொன்னாலும் அவை புரிந்துகொள்ளாது. வெகுகாலம் சேர்ந்து உழைத்தவையாயிற்றே இரண்டு கழுதைகளும்!"

வெய்லாண்ட் இதற்கு எவ்வித மறுமொழியும் கூறவில்லை. தம் கையிலிருந்த காகிதங்களைப் பார்த்துக் கொண்டே நின்றார். அவற்றில் ஒரு பொட்டுத் தண்ணீர் உதிர்ந்து, அந்த ஊதா இங்க்கையைப் பரப்பியதை பிஷப் கண்டார். அக்கணமே திரும்பி வெளியே சென்று விட்டார்.

மறுதினம் விடிந்ததும் பூஜ்யர் வெய்லாண்ட் புறப்பட்டு விட்டார். வண்டியை ஸபீனோ ஓட்டலானான். கண்டொண்டோமீது அவர் அமர்ந்து செல்ல, அவருடைய பணியாளர்களில் மூத்தவன் ஏஞ்ஜலிகாமீது ஏறிவந்தான். ஜூனிபர் மரங்கள் நிறைந்த செம்மண் குன்றுகள் வழியே வடகிழக்காகச் செல்லும் பழைய சாலையில் அவர்கள் சென்றனர்; அத்தக்கூம்புருக் குன்றுகளிலொன்றின் உச்சியில் அந்தச் சாலை வளையுமளவு பிஷப் லாடூர் அவர்களைத் தொடர்ந்து சென்றார்: அதற்கப்பால் சென்று விட்டால் ஸான்டா ஃபே நகரம் தெரியாது. அங்கே கழுதையை நிறுத்தி, காலை ஒளியில் ரோஜா நிறம் பெற்றுத் திகழும் அந்த நகரத்தையும், அதன் பின்னாலுள்ள மலைத்தொடரையும், அணைக்கும் கரங்கள் போல் குன்றுகள் அதைச் சூழ்ந்து நிற்பதையும் திரும்பிப் பார்த்தார் வெய்லாண்ட்.

பழகிப்போன இக்காட்சிகளிலிருந்து பார்வையைத் திருப்பியதும், 'மேரியே சரணம்!' என்று அவர் வாய் முனகியது.

* * *

தமது தனித்த வாழ்க்கைக்குத் திரும்பிச் சென்றார் பிஷப். நாற்பத்தேழு வயதாகிவிட்டது அவருக்கு. புதிய

உலகத்தில் பாதிரியாக அவர் பணியாற்றப் புகுந்து இருபது வருடமாகிவிட்டது. அதில் பத்து வருடங்களை நியூமெக்ஸி கோவிலேயே கழித்திருக்கிறார். தாயகத்திலேயே பாதிரியாக இருந்திருக்கும் பட்சத்தில் லத்தீன் மொழியில் சந்தேகம் கேட் கவோ, செலவுக்குப் பணம் கோரியோ மருமான்கள் அவரை அண்டியிருப்பர்; அவருடைய தோட்டத்தில் மருமான்கள் ஓடித்திரிவர்: தங்கள் பின்னல் வேலைகளை எடுத்துவந்து, அவருடைய வீட்டு நிர்வாகத்தையும் ஓரளவு கண்காணிப்பர். ஸான்டா ஃபேக்குத் திரும்பும் வழி நெடுகிலும், ஐம்பது வயது பிரம்மச்சாரியொருவர் ஈடுபடக்கூடிய இத்தகைய பகற்கனவு களிலேயே அவர் லயித்திருந்தார்.

ஆனால் படிப்பறையில் புகுந்ததுமோ இவ்வுலக ஞாபகம் வந்துவிட்டது அவருக்கு. தமக்காக ஒரு பிரஸன்னம், காத்திருப்பதை உணர்ந்தார். வாயிற்படுதா அவர் பின்னால் மூடிக்கொண்ட மாத்திரத்திலேயே, தனிமையுணர்ச்சி பறந் தோடிவிட்டது; எதையோ இழந்துவிட்டோமென்ற ஏக்கம் போய் புத்துணர்ச்சி பிறந்தது. தமது மேஜைமுன் அமர்ந்து, சிந்தனையில் ஆழ்ந்தார். இது மாதிரி தனித்த அன்பு நிலையில் தான், கர்த்தரின் வாழ்வு போலவே பாதிரியாரின் வாழ்வும் அமையமுடியும். கூனிக் குறுகச் செய்யும், எதிர்மறையான தனிமையல்ல அது; இடையறாது மலரவைக்கும் தனிமை. சகல அருளின் உருவகமுமான கன்னி மகள், கன்னித் தாய், மக்களின் குமரி, விண்ணுலக ராணியின் பிரசன்னம் நிறைந்திருக்குமாகில் எவரது வாழ்க்கையும் வறண்டிருக்கவோ, அருளற்று இருக்கவோ தேவையில்லை. சிறுவருக்கான சிறு கவிதையையும்விட எளிமையானவள் அவள். அதே சமயத்தில் அறிவின் சிகரமான பண்டிதர்களையும்விட மேதா விலாசம் படைத்தவள்.

இங்கே அவரது ஆலயத்திலேயே அந்த மாதிரி எளிய தோற்றமுடைய கன்னித்தாயின் சிறியதொரு மரச்சிலை இருந்தது. மிகப் பழமையான அதனிடம் இவ்வட்டார மக்க ளுக்கு எல்லையில்லாத பற்றுதல். இருநூறு ஆண்டுகளுக்கு முன் இந்நகரை ஸ்பெயின் சார்பில் பிடித்த டிவர் காஸ், அந்த அன்னைக்கு அஞ்சலி செலுத்த ஆண்டுதோறும் ஊர்வலம் விடுவதாகச் சங்கற்பித்துக்கொண்டார்; ஸான்டா

ஃபேயில் பக்திமிக்க விழாக்களிலொன்றாக இன்னமும் அது நடந்து வருகிறது; மூன்றடி உயரந்தான் இருக்கும் அந்தச் சிலை. எனினும் கம்பீரமான தோற்றமுடையது; கடுமைக்குறி தென்படும் ஸ்பானிஷ் முகமாயினும் அதில் அழகு கொஞ் சியது. அதற்கென ஏராள ஆடையாபரணங்கள் உண்டு; பெட்டி நிறையப் பட்டாடைகளும், பொன், வெள்ளிக் கிரீடங்களும் இருந்தன. அன்னைக்காக ஆடை தயாரிப்பதில் அங்குள்ள பெண்மணிகளுக்கு அலாதிப்பிரியம்; வெள்ளித் தட்டார்களுக்கோ மாலைகளும், மலர் ஊசிகளும் செய்வதில் மோகம். அத்தனை ஆடைகள் இங்கிலாந்தின் ராணிக்கோ, பிரான்ஸின் சக்கரவர்த்தினிக்கோகூடக் கிடையாதென நினைப்பதாக பிஷப் லாடூர் கூறியபோது, அன்னையின் அணிகலப் பெட்டியைப் பேணிக்காத்துவந்தவர்கள் பரம சந்தோஷமடைந்தனர். அவளுடைய விளையாட்டுப் பொம்மை அவள்; அதே சமயத்தில் அவர்களுடைய மகா ராணியுமாவாள்! கொஞ்சி மகிழவும், வந்தித்து வழிபடவும் ஒருங்கே உதவினாள், தன் தெய்வமகனை அவள் சீராட்டிப் பாராட்டியது போலவே!

இம்மாதிரி எளிய முறையில் தங்கள் அன்பை இந்த மெக்ஸிகர்கள்தான் முதன் முதலில் வெளிக்காட்டினர் என்பதில்லை. ரபேலும், டிடியனும்கூட இவ்வாறே அவளுக்காக ஆடைகள் தயாரித்தனர்; இசைமேதைகள் கீதம் இயற்றினர், அரும்பெரும் சிற்பிகள் கதீட்ரல் கட்டினர் என்பதை லாடூர் நினைவு கூர்ந்தார். இந்தப் பூவுலகில் அவள் அவதரிப்பதற்கு முன்பாகவே, தெய்வாம்சமும், மனிதாம்சமும் ஒருசேரப் படைத்த தெய்வமகளைப் படைக்க இடையறாது முயன்றிருக்கின்றனர், பண்டைக் காலச் சிற்பிகள் என்பதும் அவர் ஞாபகத்துக்கு வந்தது.

* * *

பிஷப்பின் ஹேஷ்யம் சரியானதுதான்; நியூமெக்ஸிகோவில் அவர் பணியில் பங்குகொள்ள பூஜ்யர் வெய்லாண்ட் திரும்பிவரவேயில்லை. வேலைமயமான தம் வாழ்க்கையில் ஓய்வு கிடைக்காதபோதெல்லாம் பழைய நண்பர்களை அவர் காணவந்தது உண்மையே. ஆனால் தெற்கேயுள்ள நீலமலைகளைப் போல் அவர் நேசிக்காத அந்த இரக்கமற்ற, இரும்பு இதயம் படைத்த கொலராடோப் பாறைவெளியிலேயே அவர் பொறி தீர்ந்து

விட்டது. தொடர்ந்து அவரை வாட்டிய வியாதிகள், விபத்துக்களிலிருந்து குணம் பெற ஸான்டா ஃபேக்கு அவர் வந்ததுண்டு; பிஷப் லாடூர் ஆர்ச் பிஷப்பாக்கப்பட்டபோது, போப்பாண்டவரின் தூதருடன் வந்தார். ஆனால் அவரது வேலை நேரம் பூராவுமோ அந்த வறண்ட மலைகளிலும், வசதியற்ற சுரங்க முகாம்களிலும் வழி தவறியவர்களைச் சீர்திருத்துவதிலேயே கழிந்துவிட்டது.

க்ரீட், டூராங்கோ, ஸில்வர் ஸிடி, ஸெண்ட்ரல் ஸிடி அந்தக் கண்டத்தை இரண்டாகப் பிரிக்கும் எல்லைக்கோட்டுக்கு அப்பாலுள்ள உடாகரடுமுரடான இந்தப் பாறையுலகம் பூராவிலும் பழக்கமான காட்சியாகிவிட்டது, வெய்லாண்டின் வினோதமான மதப்பிரசார வண்டி.

வில் பொருத்திய கூண்டு வண்டி அது. இரவு நேரத்தில்தில் அவர் படுத்துறங்குவதற்கேற்றபடி நீளமாக இருந்தது. அவர் மிகக் குட்டையானவர்தான். பின்புறத்தில் சாமான்களைப் போட்டுவைக்க ஒரு பெட்டி; தேவைப்படும் போது, வெட்டவெளியில் அவர் ஆராதனை நடத்த நேருகையில் பலி பீடமாக மாற்றியமைக்கக்கூடியதாகவும் இருந்தது அது. மலையருவிகள்தான் முதன்முதலில் பாதை அமைத்தவை; அவை புகுந்த இடந்தோறும் தாமும் வழி கண்டுபிடிக்க முடியுமெனக் கூறுவார் அவர். எவ்வளவோ வண்டியோட்டிகளைச் சளைக்கச் செய்து விட்டார்; அடிக்கடி அந்த வண்டியை விரிவாகப் பழுது பார்க்கவும் நேர்ந்தது. பின்னர் அதை அவர் திஸ்கரித்தபோது அசல் பகுதி ஏதுமே அதில் இருக்கவில்லை!

இருசு உடைவதும், ரோதை நொறுங்குவதும், அச்சு பிளப்பதும் அற்பவிஷயங்களே அவருக்கு. பாதையிலிருந்து இருமுறை அந்தப் பழைய வண்டி நழுவி, உள்ளே பாதிரியாருடன் மலையருவிப் பிளவில் உருண்டு விழுந்திருக்கிறது. முதல் தடவை வெறும் சுளுக்குடன் தப்பிப் பிழைத்துவிட்டார். அன்று காலை ஆர்வமுடன் தாம் துதித்த பிரதம தேவதை ரபேல் தான் தம்மைக் காப்பாற்றியதாக பிஷப் லாடூருக்கு அவர் எழுதினார். இரண்டாம் முறையோ சென்ட்ரல் ஸ்டிக்கருகே அறுத்தோடிய அருவியில் அவர் சரிந்து விழுந்தபோது மூட்டுக்குச் சற்றுக் கீழே அவரது துடையெலும்பு முறிந்தது. காலக்கிரமத்தில் அது

கூடிக்கொண்ட போதிலும் அது முதல் அவர் முடமாகி, குதிரைமீது சவாரி செய்ய முடியாமலே போய்விட்டது!

அந்த விபத்துக்கு முன்னால்தான் ஸான்டா ஃபே, ஆல்புகர்க்கில் தம் நண்பர்களிடையே பலநாள் தங்கி, பழைய தொடர்புகளைப் புதுப்பித்துக்கொண்டிருந்தார். அவர் வாழ்விலேயே வசந்தம் போன்றது அந்த நாட்கள். டென்வரிலிருந்து அவர் புறப்பட்டபோது, மெக்ஸிகர்களிடம் பணம் யாசிக்கப்போவதாகத் தெரிவித்திருந்தார் டென்வர் ஆலயத்தின் மேற்கூரை முதலியனவெல்லாம் சீராக இருந்த போதிலும், கண்ணாடி வாங்கிக் கொடுக்க யாரும் முன்வராததால் அதன் ஜன்னல்களில் பலகையடித்து மூடப்பட்டிருந்தது. அங்கிருந்த சிஷ்யர் குழாமில் சுரங்க முதலாளிகளும், மர ஆலைச் சொந்தக்காரர்களும், சுபிட்சம் கொழிக்கும் வியாபாரிகளும் இருந்தது உண்மையே; ஆனால் தங்களிடமிருந்த பணம் பூராவையும் தங்கள் தொழிலிலேயே போட்டார்கள் அவர்கள்; ஆனால் மண்வீடும் பொதிக் கழுதையும் தவிர வேறு உடைமையில்லாத மெக்ஸிகர்களிடமோ அவர் எப்போதும் பணம் திரட்ட முடியும். அவர்களிடம் எது இருந்தாலும் சரி, கொடுத்துவிடுவார்கள்.

யாசக யாத்திரை என்றே அதைப் பச்சையாக வர்ணித்தார் அவர்.

கிடைத்ததைக் கொண்டுவரும் நோக்கத்துடன் வண்டி கட்டிக்கொண்டு கிளம்பினார். டாவோஸ்வரை அவர் சென்றதும், ஐரிஷ்காரனான அவரது வண்டியோட்டி முரண்டு பிடித்தான்! அங்குள்ளது போன்ற பாதையில் மேற்கொண்டு ஒரு மைல்கூடச் செல்லமுடியாது என்று மறுத்துவிட்டான். தன் பகுதிதான் தனக்குத் தெரியுமேயொழிய இப்புது வட்டாரத்தில் தன் உயிரையும், பாதிரியார் உயிரையும் பணயம் வைக்கத் தான் தயாரில்லை என்றான்.

அப்போது டாவோஸுக்கும் ஸான்டா ஃபேக்குமிடையே வண்டிப்பாட்டை கிடையாது. மலைகள் வழியே அந்த வண்டியை ஓட்டிச் செல்ல வெய்லாண்டுக்கு வேறு ஆள் கிடைப்பதற்குப் பதினைந்து நாளாகிவிட்டது. இறுதியில், வண்டித் தொடர்களில் சென்று பழக்கமுள்ள ஒரு கிழவன் தான் அவருக்கு அவ்வாறு உதவ முன்வந்தான்; கோடரி,

மண் வெட்டி முதலியவற்றின் துணைகொண்டு அந்த வண்டியை ஒருவாறாக ஸான்டா ஃபேயில் பிஷப்பின் வீட்டுக்குப் பத்திரமாகக் கொண்டுவந்து சேர்த்துவிட்டான் அவன்.

இன்னமும் தன் மக்கள் என்றே அவர் வர்ணித்து வந்தவர்களிடையே மறுமுறையும் கையேந்தினார் வெய்லாண்ட் அந்த ஏழை மெக்ஸிகர்களும் தங்கள் சட்டை, ஜோடுகளில் பதுக்கிவைத்திருந்த டாலர்களை டென்வர் ஆலய ஜன்னல்களுக்காக எடுத்துக் கொடுக்கவாரம்பித்தனர். ஜன்னல்களுடன் நிற்கவில்லை அவரது கோரிக்கை. அது பூர்வாங்கமேதான்! டென்வரில் தமக்குள்ள அனாவசிய அசௌகரியங்களை, முறைதவறெனத்தக்க வசதிக் குறைவுகளை அனுதாபமிக்க ஸான்டா ஃபே, ஆல்புகர்க் பெண்மக்களிடம் எடுத்துரைத்தார். சொகுசை வெறுப்பது அந்த மேற்குப் பிராந்தியத்தில் ஊறிப்போன ஒரு அம்சம்! எனவே ‘நேர்த்தி’யான மெக்ஸிகம் படுக்கைகளில் மீண்டும் படுப்பது தமக்கு எவ்வளவு சந்தோஷம் தருகிறது என்பதை விவரித்தார்; டென்வரிலோ வைக்கோல் அடைத்த மெத்தையிலேயே தாம் படுப்பதாகச் சொன்னார். ஒருமுறை அவரைப் பார்க்க வந்திருந்த ஒரு பிரெஞ்சுப் பாதிரி அந்த மெத்தையின் மெல்லிய துணியை ஊடுருவி வெளிவந்த வைக்கோற் திரையை உருவியெடுத்து அதை இறகுப்பஞ்சு என வர்ணித்தாராம்! தனது சாப்பிடும் மேஜை வெறும் பலகைகளைக் கொண்டு தயாரிக்கப்பட்டு, மேல் மெழுகுத் துணி விரிக்கப்பட்டிருப்பதாகக் கூறினார்; லினன் துணியோ படுக்கைவிரிப்போ தம்மிடம் கிடையாது; நைந்துபோன சட்டைகளைக் கொண்டே முகத்தைத் துடைத்துக் கொள்வதாயும் தெரிவித்தார். மெக்ஸிகப் பெண்மணிகளுக்கு இதைக் கேட்கப் பொறுக்கவில்லை. கொலராடோவில் யாரும் தோட்டம் போடுவதில்லை, தங்கம் தவிர வேறெதெற்காகவும் பூமியை வெட்டுவதில்லை என்றும் வெய்லாண்ட் உரைத்தார். அங்கு வெண்ணெய், பால், முட்டை, பழம் என்று எதுவுமே கிடையாது; வெறும் மாவு, இறைச்சியைக் கொண்டே தாம் காலத்தை ஓட்டுவதாகப் பிரலாபித்தார்.

அங்கு அவர் வந்து சில வாரமாவதற்குள் வெய்லாண்டுக் காக பிஷப்பின் வீட்டுக்கு ஆறு இறகுப் படுக்கைகள் வந்து

விட்டன! டஜன் கணக்கில் லினன் விரிப்புகளும், பூவேலை செய்த தலையணை உறைகள், மேஜைத் துணி, துண்டுகளும் அங்கு வந்தன. மற்றும் மிளகாய்க் கொத்துகள், பெட்டி பெட்டியாக மொச்சை, உலர்ந்த பழவகைகளும் குவிந்தன. சிறு கிராமமான சிமாயோ, தங்கள் போர்வைகளில் சிறந்த வற்றில் ஒரு கட்டு அனுப்பி வைத்தது.

இந்தப் பரிசுகள் வரவர, தாம் அவற்றைத் தயக்கமின்றி ஏற்பது எப்போதும் போல் பிஷப்புக்கு தர்மசங்கடமாயிருக் கும் என்பதை உணர்ந்து, மரக்கொட்டகையில் அடுக்கலானார் வெய்லாண்ட். எனினும் ஒரு நாள் காலை பிஷப் அந்தக் கொட்டகைக்கு வர நேர்ந்தபோது அவற்றைக் கண்ணுற்றார்.

“டென்வருக்கு இவற்றையெல்லாம் நீங்கள் கட்டித் தூக்கிக்கொண்டு போக முடியுமா, வெய்லாண்ட்? பெரிய மாட்டு வண்டியல்லவோ தேவையாயிருக்கும் அதற்கு!” என்று ஆட்சேபித்தார்.

“நல்லது, அப்படியானால் ஆண்டவன் ஒரு மாட்டு வண்டி யையும் அனுப்பிவைப்பான் எனக்கு!” என்றார் வெய்லாண்ட்!

அவ்வாறே ஒரு மாட்டு வண்டியும் வந்து சேர்ந்தது. ப்யூப்லோ வரை அவற்றை எடுத்துவர இசைந்தான் ஒரு வண்டியோட்டி.

டென்வருக்கு அவர் திரும்பப் புறப்பட்ட அன்று, தமது வண்டியுடன் மாட்டு வண்டியும் பூட்டித் தயாராக நின்றபோது, விடிந்தது முதலாகவே சகலரையும் தார் போட்டு வந்த வெய்லாண்ட் திடீரெனச் சிந்தாகுலரானார். பிஷப்பின் படிப்பறைக்குள் சென்று உட்கார்ந்து சில்லரை விஷயங்கள் பற்றிப் பேசலானார்; ஏதோவொரு வேலை பாக்கி நின்றது போலச் சுற்றிவளைத்துப் பேசினார்.

சற்று மௌனத்துக்குப் பின், “நமக்கு வயதேறி வருகிறது, ஜீன்!” என்றார் திடீரென்று.

பிஷப் புன்னகை பூத்தார். “ஆமாம், இனியும் நாம் இளைஞரல்ல. இன்று உங்கள் புறப்பாடு போன்றவற்றி லொன்றே இறுதியானதாகவும் இருக்கக்கூடும்!”

வெய்லாண்ட் தலையை ஆட்டினார்: "எப்போது ஆண்டவன் அழைத்தாலும் சரி, நான் தயார் தான்." எழுந்திருந்து அறையில் இங்குமங்கும் உலாவியவாறே, தம் நண்பரை நிமிர்ந்து பார்க்காமலே தொடர்ந்து சொன்னார்: "நம் வாழ்க்கை அப்படியொன்றும் வீணாகிவிடவில்லை என்றே நினைக்கிறேன். என்ன ஜீன், நான் சொல்வது சரிதானே? பயிற்சிக்கூடத்தில் நாம் இருந்த அந்த நாளில் திட்டமிட்டவற்றையே அவற்றில் சில காரியங்களையேனும் செய்து முடித்திருக்கிறோம். இளமைக் கனவுகளை ஈடேற்ற இயல்வது தான், எந்த மனிதனுக்கும் பேரதிர்ஷ்டமாகும். உலகில் நாம் காணும் எந்த வெற்றியும் அதற்கு ஈடாகாது!"

"வெய்லாண்ட் என்னைவிடச் சிறந்தவர் நீர்" என்றார் பிஷப் எழுந்துகொண்டே. "எண்ணிறந்த ஆத்மாக்களுக்குச் சரியான பாதை துலக்கியிருக்கிறீர்கள், எள்ளளவும் பெருமையோ, கூச்சமோ கொள்ளாமல். ஆனால் நானோ எப்போதுமே ஓரளவு தொட்டாற்சுருங்கியாக இருந்து வந்திருக்கிறேன். நமது மகுடங்களில் இனி கல் இழைப்பதானால் உங்களுடையதில் கைநிறையப் பதித்தாக வேண்டும், அது உறுதி. எங்கே என்னை ஆசீர்வதியுங்கள்!"

முழந்தாளிட்டார் பிஷப். அவரை வெய்லாண்ட் ஆசீர்வதித்ததும், தாமும் மண்டியிட்டு ஆசிபெற்றார். கடந்தகால அனுபவங்களை எண்ணிக் கட்டித் தழுவிக்கொண்டனர் இரு வரும். எதிர்காலத்தையும் கருத்தில் கொண்டுதான்!

ஒன்பதாம் பாகம்

ஆர்ச் பிஷப் ஆவி பிரிகிறது

I

பிரதான மாதா பதவி வகித்த பக்தி நிறைந்த சந்நியா சினியான பிலோமினா தனது சொந்த ஊரான ரியோமில் நிறைந்த வயதில் உயிர் நீத்தபோது அவரது தஸ்தாவேஜுக்களில் ஆர்ச் பிஷப் லாடூரிடமிருந்து வந்த சில கடிதங்களும் கிடைத்தன. அவற்றிலொன்று 1888 ஆம் ஆண்டு, டிசம்பர் மாதத்தில் எழுதப்பட்டிருந்தது. அவர் காலமாவதற்குச் சில மாதங்களுக்கு முன்தான் வந்தது அது: 'ஆண்டவனின் அருளுக்கு உங்கள் சகோதரர் பாத்திரமாகிவிட்டதால், அவருடன் என் பிணைப்பு முன்னைவிட நெருக்கமாகத் தோன்று கிறது. கடமை காரணமாகப் பல காலம் பிரிந்திருந்தோம் நாங்களிருவரும்; மரணமோ இப்போது எங்களை ஒன்று கூட்டி விட்டது. அவரிடம் நான் போய்ச் சேரும் நாள் அதி தூரத்திலில்லை. அதற்கிடையில், செயல் நிறைந்ததொரு வாழ்க் கைக்கு உகந்த முத்தாய்ப்பு வைக்கும் ஆத்ம சிந்தனைப் பரு வத்தைப் பூரணமாக அனுபவித்துவருகிறேன்' என்று அதில் அவர் எழுதியிருந்தார்.

ஸான்டா ஃபேக்கு நான்கு மைல் வடக்கேயுள்ள தமது சிறிய கிராமப்புறத்துரவில் இந்த சிந்தனைப் பருவத்தைக் கழித்தார் லாடூர். ஆதீனத்தின் அலுவல்களிலிருந்து ஓய்வு பெறுவதற்கு வெகுகாலம் முன்பே டெஸுக்யூ கிராமத்தருகே கூம்புருவான செம்மணற் குன்றுகள் நிறைந்த

அந்தச் சில ஏக்கராக்களை அவர் வாங்கியிருந்தார்; அவர் ஓய்வு பெற்று அங்கு வாசம் செய்யவரும் சமயத்தில் பலன் தரத்தக்கதாக அங்கு பழத்தோட்டம் போட்டார். கனி வகை விளைவதற்குப் பக்குவமான இடம் என்று அவர் கருதியதாலேயே, நண்பர்கள் ஆலோசனைக்கு மாறாக அந்த ஜூனிபர் மரங்கள் செறிந்த செங்குன்றுப் பகுதியை அவர் தேர்ந்தெடுத்தார்.

டெஸுக்யூவுக்கு அவர் ஒரு முறை சென்றுகொண்டிருக் கையில் ஓடையொன்றைத் தொடர்ந்துவந்து இவ்விடத்தை அடைந்தார். அதுகாறும் அவர் கண்டிராத அளவு பிரம் மாண்டமான ஆப்ரிகாட் மரமொன்று நிழல் பரப்பிய தோட்டமும், சிறியதொரு மெக்ஸிக வீடும் அங்கு இருந்தன. மனித தேகத்தைவிடப் பருமனான இரு அடிமரங்கள் கூடியதாயிருந்தது அது; மிகப் பழைய மரமாகத் தோன்றினும் அதில் ஏராளப் பழங்கள் குலுங்கின. அப்பழங்கள் பெரிதாக, அழகான நிறமும், அருஞ்சுவையும் உடையதாய் இருந்தன. மலைப்புறத்துக்கெதிரே இம்மரம் வளர்ந்திருந்ததால், அங்குள்ள சீதோஷ்ணப் பழங்களுக்கு உகந்ததாய் இருக்கவேண்டு மென பிஷப் முடிவு செய்தார்; பாறையில் பட்டுப் பிரதி பலித்த பகலவனின் உஷ்ணம், அந்தக் கனிகளுக்கு மாறாத சூடளிக்கிறது என்பதைக் கண்டுகொண்டார், பிரான்ஸில் சுவர்களில் முளைத்துச் சிறப்பெய்தும் பீச் பழங்களைப்போல இங்கும் இருபுறமும் இதமான சூடு கிடைக்கிறதென்பதை ஊகித்தார்.

அந்த மரத்துக்கு இருநூறு வயதாவது ஆகியிருக்க வேண்டுமென அங்கு வசித்த மெக்ஸிகன் கூறினான். தனது பாட்டனாரின் பால்யப் பருவத்திலும் கூட இன்றுபோலவே அது இருந்தது! சாறு நிறைந்த ஆப்ரிகாட் பழங்களைக் காய்த்துத் தள்ளியது என்றும் தெரிவித்தான். அந்த இடத்தை விற்றுவிட்டு ஸான்டா ஃபேயில் குடியேற அந்தக் கிழவனுக்கு இஷ்டம் என்பதை லாடூர் அறிந்துகொண்டார்; சில வாரங்கள் கழித்து அதை விலைக்கு வாங்கினார். வஸந்த காலத்தில் தோட்டத்தையும், சில அகேஷியா மரக்கன்றுகளையும் பயிரிட முற்பட்டார். சில வருஷங்களுக்குப் பின், அத்தோட்டத்தை நோக்கியிருந்த மலைப்புறத்தில் ஒரு சிறு ஆலயமுடன் சிறியதொரு வீட்டையும் பச்சைவெட்டுக் கற்களால் கட்டினார். ஓய்வு

பெறவும், விசேஷ விரதமேற்கும் காலங்களிலும் அங்கு சென்று தங்குவது அவர் வழக்கம். வேலையிலிருந்து விலகியதும் அங்கேயே சென்று வசிக்கலானார்; ஆயினும் அப்போதும் புதிய ஆர்ச் பிஷப்பின் வீட்டில் தமது பழைய படிப்பறை மாறாமலே இருக்குமாறு பார்த்துக்கொண்டார்.

பிரான்ஸிலிருந்து புதிதாக வந்த பாதிரிகளைப் பயிற்றுவிப்பதே, ஓய்வு பெற்றபின் லாடூரின் பிரதான வேலை. அவருக்குப் பின் ஆர்ச் பிஷப் பதவியேற்றவரும் ஆவர்ணிலிருந்து வந்தவரே; அவரது கல்லூரியிலேயே படித்தவர். வட நியூமெக்ஸிகோவில் பணியாற்றிய பாதிரிமாரிலும் பெரும் பாலோர் பிரெஞ்சுக்காரர்களாகவே இருந்தனர். புதிய பாதிரிகள் கோஷ்டியொன்று வந்ததும் (அவர்கள் தனியாக வருவதேயில்லை) லாடூருடன் சில மாதகாலம் தங்கி, ஸ்பானிஷ் மொழியையும், ஆதீனத்தின் அமைப்பு பற்றியும், பல்வேறு கிராமங்களின் இயல்பு, பண்பு குறித்தும் அறிந்து வருமாறு அவர்களைப் புதிய ஆர்ச் பிஷப் அனுப்பிவைப்பார்.

தோட்டவேலைதான் பூஜ்யர் லாடூரின் பொழுதுபோக்கு. கலிபோர்னியாவிலுள்ள பழைமையான தோட்டங்களில்கூட அபூர்வமான கனிவகைகளை அவர் பயிரிட்டார்; செர்ரி, ஆப்ரி காட், ஆப்பிள், பிரான்ஸின் இணையற்ற பியர் போன்று பல மரங்களை, மிக அரிய ரகங்களையும்கூட அவர் வளர்த்தார். எங்கு சென்றாலும் சரி, பழ மரங்களைப் பயிரிடும்படி, வெறும் மாவு வகையான தங்கள் அன்றாட உணவுடன் கனிகளையும் சேர்த்துக்கொள்ளும்படி மெக்ஸிகர்களைத் தூண்டுமாறு புதிய பாதிரிகளிடம் வற்புறுத்தினார். பிரெஞ்சுப் பாதிரிகள் உள்ள இடங்களிலெல்லாம் காயும், கனியும், மலரும் குலுங்கும் தோட்டமொன்று அவசியம் இருக்கவேண்டுமென்பது அவர் அபிலாஷை. அவரது சொந்த ஊர் வட்டாரமான ஆவர்ணையை சேர்ந்த பாஸ்கல், 'மனிதன் திசைதவறிப் பின்னர் காப்பாற்றப்பட்டதும் தோட்டத்திலேயே' என்று கூறியிருப்பதைத் தம் மாணாக்கர்களுக்கு அவர் அடிக்கடி எடுத்துச் சொல்வார்.

சுதேசிக் காட்டுப்புஷ்பங்கள் பலவற்றைப் பயிரிட்டு அவற்றை நாட்டுப் புஷ்பங்களாக்கினார். நியூமெக்ஸிகோ மலைகளில் மண்டியிருக்கும் சிவப்பு வெர்பினா பூவை

ஒரு குன்றின் சரிவு பூராவிலும் நிறைத்திருந்தார். பிரம்மாண்டமானதொரு ஊதா வெல்வட் மேலாடைபோல் பகல வெளொளியில் அது பளபளத்தது பல நூற்றாண்டுகளாக இத்தாலி, பிரான்ஸிலுள்ள சாயமிடுவோரும் நெசவாளர்களும் சாதிக்க முயன்ற கலவை அது ரோஜா நிறம் நிறைந்த ஊதா! ஆனால் லாவண்டர் என்று அதைச் சொல்வதற்கில்லை. கிட்டத்தட்ட கருஞ்சிவப்பாகும். நீல நிறமும் அதில் இருந்தது; கடற் கருமையான சிவப்பும் ஊடே ஜொலித்தது. மதச்சின்னத்துக்குரித்தான அந்த உண்மை வண்ணமும், அதன் எண்ணிறந்த வேறுபாடுகளும் அங்கே காணக் கண்கொள்ளாக் காட்சியாக இருந்தன.

1885ஆம் ஆண்டில் பயிற்சிக்கூடத்திலிருந்து நேராக நியூமெக்ஸிகோவிற்கு வந்தார் பெர்னார்ட் டுக்ராட் என்ற இளம் பாதிரி; லாடூருக்குப் பிள்ளை போலவே ஆகிவிட்டார் அவர். ஆலயப் பிரசங்கங்களிலும், பள்ளி வகுப்புகளிலும் அடிக்கடி எடுத்துரைக்கப்பட்ட லாடூரின் வரலாறு அந்த இளைஞரின் மனத்தை வெகுவாகக் கவர்ந்துவிட்டது; எனவே வெகு நாளாகவே இந்தச் சந்தர்ப்பத்திற்குக் காத்திருந்தார். உருவிலே திருவும், நிறைந்த மனமும் வாய்க்கப் பெற்ற அவர், லாடூரின் குணாதிசயங்களில் நேர்த்தியான அம்சங்களைப் பொன்னே போலப் போற்றினார். அவர் 'எள் என்பதற்கு முன் எண்ணெயாக' இருந்து, அவருடைய சிந்தனைகளில் பங்கு பெற்று, அவருடைய அனுபவங்களையும் கேட்டறிந்தார்.

'என் கடைசிக் காலத்தில் உதவிகரமாயிருப்பதற்காக, ஆண்டவன்தான் இந்த இளைஞரை அனுப்பிவைத்திருக்கிறார் என்பது உறுதி' என்று இதர பாதிரிகளிடம் லாடூர் கூறுவது வழக்கம்.

2

1888-ம் ஆண்டு இலையுதிர் காலம் பூராவும் நல்ல தேகதிடத்துடனேயே லாடூர் இருந்தார். அவர் வீட்டில் அப்போது ஐந்து பிரெஞ்சுப் பாதிரிகள் தங்கியிருந்தனர்; அருகாமையிலுள்ள மதவட்டங்களுக்கு அன்றாடம் அவர்களுடன் குதிரை மீதேறிச் சென்றுகொண்டிருந்தார். கிறிஸ்துமஸுக்கு முதல் நாள் ஸான்டா ஃபேயிலுள்ள கதீட்ரலில் நள்ளிரவு ஆராதனையை அவர்தான் நடத்தினார். நோய்வாய்ப்பட்டிருந்த ஸ்தலபாதிரியைக் காண்பதற்காக ஜனவரி மாதத்தில் பெர்னார்டுடன் ஸாண்டாக்ரூஸுக்குக் கூடச் சென்றார். அங்கிருந்து திரும்பும் வழியில் திடீரெனக் காலநிலை மாறி, கடும் புயல்மழை பிடித்துக்கொண்டது. திறந்த வண்டியில் அவர்கள் அமர்ந்து வந்ததால் மெக்ஸிக வீடெதையும் எட்டுமுன் நன்றாக நனைந்துவிட்டனர்.

வீட்டுக்கு வந்து சேர்ந்ததும், உடனேயே படுக்கச் சென்று விட்டார் லாடூர். அன்றிரவு அவரால் சரியாக உறங்கமுடிய வில்லை; காய்ச்சலும் கண்டுவிட்டாற்போல் இருந்தது. ஆனால் வீட்டிலிருந்த யாரையும் எழுப்பவில்லை. மறுநாட் காலையும் வழக்கம் போலவே விடியுமுன்பே எழுந்திருந்து, பிரார்த்த னைக்காக பூஜாமடத்திற்குச் சென்றார். அங்கு தொழுது கொண்டிருக்கையில் குளிர் நடுக்கம் பிடித்துக்கொண்டது. தட்டுத்தடுமாறி சமையலறையை அடைந்தார். அங்கு அவர் நிலையைக் கண்ட ஃப்ரக்டோஸா திடுக்கிட்டு, மெள்ள அழைத்துச் சென்று படுக்க வைத்து, பிராந்தி கொடுத்தாள். நடுக்கத்தைத் தொடர்ந்து ஜுரம் கண்டு இருமலும் உலைத்தது.

சில தினங்கள் படுக்கையிலேயே இருந்தபின் ஒரு நாள் காலை பெர்னார்டைக் கூப்பிட்டுச் சொன்னார் லாடூர்: “எனக்காக ஸான்டா ஃபேக்குப் போய் ஆர்ச் பிஷப்பைப் பார்த்து வரமுடியுமா உன்னால்? அவர் வீட்டிலுள்ள எனது படிப்பறையில் நான் சிறிதுகாலம் திரும்பத் தங்கியிருப்பது அவருக்கு சௌகரியப்படுமா என்று கேட்டுவர வேண்டும்,”

“இப்போதே போய்வருகிறேன். ஆனால் நீங்கள் வீணில் அதைரியப்படுகிறீர்கள்; ஜலதோஷம் காரணமாக எவரும் இறப்பதில்லை.”

கிழவர் சிரித்தார்: “ஜலதோஷத்தினால் நான் மரித்து விடமாட்டேன் மகனே. வாழ்ந்துவிட்டதனாலேயே இறப் பேன்!”

அந்தக் கணத்திலிருந்து தம்மைச் சுற்றியிருந்தோரிடம் பிரெஞ்சு மொழியிலேயே அவர் பேசினார்; இவ்வாறு தன் நியதியை மாற்றிக் கொண்டது தான் அவரது தேக நிலையைக் காட்டிலும் அவரது வீட்டாருக்கு அதிக அச்சமூட்டியது. எந்தப் பாதிரியாவது வியாதியுற்றாலோ சொந்த ஊரிலிருந்து கெட்ட செய்தி வந்திருந்தாலோதான் அவரது பாஷையிலே பேசுவது லாடூரின் பழக்கம்; மற்ற நேரத்திலெல்லாம் ஸ்பானிஷ் அல்லது ஆங்கில மொழியில்தான் எல்லோரும் பேச வேண்டுமென அவர் விதித்திருந்தார்.

சிறிது காலமல்ல, அந்த மாரிக்காலம் முழுவதிலுமே தம் முடன் லாடூர் தங்கியிருப்பதைச் சந்தோஷமுடன் வரவேற்ப தாக ஆர்ச் பிஷப் சொன்னதை அன்று பிற்பகலே வந்து தெரிவித்தார் பெர்னார்ட். அவரது படிப்பறையைச் சுத்தம் செய்து ஒழுங்குபடுத்த அதற்குள்ளாகவே மாக்டலேனா ஆரம்பித்து விட்டதாகவும், அங்கு தங்கியிருக்கும்போது அவள்தான் அவருக்கு சிசுருஷை செய்யப்போவதாகவும் கூறினார். லாடூரிடம் திறந்த வண்டிதான் இருந்ததாகையால், அவரை அழைத்துவர தமது புதிய வண்டியை ஆர்ச் பிஷப் அனுப்புவாரென்றும் அறிவித்தார்.

“இன்று வேண்டாம், மகனே! நான் இன்னும் உடல் வலிவு பெறும் நாளாகத் தேர்ந்தெடுத்து, அன்று கால நிலையும் சீராக இருக்குமானால் நமது வண்டியிலேயே போவோம்! நீ அதை ஓட்டி வரலாம். அந்திமாலை நேரத்தில் அங்கு செல் லவே நான் விரும்புகிறேன்” என்றார் பிஷப்.

அவர் உள்ளக்கிடக்கையை பெர்னார்ட் புரிந்துகொண்டார். வெகுகாலத்துக்கு முன்னால் ஒரு நாள் அதே வேளையில்தான் ஆல்புகொக்கிலிருந்து அங்கு ஓர் இளம் பாதிரி சென்று ஸான்டா ஃபேயை முதன் முறையாகப் பார்த்தார் என்பது அவருக்குத் தெரியும். இருவரும் சேர்ந்து நகரத்திற்குச்செல்லும் போதெல்லாம் கொலராடோவில் தன்னுடைய வாழ்நாள் பூராவையும் கழித்து இறுதியில் பிஷப்புமான பூஜ்யர் வெய்லாண்ட் கடைசி முறையாக ஸான்டா ஃபேயைத் திரும்பிப் பார்த்த குன்றின் உச்சியில் பன்முறை லாடூர் சற் றுத் தங்கிச் சென்றதுண்டு என்பதும் அவருக்கு ஞாபகம் வந்தது.

அக்காலத்தில் அந்நகரம் இப்போதைவிடப் பார்க்க அழகாக இருக்கும் என்று பெருமூச்செறிவார் லாடூர். அப்போது அதற்கென ஒரு தனித்தன்மை, தனி பாணி இருந்தது; அரை வட்டமான குன்றுகளின் அரவணைப்பிலே சில பச்சை மரங்களிடையே பச்சைவெட்டுக் கற்களாலான ஒரு சிறு நகரமாகவே இருந்தது அது. 1880ஆம் ஆண்டிலோ அமெரிக்கர்கள் அங்கு கண்டபடி கட்ட ஆரம்பித்துவிட்டனர். இரட்டை முகப்பும், பூ வேலையும், வெண்ணிறத் தூண், கைப்பிடிகளுமுடைய அவலமான மரக்கட்டிடங்கள் சதுக்கத்தில் பாதிப் பகுதியை இப்போது நிறைத்து விட்டன. மற்றொரு பகுதியிலோ பச்சைவெட்டுக் கற்கட்டிடங்களே இன்னமும் உள்ளன. ஓஹியோவில் தம் மனத்தை வருத்திய வீடுகள் இங்கும் தம்மைத் தொடர்ந்து வந்துவிட்டனவே என்று துக்கப்பட்டார் லாடூர். தாம் பல்லாண்டு காலம் பாடுபட்டுக் கட்டிய கதீட்ரலுக்கு, வெய்லாண்ட் பிரிந்த பிறகு அந்த அரிய மனிதரின் ஸ்தானத்தில் தமக்கு உறுதுணையாயிருந்த கதீட்ரலுக்கு இவ்வீடுகள் சற்றும் பொருத்தமானவையே அல்லவென அவர் அங்கலாய்த்தார்.

* * *

நன்கு வெயில் காய்ந்த பிப்ரவரி மாதப் பிற்பகலொன்றின் முடிவில் கடைசி முறையாக ஸான்டா ஃபேயில் புகுந்தார் அவர்: அஸ்தமனத்தை எதிர்பார்த்து, தெருக்கோடியிலேயே வண்டியை பெர்னார்ட் நிறுத்தி விட்டார்.

தமது இந்தியக் கம்பளிகளை இழுத்துப் போர்த்திக் கொண்டு, கதீட்ரலின் பொன் நிறமான முன்புறத்தைப்

பார்த்தவாறே வெகு நேரம் உட்கார்ந்திருந்தார் லாடூர். அவர் விரும்பியதை அந்தப் பிரெஞ்சுச் சிற்பியான மால்னிதான் எவ்வளவு கச்சிதமாகக் கல்லில் வடித்துவிட்டார்! அவ்வாலயத்தில் படாடோபம் ஏதும் கிடையாது; எளிய கட்டுமானமே அது: ரோமானிய பாணியில் வெகு சாதாரண கட்டிடம். ஆயினும், தேர்ந்த கைத்திறன் அதில் காணப்பட்டது. மாரிக்காலமான இப்போதும்கூட அதன் வாயிற்புறத்தில் இலைகளற்று நிற்கும் அகேஷியா மரங்களுடன் பார்க்கும்போது தென் பிரான்ஸ் நினைவுதான் வருகின்றது. ஆம், தெற்கத்திப் பிரெஞ்சு வாடைதான் முழுக்க முழுக்க வீசுகிறது, அவ்வாலயத்தில்!

அக்கட்டிடத்திற்கான அழகிய ஸ்தலத்தை மால்னியையும் அவரையும் தவிர வேறெவரும் உணர்ந்து ரசித்ததாகத் தெரியவில்லை. ஒருவேளை எவருமே உணராது போகவும் கூடும். ஆனால் அவ்விருவருமோ அங்கு பல மணி நேரம் கூடி நின்று கண்டு களித்தனர். செங்குத்தான செந்நிறக் குன்றுகள், அவற்றில் இங்குமங்கும் இருந்த பைன் மரங்கள் தெளிவாகத் தெரியுமளவு அவ்வாலயத்தின் பின்னே வெகு அருகில் ஓங்கி நின்றன. லாடூர் இப்போது வீற்றிருந்த திறந்த வண்டியிலிருந்து பார்த்தபோது அந்த ரோஜா வண்ணக் குன்றுகள் இடையிலிருந்தே அவ்வாலயம் உயர்ந்து எழுவது போல தோன்றியது. ஏதோ காரியத்தில் முனைந்திருப்பதுபோல் கம்பீரமாகக் காட்சியளித்தது. பின்னாலுள்ள பைன் மரக காடு அதற்குத் திரைச்சீலை போன்று அமைந்திருந்தது. வண்டியை மிக மெதுவாக பெர்னார்ட் ஓட்டி முன்னேற முன்னேற குன்றுகளின் உயரம் சிறுகச் சிறுகக் குறைந்து, அவ்வாலயத்தின் கோபுரங்கள் நீலவானில் நிமிர்ந்து நிற்பது தெரிந்தது. அப்போதும் மலைத்தொடரின் பகைப்புலனிலேயே பதிந்திருந்தது அந்த ஆலயம்.

இத்தாலியில்தான் இவ்வாறு மலைகளிடையிலும், பைன் மரக் காட்டிலும் கோயில்கள் குதித்தெழுவதுண்டு என்று லாடூரிடம் அந்த இளம் சிற்பி அடிக்கடி சொல்வான். புயல் வருங்கால் அவரைப் படிப்பறையிலிருந்து அழைத்து வந்து இன்னும் பூர்த்தியாகாத கட்டிடத்தைக் காட்டுவான். அப்போது மலைத்தொடரின்மேல் வான மண்டலம் பூராவும் கரு நிறமாகக் காட்சி தரும்; செந்நிறக் குன்றுகளோ

லாவெண்டர் நிறம் பெறும். அவற்றிலுள்ள பைன் மரங்களெல்லாம் கரு நிறக் கோடுகளாகிவிடும். குன்றுகள் கிட்டிக் கிட்டிவந்து, எங்கும் ஒரே கருமையாய்க் கதிகலங்கச் செய்யும்.

'பின்னணி என்பது தெய்வாதீனமாக வாய்ப்பதே. எந்தக் கட்டிடமும் சுற்றுப்புறத்துடன் அறவே ஒன்றிவிடவேண் டும்; அரைகுறைப் பொருத்தத்திற்கே இடமில்லை. இதில், இரண்டும் ஒருபோல அமைந்து விட்டால் காலக்கிரமத்தில் இரண்டறச் சங்கமித்துவிடுவது நிச்சயம்' என்பான்.

இதை லாடூர் நினைவுபடுத்திக்கொண்டிருக்கையில் இக் காலக் குரலொன்று அவர் காதில் விழுந்தது. பெர்னார்ட் தான் பேசினார்.

"நேர்த்தியான அஸ்தமனக் காட்சி, பூஜ்யரே! மலைகள் எப்படிச் சிவக்கின்றன, பாருங்கள்!"

ஆம், சிவப்புதான். எனினும் எவ்வளவுதான் ரத்தம் போலச் சிவந்தாலும், ஏற்கனவே செந்நிறமான அக் குன்றுகள் ஒருக்காலும் ஆரஞ்சு வர்ணம் பெறுவதில்லை. அதற்குப் பதில் ரோஜா வண்ணம்தான் பெற்றுத் திகழ்கின்றன அந்த ரத்தச் சிவப்பிலும், ஜீவ தசையிலுள்ள ரத்தத்தின் சிவப்பு நிறமில்லை; ரோமாபுரியிலுள்ள பழைய கோவில்களில் வைக்கப்பட்டு அவ்வப்போது நீர்க்கும் ஞானிகள், தியாகிகளின் உலர்ந்த ரத்தத்தின் சிவப்பு நிறம்தான் அதில் படிந்திருக்கிறது என்று லாடூர் அடிக்கடி எண்ணுவதுண்டு.

௩

தமது சமாதியுமாகப்போகும் தம் கதீட்ரலுக்கருகே இருக்கிறோம் என்ற நன்றியுணர்வுடன் மறு நாள் காலை துயில் நீங்கி எழுந்திருந்தார் லாடூர். தன் சொந்தத் துறைமுகத்துக்கு வந்து, வழக்கமான முளையுடன் பிணைக்கப்பட்டு விட்ட படகுபோல, அதன் நிழலின்கீழ் அவரிடம் ஒரு பத்திர உணர்ச்சி குடிகொண்டது. தமது பழைய படிப்பறையிலேயே இருந்தார் அவர்; பள்ளியிலிருந்து அவருக்காக சிறியதொரு இரும்புக் கட்டிலையும், தங்களிடமிருந்தவற்றில் சிறந்ததான லினன் துணி, போர்வைகளையும் சகோதரியர் அனுப்பியிருந்தனர். இளைஞனாகத் தாம் வந்து பணிபுரிந்த அவ்விடத்தில் தங்கியிருப்பதில் அவர் மட்டிலா மகிழ்ச்சி கண்டார். அப்போதைக்கு இப்போது அவ்வறையில் மாறுதலேயில்லை. அதன் மண் தரையில் அதே பழைய கம்பளங்களும், தோல்களும் விரிக்கப்பட்டிருந்தன; அவருடைய மெழுகுவர்த்தி பீடங்களுடன் அதே மேஜை. வெளியுலகச் சந்தடியைத் தடுத்து நிறுத்தி ஆத்மாவுக்குச் சாந்தியளிக்கும் கனமான, வளைவு நெளிவுகள் உள்ள, வெண்ணிறமான அதே சுவர்கள்.

இருள் பிரிந்து மாரிக்காலக் காலை நேரம் மங்கலாகத் துவங்க ஆரம்பித்ததும், ஆலய மணியோசையை எதிர்பார்த்துக் காத்திருந்தார் லாடூர். இங்கு அவருக்கு எப்போதும் வேடிக்கையாயிருந்த மற்றொரு சப்தமான ரயில் எஞ்சின் ஊதுகுழலொலிக்கும் காதைத் தீட்டிக் கொண்டிருந்தார். ஆம், எருதுகளே போக்குவரத்துச் சாதனமாயிருந்த காலத்தில் இங்கு வந்த அவர், எஞ்சின்கள்

வருவதையும் கண்டுவிட்டார். உண்மையில், சரித்திர முக்கியத்துவம் வாய்ந்த காலத்தையே நேரிட அனுபவித்தார் அவர்.

அவரது தாயகத்திலிருந்த உறவினர்களும், நியூமெகள் கோவிலிருந்த நண்பர்களும் அவர் தம் கடைசிக் காலத்தை பிரான்ஸிலேயே கழிப்பார், க்ளேர்மாண்ட் சென்று தமது பழைய கல்லூரியில் ஏதாவது பாடம் போதிப்பார் என்றே எதிர்பார்த்தார்கள். அதுதான் சாதாரணமாக நடக்கக் கூடியதும் கூட. அவரும் அது பற்றி ஆழ்ந்து சிந்திக்காமல் இல்லை. ஆர்ச்பிஷப் பதவியிலிருந்து விலகுவதற்கு முன் ஆவெர்ணுக்குக் கடைசிமுறையாகச் சென்றிருந்தபோது அதற்கான ஏற்பாடு செய்ய உத்தேசம்கூடக் கொண்டிருந்தார் அவர். ஆனால் அந்தப் பழைய உலகத்திற்குச் சென்ற போதோ புத்துலகப் பற்று அவரைப் பற்றிக்கொண்டது. அவருக்கேற்பட்ட உணர்ச்சியை அவராலேயே விவரிக்க முடியவில்லை புய்டிடோமைவிட நியூமெக்ஸிகோவில் முதிய பிராயம் எளிய சுமையாகவே இருக்கும் என்ற உணர்வே அது.

தமது சொந்த ஊர் வட்டாரத்திலுள்ள மலைகளின் உன் னதச் சிகரங்களையும், அழகு கொஞ்சும் கிராமங்களையும் அவற்றின் சுத்தமான தோற்றத்தையும், தமது கல்லூரியின் ரமணீயமான அமைப்பையும் அவர் மனமார நேசிக்கத்தான் செய்தார். க்ளேர்மாண்டும் அழகு மிக்கதே. ஆயினும் அங்கு அவர் ஆனந்தம் காணமுடியவில்லை; இதயம் இரும்பாகக் கனத்தது. கடந்த காலம் அதீதமான அளவு அதைக் கவ்விக் கொண்டிருந்ததுதான் அதற்குக் காரணமோ? அங்குள்ள பழத்தோட்டங்களில் வேனிற்கால மென்காற்று வீசி கஷ் கொட்டை மரங்களிலிருந்து மலர்மாரி பொழிந்தபோது, அவர் கண்கள் தாமாகவே மூடிக்கொண்டன; நவஜோ காடு களில் நேராக, வரியிட்டு நின்ற பைன் மரங்களினூடே காற்று 'உய்'யென்று வீசும் ஒலியே அவர் காதை நிறைத்தது.

பகல் நேரத்தில் இந்தத் தாபம் குறையும்; இரவுச் சாப் பாட்டுக்கு முன்பாக அடியோடு அகன்றுவிடும். உணவையும், மதுவையும் ரஸித்து அருந்துவார்; விருந்தாளிகளான பண் புள்ள மனிதர்களுடன் அளவளாவலையும் அனுபவிப்பார். எனவே, அவர் படுக்கப் போகும்போது உற்சாகத்துடனேயே செல்வது வழக்கம். விடியற்காலையில்

தான் அவரை வேதனை சூழும்; அதிகாலைக்கும் அதற்கும் ஏதோ தொடர்பு இருந்தது போலிருக்கிறது! மங்கிய அந்த விடிவெள்ளிப்பொழுது இங்கு அதிக நேரம் நீடிக்கிறது. மறுபடி உலகம் உயிரோட்டம் பெற நெடு நேரமாகிறது என்று நினைப்பார் அவர். தோட்டங்களிலும் வயல் வெளிகளிலும் ஓதம்; பள்ளத்தாக்கையும் பனிபோர்த்தி மலைகளை மறைத்துவிடுகிறது; அந்தப் படலத்தைக் களைந்து கிராமங்களுக்குச் சூடேற்றிச் சுத்தப்படுத்த சூரியனுக்கு அதிக அவகாசம்தான் பிடிக்கிறது இங்கே என்று எண்ணுவார்.

நியூமெக்ஸிகோவிலோ எக்காலமும் இளைஞனாகவே துயில்கலைந்து எழுவார் அவர்; சவரம் செய்துகொள்ளப் புகும்வரையில், தமக்கு வயதேறி வருகிறதென்பதை அவர் உணரவேமாட்டார். நாணற் புதர்களிலும் நறும் புல்லிலும் கதிரவனின் வெப்பம் பட்டு எழும் இனிய மணம் அவர் அறையின் ஜன்னல்கள் வழியே மென்மையாக வீசும் காற்றுடன் கலந்து வருவதே, விடிவது குறித்து அவர் பெறும் முதல் சங்கேதம். அந்த மென்காற்று அவர் உடலை லேசாக்கி, ‘இதோ. இன்னொரு நாள் மலர்ந்து விட்டது!’ என்று சிறு குழந்தையைப்போல அவர் உள்ளத்தில் உவகை துள்ளச் செய்யும்.

பாலை வெளியிலே பூக்கும் அந்தக் கவலையற்ற காலை வேளைகளை, மறுபடி சிறுவனாக்கும் மெல்லிய பூங்காற்றை இழப்பதைவிட ரம்மியமான சூழ்நிலையும், படிப்பாளிகளின் தோழமையும், உயர்குலப் பெண்டிரின் கவர்ச்சியும், கலா விலாசமும் மேலென லாடூரால் எண்ண முடியவில்லை. புதிய நாடுகளிலுள்ள இந்த விசேஷமான வாடை, மனிதனால் கட்டியாளப்பட்டு சாகுபடி முதலியன நடந்தானதும் முற்றிலும் மாறிவிடுவதை அவர் கவனித்திருக்கிறார். வெறும் வெட்ட வெளியாகவே தாம் முதன் முதலில் கண்ட டெக்ஸாஸ், கான்ஸாஸ் பகுதிகள் இப்போது வளமான பண்ணைகள் நிறைந்ததாகி, வாசம்மிக்க வறண்ட மென் காற்றை இழந்துவிட்டதும் அவருக்குத் தெரியும். உழவு நிலங்களில் ஊறியுள்ள ஈரநைப்புடன் வேலை, வளர்ச்சி, விளைச்சலின் பளுவும் அக்காற்றில் ஏறி, அடியோடு கெடுத்துவிடுகின்றன. இன்னும் மனிதர்மண்டாத உலகின் கடைக் கோடிகளிலோ, பிரம்மாண்டப் புல் வெளிகளிலோ,

நாணற்காடு நிறைந்த பாலைவனங்களிலோதான் அந்தச் சுகந்தத் தென்றல் இன்னமும் வீசுகிறது.

உலகம் பூராவிலுமிருந்தே அந்த இனிய இளங்காற்று காலக்கிரமத்தில் மறைந்துவிடக்கூடும். ஆனால் அவர் தலைமுறையில் அதற்கு அழிவில்லை என்பது நிச்சயம். அது எப்போது தமக்கு இவ்வளவு இன்றியமையாததாகியது என்பதை அவரால் நிர்ணயிக்கமுடியவில்லை. அது எப்படியாயினும் அதன்பொருட்டே மறுபடியும் தாயகத்திலிருந்து தனித்து வாழவும், சாகவும் முடிவு செய்துவிட்டார் அவர். கட்டின்றித் திரியும் சுதந்திரக் காற்று அது. தலையணையைத் தழுவி, காதிலே குறுகுறுக்கும் காற்று. இதயத்துக்கு இன்பமூட்டும் இதமான இளங்காற்று. சற்றும் சந்தடியின்றிப் பூட்டை உடைத்து, தாழ்ப்பாளையும் திறக்கும் தென்றல். வெஞ்சிறையிலே வாடும் மனித ஆத்மாவை விடுவித்து, நீலமும் பொன்னும் மிளிரும் ஆகாயத்திலே மிதக்கவைத்து, காலையிலே ஆம், அருணோதயத்திலே ஆழ்த்தும் அரிய பூங்காற்றே அது!

4

தமது இறுதிக் காலத்துக்கும் ஒரு ஒழுங்குமுறை வகுத்தார் லாடூர்; தேகதிடத்துடன் இருக்கையிலேயே நியமம் தேவையானால், நோயுற்றிருக்குங்கால் அது மேலும் அவசியமல்லவா? வெள்ளி முளைத்ததுமே வெந்நீருடன் பெர்னார்ட் வந்து, அவருக்கு சவரம் செய்து, குளிப்பதற்கும் உதவுவார். உடைகள், லினனையும், ஆலிவாரெஸ் தம்பதி பல வருடங்களுக்கு முன்பு அளித்த வெள்ளியாலான அலங்காரச் சாதனங்களையும் தவிர வேறெதையும் கிராமப் புறத்திலிருந்து அவர்கள் எடுத்து வந்திருக்கவில்லை. அந்த வெள்ளித் தட்டிலேயே இந்த முப்பதாண்டு காலமும் லாடூர் கைகழுவியிருக்கிறார். பிரார்த்தனை முடித்ததும், அவருடைய காலையுண்டியை எடுத்துக்கொண்டு மாக்டலேனா வருவாள். அவருடைய படுக்கையைத் தட்டிப் போட்டு, அறையையும் அவள் ஒழுங்குபடுத்துகையில் சாய்வு நாற்காலியில் அமர்ந்து அவர் இளைப்பாறுவார். பின்னர், தம்மைப் பார்க்க வருவோரைச் சந்திக்கச் சித்தமாவார். வீட்டிலிருந்தால், ஆர்ச் பிஷப் வந்து அவருடன் சில நிமிடங்களைக் கழிப்பார். கன்னி மாடத் தலைவி, அமெரிக்க டாக்டர் முதலானோர் பின்னர் வந்து காண்பர். காலையில் மீதிப்பொழுது முழுவதும் அர்ச். அகஸ்டைனின் கிரந்தங்கள் அல்லது டி ஸெவீன் அம்மணயின் கடிதங்கள், இல்லையேல் அவருக்குப் பிடித்தமான பாஸ்கலின் நூல்களை உரக்கப் படிப்பார் பெர்னார்ட்.

சில காலை வேளைகளில், அந்த மத ஆதீனத்துக்குட்பட்ட பழைய வட்டாரங்களைப் பற்றிய சில விவரங்களை அந்த

இளம் சீடரை எழுதிக்கொள்ளச் சொல்வார். தற்செயலாக அவர் அறிந்த விவரங்கள் அவை கால வெள்ளத்தில் மூழ்கி மறைந்துவிடக்கூடுமென அவர் அஞ்சினார். இந்த வேலையை கிரமமாகச் செய்யவேண்டும் என்று அவருக்கு ஆசைதான்; ஆனால் அதற்கேற்ப உடலில் திராணியில்லை. கடந்து போய்விட்ட அந்தக் காலத்தைப் பற்றிய உண்மைகளும், பிரமைகளும் அழிந்தொழிந்து விடலாம். ஏற்கனவே பழைய கதைகள், சம்பிரதாயங்கள், மூட நம்பிக்கைகள் எல்லாம் மங்கி மறைந்து வரவில்லையா? அவற்றை எல் லாம் எழுதிவைக்க அந்தக்காலத்திலேயே ஓய்வு இல்லாமல் போய்விட்டதே.வளைந்து கொடுக்கும் தமது பிரெஞ்சு மொழியில் அவற்றைத் தேக்கிவைக்காது இருந்துவிட்டோமே என்று ஏங்கினார் அவர்.

தாம் பயிற்றுவித்த இளம் பாதிரிகளின் சிந்தையை, அடி நாளில் இங்கு வந்த ஸ்பானிஷ் மதப்பிரசாரகர்கள் காட்டிய திடவுறுதி, தெய்வ பக்தியிலேயே நிலைக்கச் செய்துவந்தார் அவர், நெடுநாளாகவே; அவர்களுடன் ஒப்பிட்டால் நியூ மெக்ஸிகோவில் தமது ஆரம்பகால வாழ்வு சுகசௌகரியங்கள் மிகுந்தது என்றே கூறவேண்டும் என்பார். அற்ப ஆகாரமே புசித்து, திறந்தவெளியில் படுத்து, குளிக்கவும் வழியின்றிப் பலவாரகாலம் தொடர்ந்தேற்றியாகத் தாம் சுற்றுப்பிரயா ணங்கள் செய்ய நேர்ந்தபோது கூட, எந்த மனிதன் வீட்டில் நுழைந்தாலும் வரவேற்று உபசரிக்கப்படக்கூடிய நேச நாட் டில் இருக்கிறோம் என்ற நம்பிக்கையாவது தனக்கிருந்தது. அவர்களுக்கோ அதுவும் இல்லையென்பதை எடுத்துக் காட்டு வார்.

ஜூனி வரையில் வந்து, பின்னர் வடக்கே நவஜோக்கள் பகுதிக்கும், மேற்கே ஹோபிகளின் பிரதேசத்துக்கும், கிழக்கே ஆல்புகர்க்கும் டாவோஸுக்கும் இடையில் இங்குமங்கும் இறைந்து கிடக்கும் இந்திய கிராமங்களுக்கும் சென்ற அந்த ஸ்பானிஷ் பிரசாரகர்களோ எங்கு பார்த்தாலும் எதிர்ப்பே கண்டனர்; தங்கள் ஜபமாலை, சிலுவைக் குறி தவிர அவர்கள் வேறெந்தப் பண்டத்தையும் எடுத்துச் செல்லவுமில்லை. அவர்களது கழுதைகளை அடிக்கடி இந்தியர்கள் களவாடிவிடுவர்; அப்போதெல்லாம் உணவோ, தண்ணீரோ இன்றியும், மாற்று உடைக்கு வழி இல்லாமலும் அவர்கள் நடந்தே செல்வர். அம்மாதிரியான கஷ்டங்களை எந்த ஐரோப்பியரும் கற்பனைகூடச் செய்திருக்க முடியாது.

பழைய கண்டங்களெல்லாம் பழகிப்பழகிப் பக்குவ மாகிவிட்டன மனிதனுக்கு; ஒரு காலத்தில் அங்கும் கண்டபடி வளர்ந்திருந்த கந்தபல மூலாதிகளெல்லாம் இன்று மனிதன் உண்ண உகந்ததாகிவிட்டன. ஆறுகள் நன்னீர் தந்தன; மரங்களும் நிற்க நிழலளித்தன. செத்துச் சுண்ணாம்பாகிக்கிடக்கும் இந்தப் பாலைவனத்திலோ, உள்ள ஒரு சில நீரூற்றுகளும் நச்சுப்பொய்கைகளே: தாவரவர்க் கங்களும் பசியை ஆற்றக் கூடியவையல்ல. இங்கு சகலமும் காய்ந்தே காட்சி தருகின்றன; எல்லாவற்றிலும் முள் வேறு. போதாக்குறைக்கு ராட்சஸப் பல்லிகளும், கட்டு விரியன்களும் கணக்கின்றி இருக்கின்றன. மொத்தத்தில். குரூரமானதொரு வாழ்க்கை நிலையால் மனிதனும் குரூர மாகிவிடுகிறான். அசுரபலம் உடையவர்களையும் கூட ஆட்டிவைத்து விடும் இத்தகையதொரு நாட்டில் யாதொரு தற்காப்புமின்றியே புகுந்தனர், அந்த ஆரம்பகாலப் பாதிரிகள். இதன் பாலைவெளிகளில் தண்ணீரின்றித் தவித்தனர். பாறைகளிடையே பட்டினி கிடந்தனர்; ரத்தவிளாறான பாதங்களுடன் இதன் பயங்கரமான கணவாய்களில் இறங்கி ஏறினர்; அருவருக்கத்தக்க அசூசியான உணவைக் கொண்டு தங்கள் நீண்ட உபவாசங்களை முடித்தனர். ஆம், அர்ச், பால் அவரது சகாக்கள் போன்ற ஆதிமுதல் கிறிஸ்தவர்கள் கூட எண்ணியிருக்க முடியாத அளவு பசி, தாகம், குளிர், நிர்வாணத்தை அனுபவித்துவிட்டனர் அவர்கள். அந்த முதல் கிறிஸ்தவர்கள் பட்ட அவதியெல்லாம், அவர்களுக்குப் பழக்கமுடையவையும், பத்திரமானவையுமான மத்தியதரைக் கடல் நாடுகளில்தான். அவர்கள் உயிர்த்தியாகம் புரிந்தது, சகோதரர்கள் மத்தியிலேயே. அவர்களுடைய சின்னங்கள் பக்தி சிரத்தையுடன் போற்றிக் காக்கப்பட்டன; அவர்கள் நாமமே, பக்திமான்களின் நாவில் நீங்கா நின்றன.

இங்கு இம்மாதிரி பிராணத்தியாகம் நடந்த ஸ்தலங்களுக்கு தமது தேசப் பாதிரிகளுடன் செல்லுங்கால், அவ்விடங்களில் தெய்வ நம்பிக்கை பெற்ற வெற்றிகள் யாவை என்பதை எவருமே அறிய முடியாதென்று எடுத்துரைப்பார் லாடூர்; எண்ணிறந்த அந்நியர்களிடை தன்னந்தனியராக வெள்ளையர் சித்திரவதைக்கு ஆளாகி மாண்டதையும், அந்தக் கொடிய முடிவின் கடுமையைத் தணிக்க ஆண்டவன் எவ்வாறு அருள்புரிந்தாரோவென்றும் கூறுவர்.

* * *

டூராங்கோ பிஷப்பினிடமிருந்து தமது மத ஆதீனப் பொறுப்பைப் பெறுவதற்காக முதன் முதலில் பழைய மெக்ஸிகோவுக்குச் சென்றபோது வழியில் கண்ட பாதிரிகளெல்லாம் அடிநாளைய பிரான்ஸிஸ்கான் மதப்பிரசாரகர்களின் அனுபவங்கள் பற்றிக் கதைகதையாக அவரிடம் கூறினர். பாழ் வெளியினிடையே அந்தப் பிரசாரகர்கள் பிரயாணம் செய்தபோது சிறு சிறு அற்புதங்கள் நிகழ்ந்தனவாம். ஒரு முறை பூஜ்யா ஜுனிபெரோ ஸெர்ராவும், அவரது இரு சகபாடிகளும் அபாயகரமானதோர் இடத்தில் ஆற்றைக் கடக்கவிருந்தபோது அக்கறையிலிருந்த பாறை களில் யாரோ ஒருவர் திடீரென முளைத்து, தம்மைப் பின் தொடருமாறு அவர்களது ஸ்பானிஷ் மொழியிலேயே ஏவி, வேறோரிடத்தில் பத்திரமாகக் கடக்கவைத்தனர் என்றனர் அவர்கள். பெயரைக் கேட்டபோது, மழுப்பி விட்டு மறைந்தாராம் அந்த வேற்று நபர். மற்றொரு சமயம், விரிந்து பரந்து கிடந்ததொரு வெட்டவெளியை அந்தப் பிரஸித்தப் பாதிரியாரும், அவரது சகாக்களும் நடந்து கடக்கவேண்டி இருந்தது. தாகத்தால் மெய் சோர்ந்து விட்டனர் அவர்கள். அச்சமயத்தில் எங்கிருந்தோ ஒரு இளைஞன் குதிரை மீதேறி வந்து அவர்களிடம் நன்கு பழுத்த மூன்று மாதுளங்கனிகளைக் கொடுத்துவிட்டு விரைந்தான். அவர்கள் நாவறட்சியை அக்கனிகள் தீர்த்ததோடன்றி சிறந்த சத்துடைய உணவே போலப் புத்துயிரும் புது பலமும் அளித்தனவாம்.

டூராங்கோவில் சுற்றித் திரியுங்கால் ஓரிரவு பெரியதொரு பண்ணையில் லாடூருக்கு விருத்தளிக்கப்பட்டது. அங்கிருந்த பாதிரி, மேற்கத்திய மிஷனைச் சேர்ந்தவர். அவரும் இதே ஜுனிபரோவைப் பற்றித் தமது மடாலயத்தில் வெகுகாலமாக வழங்கிவந்த வரலாறொன்றை விவரித்தார். ஒரேயொரு கூட்டாளியுடன் அந்த மடாலயத்துக்கு ஒரு நாள் ஜுனிபெரோ நடந்துவந்தார். அவர்களிடம் உணவேதும் இருக்கவில்லை அப்போது. மடாலயத்தில் இருந்தவர்கள் அவர்களை வியப்புடன் வரவேற்றனர்; பரந்த பாலைவனத்தைத் தக்க வசதிகள் ஏதுமின்றியே எவ்வாறு அவர்கள் கடந்துவந்தனர் என்றே பிரமிப்பு. எங்கிருந்து அவர்கள் வந்தவர்கள் என மடாலயப் பிரதமகுரு விசாரித்து, எந்த மனுஷனைச்

சேர்ந்தவர்களாயினும் இவ்வாறு உணவோ, வழிகாட்டியோ இல்லாமல் அனுப்பியிருக்கக்கூடாது என்றார்; அவர்கள் தாக்குப் பிடித்துத் தப்பி வந்தது அதிசயமே என்றும் கூறினார்: ஆனால் ஜுனிபெரோவோ தங்கள் பிரயாணத்தில் கஷ்ட மேதுமிருக்கவில்லை, வழியில் ஒரு வறிய மெக்ஸிகக் குடும்பம் தங்களைத் தக்கவாறு உபசரித்தது என்று பதிலளித்தார். மடாலயத்துக்கு விறகு கொண்டுவந்து கொண்டிருந்த ஒரு சுதேசி இதைக் கேட்டதும் விழுந்து விழுந்து சிரிக்க ஆரம் பித்துவிட்டான். சுற்றிலும் பல மைல் தூரத்துக்கோ அவர்கள் கடந்துவந்த மணல் வெளியிலோ யாரும் வசிக்காததே அவன் சிரிக்கக் காரணம்; அவன் கூற்றை மடாலய மாணவர்களும் ஊர்ஜிதம் செய்தனர்.

பின்னர் ஜுனிபெரோவும், அவரது சகாவும் தங்கள் அனுபவத்தை விவரிக்கலாயினர்; ஒரு தினப் பிரயாணத் துக்குப் போதுமான ரொட்டி, தண்ணீருடன் தாங்கள் புறப்பட்டதாகவும், மறு நாள் காலையிலிருந்து மாலை வரை ஒரு சப்பாத்திக் காட்டிலேயே உழல நேரிட்டதால் அதைரியமடையும் சமயம் தூரத்தே மூன்று பெரிய இலவ மரங்கள் அஸ்தமன ஒளியில் ஓங்கி நிற்பதைக் கண்டு விரைந்ததாகவும், ஏராளப் பஞ்சு உதிர்த்திருந்த அந்தப் பச்சை மரங்களை அணுகியதும் மண்ணில் பாதிபுதைபட்டிருந்த ஒரு பட்டுப்போன மரத்தின் அடிபாகத்தில் கழுதையொன்று கட்டப்பட்டிருப்பதைப் பார்த்ததாயும் கூறினர். கழுதையின் சொந்தக்காரரைத் தேடியலைந்தபோது சிறியதொரு மெக்ஸிக வீட்டைக் கண்டுபிடித்தனராம். அவர்கள் குரல் கொடுத்ததும் ஆட்டுத் தோலாலான ஆடையுடுத்திய மெக்ஸிகக் கிழவனொருவன் வெளியே வந்து வரவேற்று, அன்றிரவு அங்கே தங்கிப் போகும்படி அவர்களைக் கேட்டுக் கொண்டான். அந்த வீட்டுக்குள் நுழைந்ததும் அனைத்தும் நறுவிசாக, ரஞ்சகமாக இருப்பதையும், அழகு மிக்க அவனது இளம் மனைவி அடுப்படியில் கூழ் கிளறிக் கொண்டிருப்பதையும் கண்ணுற்றனர். அந்த தம்பதியின் சிசுவோ சட்டை தவிர வேறு உடையின்றி அவனருகே தரையில் படுத்து, ஒரு ஆட்டுக்குட்டியுடன் விளையாடிக் கொண்டிருந்தது.

பதவிசும், பக்தியும், பண்பும் உடையோராயிருந்தனர் அந்த தம்பதி. தாங்கள் ஆட்டிடையரெனக் கூறிக் கொண்ட

அவர்களுடன் ஒரே மேஜையில் அப்பாதிரிகள் அமர்ந்து, அவர்கள் உணவில் பங்குகொண்டனர். பின்னர் மாலைப் பிரார்த்தனையும் புரிந்தனர். அந்த வட்டாரத்தின் தன்மை, அவர்களுடைய வாழ்க்கைமுறை, அவர்களுடைய ஆடுகள் எங்கே மேய்கின்றன என்பதையெல்லாம் விசாரிக்க பாதிரிமார் விரும்பினர். ஆனால் உணவு அருந்தியதுமோ அவர்களை இதமானதொரு அயர்வு கவ்விக் கொண்டது ஆளுக்கொரு ஆட்டுத்தோலை எடுத்துக் கொண்டு, அப்படியே தரையில் படுத்து, நன்றாகத் தூங்க ஆரம்பித்துவிட்டனர். காலையில் கண் விழித்தபோது, முதல் நாளிரவு போலவே அனைத்தும் இருந்தன. மேஜை மீது உணவும் தயாராகவிருந்தது. ஆனால் அந்த தம்பதியைத்தான் காணோம்; குழந்தையுடன் விளையாடிய ஆட்டுக்குட்டியும் கூட அந்தர்த்தானமாகிவிட்டது. ஆடுகளை மேய்ச்சலுக்கு இட்டுச்சென்றிருக்கவேண்டும் என்றே பாதிரிகள் எண்ணினர்.

மடாலய மாணாக்கர்கள் இந்த விவரத்தைக் கேட்டதும் ஆச்சரியத்தில் ஆழ்ந்து விட்டனர். அந்தப் பாலைக் காட்டில் மூன்று இலவமரங்கள் ஓரிடத்தில் இருப்பது உண்மையே என்றும், ஆனால் அதற்கருகே யாரும் குடியிருக்கவில்லை என்றும் கூறினர்; யாராவது அங்கு வசித்தால், சில நாட்களுக்குள்ளாகத்தான் குடியேறியிருக்கவேண்டும் என்றனர். எனவே பூஜ்யர் ஜுனிபெரோவும், அவரது சக பிரயாணியான பூஜ்யர் ஆண்ட்ரியாவும், அம்மாணவர்கள் சிலருடனும், நம்ப மறுத்த அந்தச் சுதேசியுடனும் உண்மை நிலையை நேரிலறிந்து உறுதிப்படுத்திக்கொள்ளப் புறப்பட்டனர். அந்த மூன்று நெடுமரங்களையும் அடைந்தனர். அங்கே கழுதை கட்டப்பட்டிருந்ததாகப் பாதிரிகள் கூறிய அடிமரத்தையும் கண்டனர். ஆனால் கழுதையைத்தான் காணோம். அங்கு யாதொரு வீடும் இருக்கவில்லை. ஆண்டவனின் அருளுக்குப் பாத்திரமான அவ்விடத்தில் உடனே அந்த இரு பாதிரிகளும் மண்டியிட்டு, தரையை முத்தமிட்டனர். ஏனெனில் கடவுளின் குடும்பம்தான் தங்களை அங்கு உபசரித்தது என்பதை அவர்கள் கண்டுவிட்டனர்.

அந்த வீட்டில் நுழைந்ததிலிருந்தே அங்கிருந்த மகவின் பால் தாம் ஈர்க்கப்பட்டதாயும், அதைக் கையில்

எடுத்துக் கொஞ்சவேண்டுமென விருப்பம் மூண்டதாயும், ஆனால் தாயின் அருகாமையையே அது நாடியதால் அவ்வாறு செய்ய முடியாமற் போய்விட்டதென்றும் அந்த மாணாக்கர்களிடம் ஜூனிபெரோ தெரிவித்தார். மாலைப் பிரார்த்தனையைத் தாம் படிக்கையில், தரையில் அக்குழந்தை உட்கார்ந்து அன்னையின் முழங்காலில் சாய்ந்து கொண்டிருந்ததாயும், அதன் மடியில் அந்த ஆட்டுக்குட்டி இருந்ததாகவும், தகப்பனுக்கோ ஜபமாலையிலேயே கவனம் செல்லவில்லை என்றும் மேலும் கூறினார். தொழுகை முடிந்து, படுக்கச்செல்லுமுன் அந்த தம்பதியிடம் விடை பெற்றுக்கொள்கையில் மாத்திரம் அந்தக் குழந்தையை ஆசீர்வதிக்கக் குனிந்தாராம். அப்போது அது தன் கையை உயர்த்தித் தன் பிஞ்சு விரலைக்கொண்டு அவர் நெற்றயில் சிலுவைக்குறி தீட்டியதாம்!

ஆண்டவன் குடும்பம் பற்றிய இந்தக் கதை, லாடூரின் மனத்தை வெகுவாகக் கவர்ந்தது. இரண்டு முறை அதைப் பிறரிடம் சொல்லுமளவு அவருக்குப் பிடித்துப் போய் விட்டது; ரியோமிலுள்ள பிலோமினாவின் கன்னி மாடத்தில் ஒரு முறை சொன்னார். அப்புறம், ரோமாபுரியில் கார்டினல் மாஜுச்சி அளித்த விருந்தின்போது விவரித்தார். மகத்துவமுடையோர் மீண்டும் மிகவும் எளியவராவதில் ஒரு தனிக் கவர்ச்சி இருக்கத்தான் இருக்கிறது. நாட்டுப் புறப்பெண்டிருடன் மகாராணியும் வைக்கோற் போரடித்தால் அனைவரையும் அயரவைத்துவிடாதா? அதனிலும் ஈர்ப்பதல்லவா கர்த்தரின் குடும்பம், இவ்வளவு நூற்றாண்டுச் சரித்திரத்துக்கும், சீர் சிறப்புக்கும் பிறகு தங்கள் ஆதிவேஷத்தில் திரும்பத் தோன் றுவது? எளியவரிலும் எளியவராய் ஏழையிலும் ஏழையாய், தேவதைகளின் கண்ணுக்கும்கூட எட்டாத ஒரு முடுக்கில் அதிசாதாரண மெக்ஸிக குடும்பமாய் அது தரிசனம் தந்தது சாதாரணமானதா என்ன?

5

காலையுண்டி முடிந்ததும் அந்தக் கிழ ஆர்ச் பிஷப் தூங்குவது போல் பாவனை செய்தார். சாப்பாட்டு நேரம் வரையில் தம்மைத் தொந்தரவு செய்யவேண்டாமெனக் கேட்டுக் கொண்டார். தனிமையாக அவ்விதம் பல மணிநேரம் கழிப்பதை அவர் பொன்னே போலக் கருதினார். அறையின் இருண்ட மூலையில் அவரது கட்டில் போடப்பட்டிருந்தது: அங்கு நிலவிய நிழல் அவர் கண்களுக்கு இதமாயிருந்தது! போர்வை சற்றுக்கூட நலுங்காதபடி அசைவற்றுப் படுத்துக் கொண்டு, தம் கடந்துபோன வாழ்வை நினைவூட்டிக்கொள் வார் அவர். சிற்சில சமயம் அவரது ஆள்காட்டி விரலில் உள்ள நீலக்கல் மோதிரத்தை வலதுகைக் கட்டை விரல் நெருடும். ' அன்னை மேரியே சரணம்!' என்று பொறிக்கப்பட்ட அது, பூஜ்யர் வெய்லாண்டின் ஞாபகம் அவருக்குக் கட்டாயம் வரும். இதே அறையில் சேர்ந்து வாழ்ந்ததையும், ஓஹியோவில் அந்த பிரம்மாண்ட ஏரிகளின் கரைகளில் கடமையாற்றியதையும், இளமைப் பருவத்தில் பாரிஸில் இருந்ததையும், மாண்ட்பெர்ராண்டில் பால்யப் பருவத்தைத் கழித்ததையும் நினைத்துக்கொள்வார். அவர்களுடைய பாதிரி வாழ்வில் பல ஏடுகளைப் புரட்டிப் பார்ப்பதில் அவருக்குப் பேரார்வம்; அதன் ஆரம்பக் கட்டத்தைத்தான் எவ்வளவு ஆசையோடு, எத்தனை தடவை இவர் ஞாபகப்படுத்திக்கொண்டிருப்பார்!

இருவரும் இருபது வயதைத் தாண்டிவிட்ட இளமைப் பருவம். முதிர்ந்த பாதிரிகளுக்கு உதவியாளர்களாக இருந்த சமயம். ஆவெர்ணில் பிறந்து ஓஹியோவில் பிஷப்பாகப்

பணியாற்றிக் கொண்டிருந்த ஒருவர், மேற்கு அமெரிக்காவிலுள்ள தமது மிஷன்களுக்குப் பாதிரிகளைச் சேர்ப்பதற்காக கிளெர்மாண்டுக்கு வந்திருந்தார். பயிற்சிக் கூடத்தில் அவரது பிரசங்கத்தைக் கேட்டதும் லாடூரும் வெய்லாண்டும் அவரைத் தனியாகச் சந்தித்துப் பேசினர். அமெரிக்காவுக்கு அவர் புறப்படும் முன்பாக, பாரிஸில் ஒரு குறிப்பிட்ட தினத்தன்று அவரைச் சந்திக்கவும், அந்நியப் பாதிரிகளுக்காக ரூடி பாக்கிலுள்ள கல்லூரியில் சில வாரகாலம் பயிற்சி பெற்ற பின் அவருடன் செர்பூக்கிலிருந்து கப்பலில் புறப்படவும் அவ் விருவரும் உறுதியும் கூறிவிட்டனர்.

தங்களிரு குடும்பத்தாரும் இந்த உத்தேசத்தை மூர்த்தன்யமாக எதிர்ப்பரென்பது அந்த இளைஞர்களுக்குத் தெரியும்; எனவே அதை யாரிடமும் சொல்வதில்லை என்றும், சம்பிரதாயப்படி விடைபெற்றுக் கொள்ளாமல் சாதாரண மக்கள் உடையில் கம்பி நீட்டுவதென்றும் அவர்கள் தீர்மானித்தனர். இந்தியாவுக்கு அர்ச் ஃபிரான்ஸிஸ் ஸேவியர் புறப்பட்ட போது இப்படித்தான் திருட்டுத்தனமாகச் சென்றார் என்பதை எண்ணி பரஸ்பரம் சமாதானம் கூறிக்கொண்டனர். 'தாய், தந்தையரை வணங்காது சென்றார் அவர், என்று பள்ளியிலேயே படித்திருந்தார்கள் அவர்கள். பிரெஞ்சுப் பையன்களின் மனதத்தில் இந்த வார்த்தைகள் பதியாதிருக்க முடியுமா?

ஆனால் வெய்லாண்டின் நிலை மிகவும் சங்கடமாயிருந்தது. அவர் தந்தை மிகவும் கண்டிப்பானவர். கலகலப்பாகப் பேச மாட்டார் அவர். தாரமிழந்த அவர், தம் குழந்தைகளிடம் அதீதப் பற்று வைத்திருந்தார்; அவர்கள் வாழ்வே அவருக்கு அனைத்தும். அதிலும், அனைவரிலும் மூத்தவர் வெய்லாண்ட்; எனவே அமெரிக்கா செல்ல முடிவு செய்ததற்கும், அதன்படி புறப்படுவதற்கும் இடையிலிருந்த காலத்தில் அவர் அனுபவித்த துயரம் கொஞ்சநஞ்சமல்ல. பயணத் தேதி நெருங்க நெருங்க அவர் இளைத்துச் சோகையாக ஆரம்பித்து விட்டார்.

தங்கள் விதியின் கதியைத் திருப்பிய அந்த நாளன்று விடியற்காலை ரியோமுக்கு வெளியே உள்ளதொரு வயலில் இரு நண்பர்களும் சந்தித்து, பாரிஸ் செல்லும் வண்டியைப் பிடிக்கவேண்டுமென ஏற்பாடு. லாடூரைப் பொறுத்தவரையில், புறப்படுவதெனத் தீர்மானித்துச் சங்கற்பமும் செய்து

கொண்டபின், கலக்கமே அடையவில்லை. ஆகவே அன்று காலை தமது சகோதரியின் வீட்டிலிருந்து யாரும் அறியாமல் வெளிப்பட்டு, இன்னும் உறக்கம் கலையாத நகரத்தைக் கடந்து, மேகமூட்டம் மிகுந்த அந்த விடிவெள்ளி வேளையில் கரும்பச்சையாகக் காட்சி தந்த மலையிலிருந்த வயல் வெளியை அடைந்துவிட்டார். அங்கு தம் சிநேகிதர் மிகுந்த அவஸ்தைப்பட்டுக் கொண்டிருப்பதைக் கண்டார். முன்னிரவே அங்கு வந்துவிட்டாராம் வெய்லாண்ட். போவதா, வேண் டாமா என்று அந்த இரவு பூராவும் அவர் குழம்பித் தவித் துத் திரிந்திருக்கிறார். அழுது அழுது முகம் வீங்கியிருந்தது. குளிர்கண்டு நடுங்கியவராக, தழுதழுத்த குரலில் கூறினார்:

' என்ன செய்வேன், ஜீன்? நீங்கள்தான் ஏதாவது வழி கூறவேண்டும். தந்தையை மனமுடையச் செய்ய எனக்கு இஷ்ட மில்லை; அதே சமயத்தில், ஆண்டவனுக்குச் செய்து கொடுத்த சங்கற்பத்தை மீறவும் முடியவில்லை. இரண்டிலும் எதைச் செய்வதையும் விட, நான் உயிரை விடுவதே மேல். இந்த அவதியினால் இங்கேயே, இக்கணமே என் ஆவி பிரியுமானால், ஆஹா, எங்வளவு மேன்மையாயிருக்கும் அது!'

அந்தக் காட்சி இன்னமும் லாடூருக்குத் தெளிவாக நினை விருந்தது; வேற்றுடை தரித்துக்கொண்டு, குற்றவாளிகள் போல் கள்ளத்தனமாக வீட்டிலிருந்து ஓடிவந்து, இருள் பிரியாத இளங்காலையில் அந்த வயலில் நின்றதை அவர் நன்றாக ஞாபகப்படுத்திக்கொள்ள முடிந்தது. தமது நண் பரைத் தேற்றுவது எப்படி என்று தெரியாது திகைத்தார்; எதிரெதிரான இரு விருப்பங்கள் முட்டி மோதி அவரை அலைக்கழிக்கின்றன. தாங்கொணாத அவதி அது என்பதை அவர் தெரிந்துகொண்டார். இருவரும் சிந்தாகுலராய்க் கைகோத்து அங்குமிங்கும் அலைந்து கொண்டிருந்த போது, மலைப்பாதை வழியே வண்டி இறங்கி வரும் சப்தம் கேட்டது. உடனே வெய்லாண்ட் அப்படியே ஆணியடித்தாற்போல நின்று தம் கைகளால் முகத்தை மூடிக்கொண்டார். வண்டியோ குழலை முழக்கியது.

'சரி, சரி, கிளம்பும் ஜோஸப்! பயணத்துக்கு அழைப்பு வந்து விட்டது. என்னோடு பாரிஸுக்கு வாரும். அங்கு சென்ற பின்பும் உங்கள் தகப்பனாரின் மனம் மாறாவிடில்

உங்களை பிரமாணத்திலிருந்து விடுவிக்கும்படி பிஷப்பைக் கேட்கலாம். அப்போது நீங்கள் ரீயோமுக்குத் திரும்பி வரத் தடையில்லை. வெகு எளிதாக நடந்துவிடும் காரியம் என்று சொன்னார் லாடூர்.

சாலை மருங்குக்குச் சென்று கையை ஆட்டினார் லாடூர்; வண்டியும் நின்றது. கணப்பொழுதில் அவர்கள் புறப்பட்டு விட்டார்கள். சிறிது நேரத்திற்கெல்லாம், அயர்வினாலேயே ஆழ்ந்து தூங்க ஆரம்பித்துவிட்டார் வெய்லாண்ட்; தாம் அல்லலுற்ற அந்த நேரத்தில் மட்டும் லாடூர் கைகொடுத் திராவிட்டால் புய்டிடோமிலேயே ஏதாவதொரு சிறு சமூகத்தின் பாதிரியாகத்தான் தன் வாழ்நாள் பூராவும் கழிந்திருக்கக் கூடுமெனக் கூறுவார் அவர்.

வஸந்தகால ஆரம்பத்தில் கிளம்பிய அவ்விரு இளம் பாதிரிகளில், வாழ்க்கையில் வெற்றி பெற லாடூருக்கே அதிக தோது இருந்ததாகத் தோன்றியது. உடலும், உள்ளமும் ஒருங்கே வன்மையுடைத்ததாயிருந்தது அவருக்கு. அந்நியப் பாதிரிகளைப் பயிற்றுவிப்பதற்கான கல்லூரியில் அவர்கள் கழித்த சில வாரங்களில், மதப் பிரசாரத் துறையிலுள்ள கஷ்டங்களுக்கு வெய்லாண்டினால் ஈடு கொடுக்க இயலுமா என ஆசிரியர்கள் சந்தேகப்பட்டனர். எனினும் பல்லாண்டு காலம் நீடித்த சோதனையில் அந்தப் பூஞ்சைப் பாதிரிதான் அதிக சிரமங்களைச் சமாளித்தார். சாதனையும் அதிகம் புரிந்தார்.

* * *

எல்லை தவிர தம் மத ஆதீனத்தில் அதிக மாறுதலில்லையென லாடூர் அடிக்கடி கூறுவதுண்டு. மெக்ஸிகர்களோ, இந்தியர்களோ கிஞ்சித்தும் மாறவில்லை. ஸான்டா ஃபேயோ எங்கேயோ ஒரு மூலையில் புதைந்து கிடந்தது; இயற்கை வளமோ, வர்த்தக முக்கியத்துவமோ அதற்கில்லையாதலால் மாறுபாடே இருக்கவில்லை. ஆனால் வெய்லாண்டோ சூது வாதும், மாசில்லா ஆர்வமும் மோதிக் கொண்டு, மகத்தான முறையில் விருத்தியடைந்து வந்த தொரு தொழிலுலகில் குதித்தார்; மளமளவென அப்பகுதி முன்னேறி, நாசகரத் தோல்விகளையும் கண்டது. மாறி மாறி செல்வமும் ஏழ்மையும் வந்துற்ற மலை ஸ்தலங்களுக்கு வண்டியிலும் காடியிலுமாக ஆண்டுதோறும் ஆயிரமாயிரம் மைல் சென்றார் அவர், நொண்டியான பின்பும்கூட.

வெறும் மதப் பிரசாரப் பாதிரியாவதுடன் திருப்தி படைந்துவிடவில்லை அவர். மத பீடத்துக்காக ஆஸ்தியும் சேர்க்கலானார். கொலராடோவில் அது வெகுவாக வளர்ந் தோங்க வாய்ப்பு இருப்பதைக் கண்டார். தனக்கென விடு தியோ, சாதாரண வாழ்க்கை வசதிகளோகூடப் பெற முடியாத அளவுக்கு ஏழையாயிருந்த போதிலும், மத பீடத்துக்காகப் பெரும் நிலப் பரப்புகளை வாங்கத் தொடங்கினார். மிக மலிவான விலைக்கு ஏராள நிலங்களை அவர் வாங்க முடிந்தது. ஆயினும் அந்தச் சொற்பப் பணத்தையும்கூட கொள்ளை வட்டிக்கு பாங்குகளிடமிருந்து அவர் கடன் வாங்க வேண்டியிருந்தது. பள்ளிக்கூடங்களும் கன்னிமாடங்களும் கட்டக் கடன் வாங்கினார்; அதனால் சுமந்த வட்டி அவரை விழுங்கி விட்டது. தினம் தினம் வளர்ந்து வந்த இந்த வட்டியைச் செலுத்துவதற்காக ஓஹியோ, பென்ஸில்வேனியா, கனடா முதலிய இடங்களிளெல்லாம் நெடும் பிரயாணங்கள் மேற்கொண்டு, கப்பரையை ஏந்தினார். நில கொடுக்கல் வாங்கலுக்காக ஒரு கம்பெனியைத் துவக்கி, அதற்குத் தேவையான பணத்துக்காக பிரான்ஸில் பத்திரங்கள் வெளியிட்டார்; நாணயமற்ற தரகர்கள் அதில் தங்கள் கைவரிசையைக் காட்டி, அவர் பெயரைக் கெடுத்தனர்.

அந்தச் சிடுக்கு மிகுந்த பண விவகாரங்களை விளக்க, ஒரு காலைவிட மற்றொன்று நான்கு அங்குலம் வரை குட்டையாகி விட்டிருந்த அவரை, எழுபதாவது வயதில் ரோமாபுரிக்கு அழைத்தார்கள். அப்போது கொலராடோவின் முதல் பிஷப் பாக இருந்த அவர், போப்பாண்டவரின் மந்திராலோசனைக் குழுவிலிருந்த கார்டினல்களுக்கு விஷயத்தை விளக்கித் திருப் திப்படுத்துவதற்கு மிகுந்த சிரமப்பட்டு விட்டார்.

* * *

வெய்லான்ட் இறந்த செய்தி ஸாண்டா ஃபேக்குத் தாவியது. டென்வருக்குப் புதிதாகப் போடப்பட்டிருந்த இருப்புப்பாதை மூலமாக உடனே புறப்பட்டுவிட்டார் லாடூர். ஆயினும், சாவுச் செய்தியைத் தாங்கி வந்த அந்தத் தந்தியை அவரால் இலகுவில் நம்ப முடியவில்லை. 'நடைப் பிணம்' என்று வெய்லாண்டுக்கு இருந்த மாற்றுப் பெயர் அவருக்கு ஞாபகம் வந்தது; தம் நண்பர்

உயிர் தரிக்க மாட்டார் என்ற அச்சத்துடன் எவ்வளவு முறை மலைகளையும், பாலைவனங்களையும் விரைந்து கடந்திருக்கிறோம் என்பதையும் எண்ணிப் பார்த்தார்.

அதில் ஒரு விசித்திரமென்னவெனில், வெய்லாண்டின் மரணச் சடங்கில் தாம் பிரசன்னமாயிருந்தது மட்டும் அவரது ஞாபகத்தில் தேங்க மறுத்தது; வெய்லாண்டுக்குத்தான் சடங்கு என்பதை நம்பவே முடியவில்லை. அவரால் சவப் பெட்டியில் அவர் கண்டது, குரங்குபோலச் சிறுத்துச் சுருங்கிக் கிடந்த ஒரு கிழவனாரை! அவருக்கும் வெய்லாண்டுக்கும் சம்பந்தம் இருக்கவே முடியாதென நினைத்தார் லாடூர். புறக் கண்ணால் இப்போது பெர்னார்டைப் பார்ப்பதுபோலவே மனக்கண்ணில் வெய்லாண்டைத் தெளிவாகக் கண்டார்; ஆனால் நியூமெக்ஸிகோவுக்கு முதன் முதல் வந்தபோதிருந்த வெய்லாண்டைத்தான் அவர் அப்படிக் கண்டது. வெறும் உணர்ச்சியின் விளைவல்ல அது: அவர் நினைவுத்திரையில் அந்தத் தோற்றம் மாத்திரமே பதிந்திருந்தது; வேறெதுவும் அதில் நிழலாடவேயில்லை. ஆனால் இதற்காக சவச்சடங்கை அவர் நினைவுபடுத்திக்கொள்ள விரும்பாமலுமில்லை. வெய் லாண்டின் சேவை உகந்த முறையில் போற்றப்பட்டதற்காக வாகிலும் அதை ஞாபகமூட்டிக்கொள்ளவே அவர் ஆசைப்பட்டார். திறந்த வெளியில் அமைந்திருந்த கூடாரத்தில் அது நடந்தது; காரணம், டென்வரிலோ அன்றி அந்த மேற்குக் கோடி வட்டாரம் முழுவதிலுமே தானோ அவரது அன்புக்குரிய வெய்லாண்டின் மரணச் சடங்கு நடைபெறுவதற்கு வேண்டிய அளவு பெரிதாக ஒரு கட்டிடம்கூடக் கிடையாது! இறுதிக் கிரியைகளுக்கு இரண்டு நாள் முன்பிருந்தே கிராமங்களிலிருந்தும், சுரங்கங்களிலிருந்தும் சாரிசாரியாக மக்கள் வர ஆரம்பித்து விட்டனர். ஏதோ பெரியதொரு விழா நடப்பதுபோல் கன்னிமாட மைதானத்தில் கூடிவிட்டனர். அப்போது அங்கு ஒரு விந்தை நிகழ்ந்தது:

இருபது வருடங்களுக்கு முன் ஸாண்டாஃ பேயிலிருந்து கொலராடோவுக்கு வெய்லாண்ட் புறப்பட்டபோதே கூடச் சென்று அவரது உதவியாளராகவும், பின்னர் பிரதி குருவாயும் ஆகியிருந்த பிரெஞ்சுப் பாதிரியான ரெவார்டி, பிரான்ஸுக்குச் சென்றிருந்தார்; பிஷப் வெய்லாண்டின் காரியமாகத்தான் அங்கு அனுப்பப்பட்டிருந்தார். அவருக்கு உயிராபத்தான

உபாதையொன்று இருப்பதாக அங்கிருந்த அவரது வைத்தியர் கூறவே, வந்த காரியம்பற்றி வெய்லாண்டிடம் விவரம் கொடுத்துவிட்டுத் தனது பணிமனையிலேயே உயிர் துறக்க வேண்டி, உடனேயே கப்பலேறிவிட்டார். சிகாகோ வரை வந்ததும், நோய்த் தாக்குதலுக்கு ஆளாகி அங்குள்ள கத்தோலிக்க ஆஸ்பத்திரிக்குக் கொண்டு செல்லப்பட்டார். அங்கு கடும் நோயுற்றுக் கிடந்தார் அவர். ஒருநாள் காலை அங்கிருந்த தாதி அவரது படுக்கையருகே ஒரு செய்தித்தாளை வைத்து விட்டு அப்பால் சென்றிருந்தாள். அதை அவர் பார்த்தபோது, கொலராடோ பிஷப்பின் மரணச் செய்தி கண்ணில் பட்டது. திரும்பி வந்த தாதி, அவர் எழுந்து உடை உடுத்திக் கொண்டிருப்பதைக் கண்டாள். அக்கணமே தன்னை ரயில் நிலையத்திற்கு இட்டுச் சென்றாக வேண்டுமென அவர் வற்புறுத்தினார். டென்வரையடைந்ததும், ஒரு வண்டியிலே றிக்கொண்டு சவக்கிடங்குக்கு வந்து சேர்ந்தார். அதற்குள்ளாக சடங்குகளில் பாதி முடிந்துவிட்டன. எனினும் வண்டி யோட்டியும், இரு பாதிரிகளும் கைத்தாங்கலாக அழைத்து வர, கூட்டத்தினுள் நுழைந்தடித்துக்கொண்டு, சவப்பெட்டியருகே வந்து விழுந்தார் அவர்; குற்றுயிரும் குலையுயிருமாக. அவர் வந்த அந்தக் காட்சியைப் பார்த்தவர்கள் எவரும் ஒருக்காலும் மறந்திருக்க முடியாதென்பது உறுதி. அவருக்காக ஒரு நாற்காலி கொண்டுவந்து போடப்பட்டது. அதில் அமர்ந்து, சடங்கு முடியும்வரை சவப்பெட்டியின் விளிம்பிலேயே தலையைக் கவிழ்த்துக் கொண்டிருந்தார் அவர். சமாதிக்கு அப்பெட்டி அகற்றப்பட்டபோது அவரும் ஆஸ்பத்திரிக்குக் கொண்டு செல்லப்பட்டார். அங்கே சில தினங்களுக்கும் ளாகவே அவர் ஆவி பிரிந்து விட்டது சிவப்பு, மஞ்சள், வெள்ளையென சகல வர்ணத்தவரிடையிலும் தம்பால் அபிமானத்தைத் தூண்டிவிட்டு நெடுங்காலம் நிலைக்கவும் வைத்த வெய்லாண்டின் சக்திக்கு மற்றுமோர் சான்று இது.

6

லாடூரின் அந்தக் கடைசி நாட்களில் அவர் சாவுபற்றி அதிகம் நினைக்கவேயில்லை; கடந்த காலத்தையே உதறி விட்டுச் செல்கிறோம். எதிர்காலம் பற்றியோ நாம் கவலைப் படத் தேவையில்லை என்றே அவர் எண்ணினார். எனினும் சாவு குறித்து அறிவதில் அவருக்கு ஒரு ஆர்வமும் இருந்தது; மன நிலையில் தராதரம் பற்றிய கருத்துக்களில் ஏற்படும் மாறுதல்களை அறிய ஆவல் கொண்டார். வாழ்க்கையென்பது 'சுயானுபவமேயன்றி சுயமல்ல' என்று சிறுகச் சிறுக உணரலானார். இக்கருத்துக்கும் தமது மத வாழ்வுக்கும் சம்பந்தமேயில்லை. மனிதன் என்ற முறையிலேயே தாம் பெறும் ஞானோதயம் இது என்று எண்ணலானார். தன்னுடைய நடத்தையையும் சரி, பிறர் நடத்தையையும் சரி, முற்றிலும் வேறு திருஷ்டியுடன் நோக்கத் துவங்கினார். தாம் புரிந்த தவறுகளெல்லாம், கால்வெஸ்டன் துறைமுகத்தில் கப்பல் மூழ்கியது போன்ற விபத்துக்கள் அனைத்தும் அற்பமாகவே பட்டன இப்போது.

தமது ஞாபகங்களில் காலவேறுபாடு காரணமாகக் கலக்கம் இல்லையென்பதையும் கண்டார். சிறுவனாயிருந்தபோது மத்திய தரைக்கடலோரமிருந்த தம் உறவுப் பையன்களோடு மாரிக் காலங்களைக் கழித்ததும், மாணவனாயிருந்த காலமும், சிற்பி மால்னியின் வருகை, கதீட்ரல் கட்டப்பட்டது ஆகியவற்றைப் போலவே துல்லியமாக நினைவுக்கு வந்தன. விரைவில் நாட்குறிப்பேடுகளுக்கு மிஞ்சிய கால வெள்ளத்தில் கலந்துவிடுவார் அவர்; இப்போதே கூட நாட்குறிப்பெல்லாம் அவருக்குப் பொருட்டேயில்லை. தமது

நினைவு வட்டத்தின் மத்தியிலேயே அவர் அமர்ந்திருந்தார்; அவரது முற்கால மன நிலைகளில் ஒன்றுகூட மங்கவில்லை, மாறவில்லை. நினைத்த மாத்திரத்தில் எட்டிப்பிடித்துப் புரிந்துகொள்ளும் படியாகவே அவை இன்னமும் இருந்தன.

எப்போதாவது மாக்டலேனாவாவது, பெர்னார்டாவது உள்ளே வந்து ஏதாவது கேட்டால், சுய நினைவு திரும்பி வர அவருக்குச் சிறிதுநேரம் பிடித்தது. தமது மூளை மழுங்கி வருகிறதென்றே அவர்கள் நினைக்கிறார்களென்பதை அவர் அறிந்துகொள்ளாமலில்லை. ஆனால் அதுவோ வாழ்க்கையென்னும் வண்ணச் சிலையின் வேறொரு பகுதியிலல்லவா முனைந்திருக்கிறது? அது அவர்களுக்குத் தெரியுமா என்ன!

அவசியம் நேரும்போதுதான் தற்காலச் சூழலுக்குத் திரும்புவார் அவர். ஆனால் அந்தத் தற்காலத்திலோ, எஞ்சியிருப்பது கொஞ்சமே. பூஜ்யர் வெய்லாண்ட், ஆலிவாரெஸ் தம்பதி, கிட்கார்ஸன் ஆகியோரெல்லாம் இறந்துவிட்டனர்; பாக்கியிருப்போர் அவரது வாழ்க்கையைப் பொறுத்தமட்டில் முக்கியத்துவம் வகிக்காதவர்களே. ஸான்டா ஃபேக்கு அவர் வந்து சில வாரங்களான பின்பு ஒரு நாள் காலை யூஸாபியோ வந்தார்; நினைவுருவில் அல்ல, உயிருடனேயே வந்தார். ஆர்ச் பிஷப்பின் உயிர் ஒடுங்கி வருகிறது என்று கொலராடோ சிகிடோவில் வர்த்தக நிலையத்துக்கு நிலையம் பரவிய செய்தி யைக் கேட்டு ஓடோடி வந்தார் அந்த நவஜோ. அவரும் இப்போது கிழவராகி விட்டார் இருவரது நேர்த்தியான கரங்களும் திரும்பவும் பிணைந்து கொண்டன. கண்ணில் துளித்த நீரைத் துடைத்துவிட்டுக்கொண்டு பிஷப் சொன்னார்:

"நாமிருவரும் மீண்டும் சந்திக்க வேண்டுமென மிகவும் விரும்பினேன், நண்பரே! உங்களை இங்கு வரச்சொல்லலா மென்று நினைத்தேன். ஆனால் அதிக தூரமாயிற்றே என்று சும்மாயிருந்து விட்டேன்."

அந்தக் கிழ இந்தியர் சிரித்தார், "முன்னைப்போல அவ் வளவு தொலைவிலில்லை, பாதிரியாரே! இப்போதுதான் ரயில் வந்துவிட்டதே! காலப்பில் காலையில் ஏறினால், மாலையில் இங்கு வந்து விடுகிறேன். ஒரு சமயம் நீங்களும் நானும் எங்களூரிலிருந்து ஸான்டா ஃபேக் சேர்ந்து வந்தோமே, நினைவிருக்கிறதா? அங்கிருந்து இங்கு வந்துசேர

கிட்டத் தட்ட இரண்டு வாரகாலம் பிடித்தது அப்போது. இன்றோ நாம் துரிதமாகப் பிரயாணம் செய்ய முடிகிறது. ஆனால் இதனால் நன்மையுமுண்டா என்பது எனக்குத் தெரியாது!"

"எதிர்காலம் பற்றி முன்கூட்டி அறிய நாம் முயலக் கூடாது, யூஸாபியோ! அவ்வாறு செய்யாமலிருப்பதே உசிதம். அது சரி, மானுவெலிடோ சுகமாகயிருக்கிறாரா?"

"இருக்கிறார், பாதிரியாரே! அவர்தான் இன்னமும் மக்கள் தலைவர்."

யூஸாபியோ அன்று அதிக நேரம் தங்கவில்லை. வேலை இருப்பதால் ஸான்டா ஃபேயில் சில நாட்கள் தங்கப்போவ தாகத் தெரிவித்து, மறுநாள் மறுபடி வருவதாகச் சொல்லிச் சென்றார். உண்மையில் அவருக்கு அந்நகரில் அலுவலேது மில்லை; லாடூரைப் பார்த்ததும், 'இன்னும் அதிகநாள் உயிர் தக்காது' என்பதை ஊகித்துத்தான், காரியமாக அங்கு சில நாள் தங்கப்போவதாகக் கூறினார்!

அவர் போனதும் பெர்னார்ட் பக்கம் திரும்பிய பிஷப், "இரு பெரும் பிசகுகள் என் வாணாளிலேயே பரிகரிக்கப்பட்டு விட்டது குறித்து எனக்கு மெத்த மகிழ்ச்சி மகனே. கறுப்பரை அடிமையாக வைத்திருந்த காலம் மலையேறி விட்டதும் நவஜோக்களுக்கு தங்கள் சொந்த பூமி மீண்டு விட்டதுமே அப்படி நான் காணக்கொடுத்து வைத்தவை" என்றார்.

கடைசி நவஜோவும், அபாஷேவும், உள்ளவரையில் அந்த இந்தியர்களிடையே போர் ஓயாது என்றே பலமுறை லாடூர் எண்ணியதுண்டு. அந்த யுத்தத்தினால் கொள்ளை லாபமடித்த வியாபாரிகளும், உற்பத்தியாளர்களும் அனந்தம்; எனவே அது ஓயாது நடைபெற ஏராளப் பணத்தைச் செலவழித்து, ஏகப்பட்ட அரசியல் சூழ்ச்சிகளும் செய்தனர் அவர்கள்.

7

பல்லாண்டு காலம் நவஜோக்கள் இடையறாது இன்னலுக்காளாகின்றனர்; சொந்த பூமியிலிருந்தும் விரட்டப்பட்டிருந்தனர். அவரது பதவி காலத்தின் மத்திமப் பகுதி அது. தமது புதிய ஆதீனத்துக்கு வந்தது முதலாகவே யூஸாபியோவின் நட்பு மூலமாக நவஜோக்கள் விஷயத்தில் சிரத்தை கொள்ளத் துவங்கிவிட்டார் அவர். அவர்கள் அவர் மனதை வெகுவாகக் கவர்ந்தனர். நாடோடிகளான அவர்கள், கிராமங்களில் ஊன்றி வாழும் இதர இந்தியர்களைவிட வெள்ளையரின் பழக்கவழக்கங்களை மெதுவாகவே கைக்கொண்டனராயினும், வெள்ளையரின் மதம் மதப் பிரசாரகர்களிடம் மற்றவரைவிட அதிக அலட்சியம் காட்டிய போதிலும் அவர்களிடம் அதிக வலுவு இருப்பதை அவர் கண்டார். மர்மமான அவர்கள் மௌனமும் ஒரு காரியமாகத்தான், கருத்துடன் தான்; அதிலும் ஒரு வேகமும் வெறியும் இருந்தன. தொன்று தொட்டு அவர்களுடையதாயிருந்த பூமியிலிருந்து நவஜோக்கள் வெளியேற்றப்பட்டதானது ஆண்டவனுக்கே அடுக்காத அநீதியாக அவருக்குப்பட்டது. ஆயிரக்கணக்கானோர் அவர்களை வேட்டையாடி, முன்னூறு மைல்களுக்கப் பாலுள்ள பாஸ்க்ரியெண்டோவுக்கு விரட்டிய அந்தப் பயங்கர மாரிகாலத்தை ஒரு நாளும் அவர் மறக்கவே முடியாது. பீகோஸ் நதியைத் தொடர்ந்து ஓடிய அவர்களில் நூற்றுக் கணக்கான ஆண், பெண், குழந்தைகள் குளிராலும், பசியாலும் நடுவழியில் மரித்தனர்; மலைகளைத் தாண்டிச் சோர்ந்து செத்தன, அவர்களுடைய ஆடுகளும் குதிரைகளும்.

அவர்களில் யாரும் இஷ்டப்பட்டுச் செல்லவில்லை. பட்டினியும், கட்டாரியும்தான் அவர்களைத் துரத்தின. ஒவ்வொரு கோஷ்டியாகப் பிடிக்கப்பட்டு, மிருகத்தனமாக அகற்றப்பட்டனர்.

தவறான வழியில் செலுத்தப்பட்ட அவருடைய நண்பரான கிட்கார்ஸன்தான், நவஜோக்களில் எஞ்சியிருந்தோரையும் இறுதியாக அடக்கியொடுக்கினார். இறுதிப் போர்புரியத் தங்கள் மேய்ச்சல் நிலங்களையும், பைன் மரக்காடுகளையும் துறந்து அவர்கள் புகல் தேடியிருந்த டி செல்லி கணவாய்க்குத் தொடர்ந்து சென்றார் கார்ஸன். கால்நடை தவிர வேறு செல்வமில்லாத இடையர்கள் அவர்கள். ஆயுதமோ அதிக மில்லை. வெடி மருந்தும் வெகு குறைவு. போதாக்குறைக்கு பெண்டிர், பாலரைப் பாதுகாக்க வேண்டிய பொறுப்பு வேறு இருந்தது. எனினும் வெள்ளைத் துருப்புகள் ஒருக்காலும் ஊடுருவமுடியாத கோட்டையாகவே இந்தக் கணவாய் அது காறும் இருந்துவந்திருந்தது. எனவே அதை மாற்றார் பிடிக்க முடியாதென்றே நவஜோக்கள் நம்பினர். தங்களது பழைய தெய்வங்கள் அந்தக் கணவாயில் உறைவதாயும், தங்கள் ஷிப் ராக்கைப் போலவே அதுவும் தகர்க்க முடியாதது, தங்கள் வாழ்வும் வையமும் அதுவேயென்றும் கருதினர்.

ஓங்கி உயர்ந்த அந்த செம்மணற்பாறைச் சுவர்களினிடையே மறைந்திருந்த அந்த மர்ம பூமியில் அவர்களைத் தொடர்ந்து சென்ற கார்ஸன், அவர்களுடைய பண்டம் பொருள்களை நாசம் செய்தார்; சோளக் கொல்லைகளை நிர்மூலமாக்கினார்; அவர்களது உயிருக்குயிரான பீச்தோட்டங்களைப் பாழ்படுத்தினார். தாங்கள் புனிதமாகக் கருதிய இவையெல்லாம் அழித்தொழிக்கப்படவும், நவஜோக்கள் நிலைகுலைந்தனர். ஆயினும் அவர்கள் சரணடையவில்லை. சண்டை செய்வதை நிறுத்திவிட்டார்கள்; அவ்வளவேதான். உடனே அவர்கள் சிறைப்பிடிக்கப்பட்டனர் மேலிடத்தாரின் கட்டளைப்படி நடக்க வேண்டிய சிப்பாயாகவே அங்கு சென்றார் கார்ஸன். ஆகவே சிப்பாய்க்குரித்தான கொடிய முறையிலேயே நடந்து கொண்டார். எனினும் நவஜோ தலைவர்களில் தீரம் மிகுந்தவரை அவர் பிடிக்கவில்லை. டிசெல்லி கணவாயில் தம் இனத்தவர் அறவே முறியடிக்கப்பட்ட பின்பும் கூட, மானுவெலிடோ பிடிபடாமலிருந்தார். அப்போது தான்

ஜுனியில் மானுவெலிடோவைச் சந்திக்குமாறு லாடூரைக் கோர ஸான்டா ஃபேக் யூஸாபியோ வந்தார். பாதிரி என்ற முறையில், சட்டவிரோதியெனப் பிரகடனப்படுத்தப்பட்டு விட்ட அந்த இந்தியத் தலைவரைத் தாம் சந்திக்க ஒப்புக்கொள்வது அனுசிதம் என்பதை லாடூர் அறிந்திருந்தார். எனினும் அவர் மனிதரல்லவா? அதோடு, நீதியையும் நேசிப்பவராயிற்றே! மேலும், நிராகரிக்க முடியாத நிலையில் வேண்டுகோள் வந்தது. எனவே யூஸாபியோவுடன் புறப்பட்டு விட்டார்.

உயிருடனும் சரி, செத்த சடலமாகவும் சரி, அவரை ஆஜர் செய்பவருக்குப் பெரும் பரிசு அளிக்கப்படுமென சர்க்கார் அறிவித்திருந்த போதிலும் தனது சொந்த ஊரிலிருந்து பட்டப்பகலிலேயே ஜுனிக்கு இறங்கி வந்தார் மானுவலிடோ; அரைப்பட்டினியால் எலும்பும் தோலுமான குதிரைகள் மீதேறி பத்துப்பன்னிரண்டு சகாக்களும் அவருடன் வந்தனர். கொலராடோ சிகுடோவிலுள்ள யூஸாபியோவின் பிரதேசத்தில்தான் அதுகாறும் அவர் ஒளிந்திருந்தார்.

தாங்கள் அடியோடு நிர்மூலமாக்கப்படுமுன் வாஷிங்டனுக்குச் சென்று தங்களுக்காக லாடூர் வாதாடக்கூடு மென்பது மானுவலிடோவின் நம்பிக்கை. தங்கள் மதத்தைப் பின்பற்றும் சுதந்திரமும், புராதன காலத்திலிருந்து தாங்கள் வாழ்ந்துள்ள பூமிக்குத் திரும்பிச் செல்லும் உரிமையும்தான் சர்க்காரிடம் தாங்கள் கோருவதெல்லாம் என்பதை லாடூரிடம் அவர் எடுத்துரைத்தார். தங்கள் மதத்தின் ஓரம்சமே தங்கள் தாயகம்; இரண்டும் பிரிக்கமுடியாதபடி இணைந்தவை என்பதையும் விளக்கினார். பலவீனமான சிறியதொரு சமூகமாகவிருந்த காலத்திலிருந்தே டிசெல்லி கணவாயில் தம் மக்கள் வசித்து வந்திருப்பதாயும், தங்களைப் பேணிக் காத்த அது தங்களுக்குத் தாய் போன்றது என்றும் கூறினார். செங்குத்தான பாறைகளில் மனிதர் அண்ட முடியாத இடுக்குகளிலுமுள்ள வெள்ளைப் பிறைகளில் தங்கள் இஷ்டதெய்வங்கள் வதிவதாயும், வெள்ளையர் உலகம் தோன்றுமுன் தோன்றிய அந்தப் பிறைகளில் இதுவரை எந்த மனிதரும் புகுந்தது கிடையாதென்றும், மாதா கோயிலில் பாதிரியாரின் கடவுள் இருப்பது போல் தங்கள் கடவுள்களும் அங்கிருப்பதாயும் அவர் சாதித்தார்.

அந்தக் கணவாய்க்கு வடக்கிலுள்ளது ஷிப்ராக். சமமட்டமானதொரு பாலைவெளியில் தனித்து, மெலிந்து, தலையைக் கிறுகிறுக்க வைக்குமளவு உயர்ந்து நிற்கும் பாறை அது. சுமார் ஐம்பது மைல் தூரத்திலிருந்து பார்த்தால், ஒற்றைப் பாய்மரமுடைய மீன் படகைப் போலவே காட்சி தரும் அது. எனவேதான் ஷிப்ராக் (படகுப் பாறை) என்று வெள்ளையர் அதற்குப் பெயர் வைத்தனர். ஆனால் இந்தியர்களோ அதற்கு வேறு பெயர் சூட்டியுள்ளனர். ஒரு காலத்தில் வானூர்தியாக அந்தப் பாறை இருந்திருக்க வேண்டுமென்பது அவர்கள் நம்பிக்கை. வெகுகாலத்துக்கு முன் சகல மனிதர்களும் தோற்றுவிக்கப்பட்ட வடக்குத் திசையிலிருந்து நவஜோ இனத்தின் தந்தையையும், தாயையும் தாங்கி, வான் வெளியில் வந்ததாம் அந்தப் பாறை. எந்த இடத்தில் அது இறங்கினாலும் அதுவே அவர்கள் உறைவிடமாக வேண்டுமென விதிக் கப்பட்டிருந்ததாம், அதன்படி இந்தப் பாலைவனத்தில் அது இறங்கிவிட்டதாயும், அங்கு வாழ்க்கை கடினமாக இருந்த தாயும், ஆயினும் தங்க இடமும், வற்றாத ஊற்றும் உள்ள டிசெல்லிக் கணவாயை அவர்கள் அருகே கண்டுபிடித்ததாயும் மானுவலிடோ கூறினார். அந்தக் கணவாயும், பாறையும் தன் மக்களுக்கு பட்சமுள்ள பெற்றோராகுமென்றும், யாதா கோயில்களைவிட, வெள்ளையரின் புண்ணிய ஸ்தலங்களையும் விட அவை தங்களுக்குப் புனிதமானவையாகுமென்றும் அவர் மேலும் குறிப்பிட்டார். அப்படி இருக்க முன்னூறு மைலுக்கப்பால் சென்று வேற்று நிலத்தில் வாழ முடியுமா வென்றும் வினவினார்.

மேலும், கிராண்ட் நதிக்கு தூரக்கிழக்கில், பீகோஸ் நதி தீரத்திலுள்ளது பாஸ்க்ரிடாண்டோ. மணலில் படம் வரைந்து பிஷ்புக்கு விளக்கினார் மானவெலிடோ: கிழக்கே கிராண்ட் நதி, வடக்கே ஸான் ஜுவான் ஆறு, மேற்கே கொலராடோ நதி ஆகிய எல்லைகளை உடையதாயிருந்தது அந்த மணற்படம். இந்த எல்லைகளை ஒரு நாளும் கடக்கலாகாது என்பது ஆதி முதல் தன் மக்களுக்குள்ள ஆக்ஞையாகுமென்றும், மீறிக் கடந்தால் அவர்கள் அழிந்தொழிய வேண்டியது தானென்றும் உரைத்தார். லாடூர் போன்ற பெரிய மனிதர் வாஷிங்டனுக்குச் சென்று

இவ்விஷயங்களை விளக்கினால், சர்க்கார் செவி சாய்க்கக் கூடுமென்றும் அவர் நம்பிக்கை தெரிவித்தார்.

புராடெஸ்டெண்ட் மதக்கோட்பாட்டைப் பின்பற்றும் அரசாங்கமுள்ள நாட்டில் சர்க்கார் நடவடிக்கைகளில் கத்தோலிக்கப்பாதிரி குறுக்கிடவே இயலாது என்பதை அந்த இந்தியருக்குப் புரியவைக்க ஆனமட்டும் முயன்றார் லாடூர். மிக மரியாதையுடன் செவிமடுத்த போதிலும், தாம் கூறுவதை மானுவெலிடோ நம்பவில்லையென்பதையும் கண்டுகொண்டார். அவர் பேசி முடிந்ததும் அந்த இந்தியர் எழுந்திருந்து சொன்னார்: 'எங்கள் மக்களைத் தேடிப்பிடித்து பாஸ்க் ரிடாண்டோவுக்குத் துரத்தியடிக்கும் கார்ஸனின் நண்பர் நீங்கள். எனவே, என்னை உயிருடன் பிடிக்க ஒருக்காலும் முடியாது என்பதை அவரிடம் சொல்லுங்கள். ஆனால் அவர் எப்போது வேண்டுமாயினும் தாராளமாக வந்து என்னைக் கொல்லலாம். இரண்டு வருடங்களுக்கு முன்பு, எண்ணித் தொலையாத ஆடுகள் என்னிடம் இருந்தன; இன்றோ முப்பது ஆடுகளும், அரைப்பட்டினியான சில குதிரைகளுமே உள்ளன. என் குழந்தைகளெல்லாம் வேர்களை தோண்டித் தின்று வாழ்கின்றன. என் உயிர் எனக்குப் பொருட்டேயல்ல. என் தாயும் தந்தையுமான டி செல்லி, ஷிப்ராக்கும், என் தெய்வங்களும் உள்ள இந்த மேற்குப் பிராந்தியத்தை விட்டுவிட்டு கிராண்ட் நதியைத் தாண்டிச் செல்லவே மாட்டேன் நான்."

இறுதிவரை அந்த எல்லையை அவர் கடக்கவேயில்லை. வேறிடத்தில் வசித்த தனது இனத்தவர் திரும்பி வருமளவு ஒளிந்தே வாழ்ந்தார் அவர். ஆனால் அவர்கள் திரும்பி வந்தது முற்றிலும் எதிர்பாராத காரணத்தால்தான்.

நவஜோக்களுக்கு அணுவளவும் ஒத்துக்கொள்ளாத இடமாகயிருந்தது பாஸ்க் ரெடாண்டோ. நீர் பாய்ச்சி அதைச் சாகுபடி செய்திருக்கலாம். ஆனால் அவர்களோ நாடோடிகளேயன்றி, சாகுபடி செய்யக் கூடியவர்களல்ல. அவர்களுடைய ஆடுகளுக்கு அங்கே மேய்ச்சல் நிலம் இருக்கவில்லை, விறகுக்கு வழியில்லை. வேர்களைத் தோண்டியெடுத்துக் காயவைத்து விறகாக உபயோகப்படுத்த வேண்டியதாயிற்று. மேலும், சுண்ணாம்புக் கரடான பகுதி அது! அங்குள்ள அசுத்த தண்ணீரைக் குடித்து நூற்றுக் கணக்கில் இந்தியர்கள் மாண்டனர். எனவே, இறுதியில் தம் தவறை வாஷிங்டனிலுள்ள சர்க்கார் ஒப்புக் கொண்டனர்.

இது அரிதேயல்லவா? ஐந்தாண்டுக் காலம் அந்நியப் பகுதியில் வசிக்க நேர்ந்த பின் எஞ்சியிருந்த நவஜோக்கள் தங்கள் புனித ஸ்தலங்களுக்குத் திரும்ப அனுமதிக்கப்பட்டனர்.

பிரான்ஸுக்கு சிற்பி மால்னி திரும்புமுன், இப்பகுதியை ஓரளவாவது சுற்றிக்காட்ட அவனை 1875ஆம் ஆண்டில் இரிஜோனாவுக்கு அழைத்துச் சென்றிருந்தார் லாடூர். அப்போது தங்களது பிரம்மாண்ட சமவெளிகளில் திரும்பவும் நவஜோக்கள் தமது இஷ்டம்போல் சவாரி செய்து செல்லும் இனிய காட்சியைக் காணும் வாய்ப்பு அவருக்குக் கிட்டியது. விசித்திரமான பாறைச் சிதிலங்களைக் காண டிசெல்லி கணவாய்வரையில் அவ்விரு பிரெஞ்சுக்காரர்களும் சென்றனர். உயர்ந்தோங்கிய மண்பாறை அரண்களுக்கடியிலிருந்த உலகில் பயிர்கள் மறுபடி வளர்ந்து கொண்டிருந்ததையும்; பெரிய பெரிய இலவ மரங்களின் கீழே ஆடுகள் மேய்ந்து தண்ணீர் ஓடைகளில் தாகசாந்தி செய்து கொள்வதையும் அவ்வமயம் அவர்கள் கண்ணுற்றனர். இந்திய அகராதிப் பயிலான ஈடன் தோட்டமாகவேதான் அது திகழ்ந்தது.

மூப்பேறிப் பிணிவாய்ப்பட்டுக் கிடக்கும் இன்றைய நிலையில் இந்தக் கடந்த காலக் காட்சிகளெல்லாம் லாடூரின் கண்முன்னே விரிந்தன. கிராண்ட் நதிக்கப்பால் கடத்தப் பட்ட படகுக்காகக் காத்திருந்த நவஜோக்களின் பெரும்பீதி வசப்பட்ட முகங்களும், அவர்களில் மிகுந்திருந்தவர்கள் தங்களிடையிலிருந்த கிழவர்களையும் குழந்தைகளையும் தோளில் சுமந்துகொண்டு, அற்பமாகச் சிறுத்துவிட்ட ஆட்டுமந்தைகளை ஓட்டிக்கொண்டு சொந்த பூமிக்குத் திரும்பிய காட்சியும் பளிச்சிட்டன. வஸந்த கால ஆரம்பத்தில் குட்டிக் கோலராடோவில் யூஸாபியோவுடன் கழித்த காலமும் அவருக்கு நினைவு வந்தது. ஆடுகள் குட்டி போடும் பருவம் இன்னும் முடிவுறாத சமயம் அது. தாயை இழந்த குட்டிகளைச் சுமந்துகொண்டு குதிரை மீதேறி விரைந்து வந்தனர் பலர். அவற்றுக்கு மாற்றாந்தாய் கிடைக்கு மளவு தாங்களே பாலூட்டி வளர்த்தனர், நவஜோ நங்கைகள்!

'பெர்னார்ட்' என்று முனகுவார் பிஷப். "அந்தப் பிழைகள் சரிவரப் பரிகரிக்கப்படுவதைப் பார்க்குமளவு

நான் வாழ்ந்திருக்க அனுமதித்த ஆண்டவனின் அருளே அருள்! இந்தியர்கள் பூண்டற்றுப் போய்விடுவார்களென ஒரு காலத்தில் அஞ்சினேன்; ஆனால் இப்போது அவ்வாறு நினைக்கவில்லை. கடவுள் அவர்களைக் காப்பாற்றுவார் என்றே நம்புகிறேன்."

8

ஆர்ச் பிஷப்புடனும், கன்னிமாடத் தலைவியுடனும் கலந்தாலோசித்துக் கொண்டிருந்தார் அமெரிக்க டாக்டர். ‘அவருடைய இதயந்தான் இடக்கு செய்கிறது. அதைத் தூண்டிவிட சிறு சிறு துளிகளாக மருந்து கொடுத்து வந்தேன். இப்போது அதனால் பயனே காணோம். ஆனால் அதற்காக மருந்து அளவை அதிகரிக்கவும் அச்சமாயிருக்கிறது; உடனடியாக உயிருக்கு உலை வைத்துவிடக்கூடும் அது. எனவேதான் அவரிடம் இவ்வளவு மாற்றம் காண்கிறீர்கள்’ என்று விளக்கினார் அவர்.

கிஞ்சித்தும் உணவு வேண்டாமல், சதா சர்வ காலமும் தூங்குவதுதான் அந்த மாறுதல். உண்மையிலேயே உறங்கினாரா அல்லது துயின்றது போலத் தோற்றம்தானா தெரியாது. இறுதி நாளன்று அவரது தேக நிலை அநேகமாக எல்லோருக்குமே தெரிந்துவிட்டது. நாள் முழுவதும் கதீட்ரல் நிறைய மக்கள் கூடி நின்று அவருக்காகப் பிரார்த்தனை செய்தனர்; கன்னிமாரும் கிழவிமாரும். யுவர்களும் யுவதிகளும் வந்து போனவண்ணமாகவேயிருந்தனர். அன்று அதிகாலையிலேயே விடைபெற்றுக்கொண்டு விட்டார் பிஷப். கிராமப்புறத்தில் அவர் அண்டையில் வசித்த டெஸூகே இந்தியர்கள் சிலர் ஸான்டாஃபேக்கு வந்து, அவரைப்பற்றிய செய்திக்காக ஆர்ச் பிஷப் விடுதியின் வாயில் முற்றத்தில் நாள் பூராவும் காத்துக்கொண்டிருந்தனர். அவர்களிடையே யூஸாபியோவும் இருந்தார். லாடூருடைய பழைய பணியாளரான ல்ப்ரக் டோஸாவும், ட்ராங்க்விலினோவும் மற்றவர்களோடு கதீட்ரலில் இறைஞ்சிக்கொண்டிருந்தனர்.

பிஷப்பை கன்னிமாடத் தலைவியும், மாக்டலேனாவும், பெர்னார்டும் கவனித்துக் கொண்டார்கள். அவரையே பார்த் தவாறு பிரார்த்தனை புரிவதன்றி வேறு செய்யக்கூடியது யாது மில்லை; அந்த அளவுக்கு வேதனையற்றவராக, நிம்மதியுற்ற வராக ஓய்ந்திருந்தார் அவர். அவரது முகமும், உடலும் விறைப்பின்றி இருந்தபோது அவர் தூங்கினாரென்பதை ஊகித்துக்கொள்வர். கண்கள் மூடிக்கிடப்பினும் அப்போது அவரது வதனத்தில் ஒரு தேஜஸும் பிரக்ஞையும் களை கூட்டும்.

பகல் பொழுது முடிந்து, இன்னமும் முற்றிலும் இருள் படராத அந்தி நேரத்தில், மெழுகுவர்த்திகளெல்லாம் ஏற்றப்பட்டானதும் அந்த வயோதிக பிஷப்பிடம் சற்றே அமைதிக் குலைவு காணப்பட்டது. சிறிதளவு அசைந்து முனகவாரம்பித்தார். ஒரு சில வார்த்தைகள்தான் பெர்னார்டின் காதில் விழுந்தன! பிரெஞ்சு மொழியில்தான் முணுமுணுத்தாரெனி னும் அவற்றை அவரால் புரிந்துகொள்ள முடியவில்லை. எனவே கட்டிலோரமாகக் குனிந்து ‘என்ன வேண்டும், பூஜ்யரே? இதோ நான் இருக்கிறேன்’ என்றார்.

அப்புறமும் தொடர்ந்து முனகினார் லாடூர். அவரது கைகளிலும் கொஞ்சம் அசைவு கண்டது. எதையோ கேட்கவோ அல்லது சொல்லவோதான் அவர் விரும்புகிறார் என்றார் மாக்டலேனா. ஆனால் உண்மையிலோ பிஷப் அங்கே இல்லவேயில்லை; தனது சொந்த நாட்டு மலைகளினிடையே பசிய வயலொன்றில் தான் நின்றுகொண்டிருந்தார் அவர்; போகவேண்டும் என்ற விருப்பத்துக்கும், இருக்க வேண்டு மென்ற அவசியத்துக்குமிடையில் சிக்கிக்கொண்டு வேதனைப் படும் இளைஞரொருவரைத் தேற்றத்தான் முயன்று கொண்டிருந்தார். களைத்துப் போய்விட்ட பக்திமானான அந்தப் பாதிரியிடம் புதியதொரு சித்தத்தைப் புகுத்த முற்பட்டிருந்தார். அவகாசமோ அற்பம். அதோ; பாரிஸ் செல்லும் வண்டி கடபுடா சப்தத்துடன் மலைப் பாதை வழியே இறங்கிவந்து கொண்டிருக்கிறது!...

இருள் பூராவாகக் கவ்வியபின் கதீட்ரலில் மணியோசை எழுந்ததும், ஸான்டாஃபே பேயிலிருந்த மெக்ஸிகர் அனைவரும் அமெரிக்கக் கத்தோலிக்கர்களும் மண்டியிட்டுப் பிரார்த்தித்

தனர். முழந்தாளிடாத மற்றும் பலரோ தங்கள் இதயக் கோவிலிலேயே தொழுவகை நடத்தினர். யூஸாபியோவும், அந்த டெஸூக்யும், இந்தியர்களும் தங்கள் இனத்தவரிடம் சேதி சொல்வதற்காகச் சந்தடியின்றி வெளியேறினர். மறு நாள் காலையில், தாம் கட்டிய கதீட்ரலிலிருந்த உயர்ந்த பலி பீடத்திற்கெதிரே இருந்த இடத்தை ஆர்ச் பிஷப் லாடூரின் சடலம் அலங்கரித்தது.

•••••••

தேசாந்திரி பதிப்பகம்

உபபாண்டவம்	ரூ.375
நெடுங்குருதி	525
யாமம்	400
துயில்	525
சஞ்சாரம்	360
இடக்கை	375
பதின்	250
கடவுளின் நாக்கு	380
உலக இலக்கியப் பேருரைகள்	325
எழுத்தே வாழ்க்கை	175
பதினெட்டாம் நூற்றாண்டின் மழை	230
தாவரங்களின் உரையாடல்	150
வெயிலைக் கொண்டு வாருங்கள்	140
விழித்திருப்பவனின் இரவு	225
காற்றில் யாரோ நடக்கிறார்கள்	325
கோடுகள் இல்லாத வரைபடம்	75
மலைகள் சப்தமிடுவதில்லை	250
வாசகபர்வம்	210
காண் என்றது இயற்கை	115
செகாவின் மீது பனி பெய்கிறது	150
கூழாங்கற்கள் பாடுகின்றன	75
எனதருமை டால்ஸ்டாய்	100